महाराष्ट्र राज्यनिर्मिती सुवर्णमहोत्सवानिमित्त
डायमंड पब्लिकेशन्सचा वैविध्यपूर्ण पुस्तकांचा प्रकल्प

प्रकल्प संपादक : मा. प्राचार्य शिवाजीराव भोसले

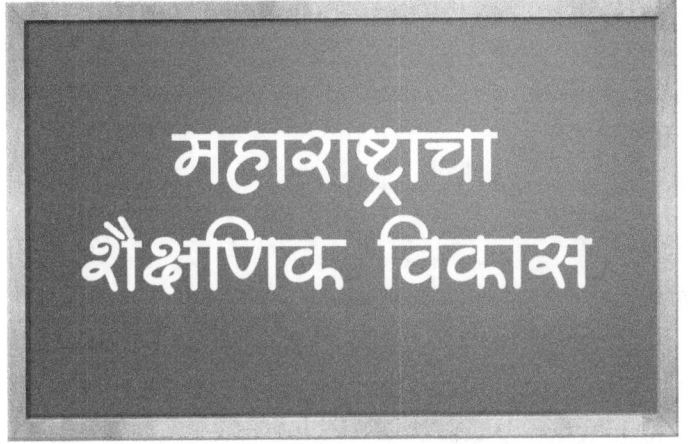

महाराष्ट्राचा शैक्षणिक विकास

प्रा. शमसुद्दिन तांबोळी

प्रस्तावना

डॉ. प्रमोद तलगेरी
आंतरराष्ट्रीय भाषा तज्ज्ञ,
कुलगुरू, इंटरनॅशनल मल्टिव्हर्सिटी, पुणे

डायमंड पब्लिकेशन्स

महाराष्ट्राचा शैक्षणिक विकास

प्रा. शमसुद्दीन तांबोळी

प्रथम आवृत्ती – १ नोव्हेंबर २००९

ISBN 978-81-8483-186-3

© डायमंड पब्लिकेशन्स

अक्षरजुळणी :
डायमंड पब्लिकेशन्स, पुणे

मुखपृष्ठ :
शाम भालेकर

प्रकाशक :
डायमंड पब्लिकेशन्स
२६४/३ शनिवार पेठ, ३०२ अनुग्रह अपार्टमेंट
ओंकारेश्वर मंदिराजवळ, पुणे–४११ ०३०
☎ ०२०–२४४५२३८७, २४४६६६४२
info@diamondbookspune.com

ऑनलाईन पुस्तक खरेदीसाठी भेट द्या
www.diamondbookspune.com

प्रमुख वितरक :
डायमंड बुक डेपो
६६१ नारायण पेठ, अप्पा बळवंत चौक
पुणे–४११ ०३० ☎ ०२०–२४४८०६७७

प्रस्तावना

भारत स्वतंत्र झाल्यानंतर आपल्या देशाच्या गरजा, सामाजिक समस्या, संस्कृती विचारात घेऊन, समाजविकासाच्या विविध क्षेत्रांत योजनाबद्ध कार्यक्रम आखून त्याची अंमलबजावणी करण्याचा प्रयत्न झाला. भारत स्वतंत्र झाल्यानंतर काही वर्षांनी १ मे १९६० रोजी महाराष्ट्र राज्याची स्थापना झाली. महाराष्ट्र राज्याच्या 'सुवर्णमहोत्सवी' वर्षानिमित्त राज्याच्या विकासाच्या संदर्भात सध्या बरीच चर्चा चालू आहे. शिक्षणक्षेत्र हे सर्वच समाजाच्या विकासातील महत्त्वाचे क्षेत्र आहे. महाराष्ट्राच्या शैक्षणिक विकासाचा आढावा घेणारे 'महाराष्ट्राचा शैक्षणिक विकास - नवे दालन नव्या संधी' या पुस्तकाचे लेखन प्रा. शमसुद्दीन तांबोळी यांनी केले आहे; व हे पुस्तक डायमंड पब्लिकेशन्सकडून प्रकाशित होत आहे, याबद्दल लेखक व प्रकाशक यांचे मी मन:पूर्वक अभिनंदन करतो.

वास्तविक, अलीकडे वाढत असणाऱ्या स्पर्धेत टिकून राहण्याचा संबंध शिक्षणाशी, त्याच्या दर्जाशी आणि या शिक्षणाने प्राप्त केलेल्या व्यक्तिगत अशा 'ज्ञानात्मक' ताकदीशी आहे. कोणत्याही माध्यमातून घेतलेले शिक्षण विद्यार्थ्यांना पुरेसे ज्ञान देते का? त्यांना आपल्या मर्यादा व क्षमतांचे आकलन होते का? विचार करणे, समस्यांचे निराकरण करणे, आत्मविकास साधणे या व इतर क्षमता विकसित होत आहेत का? विद्यार्थ्यांना आपल्या नागरिकत्वाचे आणि सामाजिक समस्यांचे ज्ञान आणि भान कितपत होत आहे? या सर्व गोष्टींचा खुलासा शैक्षणिक मूल्यमापनातून झाला पाहिजे.

अलीकडे चांगल्या शिक्षणासाठी 'रचनात्मक' शिक्षणाचा आग्रह जगभरातील शिक्षणतज्ज्ञ धरतात. मुले शाळेत जाण्यापूर्वी आपल्या कुटुंबातून व सामाजिक, सांस्कृतिक वातावरणातून शिकत असतात. त्यातूनच त्यांचे सहजशिक्षण होत असते. बाह्य शिक्षणाचा पाया शालेय अध्ययन-अध्यापन करताना विचारात घेतला पाहिजे. त्यातूनच त्यांच्या पुढील औपचारिक शिक्षणाची रचना करायची असते. मुले शाळेत येताना काही गोष्टी सोबत घेऊन येतात. अशा परिस्थितीत स्वभाषा महत्त्वाची ठरते. बहुभाषिक शाळांमधून मुलांच्या स्वभाषेच्या वापराला प्रोत्साहन देणे आवश्यक असते. लहान वयात बहुभाषिकत्वाचे शिक्षण दिल्यास त्यांच्या भावी काळात त्यांना फायदाच होतो. जागतिकीकरणाच्या युगात तर बहुभाषिक होण्याचा फायदा अधिकच आहे.

या पुस्तकामध्ये भारतीय शिक्षणाचा आढावा घेत असतानाच महाराष्ट्रातील शैक्षणिक विकासाकडे जास्तीत जास्त लक्ष दिले आहे. शिक्षणविषयक आयोग, समित्या, योजना यांचा विचार करणारे स्वतंत्र प्रकरणच या पुस्तकामध्ये आहे. याशिवाय, शिक्षणाच्या

विकासात, शिक्षकांच्या प्रशिक्षणात आणि शाळा-महाविद्यालयांच्या, विद्यापीठांच्या प्रशासनात मार्गदर्शन, नियंत्रण, अंमलबजावणी करणाऱ्या केंद्रीय व राज्यपातळीवरील महत्त्वाच्या संस्थांचा परिचय करून दिला आहे.

अंगणवाडी, पूर्वप्राथमिक स्तरापासून उच्च शिक्षणापर्यंत झालेल्या संख्यात्मक व गुणात्मक विकासाचा आढावा घेत असतानाच प्रौढशिक्षण, निरंतर शिक्षण या सामाजिक विकासासाठी प्रयत्नशील असणाऱ्या अनौपचारिक शिक्षणाच्या विविध अंगांचाही या पुस्तकामध्ये समावेश करण्यात आला आहे. स्वातंत्र्यपूर्व काळापासून अगदी अलीकडच्या काळापर्यंत शिक्षणविकासास योगदान देणाऱ्या महाराष्ट्रातील शैक्षणिक विचारवंतांच्या प्रयत्नांचाही या पुस्तकात समावेश आहे. कारण याच विचारवंतांचे विचार महाराष्ट्राच्या शैक्षणिक विकासाचे प्रेरणास्थान आहेत. अशा महत्त्वपूर्ण शिक्षणतज्ज्ञांचा, त्यांच्या विचारांचा समावेश हे या पुस्तकाचे 'बलस्थान' आहे, असे वाटते.

शिक्षण आनंददायी झाले पाहिजे. शिक्षण म्हणजे केवळ पाठ्यपुस्तकांचे वाचन व परीक्षेतील गुणांवर अवलंबून असणारी प्रक्रिया नसून, शिक्षणातून कल्पकता, सृजनक्षमता, सामाजिकीकरण, समस्यानिराकरण, वैचारिक अधिष्ठान यांना प्रोत्साहन मिळाले पाहिजे. प्रत्येकाचे अनुभवविश्व, भाषिक क्षमता, बौद्धिक क्षमता, व्यक्तिमत्त्वाचे आगळेपण विचारात घेऊन त्यांच्या विकासास आधारभूत ठरणारे शिक्षण हवे, हे विचारात घेऊन विविध प्रयोग करणारे शिक्षणतज्ज्ञ महाराष्ट्रात कार्यरत आहेत. अशा प्रयोगशील शिक्षणतज्ज्ञांची व शिक्षणसंस्थांची, त्यांच्या विविध प्रयत्नांची माहिती या पुस्तकामध्ये देण्यात आली आहे. या माहितीचा उपयोग शिक्षणक्षेत्रात कार्य करणाऱ्या सर्व व्यक्तींना होऊ शकेल.

शिक्षणाच्या व पर्यायाने ज्ञानाच्या कक्षा अलीकडच्या काळात रुंदावत आहेत. तंत्रज्ञान, वैद्यकीय अशा शाखांशी निगडित शिक्षणाबरोबरच वाणिज्य-व्यवसायक्षेत्रातील नव्या संधी जागतिकीकरणामुळे आणि सामाजिक विकासामुळे निर्माण झाल्या आहेत. व्यवसायातील, स्वयंरोजगारातील, नोकरीतील बदलत्या काळातील गरजेवर आधारित अभ्यासक्रमांची माहिती विद्यार्थ्यांबरोबरच पालकांना उपयुक्त ठरू शकेल, असा विश्वास वाटतो. शहरी व ग्रामीण भागातील लोकांना अशा नव्या अभ्यासक्रमांची एकत्रित माहिती उपलब्ध नसते. अशा वर्गासाठी शिक्षणाच्या 'नवे दालन नव्या संधी' हे प्रकरण मार्गदर्शक ठरेल.

शिक्षणक्षेत्रातील काही अग्रेसर संस्थांचा परिचय करून देताना अनेक शिक्षणसंस्था, व्यक्ती यांची अधिक सखोल माहिती देणे शक्य झाले असते. परंतु, लेखक व प्रकाशकांच्या विविध मर्यादाही विचारात घेतल्या पाहिजेत. एकूणच, महाराष्ट्रातील वाचकांना हे पुस्तक उपयुक्त ठरेल, असा विश्वास वाटतो.

डॉ. प्रमोद तलगेरी

कुलगुरू
इंडिया इंटरनॅशनल मल्टिव्हर्सिटी, पुणे

मनोगत

मे १९६० रोजी महाराष्ट्राची स्थापना झाली. पाहता पाहता महाराष्ट्राच्या पन्नासाव्या वर्षानिमित्त सुवर्णमहोत्सव सर्व स्तरांवर साजरा होणार आहे. पुणे येथील प्रकाशनक्षेत्रात अल्पावधीत भरारी घेणाऱ्या डायमंड पब्लिकेशन्सने व या प्रकाशनसंस्थेचे प्रमुख श्री. दत्तात्रेय पाष्टे यांनी महाराष्ट्राच्या सुवर्णजयंतीनिमित्त महाराष्ट्राच्या प्रगतीच्या विविध अंगांचा समावेश असणाऱ्या पुस्तकांची निर्मिती करण्याचा संकल्प केला, ही खरोखरच अभिनंदनपात्र योजना आहे. या संदर्भात विचार करताना 'महाराष्ट्रातील शिक्षणाचा विकास' हा विषय निश्चितच प्राधान्यक्रमाने येणारा आहे. या संदर्भात लेखन करण्याची संधी मला देण्यात आली, त्याबद्दल मी डायमंड पब्लिकेशन्सचा आभारी आहे.

सर्वसाधारणपणे शिक्षणाच्या संदर्भात विचार करताना असे वाटते की, शिक्षण जर माणसात बदल घडविणार असेल तर तो बदल जास्तीत जास्त मुक्त वातावरणात व्हायला हवा. आजच्या पारंपरिक शिक्षणपद्धतीत ते फारसे रुजले नाही, ही आपल्या शिक्षणपद्धतीची शोकांतिकाच म्हणावी लागेल. वैयक्तिक पातळीवर सृजनआनंद, ग्राममंगल, अक्षरनंदन, अमनसेतू आणि यासारखे प्रयत्न सोडल्यास जिल्हापरिषद किंवा शासनामार्फत चालविल्या जाणाऱ्या शाळांमधून या दृष्टिकोनातून अंमलबजावणी होत असल्याचे अभावानेच जाणवते.

शिक्षण हे मनाचा विकास साध्यण्यासाठी आवश्यक आहे. समाजाचा विकास करण्यासाठी आवश्यक कौशल्ये व्यक्तीमध्ये विकसित करण्यासाठी शिक्षणाची आवश्यकता आहे. भावी जीवनाच्या सर्व जबाबदाऱ्या पेलण्याचे सामर्थ्य निर्माण करणे, सुसंस्कृत नागरिक घडवणे, क्षमतांचा विकास करणे अर्थात गांधीजींच्या शब्दांत मन-मेंदू-मनगट यांचा विकास करणे म्हणजे शिक्षण. शिक्षणातील गुंतवणूक ही अनेक अर्थाने दूरगामी व उत्पादनक्षम आहे.

महाराष्ट्रातील शिक्षणाला एक वेगळा इतिहास आहे. अनेकांचे अथक प्रयत्न, त्याग, वैचारिक योगदान लाभलेल्या शिक्षणाचा इतिहास पाहिल्यास यातील प्रमुख घटकांचा मुद्देसूद उल्लेख करणे क्रमप्राप्त आहे.

महाराष्ट्रात अनेक शिक्षणतज्ज्ञांनी समाजाला घडवण्यासाठी बहुमोल कार्य केले. ताराबाई मोडक यांना तर भारतातील माँटेसरीच म्हणावे लागेल. महाराष्ट्रात बालशिक्षणाचे रोप कै. गिजुभाई बधेका व ताराबई यांनी लाावले. अनुताई वाघ यांनी या रोपाला खतपाणी घातले आणि रोपाचे वृक्षात रूपांतर झाले. ताराबाई, अनुताई, रमाबाई पंडित

यांनी बालवाडीत मुलांची शारीरिक स्वच्छता केली. आरोग्याच्या सवयी लावल्या. आजच्या शिक्षणात आलेल्या नव्या संकल्पना ताराबाई, अनुताई यांनी सुमारे पन्नास वर्षांपूर्वीच आणल्या. त्यांनी लावलेल्या नूतन बालशिक्षण संघ संचलित ग्रामबालशिक्षा केंद्राचे आज वटवृक्षात रूपांतर झाले आहे. आज या संस्थेच्या आदिवासी वस्तीत नऊ बालवाड्या, चार पाळणाघरे सुरू आहेत. मुलींच्या शिक्षणाला प्रोत्साहन मिळावे म्हणून शिक्षणासाठी येणाऱ्या मुलींसाठी 'ना नफा ना तोटा' या तत्त्वावर वसतिगृह चालविले जाते. ताराबाई व अनुताई यांच्याच सहवासातील सिंधुताई अंबिके यांचे मार्गदर्शन या संस्थेला लाभते. ताराबई यांनी बालशिक्षणाच्या प्रसारासाठी सुमारे पंच्याहत्तर वर्षापूर्वी सुरू केलेले 'शिक्षणपत्रिका' हे मासिक आजही सुरू आहे. ग्रामविकास, बालशिक्षण, स्त्रीशिक्षण, ग्रामीण भागातील वंचित घटकांना द्यावे या दृष्टिकोनातून निर्मलाताई पुरंदरे या वनस्थळी या संस्थेमार्फत शैक्षणिक कार्य करीत आहेत.

अलीकडेच २००२ साली ८६ वी घटना दुरुस्ती करून बालकाचा 'शिक्षणाचा हक्क' मान्य केला आहे. शिक्षणाचा हक्क मान्य करताना - त्याचा अर्थ चांगले, गुणवत्तापूर्ण, दर्जेदार शिक्षण असा होतो. सहा ते चौदा वयोगटातील सर्वच मुले शाळेतील विद्यार्थी होतील परंतु शाळेत गेल्यानंतर त्यांच्या पदरात काय पडणार आहे, हाही महत्त्वाचा प्रश्न आहे. बालकाचा निरामय, निकोप, मुक्त, प्रतिष्ठापूर्ण वातावरणात विकास होण्यासाठी शाळेत संधी व सुविधा असाव्यात तसेच दर्जा सुविधा आणि संधी याबाबतीत शाळा, शिक्षक, पालक आणि सरकार या सर्वांचीच जबाबदारी हवी.

४ ऑगस्ट, २००९ रोजी भारतातील सहा ते चौदा या वयोगटातील मुलांना मोफत आणि सक्तीच्या शिक्षणाची कायदेशीर व्यवस्था निर्माण केली आहे. ३१ ऑगस्ट हा दिवस ताराबाई मोडक यांची पुण्यतिथी म्हणून स्मरणात आहे. या निमित्ताने महाराष्ट्र बालशिक्षण परिषदेने हा दिवस 'बालस्वातंत्र्य दिन' म्हणून जाहीर केला आहे. बालकांचे हक्काचे शालेय शिक्षण आणि बालकांच्या स्वातंत्र्याचे तत्त्व या पार्श्वभूमीवर शिक्षणासंदर्भात कालसापेक्ष असा नवा विचार करण्याची गरज जाणवते आहे.

आदिवासी जनतेची निरक्षरताही शैक्षणिक विकासाच्या संदर्भात एक गंभीर समस्या आहे. विदर्भ-मराठवाडा भागातील आदिवासी शैक्षणिक दृष्ट्या आधिक मागासलेले दिसतात. राष्ट्राच्या प्रगतीच्या व लोकशाहीच्या दृष्टीने आदिवासी जनतेला इतर समाजाच्याबरोबरीला आणणे ही एक महत्त्वाची राष्ट्रीय समस्या आहे. आदिवासी मुलामुलींचा शैक्षणिक विकास घडवून आणणे महाराष्ट्रासारख्या प्रगत व अग्रेसर राज्याच्या दृष्टीने अग्रक्रम देणारे धोरण असले पाहिजे. त्यांच्यातील गळती आणि नापासांची समस्या अतिशय गंभीर स्वरूपाची आहे. बालविवाह, दारिद्र्य, शैक्षणिक उदासीनता, नोकरी करणारा मुलगा घरापासून तुटतो अशी पालकांची धारणा या अधोगतीस कारणीभूत आहे.

महाराष्ट्र शासनाने या परिस्थितीवर मात करून आणि शैक्षणिक विकास घडवण्यासाठी विविध शासकीय योजनाही राबविल्या आहेत. उदा. एकात्मिक बालविकास प्रकल्पांतर्गत

'सकस आहार' योजना. 'युनिसेफ' पुरस्कृत बालशिक्षण प्रकल्प, मोफत गणवेश पुरवठा योजना तसेच प्रायोगिक स्वरूपात १९८५-८६ पासून स्थलांतर करणाऱ्या आदिवासी मुला-मुलींसाठी एक फिरती शाळा सुरू करण्यात आली होती.

प्राथमिक व माध्यमिक स्तरावरील शैक्षणिक विकासासाठी पुस्तकपेढी योजना, गणवेशाबरोबर लेखन सामग्रीचा पुरवठा, आदिवासी 'शाळा समूह' योजना, खडू-फळा योजना या सारख्या योजनांबरोबरच विशेष केंद्रीय सहाय्य योजनेअंर्तगत आदिवासी भागातील प्राथमिक शिक्षकांना पारितोषिके, मुलांना शिक्षकाच्या कुटुंबात राहण्याची सोय करून देणे, विद्यार्थ्यांना विद्यावेतन देणे, हुशार विद्यार्थ्यांसाठी राष्ट्रीय शिष्यवृत्ती योजना या सारख्या सहाय्यकारी योजनांमुळे आदिवासी भागातील शैक्षणिक स्थिती सुधारत आहे. यात आश्रमशाळांची भूमिका फार महत्त्वाची आहे. नवीन राष्ट्रीय शैक्षणिक धोरणानुसार शिक्षणात आदिवासी बोलीभाषांचा वापर, निवासी आश्रमशाळांचा विस्तार, तांत्रिक, व्यावसायिक, अर्धव्यावसायिक अभ्यासक्रम, आंगणवाड्या, अनौपचारिक प्रौढशिक्षण केंद्र उघडणे या सारख्या शैक्षणिक योजनांची अंमलबजावणी व्यवस्थित झाल्यास आदिवासी बांधवांची स्थिती सुधारण्यास अनुकूलता प्राप्त होईल.

अल्पसंख्यांक धार्मिक व भाषिक स्वरूपाचे आहेत. यापैकी मुस्लीम समाजाच्या शिक्षणाच्या दृष्टिकोनातून अनेक प्रश्न आहेत. आतापर्यंतच्या काळात मुस्लीम नेतृत्वाने या समाजाच्या शिक्षणासाठी उर्दू माध्यमाचा आग्रह धरला. परिणामी त्यांच्यात गळतीचे प्रमाण जास्त आहे. तसेच या समाजातील मुले वैद्यकीय, अभियांत्रिकी, संगणक किंवा इतर विद्याशाखेतील उच्च शिक्षणापासून वंचित राहतात.

आजमितीला महाराष्ट्रात सुमारे दोन हजारांहून अधिक उर्दूशाळा असून जवळपास पंचवीस हजार विद्यार्थी केवळ विदर्भातील तीनशे शाळांमधून शिक्षण घेत आहेत. या माध्यमाच्या शाळातील विद्यार्थ्यांचा दर्जा खालवलेला असून कित्येक मुलांना मराठी वाचता-लिहता येत नाही. मुस्लिमांची मातृभाषा उर्दू आहे का? किती मुस्लिमांना उर्दू येते? हा प्रश्न वेगळा आहे, परंतु महाराष्ट्रातील मुस्लिमांना मराठीत व्यवहार करता येण्यासाठी व्यवसाय, नोकरी, उद्योग, क्षेत्रात मराठीत व्यवहार अनिवार्य आहे. सामाजिक, आर्थिक विकासात प्रादेशिक भाषा, कौशल्ये आत्मसात करणे अनिवार्य आहे याची जाणीव निर्माण झाली आहे. त्यामुळे या समाजातील नेते, शिक्षक आता उर्दू माध्यमाच्या शाळेतून मराठी भाषेच्या अध्यापनाची गरज व्यक्त करतात. समाजातूनच आलेल्या या मागणीचा विचार करून राज्य अल्पसंख्याक आयोगाने कॉन्ट्रॅक्ट पद्धतीने शिक्षकाची निवड करण्यास हिरवा कंदील दाखवला आहे.

अलीकडे अल्पसंख्यांक समाजाच्या शैक्षणिक विकासासाठी शैक्षणिक शुल्क सवलत, कमी उत्पन्न गटातील अल्पसंख्यांकाना शिष्यवृत्ती या सारख्या सुविधा पुरविल्या आहेत. ठिकठिकाणी अल्पसंख्यांक समाजातर्फे शाळा, महाविद्यालये, व्यावसायिक अभ्यासक्रम चालवण्यास नेते पुढे येत आहेत. शासकीय मागासवर्गीय मुलांच्या वसतिगृहाप्रमाणे

अल्पसंख्यांकांसाठी वसतिगृहाचे नियोजन केल्यास त्याचा लाभ या समाजातील मुला-मुलींसाठी निश्चितच होईल. ज्या ठिकाणी उत्तम शिक्षणाची संधी आहे तेथे मुस्लीम मुला-मुलींनी आपली गुणवत्ता सिद्ध केली आहे. परंतु ज्यांना आपली गुणवत्ता व्यक्त करता येत नाही अशा वंचितांसाठी न्या. राजेंद्र सच्चर यांनी केलेल्या शिफारशीनुसार संधी दिल्यास एकूणच समाजाच्या विकासात हातभार लागेल व समतेसाठी शिक्षणाचे स्थान आकार घेऊ शकेल असे वाटते.

प्रा. रामकृष्ण मोरे शिक्षणमंत्री असताना १९९९ मध्ये इयत्ता पहिलीपासून इंग्रजी हा उपक्रम चालू केला गेला. प्राथमिक स्तरापासून पदवी स्तरापर्यंत पर्यावरण शिक्षण माध्यमिक स्तरावर व्यक्तिमत्त्व विकास, मूल्यशिक्षण असे विषय समाविष्ट करून निकोप समाजनिर्मितीचे प्रयत्न आजही केले जात आहेत.

सर्वांसाठी गुणवत्ता असणारे शिक्षण असावे यासाठी विविधांगी प्रयत्न होत आहेत. यामध्ये प्रामुख्याने 'सर्वशिक्षा अभियान', 'लेखन-वाचन हमीयोजना', 'मध्यान आहार योजना', 'पुस्तक पेढी योजना', 'शाळासमूह योजना' अशा योजना राबविण्यात येत आहेत ही जमेची बाजू आहे. परंतु एकूणच भारतीय समाजातील बहुविविधता विचारात घेता यात शिल्लक राहणाऱ्या उणिवा शोधून त्यावर मात करण्याचा प्रयत्न केला पाहिजे. आजही श्रीमंतांच्या शाळा आणि गरिबांच्या शाळा असा फरक करता येईल इतपत तफावत शाळांमधून दिसून येते.

उच्चशिक्षणाच्या संदर्भात आणि विनाअनुदानित, कायम विनाअनुदानित शाळा-महाविद्यालयाच्या संदर्भात अनेक सामाजिक समस्या निर्माण झाल्या आहेत. आधुनिक अभियांत्रिकी, वैद्यकीय, व्यवस्थापन या सारखे व्यावसायिक अभ्याक्रम गरिबांना परवडणारे नाही. एका बाजूला देणग्या देणाऱ्यांची संख्या आहे त्यांना प्रवेश मिळण्याची समस्या नाही. परंतु गरिबांकडे बऱ्यापैकी गुणवत्ता असूनही पाहिजे त्या अभ्यासक्रमास प्रवेश मिळवणे अशक्य होत आहे. त्यामुळे निर्माण होणारी विषमता केवळ अन्यायकारक नाही तर भारतीय संविधानाच्या 'समान संधी,' 'सामाजिक न्याय,' 'समाजवादी धोरणा'च्या संकल्पनेला छेद देणारीही आहे. याचा गांभीर्याने विचार करावा लागणार आहे. प्रस्तुत पुस्तकांमध्ये शिक्षणाचा इतिहास, वर्तमान स्थिती, विकासाचे प्रयत्न या दृष्टिकोनातून विचार करतानाच बदलत्या काळाच्या गरजा, जागतिकीकरण, विविधता विचारात घेऊन शिक्षणाचे 'नवे दालन-नव्या संधी' या विषयावर लिखाण केले आहे. या संदर्भात सर्वांगीण लेखन करणे, माहिती देणे अशक्य आहे कारण या विषयाला मर्यादा नाहीत. गरजेवर आधारित व्यवसाय आणि त्या संदर्भातील शिक्षण-प्रशिक्षणाची दालने कायम-स्वरूपी प्रवाहाप्रमाणे सरकणारे आहेत. सर्वसाधारणपणे वाचकांना व्यवसायाच्या जुन्या-नव्या वाटा लक्षात याव्यात व अभ्यास निवडीसाठी आवड आणि पर्यायी अभ्यासक्रम यांची सांगड घालता यावी हा दृष्टिकोन समोर ठेवला आहे. काळ, वेळ, पृष्ठसंख्या या बाबी विचारात घेऊन माहिती असलेल्या व नसलेल्या संभाव्यता गृहीत धरूनच या मर्यादा

पुस्तकात लेखकाने समोर ठेवल्या आहेत. विषयाची, अभ्यासक्रमाची व्यापकता विचारात घेऊन यातील उणिवांबद्दल खुल्या दिलाने क्षमा करावी अशी अपेक्षा आहे.

महाराष्ट्रात स्वातंत्र्यपूर्व आणि स्वातंत्र्योत्तर अनेक शिक्षणप्रेमी समाजसुधारकांनी शिक्षणसंस्था स्थापन केल्या, महाराष्ट्राच्या शैक्षणिक विकासामध्ये त्यांचे योगदान कायम लक्षात राहण्यासारखे आहे. यातील काही जुन्या आणि काही नव्या संस्थांचा परिचय करून देण्याचा प्रयत्न केला आहे. अर्थात, अशा संस्थांची संख्या बरीच आहे. महाराष्ट्राच्या सर्व भागात या संस्थांनी कार्याचे जाळे उभे केले आहे. नावाजलेल्या, मोठे कार्य उभे केलेल्या, शिक्षणक्षेत्रात स्थान निर्माण केलेल्या सर्वच संस्थांचा समावेश करता न येणे ही सुद्धा माझी मर्यादा आहे. ज्यांचा परिचय करणे आवश्यक होते, परंतु अनेक कारणांनी झाला नाही, त्यांनी अडचण समजून घ्यावी, ही विनंती.

या कार्यासाठी प्रेरणा डायमंड प्रकाशनाची आहे. मा. दत्तात्रेय पाष्टे यांना सातत्याने नव्याचा शोध घ्यायला आवडते. त्यासाठी ते व्यावसायिक फायदे-तोटे यापलीकडे जाऊन वाचकांची, लेखकांची, उपक्रमांची, विकासाची नोंद घेऊन पुस्तकनिर्मिती करतात. त्यांचे सहकारी शिल्पा कुलकर्णी, शाम भालेकर आणि सर्वांचे सामूहिक प्रयत्न या यशात भागीदार आहेत. या लेखनकार्यात अनेक स्रोतांचा, संदर्भग्रंथांचा वापर केला आहे. त्या सर्व लेखक, प्रकाशकांचा मी ऋणी आहेच. खासकरून प्रा. बेनझीर यांनी जी मदत केली, ती तर अविस्मरणीय आहे.

या पुस्तकासाठी प्रस्तावना कोणाची घ्यावी, असा विचार करताना सर्वांत अगोदर नाव डोळ्यांसमोर आले आणि मा. श्री. डॉ. प्रमोद तलगेरी यांनी प्रस्तावना लिहिण्याचे मान्य करून ती तत्परतेने लिहून दिली, याबद्दल मी त्यांचा आभारी आहे. डॉ. प्रमोद तलगेरी हे विविध राष्ट्रीय, आंतरराष्ट्रीय शैक्षणिक संस्थांशी संबंधित आहेत. सध्या ते इंडिया इंटरनॅशनल मल्टिव्हर्सिटीचे कुलगुरू म्हणून कार्यरत आहेत. खरं म्हणजे ज्यांचा कार्यव्याप मोठा आहे, जे लोक नेहमीच कामात मग्न असतात, तेच लोक इतर कामे करण्यासाठी वेळ देऊ शकतात, या विचाराची प्रचिती पुन्हा एकदा आली, त्याचाही आनंद वाटला.

- प्रा. शमसुद्दिन तांबोळी

लेखक परिचय

प्रा. शमसुद्दिन तांबोळी

एम. ए. (इंग्रजी), एम. एड., एल. एल. बी.

कार्यरत	:	मराठवाडा मित्रमंडळाचे वाणिज्य महाविद्यालय, पुणे इंग्रजी विषयाचे अध्यापन.
सचिव	:	मुस्लिम सत्यशोधक मंडळ
सरचिटणीस	:	प्रोग्रेसिव्ह मुस्लिम फोरम हमीद दलवाई इस्लामिक रिसर्च इन्स्टिट्यूट - सचिव म्हणून कार्य केले.
लेखन	:	धर्मनिरपेक्षता, राष्ट्रीय एकात्मता, मुस्लिम समाजप्रबोधन, कायदा, शिक्षण या विषयांवर तसेच प्रासंगिक विषयांवर वर्तमानपत्रे, नियतकालिके, दिवाळी अंकातून लेखन प्रसिद्ध. मुस्लिम सत्यधोशक प्रक्रियेचे संपादन.
जनसंपर्क	:	आकाशवाणी, दूरदर्शन, संघटना, संस्था, महाविद्यालये, सार्वजनिक व्यासपीठावरून व्याख्याने, संवाद व सहभाग.
जनजागृती	:	सभा, संमेलने, चर्चासत्रे, परिषदांचे आयोजन, मोर्चे, उपोषण इ. विविध जनआंदोलनांत सहभाग.
पुरस्कार	:	वा. बापू - विधायक कार्यकर्ता, गांधी नॅशनल मेमोरिअल सोसायटी. २ ऑक्टोबर २००८ भास्कर अॅवॉर्ड 'दि प्राईड ऑफ इंडिया-२००९' महाराष्ट्र जर्नालिस्ट फौंडेशन.
साधनव्यक्ती	:	महाविद्यालय, विद्यापीठ, प्रशिक्षण संस्था, शैक्षणिक उपक्रम, प्रशिक्षणकार्यात साधनव्यक्ती.
लेखन	:	प्रभावशाली शिक्षणतज्ज्ञ हमीद दलवाई : क्रांतिकारी विचारवंत

अनुक्रमणिका

१. शिक्षणाचा इतिहास

○वैदिक शिक्षण ○बौद्धकालीन शिक्षण ○मुस्लिम शिक्षण ○संघकालीन शिक्षण

सिंधू संस्कृतीच्या शोधामुळे भारतीय संस्कृती ही सर्वांत प्राचीन व पुरातन असल्याचे सिद्ध झाले. मोहोंजोदडो व हडाप्पा ही सिंधू संस्कृतीची प्रमुख केंद्रे असली तरी या संस्कृतीचे अवशेष सिंध, पंजाब, राजस्थान, अफगाणिस्तान, बलुचिस्तान, काठेवाड इ. ठिकाणी सापडतात. यावरून सिंधू संस्कृती केवळ भारतातच नव्हे. तर भारताबाहेरही पसरली होती, हे स्पष्ट होते. सिंधू संस्कृतीचे वैशिष्ट्यपूर्ण अवशेष उत्खननात सापडले; परंतु एकही धर्मग्रंथ उत्खननात मिळाला नाही. त्यामुळे सिंधू संस्कृतीतील लोकांचा धर्म कोणता होता, हे निश्चितपणे सांगता येत नाही. सिंधू संस्कृतीतील लोक द्रविडी होते. ते मातृपूजक व निसर्गपूजकही होते. कमी पावसामुळे सिंधचे वाळवंटात रूपांतर झाले. पूर, भूकंप, वादळ या नैसर्गिक आपत्तीमुळे आणि रानटी लोकांच्या हल्ल्यामुळे सिंधू संस्कृती नष्ट झाली असावी, असे तज्ज्ञांचे मत आहे; परंतु या बाबतीत निश्चित पुरावा नाही. इतिहासकारांनी सिंधू संस्कृतीचा कालखंड इ.स.पू. ३२०० ते इ.स.पू. २७५० हा असावा असे म्हटले आहे. सिंधू संस्कृतीनंतरचा काळ हा वैदिक काळ. वैदिक कालखंडाचे विभाजन पूर्व वैदिक काळ आणि उत्तर वैदिक काळ अशा दोन कालखंडांत केले जाते. ज्यांनी या संस्कृतीला जन्म दिला ते लोक स्वत:ला 'आर्य' म्हणवून घेत.

वैदिक शिक्षण

या काळात विद्यार्थ्यांना भौतिक आणि आध्यात्मिक दोन्ही प्रकारचे शिक्षण दिले जात असे. विद्यार्जनासाठी छात्रांना गुरूच्या आश्रमात जावे

लागत असे या गुरूंनांच त्या काळी ऋषी म्हणत असत. हे ऋषी आपल्या देशालाच नव्हे तर जगाला ज्ञान देण्याचे कार्य करीत असत. त्यांच्या शिकवण्यातून ते मानवतेचा संदेश देत असत. पूर्व वैदिक शिक्षणपद्धती जगामध्ये सर्वश्रेष्ठ असल्याचे सांगण्यात येते. कारण ऋग्वेद, सामवेद, यजुर्वेद, आयुर्वेद आणि इतिहास व पुराणे यांचा अभ्यास केला जात असे. वेद हे भारतीय ऋषींनी निर्माण केलेले प्रथम पुराणग्रंथ आहेत. छात्रांच्या बुद्धीला चालना देणारे शिक्षण दिले जात असे. यामध्ये चारित्र्यसंवर्धन आणि तत्त्वज्ञान यावर भर असे.

धार्मिकता व पावित्र्य यांचे संस्कार, चारित्र्याची जडणघडण, सुसंपन्न व्यक्तिमत्त्व, सामाजिक व नागरी कर्तव्याची ओळख, संस्कृती रक्षण व संरक्षण शरीरसंवर्धन इ. शिक्षणाची ध्येय होती. चिंतन, मनन, पठण यामार्फत विद्यार्थी ज्ञानसाधना करीत असे. अभ्यासक्रमात धर्मशिक्षणाव्यतिरिक्त व्याकरण, ज्योतिष, तत्त्वज्ञान, छंद, इ.चे ज्ञान दिले जाते. 'स्व'जाणीव करून देणारे हे शिक्षण होते. याकाळात शिक्षण घेण्याचा अधिकार सर्वांना होता. जातीची बंधने शिक्षणावर नव्हती. स्त्री शिक्षणास परवानगी होती. अनेक स्त्रिया ऋषिका झाल्या. त्या धार्मिक समारंभात भाग घेत असत. शारीरिक शिक्षण आणि विविध कला, शेती, पशुपालन यांचे शिक्षण दिले जात असे.

उत्तर वैदिक काळातील शिक्षणास ब्राह्मण काळ असेही म्हणतात. इ.स.पूर्व १२०० ते इ.स.पूर्व ६०० या कालावधीतील हे शिक्षण होय. हा कालखंड म्हणजे वैदिक संस्कृतीची द्वितीय अवस्था आहे. या काळात महत्त्वाचे धार्मिक बदल झाले. या काळात ब्राह्मणांचे महत्त्व वाढले. म्हणूनच या काळास 'बाह्मण काळ' असे म्हणतात.

वेद, व्याकरण, तर्कशास्त्र, कायदा, वैद्यकशास्त्र, खगोलशास्त्र इ. शिक्षणाचा त्यात समावेश होता. पुरोहितवर्ग आपल्या शिष्यांना वेदांचे ज्ञान पाठांतराच्या माध्यमातून देत असे. 'उपनयन' संस्कारानंतर मुलाच्या शिक्षणाला प्रारंभ होत असे. हा संस्कार वयाच्या ४ ते ९ काळात होत होता. यालाच गुरुकुल शिक्षणपद्धती म्हणतात. चरित्र्यसंवर्धन, इंद्रियनिग्रह, सुंदर जीवनाची तयारी, वैयक्तिक मार्गदर्शन, प्रात्यक्षिक ज्ञान दिले जात. आध्यात्मिक ज्ञान मिळवण्याचा अधिकार ब्राह्मणांबरोबर क्षत्रियांना होता. वैश्य, शूद्र आणि स्त्रियांना शिक्षण घेण्याचा अधिकार नव्हता. या काळात कर्मसिद्धांत जातिव्यवस्था निर्माण झाली. शिक्षणाचा कलावधी १२ वर्षाचा असे. त्यानंतर शिष्य घरी

जात असे. त्यापूर्वी 'समावर्णन समारंभ' केला जात असे. अभ्यासक्रमात आंतरिक बाह्य विकास साधणे, हवन, यज्ञ या संदर्भात ज्ञान दिले जात असे. वेदांबरोबरच इतिहास पुराणे यांच्या अध्यायनावर भर होता. तक्षशीला, पाटलीपुत्र, धार ही शिक्षणाची उत्तरेकडील केंद्रे होती. मालखेड, कल्याणी, तंजावर ही शिक्षणाची दक्षिणेकडील प्रसिद्ध केंद्रे होती. व्याकरण पारंगत 'पाणिनि' व शल्यतंत्रनिपुण 'जीवक' हे तक्षशीला विद्यापीठातील शिष्य होते. या विद्यापीठात युद्धशास्त्र, कला, शेती, व्यापार, शिल्पकला, राज्यशास्त्राचे शिक्षण दिले जात असे. ग्रीक युद्धकला व ग्रीक भाषा येथे शिकवली जात असे. अर्थशास्त्राचा लेखक 'कौटिल्य' यांचे उच्च शिक्षण येथेच झाले. बनारस हे वैदिक धर्म आणि संस्कृतीचे पुरस्कर्ते होते तक्षशिलाप्रमाणेच बनारसला महत्त्व होते.

बौद्धकालीन शिक्षण

बौद्धकालीनशिक्षण पद्धतीचा कालावधी सर्वसाधारणपणे इ.स.पूर्व ५६७ ते इ.स.पूर्व ४८७ म्हणता येईल. सुरुवातीला बौद्ध धर्मीय शिक्षण फक्त मठात राहणाऱ्यांसाठीच होते. बौद्ध धर्माची दीक्षा घेतलेल्या उमेदवारांपुरतेच ते मर्यादित होते. बौद्धधर्मीय शिक्षण संसारात पडणाऱ्यांसाठी नव्हते, परंतु नंतर सामान्य जनतेसाठी शिक्षणाची सुरुवात झाली. बौद्ध धर्मातील शिक्षणाचा मुख्य हेतू 'निर्वाण' होता. सूक्त, विनय आणि धर्म या धार्मिक ग्रंथांचा अभ्यास करावा लागे. व्यावहारिक, तांत्रिक, औद्योगिक भागसुद्धा शिक्षणात होता.

प्राथमिक शिक्षणात लेखन, वाचन व गणित यांचा समावेश होता. उच्च शिक्षणात धर्म, तत्त्वज्ञान, वैद्यकशास्त्र, युद्धतंत्र या विषयांचा समावेश होता. संस्कृत भाषा उच्च शिक्षणासाठी आवश्यक होती तथापि, तेव्हा पाली व इतर भाषा लोकप्रिय होत्या. जातककालापर्यंत वेदांचाही शिक्षणात समावेश होता. 'विनय ग्रंथ' हा मठवासीयांचा प्रमुख अभ्यासाचा विषय होता.

सर्वसामान्य जनतेची भाषा पाली असल्यामुळे त्याच भाषेतून शिक्षण मिळू लागले. साक्षरतेचे प्रमाण वाढू लागले. आठ ते नऊ वर्षांच्या मुलाला मठ शिक्षणासाठी मठात प्रवेश मिळत असे. त्यांना पिवळे वस्त्र परिधान करावे लागे. मुळाक्षरांचे उच्चार, पाली भाषेतील सूत्रे, प्रार्थना यांची ओळख विद्यार्थ्यांना करून दिली जात असे. गौतम बुद्धाचे जीवनचरित्र, विचार व जातक कथा याचेही अध्ययन होत असे. अंकगणिताचा समावेश होता. ज्यांना आयुष्यात

भिक्षू व्हायचे आहे ते मठातच वास्तव्य करीत. शिक्षण पूर्ण झाल्यानंतर 'उपसंपदा' समारंभ होत असे.

'पब्बजा' विधी झालेल्या मुलालाच शाळेत प्रवेश मिळे. पब्बजा म्हणजे घरापासून दूर जाणे. प्रवेशानंतर त्याला 'श्रमण' म्हणून ओळखले जाई. शिक्षणाचा कालावधी १२ वर्षांचा होता. वयाच्या २० व्या वर्षी त्याला इच्छेप्रमाणे संघात राहता येत असे. ज्याला भिक्षू बनण्याची इच्छा होत असे तोच संघात वास्तव्य करीत असे. त्याला 'उपज्जया' किंवा 'आचार्य' ही उपाधी मिळत असे.

'पब्बजा' संस्कारानंतर बारा वर्ष शिक्षण होत असे. त्यानंतर संघात राहायचे असेल तर 'उपसंपदा' समारंभास हजर रहाणे आवश्यक असे व त्यालाच 'भिक्षू' ही उपाधी मिळत असे, संघात दहा वर्षे वास्तव्य कलेल्या दहा विद्वान व्यक्तीच्या उपस्थितीत उपसंपदा समारंभ होत असे या विद्वान व्यक्ती त्याला प्रश्न विचारीत. जो या सर्व प्रश्नांची बरोबर उत्तरे देत असे त्याला 'उपसंपदा' संस्कारात उत्तीर्ण समजले जात असे. त्यालाच 'सिद्धी विहारक' नावाने ओळखले जात असे.

बौद्ध काळातील शिक्षण प्रामुख्याने धर्मावर आधारलेले होते. त्याचे मुख्य उद्दिष्ट 'निर्वाण प्राप्ती' होते. त्यामुळे बुद्धांचे तत्त्वज्ञान आणि धर्मशास्त्र यांचे अध्ययन विद्यार्थ्यांना करावे लागे. शिवाय अभ्यासक्रमात तत्त्वज्ञान, तर्कशास्त्र, संस्कृत, पाली, खगोलशास्त्र, वैद्यकशास्त्र, शब्दविद्या, सांख्य, न्याय-कायदा, व्याकरण, अध्यात्म, तेत्र-विधी, जातककथा, जादूविद्या, विशेषिक यांचा समावेश होता. अभ्यासासाठी मौखिक पद्धती, वादविवाद-चर्चा पद्धती, वैयक्तिक मार्गदर्शन यांचा वापर होत असे. विणणे, शिवणे, सूतकताई, कोरीवकाम यांचेही शिक्षण दिले जाई. नालंदा विद्यापीठात एका शिक्षकाला फक्त दहा विद्यार्थ्यांनाच शिकवता येत असे. सामान्यत: पाली भाषेतून शिक्षण होते; परंतु उच्चशिक्षणासाठी संस्कृत भाषेचा वापर केला जात असे. नैतिक-बौद्धिक शिक्षणाबरोबरच शारीरिक शिक्षणही दिले जात असे. त्याचबरोबर व्यावसायिक शिक्षणाचाही समावेश होता. बौद्ध मठामध्ये भिक्षू व भिक्षुणींना शिक्षण दिले जात असे. परंतु भिक्षुणींना मठात राहण्याची परवानगी नव्हती. स्त्रियांसाठी मठाची संख्या फार कमी होती. त्या काळात स्त्रिशिक्षणाला फारशी मान्यता नव्हती; परंतु उच्चकुलातील- व्यापारी वर्गातील स्त्रियांना खासगी शिक्षण घेता येत असे. काही स्त्रियांनी उच्च शिक्षण घेऊन

स्थान निर्माण केले होते. इ.स. सातव्या शतकापर्यंत बौद्ध स्त्रियांचे मठ तग धरून होते; परंतु नंतर ते हळूहळू नाहीसे झाले.

प्राचीन काळात आजच्यासारख्या शिक्षणसंस्था नव्हत्या. गुरूचे आश्रम, मठ अशा स्वरूपात शिक्षणाची केंद्रे अस्तित्वात होती. बौद्ध मठाची स्थापना सम्राट अशोकाच्या काळात मोठ्या प्रमाणात झाली. त्याचेच रूपांतर नंतर विद्यापीठामध्ये झाले. उदा. नालंदा, वल्लभी, विक्रमशीला, जगद्दला, उदांतपूरी, मैथली, नडिया इ. बौद्ध धर्मीय शिक्षण काळात भारतात सगळीकडे बौद्ध मठांचे जाळे पसरले होते. त्यापैकी दहा टक्के संस्था उच्च शिक्षण देणाऱ्या होत्या. ही विद्यापीठे समृद्ध होती. राजाश्रय लाभल्यामुळे ही विद्यापिठे राहण्याची जेवणाखाण्याची, विद्यादानाच्या दृष्टीने युक्त असी निवासस्थाने होती. या काळातील शिक्षणसंस्था लोकशाही तत्त्वावर चालणाऱ्या होत्या. या संस्थांचा संपूर्ण कारभार एखाद्या विद्वान भिक्षुकाकडून पाहण्यात येत असे. त्यांचा दर्जा आजच्या काळातील विद्यापीठांच्या कुलगुरूंचा होता आणि इतर खाते प्रमुख आपापल्या खात्याची कामे बघत अस. उदा. प्रवेश देणे, परीक्षा घेणे, पाठ्यक्रम ठरवणे, वसतिगृहावर देखरेख ठेवणे, भोजनगृह, इमारतींची देखभाल, वाचनालय, औषधालय अशी खात्यांची विभागणी होती. ही केंद्रे सांस्कृतिक प्रसार करणारी प्रमुख केंद्रे होती. नवव्या शतकात जलालाबाद येथून यात्रा करण्यासाठी आलेला भिक्षू नालंदा विद्यापीठाचा प्रमुख म्हणून नेमला गेला. सर्व स्तरावरील लोकांना शिक्षण विनामुल्य मिळत असल्यामुळे त्या काळात आपल्या देशातीलच नव्हे, तर परदेशातील लोकांनाही फायदा झाला. त्यामुळे बौद्ध धर्म परदेशात पसरला.

बिहारमधील नालंदा विद्यापीठ बौद्ध धर्मीय विद्यापीठाचा मेरूमणी म्हटला जातो. नालंदा म्हणजे 'न अलम दा' म्हणजे सारखे देत राहणारी Insariable in giving जेथे ज्ञानाची भूक वाढतच जाते. कितीही ज्ञान दिले तरी तृप्ती होत नाही. अपुरेच वाटते. जे सारखे देतच राहते. या नालंदा विद्यापीठाचा पाया सर्वप्रथम राजा शुक्रादित्याने घातला व पहिल्या मठाची स्थापना केली.

बिहारमधील विक्रमशीला विद्यापीठ गंगा नदीच्या उजव्या काठावरील एका टेकडीवर वसलेले होते. पाल राजा 'धर्मपाल' याने भागापूर जवळच्या पाथरघाट या टेकडीवर विकमशीला या ठिकाणी एक बौद्ध मठ स्थापन केला होता. येथे सहा महाविद्यालये, एक मध्यवर्ती सभागृह, चार मोफत वसतिगृहे होती. मध्यभागी ८००० माणसे बसू शकतील एवढा मोठा चौक होता.

विद्यापीठाच्या परिसरात १०८ मंदिरे होती. मुख्य प्रवेशद्वारासमोर नालंदा विद्यापीठ प्रमुख 'नागार्जुन' यांची प्रतिमा होती. प्रमुख भिक्षुच्या अधिपत्याखाली सहा द्वारपाल होते. तेच महाविद्यालयाचे प्राचार्य असत. प्रवेश घेणाऱ्यांसाठी चाचणी घेऊनच प्रवेश दिला जात. विद्यापीठात एकशे आठ प्राध्यापकांच्या राहण्याची सोय होती. चार शतकांपेक्षा अधिक काळ हे आंतरराष्ट्रीय दर्जाचे विद्यापीठ होते.

नंतरच्या काळात या शिक्षणपद्धतीला भरपूर चढउतार बघावे लागले; परंतु बौद्धकालीन शिक्षण सर्व स्तरातील जातींच्या लोकांना खुले होते. ते लोकशाही तत्त्वावर चालवले जात असे.

मुस्लिम शिक्षण

मुस्लिम राजवटीच्या कालावधीत अनेक मुस्लिम सम्राट होऊन गेले. यातील अनेक राजे इस्लाम धर्माचे कट्टर अभिमानी होते, तर काही सम्राट लोकशाही तत्त्वांचे समर्थक होते. बाखियार, अल्लाउद्दीन, फिरोज, औरंगजेब हे कट्टर इस्लामपैकी होते. शिवाय त्यांनी हिंदूच्या शिक्षणाला विरोध केला. तर आलतम, महंमद तुघलक, अकबर, शाहजहान यांनी शिक्षणाबद्दल प्रेम व्यक्त केले. त्यांनी सर्व जाती-धर्मीयांसाठी शिक्षणाच्या जास्तीत जास्त सुविधा उपलब्ध करून दिल्या. शिक्षणाबद्दलचे दृष्टिकोन वेगवेगळे असले तरी मुस्लिम धर्मप्रसार हेसुद्धा एक शिक्षणाचे ध्येय होते. ज्ञानाचा प्रसार, नीतिमत्तेची वाढ, इस्लाम कायदे तत्त्वे, रूढी परंपरांचा विकास ही प्रामुख्याने शिक्षणाची ध्येय होती. व्यक्तीच्या जीवनात धर्माला महत्त्वाचे स्थान आहे. त्यामुळेच त्यांनी 'मक्ताब' आणि 'मदरसा' मशिदीच्या जवळपास किंवा मशिदींचा एक भाग म्हणूनच स्थापन केले. ऐहिक उन्नती साधणे, मुस्लिम राज्यास स्थिरता आणि बळकटी आणणे, चारित्र्यसंवर्धन ही सुद्धा शिक्षणाची ध्येये होती.

मुस्लिम राजवटीमध्ये शिक्षणाचे दोन स्तर होते. त्यात प्राथमिक स्तरास मक्ताब व उच्च स्तरास मद्रसा म्हणतात. प्राथमिक शिक्षणाचे प्रमुख केंद्र मक्ताब होते. हा शब्द फारशी भाषेतील Kutub या शब्दावरून आला आहे. Kutub याचा अर्थ लेखन शिकवण्याचे स्थान मक्ताब हे खेड्यातही होते. ते बहुतेक ठिकाणी मशिदींना जोडलेले होते. चार वर्षे, चार महिने, आणि चार दिवस पूर्ण झालेल्या बालकाला 'मक्ताब'मध्ये प्रवेश दिला जात. शिक्षणाच्या प्रवेशासाठी 'बिस्मिल्लाहखानी' हा समारंभ घेतला जात असे व त्यांना अक्षरांचा आकार, उच्चार याशिवाय कुराणातील कलमे आणि काही शब्द

शिकवले जात. गणित, कृषी, ज्योतिष, शरीरविज्ञान, तर्कशास्त्र, धर्मशास्त्र, विज्ञान, इतिहास यासारख्या शिक्षणाचा क्रमबद्ध अध्ययनासाठी वापर केला जात. मक्ताबमधील शिक्षण हे 'मौखिक पद्धतीवर' अवलंबून होते. पहिला पाठ पूर्णतः पाठ झाल्याशिवाय मौलवी पुढील पाठ शिकवत नसत. उत्तम हस्ताक्षराला महत्त्व दिले जात असे. फारसी भाषेचे व्याकरण शिकवले जात असे. नैतिक विकासाला महत्त्व दिले होते. फारसी भाषेतून लेखन, उर्दू हा एक विषय म्हणून शिकवला जात. अशा प्रकारे धर्मशिक्षण व व्यवहार ज्ञानासाठी बौद्धिक शिक्षण यांची सांगड शिक्षणात घातली होती.

'मदरसा'सारख्या संस्था उच्च शिक्षणासाठी स्थापलेल्या होत्या. मक्ताबमधील शिक्षण पूर्ण केल्यानंतर मदरसामध्ये प्रवेश मिळत असे. हा पाठ्यक्रम १० ते १२ वर्षांचा असे. त्याचे दोन विभागांत विभाजन केले जाते. पहिले धार्मिक शिक्षण व दुसरे लौकिक शिक्षण. अध्यापन पद्धतीमध्ये मौखिक पद्धतीचाच वापर केला जात. संभाषण पद्धतीसुद्धा वापरण्यात येत असे. लेखन-वाचन पद्धतीला महत्त्व होते. फारसी ही त्या काळात राज्यभाषा होती. तीच भाषा शिक्षणाचे माध्यम म्हणून वापरण्यात येत. अरेबिक भाषेचाही अभ्यास केला जात. असामान्य विद्यार्थ्यांसाठी विशेष शिक्षण दिले जात असे. मदरसांचे स्वरूप काही अंशी माध्यमिक शाळा, तर काही अंशी महाविद्यालयीन होते. व्याकरणाला महत्त्व दिले जात होते. इतिहास, गायन, कला, हस्तकला, नक्षीकाम यांचेही अध्यापन केले जात. प्रत्येक ठिकाणच्या मदरसामध्ये वेगवेगळे विषय व वैशिष्ट्ये होती. अभ्यासक्रम अधिक व्यापक होता. शिकणाऱ्या विद्यार्थ्यांचा सर्वांगीण विकास कसा होईल, याकडे लक्ष दिले जात असे.

मुस्लिम शिक्षण संस्थांमध्ये प्राथमिक शिक्षणात मक्ताब, खानकाह, दरगाहे, कुराणशाळा यांचा समावेश होत असे तर उच्चशिक्षणात फारशी शाळा, अरबी शाळा, मदरसा यांचा समावेश होता. मदरसा सर्वसाधारणपणे मोठ्या शहरात असे. जेथे मुस्लिम वस्ती जास्त तेथेच मदरसा बांधण्यात येत असे. दिल्ली, आग्रा, जानपूर, लाहोर, सियाल कोट, अजमेर, लखनौ, फिरोजखान, मुल्तान, गोवळकोंडा, हैदराबाद, विजापूर या उच्च शिक्षण देणाऱ्या संस्था होत्या.

मुस्लिम कालावधीत काही ठिकाणी मुस्लिम महिलांच्या शिक्षणाची सोय होती. लहान वयातील मुली शिक्षणासाठी मक्ताबमध्ये येत असत.

महिलांसाठी वेगळा अभ्यासक्रम नव्हता. त्यांना लेखन-वाचन शिकवण्यात येत असे. शहरी, राजघराण्यातील स्त्रिया शिक्षण घेत असत. त्यांना खासगी शिक्षण दिले जात असे. प्रामुख्याने गृहशास्त्र, धार्मिक शिक्षण दिले जात असे. काही प्रमाणात गायन, साहित्य यांचाही शिक्षणात समावेश होता. अकबराने मात्र मुलींच्या शिक्षणासाठी शाळा काढल्या होत्या. मुलांबरोबर मुलींचेही शिक्षण होत असत; परंतु पडदा पद्धत, राजकर्त्यांचा अनुत्साह, आणि ग्रामीण भागातील शिक्षणाचा अभाव यामुळे अनेक स्त्रियांना शिक्षणापासून वंचित राहावे लागत असे.

मुस्लिम राजकर्त्यांनी व्यावसायिक शिक्षणाकडे विशेष लक्ष दिले होते. कला, हस्तव्यवसाय, शिल्पकला हे मध्ययुगीन मुस्लिम शिक्षण पातळीत दिले जात असे. काही व्यावसायिक शिक्षण कारखान्यातून दिले जात असे. कारागिरांच्या हाताखाली शिक्षण घ्यावे लागत असे. त्यासाठी शुल्क द्यावे लागत नसे. त्याचबरोबर सैनिकी शिक्षण, वैद्यकीय शिक्षण, ललितकला यांचाही शिक्षणात समावेश होता.

मुस्लिम कालावधीत शिक्षकाला मानाचे स्थान होते. मक्ताब, मदरसामध्ये अनेक ठिकाणी गुरुशिष्य पितापुत्राप्रमाणे एकत्र राहात असत. शिस्त महत्त्वाची असल्याने बक्षिसे व शिक्षा यांचा वापर केला जात. शिष्यवृत्त्याही दिल्या जात असे. परीक्षेच्या विशिष्ट पद्धत, काळ नव्हता. गुरु स्वत: शिष्याची परीक्षा घेऊन वरच्या वर्गात पाठवत असे.

मुस्लिम कालावधीतील शिक्षणाला धार्मिकतेची पार्श्वभूमी होती. शिक्षणप्रणाली ही प्रामुख्याने राजाश्रयावर अवलंबून होती. यात हिंदूंच्या शिक्षणाकडे दुर्लक्ष झाले तसेच शिक्षणात वैश्विकतेचा अभाव होता. मुस्लिम राज्यकर्ते सातत्याने बदलत असल्यामुळे शिक्षणात मोठ्या प्रमाणात चढ-उतार दिसून येतात. अकबराने मात्र हिंदू-मुस्लिम शिक्षणास प्राधान्य दिले होते. विशिष्ट क्षेत्रात प्रावीण्य मिळवण्यास पदव्या दिल्या जात असे. उदा. तर्कशास्त्र तत्त्वज्ञान क्षेत्रात - फाजील पदवी, धर्मशास्त्रात - आलीम, साहित्य तज्ज्ञास ह्या कबील पदवी दिल्या जात. हे सर्व पदवीदान समारंभाद्वारे दिले जात असे.

एकोणिसाव्या-विसाव्या शतकात ब्रिटिश व भारतीय शिक्षणपद्धतीचा अभ्यास करण्यापूर्वी मध्ययुगीन महाराष्ट्रातील तसेच पेशवेकालातील शिक्षणपद्धतीचे अवलोकन करणे महत्त्वाचे आहे. प्राचीन ते मध्ययुगीन कालखंडात कोणाचेही

राज्य असले तरी प्रचलित शिक्षणव्यवस्थेत फारसे बदल झाले नाहीत, कारण शिक्षण ही आपली जबाबदारी आहे असे राजसत्तेला कधी वाटलेच नाही. शिक्षणाचा अभ्यासक्रम ठरवावा. शिक्षणव्यवस्थेचे नियमन करावे ही कल्पना राज्यकर्त्यांना सुचली नाही. मध्ययुगीन राज्यव्यवस्थेचे स्वरूप लष्करी असल्यामुळे संरक्षणसिद्धता व आक्रमण यांनाच महत्त्व देण्यात आले. शिक्षणाकडे दुर्लक्ष झाले. यामुळे धार्मिक, सामाजिक, आर्थिक, शैक्षणिक, जातीय परंपरा चालूच राहिल्या.

मध्ययुगीन महाराष्ट्रात पाठशाळा होत्या. वेदाध्ययनाचे अधिकार ठराविक वर्गाला असल्यामुळे अन्य समाजाला त्याचे अध्ययन करण्यासाठी संधी नव्हती. पेशव्यांच्या काळात नाशिक, पैठण, सांगली, मिरज, भोर, फलटण, त्र्यंबकेश्वर, सातारा, वाई येथे पाठशाळा होत्या. पेशवे रमण्यात सर्वसाधारणपणे एक-दोन लाख रुपये खर्चत असत. या रमण्याला काशीपासून रामेश्वरपर्यंतचे विद्वान जमत असत. पेशव्यांच्या पदरी असलेले निष्णात पंडित उपस्थित लोकांची परीक्षा घेत. प्रत्येकाची परीक्षा घेऊन, त्याची श्रेणी ठरवून त्याप्रमाणे त्याला दक्षिणा मिळत असे. काहींना वर्षासने मिळत असत. काहींना पुण्यात प्रत्यक्ष न येतासुद्धा वर्षासने मिळत असत. काहींना पुण्यात प्रत्यक्ष न येताही वर्षासने मिळत असत. पुण्यातल्या या परीक्षेत भारतभर कीर्ती मिळत असल्यामुळे मोठ-मोठे विद्वान पंडित ही परीक्षा टाळत नसत. या सर्वांचे शिक्षणात वेदप्रामाण्य आणि घोकंपट्टी यावर प्रचंड भर दिलेला असे. त्या शिक्षणाचा आणि व्यवहाराचा फारसा संबंध नसे.

व्यावसायिक किंवा धंदे शिक्षण हे जातीवर आधारलेले - पारंपरिक - अनुवंशिकतेवर आधारित होते. कुटुंबातूनच शिक्षण होत असे. अनुभवातून चुकत, सुधारत शिक्षण होत असे. ज्यांना कौटुंबिक पार्श्वभूमी नसेल ते अन्यत्र कसबी कारागिराच्या हाताखाली शिक्षण घेत असे. मात्र, या काळी कोणीही शिकवण्याचे किंवा शिकण्याचे अनुभव लिहून ठेवले नाहीत. त्यामुळे कसबी कलाकाराचे ज्ञान त्या कलाकाराबरोबर संपत असे. त्यामुळे मूळ ज्ञान तसेच राहिले त्यात सुधारणा करणे किंवा प्रगती करणे अवघड झाले. शिक्षण ही राजकर्त्यांची जबाबदारी नसल्यामुळे पेशवेसुद्धा त्याला अपवाद नव्हते. मुस्लिम राजकारणीसुद्धा हिंदूंच्या शिक्षणाबद्दल उदासीनच होते. शास्त्री-पंडितजींना सामान्य लोकांच्या शिक्षणाबद्दल रस नव्हता. मराठ्यांच्या काळातील पंतोजी शाळा या मुळातच मर्यादित कुवतीच्या होत्या. स्त्री शिक्षण हा विचार पूर्णत:

नजरेच्या पलीकडचा होता. पुरुष शिक्षणाकडे लक्ष नव्हते तेथे स्त्री शिक्षणाकडे कोण लक्ष देणार? स्त्रियांना घरगुती शिक्षण देत असत. क्षत्रिय कुलातील स्त्रियांना घोडे- स्वारी, तलवार चालवणे आणि आत्मसंरक्षण यांचे शिक्षण दिले जात असे. परंतु हे शिक्षण अपवादात्मकच म्हणावे लागेल.

सैनिकी शिक्षणाचा अभाव होता. राज्ययंत्रणा जरी लष्करी स्वरूपाची असली तरी लष्करी शिक्षण पद्धतशीरपणे देण्याची व्यवस्था अस्तित्वात नव्हती. पायदळातील पदाती, घोडेस्वार, तोफखाना विभागातील लोक यांच्या शिक्षणासाठी सोय राजकारणी वा अन्य प्रशासकीय अधिकारी यांना करावीशी वाटली नाही. लढाईत विजयासाठी आवश्यक असणारे डावपेच, अनुभव यांचे लेखन कोणी केले नाही. महादजी शिंदे यांचा अपवाद वगळता मराठेशाहीत सैनिकी शिक्षणचा अभाव होता. शिक्षणाचा अभाव, विज्ञानाकडे दुर्लक्ष, पारंपरिक युद्धपद्धती लष्करी, शिक्षणाचा अभाव हे घटक मराठ्यांची सत्ता निघून जाण्यास कारणीभूत ठरले.

संधीकालीन शिक्षण

मराठी सत्तेचा अस्त आणि इंग्रजी सुव्यवस्थित शिक्षणपद्धतीचा उदय या मधल्या काळातील शिक्षणपद्धती फारशी प्रगत नव्हती. मोडी लिपी, बाळबोध लेखन-वाचन, पुरेशी आकडेमोड या गोष्टी पंतोजी उर्फ एकशिक्षकी शाळेत असत. देऊळ, चावडी अशा ठिकाणी विद्यार्थी स्वत: घरून चटई किंवा गोणपाटाचा तुकडा घेऊन येत. पंतोजी वर्गातील मोठ्या विद्यार्थ्यांच्या मदतीने शिकवीत असत. छापील पुस्तके वापरात आलेली नव्हती. त्यामुळे सर्वभर धूळपाटी, हस्तलिखित साधने यावर असे. पंतोजींना दक्षिणा किंवा शिधा मिळत असे. मुलींना शिक्षण देण्याची कोणतीही औपचारिक यंत्रणा अस्तित्वात नव्हती. शारीरिक शिक्षणावर भर होता. घोकंपट्टी, तोंडी अभ्यास यावर भर होता. तर प्रौढांचे शिक्षण कथाकीर्तने, पुराण श्रवण, प्रवचने यामार्फत होत असे.

या सर्व परिस्थितीत ख्रिचन मिशनमधून भारतात शिक्षणाचा प्रसार करण्याचे ठरवले. १८१३ च्या कायद्याने हिंदुस्थानात जाऊन धार्मिक व शैक्षणिक कार्य करू इच्छिणाऱ्या किंवा तेथेच वास्तव्य करणाऱ्यांना आवश्यक सोई सवलती दिल्या जातील, असे जाहीर करण्यात आले. त्यानंतर १८१५ च्या चार्टर्ड ॲक्टने व जॉन स्टुअर्ट मिल यांच्या एज्युकेशनल डिस्पॅचमुळे शिक्षण ही सरकारची जबाबदारी मानण्यात आली. १८१५ ते ३९ हा

कालखंड त्यामुळेच ख्रिचन मिशनऱ्यांच्या शिक्षणप्रसाराच्या कार्याचा प्रारंभिक कालखंड म्हणता येईल. ईस्ट इंडिया कंपनीने स्वखर्चाने प्राथमिक शाळा (charity schools) म्हणजेच गरिबांना मोफत शिक्षण देणाऱ्या शाळा स्थापण्यास सुरुवात केली. याचा उपयोग धर्मप्रसारासाठी ही झाला. कंपनीच्या प्रभाव क्षेत्रात अशा संस्था सुरू करण्यासाठी मुंबई इलाक्यात १८१५ साली Society For Promoting Education of the Poor within the Government of Bombay या नावाची संस्था स्थापण्यात आली. पुढे या संस्थेचे नाव Bombay Native Education Society झाले. एल्फिन्स्टन विशेष पाठिंबा या संस्थेला मिळाला. पुढे तेच अध्यक्ष झाले. १८२४ मध्ये स्थापण्यात आलेल्या प्रमुख इंग्रजी शाळेला त्यांचे नाव देण्यात आले. त्याचेच रूपांतर एलिफिन्स्टन कॉलेजात झाले. या सोसायटीने ठाणे व पनवेल येथे इंग्रजी शाळा, इंजिनिअरिंग व वैद्यकीय शिक्षणाच्या सोई केल्या. महाराष्ट्रात अनेक ठिकाणी प्राथमिक शाळा सुरू करण्यात आल्या.

१८४० साली मुंबईत 'बोर्ड ऑफ एज्युकेशन'ची स्थापना करण्यात आली. बॉम्बे नेटिव्ह एज्युकेशन सोसायटीचे ३-४ सरकार नियुक्त ३ असे एकूण सहा सभासद नेमण्यात आले, सरकारी अधिकारी बोर्डाचा चिटणीस म्हणून नेमण्यात आला. मुंबई इलाक्यात पंधरा वर्षे या बोर्डाने प्रभावीपणे कार्य केले. शाळांची स्थापना, रचना, मान्यता, अभ्यासक्रम, शुल्क माफी किंवा सवलत, शाळा तपासणीस, देशी भाषांना उत्तेजन, क्रमिक पुस्तके मराठी व गुजरातीतून तयार करणे या गोष्टी बोर्डाने केल्या. शिक्षणाचा असा सुविहित प्रयत्न प्रथमच चालला होता. या बोर्डावर जगन्नाथ शंकरशेठ व कॅप्टन कँडी यांनी प्रभावी कामगिरी केली. पुणे, मुंबई, रत्नागिरी, पनवेल, ठाणे, अहमदाबाद येथे इंग्रजी शाळा सुरू करण्यात आल्या. या काळात मराठी शाळा सुरू झालेल्या होत्या. अशा पद्धतीने ब्रिटिश प्रशासनाने शिक्षणाला गती मिळवून दिली. या धोरणाची पुढील दिशा १९५४च्या सर चार्लस वुड यांच्या खलित्याने दाखवून दिली.

२. शैक्षणिक आयोग समित्या आणि योजना

○मेकॉलेचे शिक्षणातील योगदान ○वुडचा खलिता (१८५४) ○भारतीय शिक्षणाचा हक्क संरक्षक कायदा ○ हंटर आयोग (१८८२) भारतीय शिक्षण आयोग ○लॉर्ड कर्झनचे शिक्षणविषयक धोरण (१८९९-१९०५) ○सँडलर आयोग (१९१७) कलकत्ता विद्यापीठ आयोग ○वर्धा शिक्षण योजना (१९३७) ○सार्जंट अहवाल (१९४४) ○राधाकृष्णन आयोग (१९४८-१९४९) ○माध्यमिक शिक्षण आयोग. (मुदलियार आयोग १९५२-५३) ○भारतीय शिक्षण आयोग - कोठारी आयोग (१९६४-१९६६) ○राष्ट्रीय शैक्षणिक धोरण (१९८६) ○सुधारित राष्ट्रीय शैक्षणिक धोरण (१९९२) ○राष्ट्रीय शैक्षणिक धोरण : (२००१) ○राष्ट्रीय ज्ञान आयोग ○राष्ट्रीय अभ्यासक्रम आराखडा (२००५)

मेकॉलेचे शिक्षणातील योगदान

इ.स. १८१३ च्या सनदी कायद्यामध्ये असणाऱ्या कलम क्र. ४३ नुसार, भारतीयांच्या शिक्षणाची जबाबदारी कंपनीकडे सोपवण्यात आली. त्यानुसार प्रतिवर्षी कंपनीने एक लाख रुपये भारतीयांच्या शिक्षणावर खर्च करावेत, असे स्पष्ट केले. चार्ल्स ग्रँटने केलेल्या आंदोलनामुळे १९८३ चा 'सनदी कायदा' मान्य झाला. ग्रँटने यामध्ये निधर्मी शिक्षण, शास्त्रीयवाद आणि विद्वानांना मदत या गोष्टींवर भर दिला होता; परंतु कोणत्या प्रकाराचे शिक्षण असावे, विद्वान कोणास म्हणावे, याबद्दल वाद-मतभेद झाले व या वादामध्ये दहा वर्षे निघून गेली. या काळात मेकॉलेचे भारतात आगमन झाले.

मेकॉले १० जून, १८३४ मध्ये भारतात आले ते गव्हर्नर जनरलच्या

एक्झिक्युटिव्ह कॉन्सिलचे कायदा सल्लागार म्हणून. या काळातील गव्हर्नर जनरल लॉर्ड बेटिंग यांनी त्यांची बंगालच्या लोकशिक्षण समितीच्या सभापतीपदी नेमणूक केली.

मेकॉलेचे पत्रक :

मेकॉले भारतात येण्यापूर्वी निधी, भारतीय विद्वान, साहित्य इ संदर्भात वाद होते. यावर मेकॉलेने एक लाख रुपये कसे खर्च करावेत या संदर्भात सांगितले की, हा पैसा कसा खर्च करावा यावर कोणतीही निर्बंध नाहीत. सरकार हा पैसा कसाही खर्च करू शकते. भारतीय विद्वान म्हणजे केवळ संस्कृत आणि अरबी भाषांचे ज्ञान असणारे नाहीत तर इंग्रजी भाषेचे ज्ञान असणाऱ्यांचाही समावेश आहे.

वाङ्मय म्हणजे केवळ संस्कृत व अरबी भाषेतील साहित्य नसून इंग्रजी भाषेतील साहित्याचाही समावेश होतो. माध्यमाची भाषा ठराविक असावी. इंग्रजी भाषेबद्दल ते आग्रही होते. त्यांच्या मते इंग्रजीसारखी दुसरी भाषा नाही. इंग्रजी शिक्षणाने लोक बलवान होतील. ही भाषा ज्ञानाची गुरुकिल्ली आहे. ती व्यापार दळणवळणाची भाषा आहे. 'वाणीने, रक्ताने हिंदू पण अक्षराने इंग्रज त्यांना हवे होते.' त्यामुळेच त्यांनी इंग्रजी शिक्षणाचा आग्रह धरला. त्याचबरोबर भारतीय भाषेची अवहेलना, कुचेष्टा केली. तसेच संस्कृत, अरबी भाषेतील शिक्षणामुळे समाजावर धार्मिक पगडा बसेल म्हणून अशा शाळांचे अनुदान बंद करावे, अशी शिफारस केली.

मेकॉलेचे शिक्षणातील योगदान :

लॉर्ड बेटिंग यांचा शिक्षणविषयक जाहीरनाम्यांवर मेकॉलेच्या पत्रकाचा प्रभाव होता. नरुल्ला आणि नाईक यांच्या मते मेकॉले हा विकासाच्या मार्गावरील प्रकाशझोत होता. मेकॉले ही पहिली व्यक्ती आहे की ज्यांनी भारतीय शिक्षणाचा सखोल विचार केला. ख्रिश्चन मिशनरी, राजा राममोहन रॉय यांचे शैक्षणिक विचार मेकॉलेनी प्रत्यक्षात आणले. म्हणून त्यांना 'भारतीय शिक्षणातील मैलाचा दगड' असेही म्हणतात. इंग्रजी भाषेविषयी प्रेम व शिक्षणात त्याचा वापर यामुळे सरकारी नोकरीत भारतीयांना स्थान मिळाले. आजच्या संदर्भात आपल्या लक्षात येईल की, इंग्रजी भाषेशिवाय आपली आजची प्रगती शक्य झाली नसती. इंग्रजी शिक्षणामुळे राजकीय जाणीव जागृती झाली, त्याचबरोबर वैज्ञानिक दृष्टिकोन आणि आर्थिक विकास या गोष्टीही साध्य करता आल्या. परकीय देशांशी संबंध प्रस्थापित करणे यामुळेच शक्य झाले.

मेकॉले यांचे शिक्षणविषयक विचार :

भारतीयांच्या शिक्षणावर कमीत कमी खर्च करून फक्त उच्च वर्गाचे शिक्षण करावे. या उच्च वर्गाला शिक्षण दिल्यानंतर आपोआपच ते सामान्य वर्गापर्यंत पोहोचेल. असे धोरण ब्रिटिश राज्यकर्त्यांनी आखले होते. मेकॉलेच्या या 'पाझर' सिद्धांन्ताला ब्रिटिश शिक्षणतज्ज्ञ, कायदेतज्ज्ञ, ईस्ट इंडिया कंपनीचा पाठिंबा होता. यासंदर्भात मेकॉले असे म्हणत, "आपण असा एक वर्ग निर्माण करावा, जो ब्रिटिश राज्यकर्ते आणि लक्षावधी लोक यांच्यातील संवादासाठी मध्यस्थासारखे वागेल वंश- रक्त - वर्णाने ते भारतीय असतील, पण त्यांच्या सवयी, मते, विचार, नीतिमत्ता आणि बौद्धिक वाढ ही इंग्रजी स्वरूपाची असेल. अशा वर्गाला आपण देशी भाषा, बोलीभाषा सुधारण्याचे काम सोपवू. ते स्वत: शिकलेले असल्याने पाश्चात्य तत्त्वज्ञान व विज्ञान देशी भाषेतून लोकांपर्यंत पोहोचवतील आणि अशा प्रकारे ज्ञानाचे वाहक म्हणून ते लोकांपर्यंत हळूहळू ज्ञानप्रसार करतील."

जास्त लोकांना थोडे ज्ञान देण्यापेक्षा थोड्या लोकांना जास्त ज्ञान देणे अधिक उपयुक्त ठरेल. म्हणून २४ नोव्हेंबर, १८३९ मध्ये लॉर्ड आर्कलंड यांनी पाझर सिद्धान्त स्वीकारून स्पष्ट केले की समाजातील उच्च वर्गामध्ये उच्च शिक्षणाचा प्रसार करणे हा सरकारचा उद्देश असेल.

लॉर्ड मेकॉले किंवा लॉर्ड आर्कलंड यांचा पाझर सिद्धान्त आपले उद्देश साध्य करू शकला नाही. उच्चवर्गीयांना दिलेले ज्ञान खालच्या वर्गापर्यंत पोहोचू शकले नाही. उलट या वर्गाने शिक्षणाचा उपयोग फक्त आपला स्वार्थ साधण्याकरिताच केला. या वर्गाला सरकारी नोकऱ्या मिळाल्या व ते खालच्या वर्गापासून दूर गेले. सरकारी नोकर ब्रिटीशांशी एकनिष्ठ झाले. या सिद्धान्तामुळे फक्त इंग्रजी शिक्षणाचा प्रसार झाला; परंतु सामान्य लोकांच्या मनात त्यांच्याबद्दल तिरस्काराची भावना निर्माण झाली. या सिद्धान्ताचे भारतीय शिक्षणावर बरे-वाईट परिणाम झाले. या शिक्षणाला-सिद्धान्ताला १८७० पर्यंत मान्यता मिळाली. परंतु त्यानंतर हा सिद्धान्त अव्यवहार्य असल्याचे स्पष्ट झाले.

वुडचा खलिता (१८५४)

भारतीय शिक्षणाचा हक्क संरक्षक कायदा

भारतात इंग्रजी माध्यमांच्या शाळांमधून इंग्रजी शिक्षण देण्यास १८३३-१८५३ या कालावधीत सुरुवात झाली होती. त्यामुळे इंग्रजी भाषेचे महत्त्व

वाढू लागले व देशी भाषांबद्दल एक प्रकारचा अनादर लोकांच्या मनात निर्माण झाला. भारतात इंग्रजी शिक्षणाच्या शाळा आणि महाविद्यालयांची स्थापना झाली. पाश्चात्त्य शिक्षणाचा प्रसार व इंग्रजी माध्यमांच्या शाळांची वाढ करण्यासाठी विविध प्रयत्न होऊ लागले. दर वीस वर्षांनी ब्रिटिश पार्लमेंट ईस्ट इंडिया कंपनीच्या शिक्षणविषयक धोरणात बदल करून इच्छित होते. त्यामुळे दर वीस वर्षांनी नवनवीन बाबींचा समावेश केला जात होता. कंपनीने एक लाखऐवजी वार्षिक दहा लाख रु. शैक्षणिक कार्यासाठी १८३३ मध्ये मंजूर केले. याच वेळी १८३३ च्या मेकॉलेच्या पत्रकाचे पुनरुज्जीवन केले, तसेच भारतीयांच्या शिक्षणातील समस्या समजून घेऊन त्याच्यावर ठोस उपाययोजना शोधावी म्हणून एका समितीची स्थापना करण्यात आली. या समितीने विविध भारतीय विद्वानांशी चर्चा करून आपल्या शिफारशी स्पष्ट केल्या. कंपनीच्या संचालकांनी या समितीच्या शिफारशीवर आधारित शैक्षणिक धोरण १८ जुलै १८५४ रोजी जाहीर केले. या कंपनीच्या 'बोर्ड ऑफ कंट्रोल'चा सभापती 'चार्ल्स वुड' होता. त्यामुळे कंपनीचे हे आज्ञापत्र 'वुडचा खलिता' 'Wood's Despatch' किंवा 'भारतीय शिक्षणाची सनद' या नावाने ओळखले जाते.

वुडच्या खलित्यामधील शिफारशी

१. शिक्षणाची जबाबदारी :

इंग्रजांना भारतात अनेक विषय महत्त्वाचे वाटत असले तरी शिक्षण हा लक्ष वेधून घेणारा विषय होता. शिक्षण हे पुण्याचे काम आहे व शिक्षणाची जबाबदारी कंपनी सरकारने पूर्णपणे स्वीकारावी असे आदेशात म्हटले होते.

२. शिक्षणाचे ध्येय :

पाश्चिमात्य ज्ञानाचा भारतीयांना परिचय करून देणे, भारतीयांचा मानसिक व नैतिक विकास करणे, ईस्ट इंडिया कंपनीला विश्वसनीय व सक्षम लोकांचा पुरवठा करणे आणि शिक्षणातून ब्रिटिश राजवटीसाठी आधारभूत मनुष्यबळ निर्माण करणे.

३. अभ्यासक्रम :

वुडच्या खलित्यामध्ये देशी भाषांचे महत्त्व मान्य केले होते. इंग्रजीबरोबर संस्कृत, फारसीला अभ्यासक्रमात स्थान दिले होते. युरोपातील कला, कौशल्य, वाङ्मय, तत्त्वज्ञान हे भारतीयांच्या उन्नतीसाठी आवश्यक वाटले.

त्यामुळे त्यांचा अभ्यासक्रमात समावेश केला.

४. शिक्षणाचे माध्यम :

खलित्यामध्ये शिक्षणाचे माध्यम इंग्रजी असावे असे स्पष्ट केले असले तरी असे म्हटले आहे की, इंग्रजी भाषा-उच्च स्तरावरील शाखांसाठी असावी आणि प्राथमिक स्तरावर देशी भाषा हेच शिक्षणाचे माध्यम असावे. प्राथमिक स्तरावर प्रत्येकाला आपल्या आवडत्या भाषेचा माध्यम म्हणून उपयोग करता येईल.

५. शिक्षण विभागाची स्थापना :

भारताच्या महत्त्वाच्या पाच प्रातांमध्ये - प्रांतीय बोर्ड व शिक्षण समिती ऐवजी लोकशिक्षण विभागाची Dept. of Public Instruction) निर्मिती केली जावी. पंजाब, बंगाल, मद्रास, मुंबई व उत्तर पश्चिम प्रदेश हे पाच प्रांत. लोकशिक्षण संचालकांवर या पाच प्रांतांची जबाबदारी सोपवावी व त्यांच्या मदतीला उपशिक्षण संचालक, शाळा निरीक्षक, सहाय्यक शाळा निरीक्षक यांची नियुक्ती करावी. या सर्वांच्या मदतीने संचालकांनी दरवर्षी अहवाल सरकारकडे पाठवावा.

६. विद्यापीठांची स्थापना :

कलकत्ता, मद्रास आणि मुंबई यासारख्या ठिकाणी लंडन विद्यापीठासारखे विद्यापीठांची स्थापना करावी. विद्यापीठात एक सिनेट स्थापन करावे. तसेच कुलगुरु, उपकुलगुरु ही पदे सरकारतर्फे भरावीत. परीक्षा घेणे, पदव्या देणे हे कार्य विद्यापीठांनी करावे. ही विद्यापीठे कायदा, तंत्रशिक्षण, भारतीय भाषा यांच्या शिक्षणासाठी असावीत.

७. शालेय संस्थांची क्रमबद्ध निर्मिती :

शिक्षणसंस्थांची मांडणी क्रमबद्ध असावी. त्यात विद्यापीठ, महाविद्यालये, माध्यमिक शाळा, मिडल स्कूल आणि प्राथमिक शाळा अशी क्रमबद्धमांडणी असावी.

८. लोकशिक्षणाचा विस्तार :

वुडने सर्वसामान्यांच्या शिक्षणाचा विचार केला, तसेच कृतियुक्त व उपयुक्त शिक्षणावर भर दिला. प्राथमिक शिक्षणावर सरकारने जास्त खर्च करावा. प्रत्येक जिल्ह्यात किमान एक शाळा असावी. गरीब व हुशार मुलांना शिष्यवृत्त्या दिल्या जाव्यात. देशी शिक्षणातून सुधारणा घडवून आणता येईल, विद्यार्थ्यांना उच्च शिक्षणाची संधी द्यावी.

९. सहायक अनुदान प्रणाली :

सर्वसामान्य लोकांच्या शिक्षणासाठी अनुदान, सोई – सुविधा उपलब्ध करून द्याव्यात. स्थनिक लोकसमितीच्या कार्यक्षम संस्था – ज्या ठिकाणी कमी शिक्षण शुल्क आकारले जाते– अशा शाळांना इमारत अनुदान, शिष्यवृत्ती, ग्रंथालय अनुदान, प्रयोगशाळा अनुदान, वेतन अनुदान असे अनुदान देण्यात यावे.

१०. शिक्षणांचे प्रशिक्षण :

शिक्षण प्रशिक्षणासाठी विविध संस्था स्थापन केल्या जातात, उत्तम पगार देऊन जास्तीत जास्त लोक शिक्षकी पेशाकडे आकर्षित केले जावेत. इंग्लंडमधील शिक्षण प्रशिक्षणासारख्या या संस्था असाव्यात. त्यांना स्वतंत्र अनुदान, पगार, शिष्यवृत्त्या देण्याचा विचार व्हावा. विशेषतः कायदा, तांत्रिक शिक्षण, वैद्यकशास्त्र इ. साठी हे प्रशिक्षण असावे.

११. व्यवसाय शिक्षण :

शाळा, महाविद्यालये योग्य ठिकाणी असावीत व त्यातून व्यावसायिक शिक्षण दिले जावे. इंग्रजी राजवटीत एकनिष्ठ राहील असा उद्योजक - नोकर वर्ग असावा. यासाठी व्यवसाय शिक्षणावर भर द्यावा.

या प्रकारच्या विविध शिफारशींबरोबरच स्त्री-शिक्षण, मुस्लिम शिक्षण, पौर्वात्य व देशी भाषा, शिक्षण व रोजगार आणि धर्मनिरपेक्षतेचे धोरण इ. महत्त्वपूर्ण बाबींचा समावेश या शिफारशीमध्ये करण्यात आला होता.

या शिफारशी लक्षात घेता असे दिसून येते की, वूड यांनी इंग्रजी शिक्षणप्रणालीमध्ये बरेच सुधारणात्मक बदल सुचवले आणि त्यामुळे भारताच्या शैक्षणिक इतिहासाला एक वेगळे वळण देण्याचा मान त्यांनाच द्यावा लागेल. भारतीय शिक्षणाची जबाबदारी पूर्णतः कंपनी सरकारचीच असल्याचे स्पष्ट केले. इंग्रजीबरोबरच भारतीय भाषेच्या विकासाची योजनाही सांगितली. व्यावसायिक शिक्षण, मुस्लिम शिक्षण, स्त्री शिक्षण यांचाही उल्लेखनीय विचार केला आहे. शैक्षणिक संस्था आणि नोकरीसाठी धर्माचा विचार केला जाऊ नये हेही स्पष्ट केले. वुडच्या खलित्यामुळे भारतात इंग्रजी शिक्षणाला सुरुवात झाली व यातूनच आधुनिक शिक्षणपद्धतीचा पाया घातला गेला. आतापर्यंत वर्ग व वर्णव्यवस्थेच्या चौकटीमध्ये अडकलेल्या भारतीय समाजाला विद्वान-तंत्रज्ञानाच्या माध्यमातून पाश्चात्य ज्ञानाची गंगोत्री भारतीयांपर्यंत पोहोचवून विचार करण्याचे एक नवे दालन उघडून दिले. त्यामुळेच वुडच्या

खलित्यामध्ये काही दोष, उणिवा असल्या तरी भारतीय शिक्षणाच्या इतिहासात वुडचे योगदान अविस्मरणीय असणार.

हंटर आयोग (१८८२) भारतीय शिक्षण आयोग

वुड यांच्या खलित्यानंतर भारताच्या शैक्षणिक इतिहासात क्रांतिकारक बदल घडून आला. १८५७ च्या राष्ट्रीय उठावावर ईस्ट इंडिया कंपनीचे अस्तित्त्व संपुष्टात येऊन भारतात ब्रिटीश पार्लमेंट स्थापन झाले. या पार्लमेंटने वुडच्या खलित्यातील फक्त प्राथमिक शिक्षणाच्या शिफारशी अमान्य केल्या. त्यामुळे प्राथमिक शिक्षणाकडे सरकारचे दुर्लक्ष झाले. या काळात माध्यमिक व उच्च शिक्षणामध्ये प्रगती घडून आली होती. प्राथमिक शिक्षणाकडे दुर्लक्ष झाल्यामुळे सरकारच्या शैक्षणिक धोरणावर मोठ्या प्रमाणात टीका झाली. भारतीयांबरोबरच ख्रिश्चन मिशनरीही वुडच्या खलित्यावर नाराज होते. याच काळात इंग्लडमध्ये (General Council of Eduction in India) या नावाची संस्था अस्तित्वात आली होती. त्यावेळी लॉर्ड रिपन हे भारतातील ब्रिटिश पार्लमेंटचे गव्हर्नर जनरल होते. भारतामध्ये व्यापक स्वरूपात शिक्षणाचा विकास करण्यात यावा असे त्यांना सुचवण्यात आले. म्हणून लॉर्ड रिपन यांनी ३ फेब्रुवारी, १८८२ मध्ये भारतीय शिक्षण आयोगाची स्थापना केली. या आयोगाचे अध्यक्ष गव्हर्नर जनरलच्या कार्यकारी मंडळातील सदस्य विल्यम हंटर होते. म्हणून भारतीय शिक्षण आयोगाला 'हंटर आयोग' असेही म्हणतात. यामध्ये एकूण वीस सभासद होते, त्यात पाच भारतीय होते. आयोगाने विविध प्रांतांत जाऊन माहिती गोळा केली. शिक्षणतज्ज्ञांच्या भेटी घेतल्या, चर्चा केली व सर्वांचा सविस्तर विचार करून इ.स. १८८३ मध्ये ६०० पानांचा, ३२२ ठराव असलेला विस्तृत आराखडा सादर केला.

भारतीय शिक्षण आयोगाच्या (हंटर आयोगाच्या) शिफारशी

हंटर आयोगाकडे प्रामुख्याने प्राथमिक शिक्षणाचा प्रश्न सोपविलेला होता. आयोगाने सरकारने सर्वप्रथम प्राथमिक शिक्षणाकडे लक्ष द्यावे असे सुचवले असून त्याच्या विविध अंगांचाही आयोगाने विचार केला होता.

एतद्देशीय शिक्षण, दुय्यम शिक्षण, महाविद्यालयीन शिक्षण, खात्यांतर्गत प्रशासकीय विचार, इतर खात्याशी संबंध, कोणत्या वर्गांना शिक्षणाच्या विशेष संधी द्याव्यात, स्त्री शिक्षण आणि शिक्षणाच्या आर्थिक व कायदेशीर प्रश्नांचा विचार या अहवालात करण्यात आला.

एतद्देशीय शिक्षण :

या शिक्षणासाठी उत्तेजन देण्यात यावे, तसेच संस्थांना आर्थिक मदत करावी असे आयोगाचे मत होते. संस्थांची इच्छा असेल तर त्यांचा कारभार स्थानिक स्वराज्य संस्थांकडे सोपवावा व शिक्षणक्रम आखण्याचे स्वातंत्र्यही त्यांनाच द्यावे. व्यावहारिकदृष्ट्या जे शिक्षण विषय महत्त्वाचे वाटतील ते सुरू करण्यासाठी विशेष अनुदान द्यावे. शिक्षक प्रशिक्षणाची सोय करावी आणि गरीब विद्यार्थ्यांना शिष्यवृत्त्या दिल्या जाव्यात.

प्राथमिक शिक्षण :

प्राथमिक शिक्षणाचा उद्देश हा उच्च शिक्षणाचा पाया किंवा आधार असू नये तर प्राथमिक शिक्षण जीवनोपयोगी व्हावे व त्याचा सार्वत्रिक प्रसार व्हावा असा असावा. प्राथमिक शिक्षण आदिवासी, गरीब, मागासलेल्या लोकांमध्ये मोठ्या प्रमाणात पोहोचले पाहिजे, त्यासाठी राज्यांनी पुर्वीपेक्षा जास्त प्रयत्न करावेत. विद्यार्थ्यांना स्वावलंबी करणारे शिक्षण असावे. शिक्षणाची जबाबदारी स्थानिक स्वराज्य संस्थांवर सोपवावी, प्राथमिक शिक्षण भारतीय भाषांमधून दिले जावे. अभ्यासक्रमात कृषी विज्ञान, आरोग्यविज्ञान, गणित, औद्योगिक आणि कला या विषयांचा समावेश असावा. प्रत्येक प्रांतामध्ये शिक्षकांच्या प्रशिक्षणासाठी किमान एक 'नॉर्मल स्कूल' असावे. प्रांतीय सरकारने राखीव निधीतून त्याचा खर्च करावा.

यासारख्या प्राथमिक शिक्षणाच्या शिफारशीमुळे स्थानिक लोकशिक्षण समितीची स्थापना झाली. प्रशासन, विकास व खर्च या संदर्भातील जबाबदारी स्थानिक स्वराज्य संस्थावर येऊन पडली.

माध्यमिक शिक्षण :

ब्रिटिश सरकारने या शिक्षणाची जबाबदारी कार्यक्षम भारतीय लोकांकडे सोपवावी. सरकारने यासाठी सहाय्यता अनुदान द्यावे व माध्यमिक शिक्षणाच्या प्रसाराला प्रोत्साहित करावे. माध्यमिक शाळा स्थानिक संस्थांना हस्तांतरित कराव्यात. ज्या ठिकाणी स्थानिक स्वराज्य शक्य नसेल तेथे फक्त सरकारी शाळा असाव्यात.

माध्यमिक शिक्षणात सुधारणा घडवून आणण्यासाठी दोन प्रकारचा अभ्यासक्रम सुचविला होता. त्यातील 'अ' अभ्यासक्रमात साहित्य विषयाचा समावेश असावा. विद्यापीठे शिक्षणास प्रवेश घेऊ इच्छिणाऱ्यांसाठी या अभ्यासक्रमात प्रवेश देण्यात यावा. 'ब' अभ्यासक्रमात व्यापारी, व्यावसायिक

शिक्षण असावे. अभ्यासक्रम संपल्यानंतर विद्यार्थी स्वावलंबी होतील व उपजीविका करू शकतील.

मद्रास, लाहोरप्रमाणे माध्यमिक शिक्षणासाठी शिक्षक प्रशिक्षण केंद्रे असावीत. माध्यमिक शिक्षणाचा दर्जा सुधारण्यासाठी सिद्धान्त व वर्ग अध्यापनासाठी आवश्यक प्रशिक्षण द्यावे. माध्यमिक शिक्षणाच्या माध्यमाविषयी स्पष्ट सूचना केली नसली तरी मातृभाषा व इंग्रजी भाषा या दोन्हीचेही या स्तरावर ज्ञान द्यावे; परंतु माध्यम शक्यतो मातृभाषाच असावे, असे मत व्यक्त केले.

उच्च शिक्षण :

उच्च शिक्षण आयोगाच्या दृष्टीने महत्त्वाचे नव्हते, तरीसुद्धा आयोगाने काही शिफारशी केल्या आहेत. आयोगाने असे स्पष्ट केले आहे की, महाविद्यालयांना दिले जाणारे अनुदान शिक्षकांची संख्या, महाविद्यालयाचा खर्च, स्थानिक गरजा विचारात घेऊन देण्यात यावे. ग्रंथालये, प्रयोगशाळा, शैक्षणिक साहित्य यासाठी वेगळे अनुदान देण्यात यावे. अभ्यासक्रमाची विविधता असावी, युरोपमधून शिक्षण घेतलेल्यांना शिक्षक म्हणून नेमणूक करताना प्राधान्य द्यावे, परदेशात जावून शिक्षण घेणाऱ्या मुलांना शिष्यवृत्त्या द्याव्यात, खासगी महाविद्यालयांना कमी शुल्क घेण्याची मुभा असावी, माध्यमिक शिक्षणाप्रमाणेच उच्च शिक्षणापासूनही सरकारने अलिप्त रहावे.

विशेष शिक्षण :

भारतीय शिक्षण आयोगाने विशेष शिक्षणामध्ये स्त्री-शिक्षण, मुस्लिम शिक्षण, मागासलेल्या जाती-जमातीचे शिक्षण, आदिवासींचे शिक्षण व धार्मिक शिक्षणासंबंधी विचार व्यक्त केले आहेत.

मुलींच्या शिक्षणासाठी शुल्क घेतले जाऊ नये, स्त्री-शिक्षकाची नेमणूक करावी, शिष्यवृत्त्या द्याव्यात. अभ्यासक्रम सोपा असावा, स्वतंत्र शाळा असाव्यात. अभ्यासक्रमात व्यवहारापयोगी विषय ठेवावेत, स्त्री तपासनीस नियुक्त करावेत, पडदा पद्धतीमुळे घरी राहणाऱ्या मुलींसाठी घरी शिक्षिका पाठवण्याची सोय असावी, वसतीगृहे स्थापना करावीत, प्रशिक्षण महाविद्यालये असावीत अशा शिफारशी केल्या होत्या. तसेच मुस्लिम शिक्षणासाठी शाळांना प्रोत्साहन द्यावे, आर्थिक मदत द्यावी, अनुदानासाठी तरतूद करावी, वसतीगृहे, प्रशिक्षण संस्था असाव्यात, मुस्लिमांसाठी इंग्रजी शिक्षणावर भर द्यावा, मुस्लिम शिक्षणासाठी स्वतंत्र विभाग असावा आणि त्यांना लोकसंख्येच्या प्रमाणात नोकऱ्यांमध्ये

प्रतिनिधित्त्व देण्यात यावे - अशा शिफारशी केल्या होत्या.

मागासलेल्या जातीजमातीच्या शिक्षणासाठी स्थानिक स्वराज्य संस्थांकडून प्रवेश द्यावा, काही ठिकाणी खास शाळा सुरू कराव्यात व शाळेतील शिक्षक आणि शाळा तपासनीस यांनी शाळाविषयक निर्बंध नष्ट करण्यासाठी प्रयत्न करावेत, तसेच आदिवासींच्या शिक्षणासाठी उत्तेजन द्यावे, शुल्क घेतले जाऊ नये. शिक्षक भरतीमध्ये त्या त्या जमातीच्या लोकांना नोकऱ्या द्यावात, प्रशिक्षण द्यावे व त्यांच्यासाठी असणारे विषय अतिशय प्राथमिक स्वरूपाचे असावेत, जमातीची भाषा वेगळी असेल तर तीच भाषा माध्यम म्हणून वापरावी व आदिवासीच्या शिक्षणाची जबाबदारी खासगी शिक्षण संस्थेकडे न देता ती सरकारने स्वीकारावी अशा शिफारशी होत्या.

धार्मिक शिक्षणसंबंधी त्या काळात आर्य समाज, ब्राह्मोसमाज आणि ख्रिश्चन मिशनरी यांच्यात नेहमीच वादविवाद होत असे. मिशनरीमध्ये बायबल शिकविण्यात यावे, असा मिशनरींचा आग्रह होता तर आर्य ब्राह्मोसमाज वेद-उपनिषदांचा आग्रह धरीत. या सर्वांचा विचार करून आयोगाने असे मत व्यक्त केले की, सरकारी शाळांमधून धार्मिक शिक्षण दिले जाऊ नये. खासगी शाळांमधून इच्छेप्रमाणे धार्मिक शिक्षण द्यावे; परंतु सरकारकडून कोणतीही अपेक्षा करू नये, धार्मिक शिक्षण देणाऱ्यांना सरकारने अनुदान देतांना फक्त शैक्षणिक कार्याचाच विचार करावा. अशा प्रकारे विशेष शिक्षणासंबंधीच्या शिफारशी आयोगाने केल्या होत्या.

या आयोगासंदर्भात असे दिसून येते की, आयोगाच्या शिफारशीमध्ये मोठ्या प्रमाणात वुडच्या खालित्यातील मुद्द्यांचीच पुनरावृत्ती झालेली दिसते. तरीसुद्धा वुडच्या शिफारशीना सक्रियता देण्याचे काम या आयोगाच्या शिफारशीनी केले आहे. आयोगाच्या बऱ्याच शिफारशी अतिशय प्रभावी होत्या. त्यामुळेच या आयोगाचे भारतीय शिक्षणाच्या इतिहासात अनन्यसाधारण महत्त्व आहे.

लॉर्ड कर्झनचे शिक्षणविषयक धोरण (१८९९-१९०५)

भारतीय विद्यापीठ आयोग (१९०२)

लॉर्ड कर्झन ब्रिटिश साम्राज्याशी एकनिष्ठ असला तरी भारतीय जनतेसाठी प्रशासक या नात्याने जनहिताची कामे केलीच पाहिजे, असेही त्यांना वाटत होते. त्यांना मुळातच शिक्षणविषयीची आवड होती आणि भारतातील ढासळणारी शैक्षणिक परिस्थिती पाहून भारतीय शिक्षणासाठी

आपण ठोस पावले उचलली पाहिजेत, असे त्यांना वाटत होते. आपण जर भारतीयांना चांगले शिक्षण देऊ शकलो तर आपल्याला आपले प्रशासन सुधारता येईल, असा धोरणी विचार करून शिक्षणात सुधारणा घडवून आणण्यासाठी इ.स.१९०१ मध्ये त्यांनी सिमला येथे 'सिमला शिक्षण परिषद' आयोजित केली. ते स्वत: या परिषदेचा सभापती होते. ही परिषद एकूण पंधरा दिवस चालली. या परिषदेचे भारतातील प्राथमिक शिक्षणापासून ते विद्यापीठस्तरापर्यंतच्या सर्व पैलूंचा विचार केला गेला. शिक्षणाशी संबंधित १५० ठराव मंजूर करण्यात आले. या परिषदेत एकाही भारतीयाला बोलावले नव्हते. ही परिषद अतिशय गुप्तपणे पार पडल्यामुळे भारतीय लोक चिडलेले होते. कर्झन आपल्याविरुद्ध काही कारस्थान करीत असावा, असे भारतीयांना वाटत होते. वास्तविक, कर्झन हा ज्ञानाचा व विद्येचा पुजारी होता. भारतीय शिक्षणस्थितीसंबंधी सविस्तर विचार करण्यासाठी या परिषदेत काही ठराव मांडले.

१. भारतीयांचे शिक्षण इंग्रज सरकारची जबाबदारी आहे, ती त्यांना टाळता येणार नाही.

२. ठिकठिकाणी सार्वजनिक संस्था स्थापना कराव्यात. त्यांचे आदर्श कार्य इतर संस्थांसाठी मार्गदर्शक राहावे.

३. केंद्र सरकारचे भारतीय शिक्षणावर पूर्णपण नियंत्रण असेल व संपूर्ण शिक्षणप्रणाली त्यांच्या अधिपत्याखाली असेल.

४. इंग्रज सरकार जास्तीत जास्त पैसा भारतीयांच्या शिक्षणावर खर्च करील. या ठरावांच्या आधारावर लॉर्ड कर्झनने शिक्षणविषयक सुधारणा करण्यासाठी एक योजना आखली; परंतु भारतीयांनी या योजनेकडे अजिबात लक्ष दिले नाही. यानंतर कर्झन यांनी १९०२ मध्ये भारतीय विद्यापीठ आयोगाची स्थापना केली.

भारतीय विद्यापीठ आयोग (१९०२)

भारतातील विद्यापीठांची रचना लंडन विद्यापीठाच्या धर्तीवर होती. १९९८ मध्ये लंडन विद्यापीठाची पुनर्रचना करण्यात आली होती. त्याप्रमाणे भारतीय विद्यापीठाची पुनर्रचना करणे गरजेचे होते. महाविद्यालयांची संख्या दिवसेंदिवस वाढत होती व शैक्षणिक दर्जा खालावला जात होता. त्याच्या चौकशीची गरज होती. विद्यापीठ सिनेटवर सदस्य संख्या जास्त होती. परंतु त्यामध्ये महाविद्यालयीन शिक्षकांना प्राधान्य नव्हते. कर्झनच्या दृष्टीने विद्यापीठे

केवळ पदव्या देणारे केंद्र न ठरता ती ज्ञानमंदिरे आणि ज्ञानाच्या प्रसाराची केंद्रे बनावीत असे होते, म्हणून त्यांनी या आयोगाची स्थापना केली.

या आयोगाने विद्यापीठांचा व उच्च शिक्षणाचा दर्जा उंचावण्यासाठी शिफारशी केल्या.

सिनेटच्या सदस्यांची संख्या कमी करावी आणि त्यांच्या सदस्यत्त्वाचा कालावधी पाच वर्षांचा केला जावा. सिंडिकेट सदस्य संख्या नऊ ते पंधरा असावी. त्यांची निवड सिनेटकडून व्हावी. नवीन विद्यापीठाची स्थापना करू नये. पदवीपूर्व शिक्षण संबंधित महाविद्यालयातून आणि पदव्युत्तर शिक्षण विद्यापीठातून व्हावे. विद्यापीठांनी प्राध्यापक नियुक्ती, ग्रंथालये, वसतीगृह, प्रयोगशाळा यांची सोय करावी. महाविद्यालयातील शुल्क सिंडीकेटच्या सदस्यांनी ठरवावे, विद्यापीठांनी अभ्यासक्रम आणि परीक्षापद्धतीत सुधारणा घडवून आणाव्यात, इंटरचा वर्ग बंद करून पदवी परीक्षेचा पाठ्यक्रम तीन वर्षांचा करावा.

या शिफारशीवरून असे दिसते की, शिक्षणासंबंधी कोणतेही क्रांतिकारी बदल सुचवलेले नाहीत. फक्त लंडन विद्यापीठातील बदल भारतीय विद्यापीठात आणण्याचे काम या आयोगाने केले. सिमला परिषदेप्रमाणेच या आयोगावर एकाही भारतीयाला प्रतिनिधित्त्व देण्यात आले नव्हते. नंतर डॉ. गुरुदास बॅनर्जी व सय्यद हसन बिलग्रामी यांना सदस्य करण्यात आले.

भारतीय विद्यापीठ कायदा

(Indian University Act १९०४)

भारतीयांनी विद्यापीठ आयोगाच्या शिफारशीचे स्वागत केले नसले तरी लॉर्ड कर्झन यांनी त्या शिफारशीचा आधार घेऊन शिक्षणविषयक एक विधेयक तयार केले. हे विधेयक २१ मार्च, १९०४ रोजी मंजूर झाले. यांचे रूपांतर नंतर '१९०४ चा भारतीय विद्यापीठ कायदा' यामध्ये झाले. या कायद्यामुळे विद्यापीठाचे प्रशासन, अधिकार, कार्यक्षेत्र यामध्ये बरेच महत्त्वाचे बदल केले गेले.

या कायद्यानुसार सिनेट सदस्यसंख्या कमी करण्यात आली. हे सदस्य निवडणुकीद्वारा निवडावेत, मद्रास, मुंबई व कलकत्ता या ठिकाणी सदस्यसंख्या वीस, तर इतर विद्यापीठांत पंधरा असावी, सिनेटमध्ये विद्यापीठातील प्राध्यापकांना प्राध्यान्य असावे. सरकार आवश्यकतेनुसार कायद्यात बदल करेल, प्रादेशिक सीमा गर्व्हनर जनरल ठरवेल.

या कायद्यात चांगल्या-वाईट बाबी असल्या तरी विद्यापीठ प्रशासनात यामुळे सुधारणा झाली. शिक्षणाचा दर्जा सुधारला. अनुदान पद्धतीत बदल झाले. मात्र, शिक्षणपद्धती पारंपरिकच राहिली. सिनेटमध्ये योग्य व्यक्तींना स्थान मिळाले. ही कायद्याची जमेची बाजू म्हणता येईल.

लॉर्ड कर्झन यांचे शैक्षणिक धोरण - ११ मार्च, १९०४

लॉर्ड कर्झनने ११ मार्च, १९०४ रोजी आपले शैक्षणिक धोरण सरकारी ठरावाच्या रूपाने प्रकाशित केले. त्यांनी प्रस्थापित शिक्षणातील दोष लोकांसमोर ठेवून आपले धोरण जाहीर केले. त्यांनी संख्यात्मक दोष दाखवताना म्हटले की, 'भारतातील पाचपैकी चार गावांमध्ये शाळा नाही, चारपैकी तीन मुले शिक्षणापासून वंचित आहेत, चाळीसपैकी एकच मुलगी शिक्षण घेऊ शकते.' त्याचबरोबर गुणात्मक दोष दाखवताना स्पष्ट केले की, 'बुद्धिपेक्षा स्मरणशक्तीवर जास्त भर दिला जातो व पाठ्यपुस्तक पूर्णत: साहित्यिक आहे. उच्च शिक्षण नोकरीपुरते मर्यादित राहिले. परीक्षांना अवास्तव महत्त्व दिले आणि इंग्रजीला अवास्तव महत्त्व देऊन भारतीय भाषांचा अवहेलना केली.'

असा आढावा घेऊन कर्झनने काही महत्त्वाच्या बाबी मांडल्या.

१. प्राथमिक शिक्षण दुर्लक्षित राहिले, प्राथमिक शिक्षणाकडे लक्ष देणे हे राज्याची महत्त्वपूर्ण जबाबदारी आहे.
२. माध्यमिक शिक्षण व्यवस्थितपणे दिले जाते किंवा नाही हे पाहणे सरकारचीच जबाबदारी आहे. त्यासाठी अनुदानाचे नियम व शाळांची मान्यता याविषयी धोरण कडक असावे.
३. प्राथमिक शिक्षणात इंग्रजीला महत्त्व देऊ नये.
४. विद्यापीठ शिक्षणाचा दर्जा टिकविण्यासाठी गुणात्मक विकास करणे अपेक्षित आहे.

लॉर्ड कर्झन यांनी स्त्री शिक्षणासाठी विशेष अनुदान मंजूर केले, आदर्श शाळा निर्माण केल्या. तसेच व्यावयायिक शिक्षणामध्ये कला, कृषी, वैद्यक, जंगलविद्या, पशुवैद्यक या क्षेत्रांमध्ये नवनवीन योजना करून यासाठी शाळांची पुनर्रचना केली. भारतीय विद्यार्थ्यांना परदेशातील शिक्षणासाठी शिष्यवृत्त्या दिल्या. पुरातन स्मारकांच्या संरक्षणाचा कायदा केला. तसेच नैतिक शिक्षण, मूल्यांचे शिक्षण देण्यासाठी प्रयत्न केले. कर्झन यांनी संचालकाचे पद शिक्षणप्रणालीत निर्माण केले.

भारतीयांनी कर्झन यांना अजिबात सहकार्य केले नाही. तरीसुद्धा त्यांनी भारतीय विद्यापीठ कायदा, भारतीय विद्यापीठ आयोग, भारतीय शैक्षणिक धोरण यामधून भारतीय शिक्षणातील त्रुटी शोधून त्यावर उपायसुद्धा सुचवले. परंतु हा काळ राष्ट्रीय चळवळीचा असल्यामुळे कर्झनच्या चांगल्या गोष्टीसुद्धा दुर्लक्षित केल्या गेल्या. लॉर्ड कर्झन यांनी सुचवलेल्या शैक्षणिक सुधारणा त्या काळाचा विचार करता योग्यच होत्या असे म्हणावे लागले.

सॅडलर आयोग (१९१७) कलकत्ता विद्यापीठ आयोग

हा आयोग नेमण्यामागे एक तात्कालिक कारण होते. कलकत्ता विद्यापीठाचे उपकुलपती सर आशुतोष मुखर्जी यांनी आपल्या विद्यापीठात पदव्युत्तर विभागाची स्थापना १९१६ मध्ये केली होती. पदव्युत्तर शिक्षण विद्यापीठात देण्यात यावे, असे त्यांचे मत होते. हे शिक्षण विद्यापीठ देऊ शकते का, तशी क्षमता आहे का हे तपासण्यासाठी या आयोगाची स्थापना करण्यात आली होती.

या आयोगाचे असे म्हणणे होते की, विद्यापीठ शिक्षणात सुधारणा व्हावी अशी जर अपेक्षा असेल, तर प्रथम माध्यमिक शिक्षणाचा स्तर उंचावणे आवश्यक आहे.

माध्यमिक शिक्षणाविषयी शिफारशी :

इंटरमिजिएटचे वर्ग हे विद्यापीठापासून व हायस्कुलपासून वेगळे व स्वतंत्र असावेत. पदवीस्तरावरील अभ्यासक्रम तीन वर्षांचा असावा. उच्च शिक्षणात प्रपाठ व चर्चासत्रे यावर भर देण्यात यावा. इंटरमिजिएट महाविद्यालये स्वतंत्र असावीत व मातृभाषेत अध्यापन व्हावे. प्रत्येक प्रातांत एक स्वतंत्र व इंटरमिजिएट शिक्षण मंडळ स्थापन करावे. पुरेसा निधी उभा करण्यात यावा. शिक्षणक्रमात विविधता असावी. विद्यार्थी संख्या मर्यादित असावी. माध्यमिक शिक्षण मंडळात पंधरा ते अठरा सभासद असावेत. हे शिक्षण मंडळ सरकारी नियंत्रणापासून मुक्त असावे. वैद्यक, अभियांत्रिकी, शेती, व्यापार, शिक्षणशास्त्र, कला व शास्त्र यांच्या शिक्षणावर विशेष भर दिला जावा.

उच्च शिक्षण / विद्यापीठ शिक्षणाविषयी केलेल्या शिफारशी :

कलकत्ता विद्यापीठ व इतर विद्यापीठे यांची सखोल चौकशी करून आयोगाने अशा शिफारशी केल्या की, विद्यापीठावर सरकारी नियंत्रण लवचिक असावे. अभ्यासक्रम सरकारने ठरवू नये. शिक्षकांची निवड स्वतंत्र निवड मंडळामार्फत व्हावी. व्यवस्थापनासाठी सिनेट किंवा सिंडीकेटऐवजी विद्यापीठाचे

कोर्ट किंवा कार्यकारी मंडळ असावे. परीक्षा घेणे, अभ्यासक्रम ठरवणे, पदवी देणे ही कामे विद्वत सभेकडे असावीत. पदवी अभ्यासक्रम तीन वर्षांचा असावा. ऑनर्स कोर्सचा अभ्यासक्रम साध्या अभ्यासक्रमापेक्षा वेगळा असावा. विद्यापीठाने अभियांत्रिकी, शिक्षणशास्त्र, वैद्यकीय, कायदा, शेती, तंत्रज्ञान या शिक्षणाची तरतूद करावी. मुस्लिमांच्या शिक्षणाकडे नीट लक्ष द्यावे. ते अल्पसंख्यांक असल्यामुळे त्यांच्या हिताची काळजी घेणे गरजेचे आहे. विद्यापीठ स्तरावर प्राच्यविद्या (Oriental Studies) समावेश करावा. शारीरिक शिक्षणाचा समावेश करावा. प्रत्येक विद्यापीठात एक क्रीडा संचालक असावा.

कलकत्ता विद्यापीठाकरिता शिफारशी :

या विद्यापीठात विद्यार्थ्यांची संख्या जास्त असल्यामुळे चांगल्या प्रकारचे शिक्षण देता येत नाही. त्यांच्याकरिता एकात्मिक शिक्षणाची तरतूद करण्याऱ्या विद्यापीठाची गरज आहे. शिक्षणाची पुनर्रचना करावी. यासाठी ढाका येथे एक नवीन निवासी पद्धतीचे विद्यापीठ स्थापन करावे. जवळपासची महाविद्यालये विद्यापीठाचे केंद्र म्हणून काम पाहतील. शैक्षणिक विद्यापीठ वास्तववादी होण्यासाठी कलकत्ता येथे तज्ज्ञ शिक्षकांची व्यवस्था करावी.

महिला शिक्षणविषयक शिफारशी :

मुलींना वयाच्या १५-१६ व्या वर्षापासून 'परदास्कूल' स्थापन करावे. स्त्री शिक्षणासाठी स्वतंत्र मंडळ असावे व स्वतंत्र अभ्यासक्रम असावा. परदापद्धत नसलेल्या ठिकाणी सहशिक्षणाला उत्तेजन द्यावे. प्रशिक्षित शिक्षिका निर्माण कराव्यात. आरोग्य शिक्षणाची व्यवस्था करावी. विद्यापीठामध्ये स्त्रीशिक्षण परिषद स्थापन करण्यात यावी व यामार्फत स्त्रियांना चिकित्सालय व शिक्षिका प्रशिक्षण देण्यात यावे. केवळ सरकारी नोकऱ्यांसाठी शिक्षण दिले जाऊ नये, तर व्यवसाय व तांत्रिक शिक्षणाची सोय केली जावी.

शिक्षक प्रशिक्षणविषयक शिफारशी :

प्रशिक्षण देणाऱ्या महाविद्यालयांची संख्या वाढवावी. शिक्षणशास्त्र हा विषय इंटरमिजिएट व बी. ए परीक्षेकरता अभ्यासाचा विषय असावा. विद्यापीठात शिक्षणशास्त्राचे वेगळे विभाग सुरू करण्यात यावे. यामुळे प्रशिक्षणाची सुविधा होईल व शिक्षकी पेशा स्वीकारणाऱ्यांची संख्या वाढेल.

तांत्रिक व व्यवसाय शिक्षणविषयक शिफारशी :

कायदा आणि वैद्यक क्षेत्राप्रमाणे विद्यापीठ स्तरावर तांत्रिक, व्यवसाय शिक्षणाची सोय करावी. अभ्यासक्रमाची पुनर्रचना करून व्यावसायिक शिक्षणावर

भर द्यावा. व्यावसायिक शिक्षणाचा समावेश विद्यापीठ शिक्षणक्रमात असावा. दर्जा प्रमाणित करण्यासाठी परीक्षा विभागामार्फत परीक्षा घेवून पदव्या द्याव्यात. भारतातील विद्यापीठांमध्ये सहकार्य निर्माण करण्यासाठी एक आंतरविद्यापीठीय मंडळ असावे.

या आयोगाच्या शिफारशीमध्ये अनेक चांगल्या-वाईट बाबी असल्या तरी विद्यापीठाच्या दृष्टीने त्या महत्त्वाच्या आहेत. आजही या आयोगाच्या शिफारशी मार्गदर्शक म्हणून अभ्यासल्या जातात. म्हणून या शिफारशी व्यावहारिकदृष्ट्या उपयुक्त आहेत, असेच आपल्याला म्हणावे लागेल.

राष्ट्रीय शिक्षण चळवळ :

१८५७ चा राष्ट्रीय उठाव वुडच्या शिफारशीमुळे घडून आला, अशी समजूत ब्रिटीशांची झाली. या काळात ब्रिटीशांचे प्राथमिक शिक्षणाकडे पूर्णपणे दुर्लक्ष झाले; परंतु माध्यमिक व उच्च शिक्षणाला अधिक गती मिळाली. सन १९८२-८३ च्या हंटर आयोगाच्या निमित्ताने खऱ्या अर्थाने शिक्षणविषयक जागृती घडून आली. वास्तविक, मेकॉलेच्या काळापासूनच ही सुरुवात झाली होती. याच काळात अनेक राष्ट्रीय शिक्षण संस्थांनी आपल्या देशी शाळा स्थापन केल्या होत्या. या संस्थांमधून आणि मिशनरी शाळांमधून दिल्या जाणाऱ्या शिक्षणामध्ये बराच फरक होता.

राष्ट्रीय शिक्षणाची मागणी :

भारतीयांच्या मनामध्ये स्वातंत्र्य मिळविण्याची इच्छा जसजशी प्रबळ होऊ लागली तसतसा राष्ट्रीय शिक्षणाच्या कल्पनेलाही जोर चढू लागला होता. बंगालचे नेते राजा राम मोहन रॉय यांनी या दरम्यान शिक्षणविषयक चळवळी सुरू केल्या होत्या. ब्रिटीश मात्र आपले राज्य बळकट करण्याच्या दृष्टिकोनातूनच प्रयत्नशील होते. त्यामुळे राष्ट्रीय शिक्षणाला त्यांचा विरोध होता; परंतु त्यापूर्वीच सन १८८० मध्ये विष्णुशास्त्री चिपळूणकरांनी न्यू इंग्लिश स्कूलची स्थापना केलेली होती. त्यांच्या मदतीला बाळ गंगाधर टिळक, गोपाळ गणेश आगरकर, वामन शिवराम आपटे हे सहकारी होते. या काळात अनेकांनी खासगी शिक्षणसंस्था काढून राष्ट्रीय शिक्षण द्यायला सुरुवात केली होती. १८९६ मध्ये डॉ. ॲनी बेझंट यांनी बनारस व अड्यार येथे सरकार निरपेक्ष संस्था स्थापन केली होती. या संस्थेतून मातृभाषेत शिक्षण देण्यावर भर होता. ॲनी बेझंट या स्त्री-शिक्षणाच्या पुरस्कर्त्या होत्या. महात्मा गांधी व डॉ. ॲनी बेझंट यांनी व समाजातील अनेक

व्यक्तींनी इंग्रजी शिक्षणप्रणाली बंद करून राष्ट्रीय शिक्षण प्रणाली सुरू करावी अशी मागणी केली होती. या चळवळीला चालना देण्याचे काम महर्षी धोंडे केशव कर्वे, रवींन्द्रनाथ टागोर, स्वामी दयानंद सरस्वती, स्वामी विवेकानंद यांनीही केले. मात्र राष्ट्रीय शिक्षणाच्या या चळवळीला खऱ्या अर्थाने लॉर्ड कर्झनच्या काळातच अधिक जोर चढला.

राष्ट्रीय शिक्षणाचे स्वरूप :

राष्ट्रीय शिक्षण हिंदी लोकांनीच चालवावे, राष्ट्रीय शिक्षणातून मातृभूमीविषयीच्या प्रेमाची शिकवण दिली जावी, राष्ट्राला स्वत:चे ध्येय असावे, शिक्षणाचे माध्यम देशी भाषा असावे आणि व्यवसाय शिक्षणावर भर देण्यात यावा. या गोष्टी प्रामुख्याने अपेक्षित होत्या. त्याचबरोबर आपण पाश्चात्त्य ज्ञान-विज्ञानाकडे दुर्लक्ष करून फक्त भारतीय विद्येलाच प्रोत्साहन देत राहिलो तर तो आपला मूर्खपणा ठरेल. म्हणून पाश्चात्त्य ज्ञान-विज्ञानाचेही शिक्षण देण्यात यावे असे लाला लजपतराय यांनी म्हटले आहे.

राष्ट्रीय शिक्षण देणाऱ्या शाळांची स्थापना :

दादाभाई नौरोजी यांच्या अध्यक्षतेखाली १९०६ मध्ये कलकत्ता येथे भरलेल्या अधिवेशनात असा ठराव मंजूर करण्यात आला की, सर्व देशात अशी परिस्थिती निर्माण झाला आहे की या संदर्भात मुला-मुलींच्या शिक्षणाचा विचार करणे क्रमप्राप्त आहे. तसेच राष्ट्रीय उद्दिष्ट्ये साध्य करण्यासाठी देशाला योग्य राष्ट्रीय विचाराचे, राष्ट्रीय व्यवस्थापनाखालील शास्त्रीय, वाङ्मयीन व तांत्रिक शिक्षण देणे आवश्यक आहे.

या ठरावामुळे राष्ट्रीय शाळांच्या स्थापनेला चालना मिळाली. पश्चिम बंगालमध्ये ११, तर पूर्व बंगालमध्ये ४० राष्ट्रीय माध्यमिक शाळांची स्थापना झाली. बंगाल प्रांताबाहेर मात्र शाळा निघाल्या नाहीत. महाराष्ट्रात फक्त तळेगाव येथे समर्थ विद्यालय स्थापन झाले.

सर सय्यद खान मुस्लिम समाजसुधारणेचे आद्य प्रवर्तक होते. त्यांनी १८५७ मध्ये मुरादाबाद येथे स्थानिक मुलांसाठी पर्शियन शाळा सुरू केली. १८७० साली येथे एका हायस्कूलची स्थापना केली, अलिगडमध्ये १८७५ मध्ये एम.ए.ओ. कॉलेजची स्थापना केली.

यापूर्वी १ जानेवारी, १८८० रोजी पुण्यात 'न्यू इंग्लिश स्कूल' ही राष्ट्रीय शिक्षण देणारी भारतातील पहिली शाळा सुरू झाली. राष्ट्रप्रेम, ध्येयनिष्ठ, त्याग या बाबी विद्यार्थ्यांच्या मनावर संस्कार करीत होत्या. एका

वर्षात शाळेची पटसंख्या ३५ वरुन ३३६ वर गेली.

लाहोर येथे १८८४ मध्ये स्वामी दयानंद सरस्वतींनी अँग्लो वैदिक कॉलेजची स्थापना केली. स्त्री शिक्षणाचे पुरस्कर्ते महर्षी धोंडो केशव कर्वे यांनी १८९६ मध्ये अनाथ बालिकाश्रम मंडळी, १९०७ मध्ये हिंगणे येथे मुलींची शाळा व पुढे १९१६ मध्ये स्वतंत्र महिला विद्यापीठ स्थापन केले. १८९८ मध्ये ॲनी बेझंट यांनी बनारस सेंट्रल हिंदू कॉलेजची स्थापना केली. १९०१ मध्ये रवींद्रनाथ टागोरांनी शांती निकेतनची स्थापना केली १९२१ विश्वभारती विद्यापीठ, १९२२ मध्ये श्रीनिकेतन आणि १९२४ मध्ये शिक्षासत्र (ग्रामीण शाळा) स्थापन केले.

१९१६ मध्ये पंडित मदनमोहन मालवीय यांनी बनारस हिंदू विद्यापीठाची स्थापना केली आणि बंगालच्या फाळणीनंतर १९२० मध्ये टिळक महाविद्यालय स्थापन झाले व १९२१ मध्ये त्याचे रूपांतर टिळक महाराष्ट्र विद्यापीठात झाले.

अशा प्रकारे त्या काळात अनेक शिक्षण संस्था निघाल्या; परंतु १९११ मध्ये बंगालची फाळणी रद्द करण्यात आली, त्यामुळे राष्ट्रीय शिक्षणाची चळवळ मंदावली, परंतु पूर्णपणे बंद पडली नाही. या चळवळीने भारतीय शिक्षणाला एक नवीन दिशा दिली. आपण आपल्या देशासाठी चांगली शिक्षण योजना राबवू शकतो, हा आत्मविश्वासही निर्माण झाला होता.

लाला लजपतराय यांनी ऊप Problem of National Eduction या पुस्तकात राष्ट्रीय शिक्षणाबद्दलचे विचार मांडले आहेत. पंडित मदनमोहन मालवीय यांनी बनारस हिंदू विद्यापीठाची स्थापना केली. लोकमान्य टिळकांनी राष्ट्रीय शिक्षणाचा पुरस्कार केला व जागृती केली. महात्मा गांधींनी यासंदर्भात वेगळे योगदान दिले, तसेच स्वामी विवेकानंदांनीही रामकृष्ण मिशनची स्थापना केली व राष्ट्रीय शिक्षणाला पुढे घेऊन जाण्याचा प्रयत्न केला.

टागोरांची विश्वभारती, स्वामी श्रद्धानंदाची गुरुकुल कांगडी, प्रा. विजापूरकरांचे तळेगाव येथील समर्थ विद्यालय, मौलाना मोहम्मद अली यांचे जामिया मिलीया विद्यापीठ आणि पुणे येथील टिळक महाराष्ट्र विद्यापीठ या राष्ट्रीय शिक्षणसंस्थांनी या चळवळींसाठी पुढे योगदान दिले आहे.

वर्धा शिक्षण योजना १९३७

भारत सरकारच्या १९३५ च्या कायद्याने प्रांतांना स्वायत्तता मिळाली

होती, त्यामुळे प्रत्येक प्रांतामध्ये इतर विषयाच्या बरोबरीनेच शिक्षणसंबंधी विचार करण्याची आवश्यकता होती. शिक्षणासाठी आर्थिक निधी पुरेशा प्रमाणात उपलब्ध नसल्यामुळे महात्मा गांधींनी या परिस्थितीवर मात करण्यासाठी शिक्षणाची नवी योजना मांडली. ही योजना म्हणजे 'वर्धा शिक्षण योजना' यालाच 'मूलोद्योगी शिक्षण योजना' असेही म्हणतात. इंग्रजांच्या शिक्षणपद्धतीमध्ये अनेक दोष होते, मुख्यतः कारकून निर्माण करणारे हे शिक्षण होते. शिक्षण अधिकाधिक जीवनाभिमुख करण्यासाठी तसेच स्वावलंबन व चारित्र्यसंवर्धनासाठी महात्मा गांधींनी ही एक नवीन शिक्षण योजना समाजापुढे ठेवली.

महात्मा गांधींनी 'हरिजन' साप्ताहिकातून शिक्षणविषयक विचार व्यक्त केले. त्यांच्या मते साक्षरता हे शिक्षणाचे एक साधन आहे व त्याच्या मदतीने समाजाला शिक्षित केले पाहिजे. केवळ साक्षरता म्हणजे शिक्षण नव्हे. शिक्षणासंदर्भात त्यांनी ३ H ची संकल्पना मांडली, (3 H- Head, Heart & Hand) म्हणजेच शिक्षणातून बौद्धिक, मानसिक आणि शारिरीक विकास झाला पाहिजे. बुद्धिमत्ता, सुविचार यांच्या बरोबरच भावात्मक आणि क्रियात्मक, कौशल्यात्मक विकास झाला पाहिजे. यालाच त्यांनी सर्वांगीण विकास म्हटले आहे. ज्ञानाबरोबर व्यवसायिक कौशल्य, शिक्षणातून उपलब्ध झाले पाहिजे, असा विचार महात्मा गांधींनी मांडला.

वर्धा येथील मारवाडी हायस्कूलचा रजतजयंती समारंभ दि. २२ व २३ ऑक्टोबर, १९३७ मध्ये आयोजित केला होता. या वेळी महात्मा गांधी यांच्या अध्यक्षतेखाली 'अखिल भारतीय राष्ट्रीय संमेलन' आयोजित केले होते. हे संमेलन वर्धा येथे असल्यामुळे याला 'वर्धा शिक्षण परिषद' असेही म्हणतात. यात विनोबा भावे, दादा धर्माधिकारी, नरेंद्र देव, डॉ. झाकीर हुसेन, प्रा. के. टी शहा यांच्यासारखे मान्यवर राष्ट्रीय नेते उपस्थित होते. या वेळी 'Basic Education मूलभूत शिक्षण' ही संकल्पना महात्मा गांधींनी मांडली. परिषदेत पुढील ठराव मंजूर करण्यात आले–

१. राष्ट्रीय स्तरावर प्रत्येकाला ७ वर्षाचे सक्तीचे व मोफत शिक्षण दिले जावे. (७-१४ वयोगटातील मुलांना सक्तीचे व मोफत शिक्षण)
२. मातृभाषा हेच शिक्षणाचे माध्यम असले पाहिजे.
३. शिक्षण हे एका हस्तकलेशी व शारीरिक श्रमांशी निगडित असावे. हस्तव्यवसायाची निवड मुलांच्या सामाजिक व नैसर्गिक वातावरणाशी अनुकूल असावी.

४. हे सात वर्षाचे शिक्षण पूर्णपणे स्वावलंबी व्हावे व या पैशातून शिक्षकांचा पगार भागावा.

संमेलनात वरील ठराव मंजूर झाल्यानंतर त्या वेळचे दिल्ली येथील जामिया मिलिया विद्यापीठाचे कुलगुरू डॉ. झाकिर हुसेन यांच्या अध्यक्षतेखाली एक समिती स्थापन करण्यात आली. या समितीकडे मूलोद्योगी शिक्षण योजनेचा अभ्यासक्रम तयार करण्याचे कार्य सोपवण्यात आले. या समितीमध्ये विनोबा भावे, आर्यनायकम्, काका कालेलकर, जे. सी. कुमारप्पा किशोरीलाल मशरुवाला आणि प्रा. के. टी. शहा यांचा सहभाग होता. १९३७ आणि १९३८ मध्ये समितीने अभ्यासक्रमासंबधी दोन अहवाल सादर केले. पहिल्या अहवालात प्रचालित शिक्षणपद्धतीतील दोष स्पष्ट करून वर्धा शिक्षण योजनेचे सिद्धान्त, उद्देश, शिक्षक प्रशिक्षण, शालेचे व्यवस्थापन, निरीक्षण प्रशासन, परीक्षापद्धती आणि सूतकताई, विणकाम हे मुख्य हस्तव्यवसाय असा अभ्यासक्रमाचा आराखडा मांडला. दुसऱ्या अहवालात शेती, धातूकाम, लाकूडकाम, मातीकाम आणि इतर मूलभूत हस्तव्यवसायांचा अभ्यासक्रमात समावेश केला. हरिपुरा या ठिकाणी झालेल्या काँग्रस अधिवेशनात डॉ. झाकिर हुसेन यांनी १९३८ मध्ये अहवाल सादर केले व याच अधिवेशनात या योजनेवर शिक्कामोर्तब केले. ही शिक्षणपद्धती सर्वप्रथम जामिया मिलिया इस्लामिया, आंध्रजातीय कलाशाळा, गुजरात विद्यापीठ, टिळक महाराष्ट्र विद्यापीठ अशा संस्थांमधून राबवण्यात आली. नंतर मध्यवर्ती सल्लागार शिक्षण मंडळाने बा. ग. खेर यांच्या अध्यक्षतेखाली दोन समित्या नियुक्त केल्या व या योजनेच्या कार्यवाहीचा सविस्तर तपशील ठरविला. वर्धा शिक्षण योजना ही नयी तालिम, मूलोद्योगी तालिम, बुनियादी तालिम या नावांनीही ओळखली जाते. वर्धा शिक्षण योजना या नावाने ओळखली जाणाऱ्या योजनेला महात्मा गांधी 'ग्रामोद्योगी राष्ट्रीय ग्रामशिक्षण' असे म्हणत.

मूलोद्योगी शिक्षणाची उद्दिष्ट्ये

१. आदर्श नागरिकत्त्व : लोकशाही शासनपद्धतीच्या यशस्वीतेसाठी सुजाण व जागरूक नागरिकांची आवश्यकता असते. आपल्या कर्तव्यांची जाणीव करून देणे व त्यांच्यात जबाबदार व आदर्श नागरिकत्त्वाची जाण निर्माण करणे.

२. सांस्कृतिक दृष्टिकोन : या शिक्षणपद्धतीत साक्षरतेपेक्षा सांस्कृतिक

बाबीकडे कल जास्त आहे. भारतीय सांस्कृतिक परंपरेबद्दल विद्यार्थ्यांच्या मनात प्रेम निर्माण करणे.

३. व्यक्तिमत्त्वाचा सर्वांगीण विकास : ज्ञानातूक केवळ बौद्धिक विकास करण्यापेक्षा शिक्षणातून शारीरिक व आध्यात्मिक विकासही साधला पाहिजे. नम्रता, कर्तव्यदक्षता, सहनशीलता, चारित्र्यनिर्मिती या सर्वांचा विकास करण्याचे ध्येय आहे.

४. आर्थिक स्वावलंबन : विद्यार्थ्यांनी तयार केलेल्या वस्तूमधून संस्थेच्या खर्चातील काही भाग तरी भरून निघावा. तसेच शिक्षण पूर्ण केल्यानंतर विद्यार्थ्याला एखादा व्यवसाय करता यावा, ज्यामुळे तो कमाई करून आपला उदरनिर्वाह व गरजा यांची पूर्ती करू शकेल.

५. सर्वोदय समाजाची स्थापना : सुसंघटित सर्वोदय समाज, दृष्ट प्रवृत्तीपासून मुक्त समाज, समाजाचे हित साधणारा समाज गांधीना अपेक्षित होता. त्याग, सहकार्य, स्नेह, सेवाभाव, आत्मविश्वास असणारा समाज निर्माण करणे.

६. नैतिक शिक्षणाची आवश्यकता : सर्व जाती-धर्माच्या विद्यार्थ्यांना नैतिक शिक्षण देऊन, नैतिक गुणांचा विकास साधला जावा.

सर्वसामान्यांचे शिक्षण, मोफत व सक्तीचे शिक्षण स्वावलंबी शिक्षण, सामाजिक शिक्षण, कृतिशील शिक्षण, बालकेंद्रित शिक्षण, बालमानसशास्त्राचा विचार, स्वावलंबन, सांस्कृतिक कार्यक्रमाचा समावेश इ. घटकांचा समावेश असणाऱ्या वर्धा शिक्षण योजनेची काही खास वैशिष्ट्ये आहेत. विशेषत: मूलोद्योग निवडताना स्वातंत्र्य, शिक्षकास अध्यापन स्वातंत्र्य, समवाय पद्धतीचे शिक्षण, स्वाश्रयी शिक्षण हे मूलोद्योगी शिक्षणातून राबण्यात यावे. तसेच वर्षभरात २८८ कामाचे दिवस असावेत व दरमहा २४ दिवस काम व्हावे अशी अपेक्षा होती.

शिक्षकांचे दीर्घकालीन व अल्पकालीन प्रशिक्षण, गरजेनुरूप विषयानुरूप अध्यापनपद्धती, पारंपरिक परीक्षापद्धतीपेक्षा विद्यार्थ्यांची व्यक्तिगत कार्यक्षमता आजमावली जात. मूलोद्योगी शिक्षण पद्धतीत गुण व दोष आढळतात. त्यात अनेक उणिवा असल्या तरी या योजनेचे महत्त्व नाकाराता येणार नाही. ग्रामीण जीवनासाठी अत्यंत उपयुक्त असणारी ही योजना १९३७-१९३९ या कालावधीत अनेक प्रांतांत झपाट्याने वापरण्यात आली. दुसरे महायुद्ध आणि प्रांतीय सरकारचे राजीनामे यामुळे या योजनेचे अस्तित्व धोक्यात

आले. आज बदलत्या काळाचे संदर्भ विचारात घेऊन या संकल्पनेस आधुनिक चेहरा दिल्यास ते निश्चितच शिक्षणाच्या क्षेत्रात वेगळे योगदान स्पष्ट करू शकेल.

सार्जंट अहवाल १९४४

दुसऱ्या महायुद्धानंतर भारतात आणि इतर राष्ट्रांमध्ये मोठ्या प्रमाणात जीवित व वित्तहानी झालेली होती. त्यामुळे विविध देशांमध्ये विकासाच्या योजना आखल्या जाऊ लागल्या. शिक्षणाला या योजनांमध्ये आधिक महत्त्व होते. गव्हर्नर जनरलच्या कार्यकारिणीच्या पुनर्निर्माण समितीने केंद्रीय शिक्षण सल्लागार मंडळाला भारतीय शिक्षणाच्या समग्र विकासासाठी नवीन योजना करण्याचे सुचवले. या कामासाठी योगेंद्रसिंग यांच्या अध्यक्षतेखाली एक समिती नियुक्त करण्यात आली. त्या काळचे भारत सरकारच्या शिक्षण सल्लागार मंडळाने वेळोवेळी प्रकाशित केलेल्या विविध अहवालांच्या आधारे आपली शिक्षण विकासाची योजना केंद्रीय शिक्षण सल्लागार मंडळासमोर एका विस्तृत निवेदनपत्रात लेखबद्ध करून १९४४ ला सादर केली. या निवदेनपत्रालाच भारतीय शिक्षणाच्या इतिहासात चार वेगवेगळ्या नावांनी ओळखले जाते.

१. भारतातील युद्धोत्तर शैक्षणिक विकासाची योजना
२. केंद्रीय सल्लागार मंडळाचा अहवाल
३. सार्जंट योजना
४. सार्जंट अहवाल

या अहवालात शिक्षणाच्या समस्या आणि भविष्यकाळातील शिक्षणविषयक योजनांविषयी सविस्तर विचार केला होता. अहवालात पूर्वप्राथमिक, प्राथमिक, माध्यमिक व विद्यापीठीय शिक्षण अशा शिक्षणाच्या विविध स्तरांचा पद्धतशीर विचार केलेला आहे.

इंग्लंडप्रमाणेच भारतात शैक्षणिक विकास घडवून आणणे, पुढील आठ पंचवार्षिक योजनांमध्ये राष्ट्रीय शिक्षणाचा विकास घडवून आणणे, पहिल्या पंचवार्षिक योजनेत शिक्षण - प्रशिक्षण व नंतरच्या सात पंचवार्षिक योजनेत संपूर्ण भारतात शैक्षणिक बदल घडवणे हे या योजनेचे / अहवालाचे ध्येय होते.

राष्ट्रीय स्तरावर शिक्षणाची पुनर्रचना करून विकास साधणारी ही योजना होती. या योजनेत भारतातील पूर्वप्राथमिक, प्राथमिक, माध्यमिक,

विद्यापीठ, तांत्रिक, वाणिज्य, कला, प्रौढ, शिक्षक-प्रशिक्षण, शारीरिक व मानसिकदृष्ट्या दुर्बल मुलांचे शिक्षण, सेवायोजन संस्था इ. बाबींवर सखोल विचार करून प्रत्येकाच्या संदर्भात शिफारशी केलेल्या आहेत.

पूर्वप्राथमिक शिक्षण हे राष्ट्रीय शिक्षण योजनेचा अविभाज्य घटक असल्यामुळे या शिक्षणाची उत्तम व्यवस्था केली पाहिजे. नि:शुल्क कार्य करणाऱ्या व प्रशिक्षित स्त्री शिक्षकांच्या मार्फत शिक्षण द्यावे, शहरात शिशुशाळा व खेड्यात या शाळा कनिष्ठ मूलोद्योगी शाळेचा एक भाग म्हणून चालवाव्यात.

प्राथमिक शिक्षण हे मोफत व सक्तीचे असावे. कनिष्ठ व वरिष्ठ मूलोद्योग वयोगट असावा. दोन्ही स्तरांवर माध्यम मातृभाषा हेच असावे. परीक्षा घेणे, प्रमाणपत्र देणे कार्यशाळेमार्फत व्हावे, प्राथमिक शिक्षण सक्तीचे करण्यासाठी उपस्थिती अधिकारी नियुक्त करावेत. प्रशिक्षित शिक्षकांची संख्या वाढवावी.

माध्यमिक शिक्षणाचा कालावधी सहामाहीचा असावा. शिक्षणक्रम ११ ते १७ वयोगटासाठी असावा, ५०% विद्यार्थ्यांकडून शैक्षणिक शुल्क घेतले जावे. ५०% मोफत शिक्षण असावे, माध्यम मातृभाषा असावे व द्वितीय आवश्यक भाषा म्हणून इंग्रजीचे शिक्षण द्यावे. केवळ उच्च शिक्षणाची तयारी म्हणून हे शिक्षण न राहता ते व्यापक असावे. विद्यार्थी स्वतंत्रपणे एखादा व्यवसाय सुरू करू शकेल एवढी क्षमता अभ्यासक्रमात असावी. विद्‌वत् शाळा व तांत्रिक शाळा अशी विभागणी असावी.

माध्यमिक शाळांचे शिक्षक व विद्यार्थी यांचे प्रमाण १ : २० असावे.

तीन वर्षांचा पदवी अभ्यासक्रम असावा; इंटरमिजिएट बंद करून ११ चा वर्ग शाळेला व १२ वीचा वर्ग महाविद्यालयाला जोडण्यात यावा. प्रवेशाचे कडक नियम असावेत. १५ पैकी एका मुलाला उच्च शिक्षणासाठी प्रवेश असावा. शिक्षणाचा दर्जा वाढवावा, ट्युटोरिअल पद्धतींचा अवलंब करावा. संशोधनाच्या सुविधा द्याव्यात व भारतातील सर्व विद्यापीठात सारखेपणा आणण्यासाठी विद्यापीठ अनुदान आयोग असावे.

या अहवालामध्ये तांत्रिक, औद्योगिक, व्यावसायिक शिक्षण व हस्तकला याबाबतच्या शिफारशी केल्या आहेत. ज्युनिअर टेक्निकल किंवा औद्योगिक संस्था, व्यापारशाळा, टेक्निकल स्कूल, सिनिअर टेक्निकल इन्स्टिट्युट, विद्यापीठ टेक्निकल सेक्शन असावेत. तसेच अर्धवेळ शाळांची निर्मिती करण्यात यावी.

आवश्यक मनुष्यबळ निर्माण होण्यासाठी तांत्रिक व व्यावसायिक शिक्षणाला प्राधान्य दिले जावे असे सार्जंट अहवालात म्हटले आहे. मनुष्यबळ हे कुशल वस्त्रोद्योगी, मुख्य कार्यकारी आणि भविष्यकालीन संशोधक, कनिष्ठ श्रेणीतील कामगार, अर्धकुशल व अकुशल मजूर या प्रकारचे असावेत.

प्रौढ शिक्षणासंदर्भात अहवालात अनेक शिफारशी केल्या आहेत. लोकशाहीचे भवितव्य, देशातील शिक्षित लोकांवरच अवलंबून असते. म्हणून प्रौढ शिक्षणाचे महत्त्व स्पष्ट केले आहे. तांत्रिक-व्यावसायिक व सामान्य शिक्षणाचा समावेश असणारे एक वर्षाचे शिक्षण दहा ते चाळीस वयोगटातील अशिक्षितांना द्यावे. वाचन, लेखन, गणित, इतिहास, भूगोल, अर्थशास्त्र, नागरिकशास्त्राचे शिक्षण मनोरंजक पद्धतीने व सिनेमा, रेडिओ, नाट्य, दूरदर्शनच्या माध्यमातूनही द्यावे.

फिरत्या व नियमित वाचनालयांची सुविधा असावी. स्वयंसेवी संस्थांबरोबर राज्य शासनाने प्रयत्न करावेत. यासाठी काही निरीक्षक व संघटकांची नियुक्ती करावी. प्रौढ शिक्षणाची जबाबदारी त्याच्या प्रांतातील शिक्षण विभागांकडे सोपवावी. वेगवेगळ्या समित्या असाव्यात. सरकारी कार्यालये, केंद्रीय व स्थानिक कार्यालयातून कर्मचारी व सेवकवर्ग साक्षर करण्याकडे लक्ष द्यावे.

शिक्षक - प्रशिक्षणाची आवश्यकता व्यक्त करताना अहवालात म्हटले आहे की प्रशिक्षण संस्था निवासी असाव्यात. छात्राध्यापकांकडून कोणतेही शुल्क घेऊ नये त्या व्यवसायाकडे लोकांना आकर्षित करण्यासाठी पगार वाढवावे. प्रशिक्षणावर प्रात्यक्षिकांवर भर द्यावा, संशोधनकार्यास प्रोत्साहन द्यावे.

या बरोबरच अपंगांच्या, मनोदुर्बलांच्या, मूकबधिरांच्या वेगळ्या शाळा, त्यांचे प्रशिक्षण व या शिक्षणावरील खर्च या संदर्भात शिफारशी आहेत. प्रत्येक व्यक्तीचे आरोग्य महत्त्वाचे असल्याने मुलांच्या आरोग्यावर भर दिला आहे. शारीरिक शिक्षण - कवायती - दुपारचे जेवण सक्तीचे असावे, अशा सूचना केल्या आहेत.

विद्यार्थ्यांमध्ये सर्जनात्मक क्षमता व सामाजिक कार्याची आवड निर्माण व्हावी, समाजकल्याण खात्याची मदत, व्याख्याने, सेवायोजन कार्यालये व त्यावर शिक्षण विभागाचे नियंत्रण यासंदर्भात या सूचना आहेत.

प्रशासन - व्यवस्थापनाची कार्यक्षमता वाढवण्यासाठी अनेक शिफारशी

आहेत. प्रांतीय व राष्ट्रीय प्रशासनाने आर्थिक बाबतीत तारतम्य राखावे, संपूर्ण राज्याच्या शैक्षणिक विकासासाठी 'राज्य शिक्षण सल्लागार मंडळ' स्थापन करावे. शिक्षण क्षेत्रात स्थानिक सहभाग वाढवण्यासाठी शालेय व्यवस्थापन सभा, शालेय मंडळ, जिल्हा शिक्षणसमिती यांचे एकत्रीकरण करावे. केंद्र पातळीवर सक्षम शिक्षणाची गरज लक्षात घेऊन केंद्रीय शिक्षण सल्लागार मंडळाची व्याप्ती व कार्यक्षमता वाढवावी. राष्ट्रीय पातळीवर उच्चस्तरीय शैक्षणिक प्रशासन मंडळ स्थापन करावे. प्रांतामधील विद्यापीठे, उच्च शिक्षण या व्यतिरिक्त शिक्षणातील सर्वसामान्य प्रशासनास जबाबदार असणारे एक पद निर्माण करावे आणि तोच प्रांताचा 'सचिव' असावा. प्रशासकीय खर्चासाठी शिक्षणाच्या सर्व स्तरांवरील एकूण खर्चाच्या ५ टक्के रक्कम राखून ठेवावी.

सार्जंट अहवाल हा अनेक अर्थाने महत्त्वाचा आहे. या योजनेत अनेक त्रुटी असल्या तरी स्वातंत्र्य भरपूर आहेत. शिक्षणाची तत्कालीन वास्तविकता हा अहवाल तयार करताना लक्षात घेतलेली होती. त्यामुळे या अहवालाला वास्तवाचा आधारही होताच.

विद्यापीठ शिक्षण आयोग

राधाकृष्णन आयोग (१९४८-१९४९)

भारताला स्वातंत्र्य मिळाल्यानंतर भारतातील विद्यापीठांची, महाविद्यालयांची आणि विद्यार्थ्यांची संख्या दिवसेंदिवस वाढतच होती; परंतु या संख्यात्मक वाढीबरोबर या स्तरावरील शिक्षणाचा दर्जा घसरत चाललेला होता. या स्तरावर दिल्या जाणाऱ्या शिक्षणाबद्दल भारतीय लोक समाधानी नव्हते. समाजातील गरजा, समस्या सोडवण्यासाठी ज्ञानाचा वापर कौशल्याने कसा करावा याचे शिक्षण विद्यापीठातून मिळत नव्हते. त्यामुळे चांगले नेतृत्त्व आणि नागरिकत्त्व विकसित होत नव्हते. लोकशाही, समाजवादी जीवनपद्धती, उच्च शिक्षणातून निर्माण व्हावी अशी अपेक्षा होती. समाजाच्या गरजा विचारात घेऊन विद्यापीठ शिक्षणाची पुनर्रचना करण्यात यावी, अशी मागणी होऊ लागली. या मागणीतून आंतरविद्यापीठ शिक्षण मंडळ आणि केंद्रीय शिक्षण सल्लागार मंडळींनी भारत सरकारकडे विद्यापीठ शिक्षणाचा कसा विचार करता येईल, यासंबंधी विचार करण्यासाठी विद्यापीठ शिक्षण आयोग नेमण्याची मागणी केली. भारत सरकारने ही मागणी मान्य करून ४ नोव्हेंबर, १९४८ रोजी डॉ. सर्वपल्ली राधाकृष्णन यांच्या अध्यक्षतेखाली

विद्यापीठ शिक्षण आयोगाची स्थापन केली. डॉ. राधाकृष्णन या आयोगाचे अध्यक्ष असल्याने या आयोगाला 'राधाकृष्णन आयोग' असेही म्हणतात.

विद्यापीठ शिक्षणासंदर्भात सूचना, शिफारशी करण्यापूर्वी आयोगाने शिक्षणाची ध्येये निश्चित केली. प्रजासत्ताक गणतंत्र भारताच्या उभारणीमागील स्वातंत्र्य, समता, बंधुता आणि न्याय ही चार तत्त्वे आहेत. त्याचा आदर्श डोळ्यासमोर ठेवून आयोगाने विद्यापीठ शिक्षणाची उद्दिष्ट्ये निश्चित केली आहेत. त्यामध्ये प्रामुख्याने नेतृत्त्वाचा विकास, संस्कृती संक्रमण व संवर्धन, बौद्धिक विकास, आध्यात्मिक व नैतिक विकास, उपजत गुणांचा विकास, शारीरिक विकास, योग्य व्यक्तिमत्त्वाचा विकास, आंतरराष्ट्रीय सद्‌भावनेचा विकास, मूल्यांचा विकास अशा प्रकारच्या ६६ बाबींचा उल्लेख केला आहे. तसेच अभ्यासक्रमात आधुनिक विज्ञान तंत्रज्ञान व त्यामुळे झालेली प्रगती तसेच मागासवर्गीयांसाठी विशेष सहायता अशा प्रमुख बाबींचा त्यात समावेश आहे.

आयोगाच्या प्रमुख शिफारशी :

अध्यापकवर्गासंदर्भात सविस्तर मांडणी करून आयोगाने असे स्पष्ट केले आहे की, शिक्षकांजवळ आपल्या विषयाचे अपेक्षित एवढे ज्ञान नसल्यामुळे अध्यापनाचा दर्जा सातत्याने ढासळत आहे. शिक्षकांचे वेतन, सेवाशर्ती आकर्षक नाहीत. ग्रंथालय व संशोधनाच्या सुविधा पुरेशा प्रमाणात उपलब्ध नाहीत. शैक्षणिक सुविधांचा दर्जा सुधारण्यासाठी भविष्यनिर्वाह निधी, निवासाच्या सुविधा, अभ्यास-रजा, प्राध्यापक, प्रपाठक, अधिव्याख्याता व निर्देशक असे शिक्षकाचे चार स्तर असावेत अशा अनेक सूचना केल्या आहेत.

अध्यापनाचा दर्जा सुधारण्यासाठी प्रत्येक प्रांतांत पुरेशा साधनसामग्रीने सुसज्ज आणि पुरेसा कर्मचारीवर्ग असलेली महाविद्यालये स्थापन करावीत. पदवीपर्यंत विद्यार्थी उपस्थिती आवश्यक असावी व पदव्युत्तर स्तरावरील उपस्थिती ऐच्छिक असावी. बहि:स्थ परीक्षांना परवागनी द्यावी. नोकरीतील लोकांसाठी सायंकाळीन महाविद्यालयाचा प्रयोग राबवावा. अभ्यासक्रमामध्ये टोकाच्या विशेषीकरणात सुधारणेत वेळ न घालवता सामान्य शिक्षणाची सैद्धान्तिक व प्रात्यक्षिक बाजू यांची अभ्यासक्रमात प्रत्यक्ष अंमलबजावणी व्हावी. प्रत्येक क्षेत्रातील सामान्य शिक्षण व विशेष शिक्षण यांच्यात संबंध प्रास्थापिक केला जावा. याबरोबरच पदव्युत्तर शिक्षण आणि संशोधन,

व्यावसायिक शिक्षण, कृषी शिक्षण, वाणिज्य या विद्याशाखासंदर्भात काही शिफारशी केल्या आहेत. अध्यापन व्यवसाय, अभियांत्रिकी आणि तांत्रिक विधी वैद्यकशास्त्र आणि धार्मिक शिक्षणासंदर्भात महत्त्वपूर्ण शिफारशी केल्या आहेत.

शिक्षणाच्या माध्यमाबद्दल शिफारशी करतांना असे म्हटले आहे की, स्वतंत्र भारताची राष्ट्रभाषा समृद्ध करावी. त्यासाठी विविध मार्गांनी भारतीय भाषांमध्ये आलेल्या शब्दांचा वापर करावा. आंतरराष्ट्रीय तांत्रिक व वैज्ञानिक पारिभाषिक शब्दांचे भारतीयीकरण करून भारतीय भाषांच्या जडणघडणीनुसार फेरफार करून स्वीकारावेत. उच्च शिक्षणात यथासंकल्प भारतीय भाषांचा विचार करावा. राष्ट्रभाषा, प्रादेशिक भाषाविकासासाठी तातडीने प्रयत्न व्हावेत. वाढत्या ज्ञानाशी संपर्क राहावा म्हणून माध्यमिक शाळा आणि विद्यापीठात इंग्रजी विषय अभ्यासला जावा.

याबरोबरच परीक्षा पद्धतीतील उणिवा दूर करण्याचा प्रयत्न करावा. प्रत्येक विद्यापीठामध्ये कायम स्वरूपाचे पूर्णवेळ परीक्षक मंडळ असावे, अशी शिफारस आहे. विद्यार्थ्यांचे कल्याण, स्त्रियांचे शिक्षण, ग्रामीण विद्यापीठे यासंदर्भात महत्त्वपूर्ण शिफारशी आहेत.

विद्यापीठ शिक्षणाची जबाबदारी राज्य व केंद्र सरकारवरच आहे. विद्यापीठ वित्तव्यवस्था, विषयांची सुविधा, शिक्षणाचे राष्ट्रीय धोरण आणि प्रशासन या संदर्भात केंद्र शासनाने काळजी घ्यावी. विद्यापीठ संलग्न महाविद्यालयांची संख्या मर्यादित असावी. विद्यापीठ प्रशासनात अधिकार मंडळे असावीत अशा शिफारशी केल्या आहेत.

विद्यापीठ शिक्षण आयोग / राधाकृष्णन आयोग हा भारतीय शिक्षणाचा सर्वांगीण विचार करणारा एक विस्तृत दस्तऐवज मानला जातो. स्वातंत्र्योत्तर काळातील शिक्षणविषयक हा प्रथम अहवाल असल्याने त्याचे महत्त्व वेगळेच आहे. हा अहवाल ऑगस्ट, १९४९ मध्ये केंद्रीय शिक्षण सल्लागार मंडळासमोर सादर केला. एप्रिल १९५० मध्ये आयोगाच्या प्रमुख शिफारशी स्वीकारण्यात आल्या.

या आयोगाच्या शिफारशीच्या आंमलबजावणीमुळे स्वातंत्र्योत्तर भारतात उच्च शिक्षणाचा झपाट्याने प्रसार झाला. विद्यापीठ आयोगाची स्थापना, तीन वर्षाचा पदवी अभ्यासक्रम, उच्च शिक्षण संशोधनासाठी अनुदान, एन.सी.सी., एन.एस.एस. योजनांचे प्रारंभ, गुणवत्ताप्राप्त शिक्षण संस्थांची

स्थापना या विविध बाबींचा लाभ हा या आयोगाच्या शिफारशीची देणगी आहे. भारताच्या शैक्षणिक इतिहासात या आयोगाचे योगदान खूपच मोठे आहे.

माध्यमिक शिक्षण आयोग

(मुदलियार आयोग १९५२-५३)

माध्यमिक शिक्षण हा विद्यार्थ्यांच्या दृष्टीने एक महत्त्वपूर्ण टप्पा आहे. माध्यमिक शिक्षण हे जर सदोष असेल तर शिक्षणव्यवस्थेचा पायाचा डळमळीत होऊ शकतो. १८८१-८२ पासून माध्यमिक शिक्षणाचे सर्वांगीण परीक्षण न झाल्याने, माध्यमिक शिक्षणाची स्थिती सुधारण्यासाठी आणि माध्यमिक शिक्षणाचा सांगोपांग विचार करण्यासाठी भारत सरकारने डॉ. ए. एल. मुदलियार यांच्या अध्यक्षतेखाली माध्यमिक शिक्षण आयोगाची स्थापना केली. डॉ. मुदलियार हे अनुभवी शिक्षणतज्ज्ञ असून त्या वेळी मद्रास विद्यापीठाचे कुलगुरू होते. त्या वेळचे भारताचे शिक्षणमंत्री मौलाना आझाद यांच्या हस्ते या आयोगाचा ६ ऑक्टोबर, १९५२ रोजी प्रारंभ झाला. आयोगाने दौरे, प्रश्नावली यांच्या माध्यमातून माहिती गोळा केली व या संदर्भातील सविस्तर अहवाल २९ ऑगस्ट, १९५३ रोजी सरकारला सादर केला.

माध्यमिक शिक्षणाविषयी मत व्यक्त करताना आयोगाने असे स्पष्ट केले की, हे शिक्षण विद्यार्थी जीवनापासून पूर्णतः अलिप्त असून अभ्यासक्रम व अध्यापनपद्धती विद्यार्थ्यांच्या दृष्टीने उपयुक्त नाही. शिक्षण संकुचित व एकांगी असल्यामुळे विद्यार्थ्यांच्या विकासासाठी अपयशी ठरले आहे. इंग्रजीची सक्ती व इंग्रजी माध्यमामुळे अन्य विषयांकडे दुर्लक्ष होते. प्रतवत ओझे, साचेबंद अभ्यासक्रम व जीवनशून्य अध्यापनपद्धती प्रयोगशीलतेचे खच्चीकरण करते.

माध्यमिक शिक्षणाची ध्येये विशद करताना स्वातंत्र्यानंतर धर्मनिरपेक्ष लोकशाहीप्रणालीचा स्वीकार केल्यानंतर शिक्षणाची ध्येये पुन्हा नव्याने निश्चित करणे आवश्यक होते. या आयोगाने माध्यमिक शिक्षणाची ध्येये निश्चित करताना लोकशाही नागरिकत्त्वाचा विकास, व्यावसायिक कार्यक्षमतेचा विकास, व्यक्तिमत्त्वाचा विकास, नेतृत्त्वविकास इ. बाबींचा उल्लेख केला आहे.

माध्यमिक शिक्षणाचा नवीन आकृतीबंध

१. माध्यमिक शिक्षणाचा कालावधी सात वर्षांचा असावा.
२. ११-१७ वयोगटातील विद्यार्थ्यांना हे शिक्षण दिले जावे.
३. दोन स्तरांत हा विभागला जावा. अ) कनिष्ठ माध्यमिक स्तर ३ वर्ष. ब) उच्च माध्यमिक स्तर ४ वर्ष.
४. इंटरमिजिट बंद करून प्रथम वर्ष हायस्कूलला व द्वितीय वर्ष वरिष्ठ महाविद्यालयाला जोडावे.
५. बहुउद्देशीय शाळा स्थापन कराव्यात.
६. तंत्रशाळा कारखान्याजवळ / औद्योगिक केंद्राजवळ असाव्यात.
७. सार्वजनिक शाळा (Public School) वसतीगृहयुक्त शाळा स्थापन कराव्यात.
८. आवश्यकतेप्रमाणे मुले / मुली यांच्यासाठी स्वतंत्र व संयुक्त शाळा असाव्यात.
९. केंद्र व राज्य सरकारने गुणवत्तेच्या आधारावर मोफत छात्र शिष्यवृत्ती द्यावी.

या प्रकारच्या आकृतीबधानंतर शिक्षणाचे माध्यम मातृभाषा / प्रादेशिक भाषा असावे. किमान दोन भाषा शिकवल्या जाव्यात, सामाजिक शाळा, सामान्यज्ञान, गणित, कला, संगीत, व्यवसाय, शारीरिक शिक्षण याशिवाय गट करून कोणत्याही एका गटातील किमान तीन विषय घेण्यात यावेत, अशी शिफारस होती.

पाठ्यपुस्तकांचा दर्जा सुधारण्यासाठी आयोगाने असे सुचविले आहे की, उच्चाधिकारी असलेली पाठ्यपुस्तक समिती गठित केली जावी. ही समिती पूर्णतः स्वायत्त असावी. या समितीने कागद, छपाई, स्वरूप संदर्भात निकष तयार करावेत. कोणत्याही समाजाच्या, जातीधर्माच्या आड येणारी, मने दुखावणारी विधाने, मजकूर पुस्तकात असू नये.

अध्यापनाच्या गतिमान पद्धती वापरण्यात याव्यात. अध्यापन हे केवळ शाब्दिक अथवा पाठांतरावर भर देणारे असू नये. त्यात कृतीशील पद्धती, प्रकल्प पद्धती वापरावी. सामूहिक जीवन आणि सहकार्य वाढवण्यासाठी सामूहिक प्रकल्प पद्धतीस चालना द्यावी.

याबरोबरच ग्रंथालयातील समृद्धता व वापर, शिस्त आणि चारित्र्यनिर्मिती, अभ्यासपूरक कार्यक्रम, मार्गदर्शन व समुपदेशन, विद्यार्थ्यांचे शारीरिक कल्याणासाठी

आरोग्य शिक्षण, शारीरिक शिक्षण यांचा यथायोग्य समावेश असावा.

परीक्षापद्धती व मूल्यमापन पद्धती या संदर्भात तपशीलवार माहिती दिली आहे. अंतर्गत चाचण्या, शालेय नोंदी यांचा अंतिम परीक्षेसाठी उपयोग व्हावा. अंतर्गत व बाह्य परीक्षेमधील कामाचे मूल्यमापन व श्रेणी पद्धती आणि शालेय नोंदी ठेवण्यासाठी संख्यात्मक गुणदानाऐवजी सांकेतिक पद्धतीचा वापर केला जावा. माध्यमिक शिक्षणस्तराअखेरीस एकच सार्वजनिक परीक्षा घेण्यात यावी. अंतिम सार्वजनिक परीक्षेच्या वेळी विभागीय परीक्षापद्धतीचा अवलंब केला जावा अशा शिफारशी केल्या आहेत.

आयोगाने शिक्षकवर्गाचे महत्त्व विचारात घेतले आहे. शिक्षकांशी निगडित असणाऱ्या सर्व प्रश्नांचा उदा. शिक्षकांची भरती, शैक्षणिक पात्रता, सेवाशर्ती, सेवाशक्ती, सेवानिवृत्ती, सवलती, शिक्षणाच्या समस्यांचा बारकाईने अभ्यास करून त्या संदर्भात काही शिफारशी केल्या आहेत. सर्व प्रकारच्या शाळांमध्ये 'शिक्षक निवड व नेमणूक' यासाठी समान अशी प्रक्रिया असावी. समान शैक्षणिक पात्रता व समान स्वरूपाचे काम करणाऱ्या शिक्षकांसाठी समान वेतन श्रेणी असावी. शिक्षकांच्या मुलांना शालेय स्तरावरील संपूर्ण शिक्षण मोफत द्यावे, वैद्यकीय सेवा उपलब्ध असावी, प्रगत अभ्यासासाठी किंवा उच्च शिक्षणासाठी शिक्षकांना परदेशी जाण्याची संधी उपलब्ध करून द्यावी व खासगी शिकवण्यांची प्रथा बंद केली जावी अशा अनेक शिफारशी केल्या आहेत. शिक्षक प्रशिक्षणाविषयीसुद्धा शिफारशी आहेत. याव्यतिरिक्त प्रशासनाच्या समस्या, शाळांची तपासणी, व्यवस्थापन आणि शाळा मान्यतेच्याअटी, कामाचे तास आणि सुट्ट्या, सार्वजनिक सेवाभरती, वित्तव्यवस्था यांसारख्या महत्त्वपूर्ण घटकांवर सविस्तर विवेचन करून महत्त्वाच्या शिफारशी केल्या आहेत.

आयोगाने माध्यमिक शिक्षणाच्या सर्व बाबींचा सखोल अभ्यास करून शिफारशी केल्या आहेत. अनेकांनी याचे कौतुक केले आहे. या शिफारशीच्या अंमलबजावणीमुळे अनेक सुधारणात्मक बदल झाले आहेत. त्याचबरोबर यातील काही उणिवा लक्षात आणून दिल्या आहेत. उदा. शिफारशी अमलात आणण्यासाठी अल्प व दीर्घ मुदतीच्या योजना सुचवलेल्या नाहीत. आयोगाने स्त्रियांच्या शिक्षणाबद्दल, धार्मिक शिक्षणाबद्दल पुरेसा विचार केलेला दिसत नाही. तसेच माध्यमिक स्तरावर तीन भाषा, गाभाभूत विषय आणि तीन इतर विषयांचा अभ्यास विद्यार्थ्यांच्या दृष्टीने जड ठरणारा आहे.

असे असले तरी स्वातंत्र्योत्तर काळातील माध्यमिक शिक्षणाच्या प्रगतीचे बरेचसे श्रेय माध्यमिक शिक्षण आयोगाला आहे. यातील शिफारशी व्यवस्थित अमलात आणल्या गेल्या असत्या तर माध्यमिक शिक्षणाचे आजचे चित्र वेगळे दिसले असते.

भारतीय शिक्षण आयोग - कोठारी आयोग (१९६४-१९६६)

भारताच्या स्वातंत्र्यानंतर उच्च शिक्षण आणि माध्यमिक शिक्षणासंदर्भात अनुक्रमे १९४८-४९ डॉ. राधाकृष्णन यांच्या अध्यक्षतेखालील 'विद्यापीठ शिक्षण आयोग' आणि १९५२-५३ चा डॉ. मुदलियार यांच्या अध्यक्षतेखालील 'माध्यमिक शिक्षण आयोग' नियुक्त करण्यात आला. माध्यम - अभ्यासक्रम - परीक्षापद्धती या आणि इतर महत्त्वाच्या बाबीसंबंधी शिफारशी झाल्या व त्यांची अंमलबजावणीही झाली; परंतु संपूर्ण शिक्षणाचा एकसंध विचार करण्यासाठी भारतीय संविधानातील उद्दिष्ट्ये व समाजवादी रचनेची ध्येये समोर ठेवून संपूर्ण शिक्षणव्यवस्थेसंबंधी एक स्वंतत्र आयोग नियुक्त करण्याचे निश्चित झाले व त्यासाठी १९६४ मध्ये भारतीय शिक्षण आयोगाची अर्थात कोठारी आयोगाची नियुक्ती झाली.

शिक्षणाचे क्षेत्र व्यापक असल्याने त्याचा अभ्यास करण्यासाठी आयोगाने बारा अभ्यासगट आणि सात कार्यगट निश्चित केले. अभ्यासगटात शालेय शिक्षण, उच्चशिक्षण, तंत्र शिक्षण, कृषी शिक्षण, प्रौढ शिक्षण व दर्जा, विद्यार्थी कल्याण, नवीन तंत्रे व पद्धती मनुष्यबळ, शैक्षणिक प्रशासन, शैक्षणिक अर्थव्यवस्था यांचा समावेश केला तर, कार्यगटात महिलांचे शिक्षण, मागासवर्गीयांचे शिक्षण, शाळा इमारती, शाळा समूह संबंध, सांख्यिकी, पूर्व माध्यमिक शिक्षण व शालेय अभ्यासक्रम यांचा समावेश केला. विद्यापीठे, महाविद्यालये, विद्यालये, शिक्षक, विद्यार्थी, प्रशासक, शिक्षणतज्ज्ञ यांच्या भेटी, चर्चा, परिषदा अशा सुमारे ९००० व्यक्तींच्या मुलाखती घेतल्या. आंतरराष्ट्रीय ख्यातीचे विचारवंत, राष्ट्रपती, उपराष्ट्रपती, पंतप्रधान, शिक्षण मंत्री, अधिकारी, कार्यकर्ते, पत्रकार अनेक राष्ट्रीय स्तरावरील संस्था अशा विविध स्तरांवरील लोकांच्या, संस्थांच्या सहकार्याने आयोगाने शिक्षणविषयक प्रश्नांचा अहवाल तेव्हाचे शिक्षणमंत्री एम. सी. छगला यांच्या समोर २९ जून, १९६६ रोजी मांडला. अहवालास 'शिक्षण व राष्ट्रीय विकास' असे नाव देण्यात आले. या शिक्षण आयोगाचे अध्यक्ष डॉ. डी. एस. कोठारी असल्याने या आयोगाला डॉ. कोठारी आयोग असेही म्हणतात.

या आयोगाचा अहवाल एकूण चार विभागांत विभागलेला आहे.

विभाग पहिला : सामान्य समस्या

प्रकरण १ : शिक्षण व राष्ट्रीय उद्दिष्टे

प्रकरण ३ : शिक्षण दर्जा

प्रकरण ४ : शिक्षक प्रशिक्षण

विभाग दुसरा : विविध स्तरांवरील व विविध क्षेत्रांतील शिक्षण

प्रकरण ७ : शालेय शिक्षण : विस्ताराच्या समस्या

प्रकरण ८ : शालेय अभ्यासक्रम

प्रकरण १७ : प्रौढ शिक्षण

विभाग तिसरा : अंमलबजावणी (कार्यवाही)

विभाग चौथा : पुरवणी कागदपत्रे

या विभागात पुरवणी सारांश, नऊ परिशिष्टे आणि आयोगाच्या महत्त्वपूर्ण सूचना आणि शिफारशीचा समावेश आहे.

कोठारी आयोगाने शिक्षणाच्या प्रत्येक स्तराचा सूक्ष्म अभ्यास करून त्याचा विकास साधण्यासाठी महत्त्वाच्या शिफारशी केलेल्या आहेत. कोठारी आयोगाच्या अभ्यासकांनी या अहवालास 'शिक्षणातील क्रांती' किंवा 'ऐतिहासिक दस्तऐवज' असे गौरवले आहे. डॉ. एस. सी. छगला, तेव्हाचे शिक्षणमंत्री यांनी शिक्षणाचा सर्व बाजूंनी विचार करणारा हा देशातील पहिला आणि

अद्वितीय अहवाल' असे वर्णन केले आहे. तसेच अनेकांनी या अहवालास, 'एक धाडसी आणि प्रसंगोचित अहवाल' 'शिक्षणाची नवी योजना, क्रांतिकारी योजना' असे संबोधून त्याचे स्वागत केले आहे. विविध राज्यांनी या अहवालाचे केवळ स्वागत केले नसून त्याची अंमलबजावणी केली आहे.

आयोगाने सांगितलेली उदिष्ट्ये ही राष्ट्रीय विकासास पोषक आहेत. भारताला विकसित देशाबरोबर आणण्यासाठी उत्पादनक्षमतेचे व आधुनिकीकरणाचे उद्दिष्ट कालसुसंगत आहे. आयोगाने शिक्षणाच्या पुनर्रचनेची शिफारस करून शिक्षणाचा राष्ट्रीय विकासाशी संबंध प्रस्थापित करण्याचा प्रयत्न केला आहे. शिक्षणाच्या प्रत्येक स्तरावर गुणात्मक सुधारणेसंदर्भात उपाय सुचविले आहेत. विज्ञान शिक्षण आणि व्यावसायिकीकरणाला प्राधान्य दिले आहे. शाळासमूह निर्मिती, मूल्यमापनाची नवी योजना, अर्धवेळ शिक्षणाची तरतूद, शिक्षणाचा स्थानिक समाजाशी संबंध, राष्ट्रविकासासाठी प्रज्ञाशोध, निवडक प्रवेशप्रक्रिया, शैक्षणिक संधीची समानता, राष्ट्रीय शिक्षण कायद्याची शिफारस, राष्ट्रीय शालेय शिक्षण मंडळाची निर्मिती, १०+२+३ आकृतीबंध, शिक्षकांसाठी चांगल्या वेतनश्रेणी, कृषी विद्यापीठाची निर्मिती, महाविद्यालयांना स्वायत्तता, समृद्धअभ्यासक्रम, स्वायत्त पाठ्यपुस्तक मंडळाची निर्मिती, शिक्षणासाठी जादा आर्थिक गुंवतणूक, सुधारित त्रिभाषा सूत्र, शालेय स्तरावर कार्यानुभव व समाजसेवा विषयाचा अभ्यासक्रमात समावेश, प्राप्त सुविधांचा जाणीवपूर्वक उपयोग, मागास व अपंग विद्यार्थ्यांसाठी शिक्षण सुविधा ही या आयोगाची महत्त्वपूर्ण वैशिष्ट्ये आहेत. या आयोगाने केलेल्या शिफारशीवर देशभर चर्चा झाली. या शिफारशीनुसार भारताने पहिले शैक्षणिक धोरण १९६८ मध्ये प्रसिद्ध केले. आयोगाच्या काही शिफारशी ताबडतोब कार्यवाहीत आणल्या गेल्या, तर काही शिफारशी अजूनही अमलात आणण्याचा प्रयत्न केला जात आहे.

शिक्षणाचा नवीन आकृतीबंध, उच्च माध्यमिक शिक्षणाचे व्यावसायिकीकरण, कार्यानुभव, समाजसेवा विषयांचा शालेय अभ्यासक्रमात समावेश, पुस्तकपेढी योजना, शिक्षकांचे सुधारित वेतन, राष्ट्रीय शिक्षण संस्था, कृषी विद्यापीठ स्थापना, त्रिभाषा सूत्र, दुर्बलांचे शिक्षण, स्त्री शिक्षण, शिक्षणाचे राष्ट्रीय धोरण, संस्थांना स्वायत्तता या प्रमुख शिफारशी अमलात आणल्या आहेत, तर सर्व स्तरावर शिष्यवृत्त्यांची वाढ, प्रौढ शिक्षणाचा दर्जा, विज्ञान शिक्षण आणि संशोधन या संदर्भातील शिफारशी अंशत:

अमलात आणल्या गेल्या आहेत. काही शिफारशी आर्थिक कारणामुळे सरकारने अमलात आणल्या नाहीत.

या अहवालावर अनेकांनी सकारात्मक प्रतिक्रिया नोंदवल्या असल्या तरी एम. एन. आचार्य यांनी या अहवालास 'मूलोद्योगी शिक्षणाचे मृत्युपत्र' असे म्हटले आहे. काहींच्या मते हा 'गोंधळात टाकणारा अहवाल' आहे. काहींनी प्राथमिक शिक्षण, कार्यानुभव या संदर्भात अधिक स्पष्टीकरणाची अपेक्षा केली आहे. उच्च शिक्षणास प्रमाणाबाहेर महत्त्व दिल्याचे अभिप्राय नोंदवले आहेत.

डॉ. कोठारी आयोगासंबंधी अशा स्वरूपाच्या काही किरकोळ मर्यादा व्यक्त करण्यात आल्या असल्या तरी या आयोगाचे भारतीय शिक्षणाच्या विकासाच्या दृष्टीने महत्त्व मोठे आहे. या आयोगाची स्थापना म्हणजे देशाच्या-शिक्षणाच्या प्रगतीच्या दृष्टीने उचललेले योग्य असे पाऊल आहे. 'देशाचे भवितव्य शाळेतील वर्गावर्गातून आकार घेत आहे,' हे कोठारी आयोगाचे विधान भारतीय समाजाच्या दृष्टिकोनात बदल घडवणारे आहे. अर्थात, सध्याच्या जागतिक उदारीकरणाच्या काळातील शिक्षण आणि गोरगरिबांच्या शिक्षणासंदर्भात होणारी फरपट आणि शाळाप्रवेशाची समस्या इ. संदर्भात भविष्यकालीन धोरण ठरवण्यासाठी पुढचे प्रयत्न आवश्यक आहेत.

राष्ट्रीय शैक्षणिक धोरण (१९८६)

इ.स. १९६८ चे शैक्षणिक धोरण महत्त्वपूर्ण असले तरी त्याची अंमलबजावणी करताना सर्वच बाबी साध्य होऊ शकल्या नाहीत. त्यामुळे हे धोरण पाहिजे तसे यशस्वी होऊ शकले नाही. बदलत्या परिस्थितीत आर्थिक आणि तांत्रिक क्षेत्रात अधिक प्रगती साधण्यासाठी आणि सामाजिक व आर्थिक समता प्रस्थापित होण्यासाठी आपल्या देशाला एका नव्या शैक्षणिक धोरणाची गरज होती. त्या वेळचे भारताचे पंतप्रधान राजीव गांधी यांनी ५ जानेवारी, १९८५ रोजी राष्ट्राला उद्देशून केलेल्या भाषणात नवीन सक्षम राष्ट्रीय शैक्षणिक धोरण देशाला देण्याचे वचन दिले. त्यासाठी त्यांनी २० ऑगस्ट, १९८५ मध्ये 'शैक्षणिक आव्हान : एक धोरणात्मक यथार्थ दर्शन' हा अहवाल प्रसिद्ध केला. हा अहवाल चार भागांमध्ये विभागलेला होता.

१. शिक्षण समाज आणि विकास

२. शैक्षणिक विकासाचे विहंगमावलोकन

३. समीक्षणात्मक मूल्यमापन

४. शैक्षणिक पुर्नरचनाविषयक दृष्टिकोन

या मुद्द्यांवर राष्ट्रीय स्तरावर विविध पद्धतीतून विचारमंथन करण्यात आले. यासंदर्भात महाराष्ट्र राज्यात स्वतंत्र परिसंवादाचेही आयोजन करण्यात आले होते. विविध राज्यांतही अनेक उपक्रम राबवण्यात आले. दिल्ली येथील विज्ञान भवनात २९ ऑगस्ट, १९८५ मध्ये विविध राज्ये-केंद्रशासित प्रदेशातील शिक्षणमंत्र्यांच्या परिषदेत राजीव गांधी यांनी नवीन शैक्षणिक धोरणाबाबतीत अपेक्षा व्यक्त करताना म्हटले होते, शिक्षण हा मानवी विकासाचा केंद्रबिंदू आहे. शिक्षणपद्धती अमलात येण्यासाठी बराचसा कालावधी लागतो. त्यामुळे वेगाने पावले उचलली पाहिजेत. लोकसंख्या म्हणजे समस्या नसून एक उत्पादकशक्ती आहे व ती एक जमेची बाजू आहे, असा विचार झाला पाहिजे. शिक्षणपद्धतीतून राष्ट्रीय चारित्र्य घडविले पाहिजे. राष्ट्रीय भावना बलवत्तर केली पाहिजे. आपली परंपरा व संस्कृती यांची जोपासना केली पाहिजे.

राष्ट्रीय विकास परिषद आणि केंद्रीय शिक्षण सल्लागार मंडळाच्या बैठकीतही चर्चा झाली. या सर्व घटकांचा आढावा घेऊन व सूचनांचा विचार करून राष्ट्रीय शैक्षणिक धोरण १९८६ चा मसुदा मे, १९८६ रोजी संसदेत सादर करण्यात आला. ८मे, व ३मे, १९८६ रोजी अनुक्रमे लोकसभा आणि राज्यसभेत या धोरणास मान्यता दिली. या शैक्षणिक धोरणांची १) शैक्षणिक आव्हान २) राष्ट्रीय शैक्षणिक धोरण १९८६ (१२ विभाग, १५७ परिच्छेद) आणि ३) राष्ट्रीय शैक्षणिक धोरण १९८६ कृतिकार्यक्रम (२४ विभाग व ५११ परिच्छेद) या महत्त्वपूर्ण दस्तऐवजामध्ये सविस्तर चर्चा करण्यात आलेली आहे.

उदिष्ट्ये :

१. शारीरिक, मानसिक, बौद्धिक व सौंदर्यदृष्टीचा व्यक्तिमत्त्वविकासासाठी प्रयत्न करणे.
२. वैज्ञानिक दृष्टिकोन व लोकशाही वृत्तीची जोपासना करणे.
३. अपरिचित परिस्थितीला तोंड देण्यासाठी आत्मविश्वास निर्माण करणे.
४. भौतिक, सामाजिक, तांत्रिक, सांस्कृतिक व आर्थिक परिस्थितीची जाणीव निर्माण करणे.
५. सर्वधर्मसमभाव व सामाजिक न्यायाची तत्त्वे अंगी बाणविणे.

६. श्रमप्रतिष्ठेबाबत निरोगी मन तयार करणे.
७. राष्ट्रीयत्त्वाची भावना व राष्ट्रसन्मानाकरिता स्वत:ला वाहून घेण्याची भावना राष्ट्रविकासाच्या दृष्टीने तयार करणे.
८. आंतरराष्ट्रीय सामंजस्यासाठी विद्यार्थ्यांची मनोधारणा निर्माण करणे.
९. नैतिक मूल्यांची जोपासना करणे.

इ. स. १९६८ च्या धोरणानुसारच १९८६ च्या शैक्षणिक धोरणाची मांडणी आहे. सर्वांना समान संधी व सर्वांसाठी शिक्षणाचा समान आकृतीबंध सुचवण्यात आला आहे. १०+२+३ चा आकृतीबंधाचा पुरस्कार करण्यात आला आहे. पहिल्या दहा वर्षाचे ५+३+२ (प्राथमिक + उच्च प्राथमिक + माध्यमिक असा आकृतिबंध आहे) संपूर्ण देशात समान राष्ट्रीय अभ्यासक्रम असेल, त्यामध्ये गरजेनुसार लवचिकता ठेवता येईल. परंतु यातील गाभाघटकांना प्रोत्साहन देणे आवश्यक आहे. हे गाभाघटक स्वातंत्र्यलढ्याचा इतिहास, घटनेतील राष्ट्रीयत्त्व, कायदेशीर तरतुदींचा अंतर्भाव आणि सांस्कृतिक वारसा, लोकशाही, सर्वधर्मसमभाव, स्त्री-पुरुष समानता, पर्यावरणाचे महत्त्व, सामाजिक एकता, छोटे कुटुंब आणि वैज्ञानिक दृष्टिकोन असे आहेत.

शिक्षणाची समानसंधी व समानतेकरिता शिक्षण या राष्ट्रीय शैक्षणिक धोरणानुसार वर्गीकृत जाती-जमाती, स्त्रिया, अल्पसंख्याक व अपंग यांना विषमता दूर करण्यासाठी समान संधी दिली जावी यावर भर देण्यात आला आहे. प्रौढ शिक्षणाचाही विचार केला आहे. ज्यांना आजपर्यंत समानता नाकारण्यात आली होती, त्यांच्या विशिष्ट गरजांकडे लक्ष देण्यात आले आहे.

याही धोरणात १९६८ प्रमाणेच राष्ट्रीय उत्पन्नाच्या ६% शिक्षणातील गुंतवणूक असावी या धोरणाचा पाठपुरावा केलेला आहे. तसेच शिक्षणाचा भूतकाळ व भविष्यकाळ यात मेळ, राष्ट्रीय साधनसंपत्तीचा योग्य विकास व वापर, समाजाभिमुख शिक्षणपद्धती, आरोग्य-शारीरिक शिक्षण, कार्यानुभव, कलाशिक्षण, दहा गाभाभूत घटक, तांत्रिक व व्यवस्थापकीयविषयक शिक्षण, बालसंगोपन, मुक्त विद्यापीठे आणि दूरशिक्षण, ग्रामीण विद्यापीठे इत्यादींचा घटकांचा सविस्तर विचार करण्यात आला आहे.

या शैक्षणिक धोरणामध्ये काही नावीन्यपूर्ण बाबींचा समावेश केला आहे. यामध्ये खडू-फळा मोहीम, नवोदय विद्यालये, राष्ट्रीय अभ्यासक्रम, मनुष्यबळाचे नियोजन, शिक्षकांची भूमिका या घटकांचा यथोचित समावेश केला आहे.

१९८६ चे राष्ट्रीय शैक्षणिक धोरण, १९६८ च्या शैक्षणिक धोरणावर आधारलेले असल्यामुळे पूर्वीच्या बाबी यशस्वी होऊ शकल्या नाहीत. त्यांची तसेच बदलत्या काळात निर्माण झालेली नवी आव्हानेसुद्धा स्वीकारलेली आहेत. शिक्षण ही केंद्र व राज्य या दोघांचीही जबाबदारी आहे; परंतु या आयोगात केंद्र सरकारने जास्त जबाबदारी स्वीकारावी असेही म्हटले आहे. राष्ट्रीय उद्दिष्टांप्रमाणे अभ्यासक्रम बदलले पाहिजे, शिक्षक प्रशिक्षणाचा अभ्यासक्रम व पद्धतीत व्यापक बदल सुचविले आहेत. शिक्षक प्रशिक्षण प्रक्रियेचा कणा असला तरी त्यासाठी आवश्यक साधनसामग्रीचा पाठपुरावा केला जाणे गरजेचे आहे. त्यासाठी शिफारशी आहेत. सेवाशर्ती, शिक्षणभरती, शिक्षक संघटना या बाबींवर ही लक्ष दिले आहे. तसेच शिक्षकांनी आपल्या पेशाचे महत्त्व विचारात घेऊन नैतिक मूल्यांचे पालन योग्य पद्धतीने करावे, हेसुद्धा स्पष्ट केले आहे.

आयोगाने शिक्षणात खासगी व्यवस्थापनालाही महत्त्व दिले आहे. पदवी आणि नोकरी यांचे नाते संपुष्टात आणण्याची भूमिका घेतली आहे. हुशार मुलांसाठी नवोदय विद्यालयाच्या कल्पनेतून गरीब-श्रीमंत भेद काही प्रमाणात दूर करण्याचे प्रयत्न केले आहेत. भारतीय शिक्षणपद्धती राबवण्यासाठी त्याचा उपयोग होईल. कोठारी आयोगाने सुचविलेली 'परिसर शाळा योजना', 'पब्लिक स्कूल' यांचा मात्र या अहवालात उल्लेख नाही. सर्वार्थाने समृद्ध अशा या शैक्षणिक धोरणाचे प्रत्यक्षात रूपांतर होण्यासाठी त्याची अंमलबजावणी होण्यासाठी सर्व स्तरांवर प्रयत्न होणे आवश्यक आहे.

सुधारित राष्ट्रीय शैक्षणिक धोरण (१९९२)

१९८६ च्या धोरणामध्येच असे सूचित करण्यात आले होते की, दर पाच वर्षांनी राष्ट्रीय शैक्षणिक धोरणाच्या कार्यवाहीचे आणि परिणामाचे पुनरावलोकन केले जावे. त्यानुसार ७ मे, १९९० रोजी राष्ट्रीय शैक्षणिक धोरणाची समीक्षा करण्यासाठी भारत सरकारने आचार्य राममूर्ती यांच्या अध्यक्षतेखाली एक समिती नेमली. या समितीने आपला अहवाल २६ डिसेंबर, १९९० रोजी सादर केला. मार्च १९९१ मध्ये या अहवालावर विचार करण्यासाठी केंद्रीय शिक्षण सल्लागार मंडळाच्या अध्यक्षांनी एन. जनार्दन रेड्डी यांच्या अध्यक्षतेखाली एक समिती नेमली. जनार्दन रेड्डी समितीने आपला अहवाल १९९२ मध्ये सादर केला. राममूर्ती पुनरावलोकन समिती आणि जनार्दन रेड्डी समिती यांनी १९८६ च्या राष्ट्रीय शैक्षणिक

धोरणाच्या संदर्भात भूमिका मांडली. नंतर १९८६ च्या मूळ राष्ट्रीय शैक्षणिक धोरणाचे परिणामाचे पुनरावलोकन करून, आवश्यक ते बदल करून १९९२ चे सुधारित राष्ट्रीय धोरण ७ मे, १९९२ मध्ये संसदेच्या दोन्ही सभागृहांसमोर मान्यतेसाठी ठेवण्यात आले.

समाजाच्या गरजांनुसार विविध प्रकारचे आणि आवश्यक त्या प्रमाणात मनुष्यबळ पुरवण्यासाठी निरंतर कौशल्य विकास ही विकास कार्यक्रमातील एक कठीण बाब आहे. त्यासाठी रोजगार, स्वयंरोजगार आणि गरज-आवड यावर आधारित व्यावसायिक व कौशल्य प्रधान प्रशिक्षण कार्यक्रमांच्या संघटनांवर विशेष भर देणे आवश्यक आहे. तसेच प्रशासकीय न्यायाधिकरणाच्या धर्तीवर राष्ट्रीय व राज्य स्तरावरील शैक्षणिक न्यायाधिकरणाची स्थापना करण्यात यावी या मजकुराचा नवीन परिच्छेद समाविष्ट करण्यात आला आहे.

त्याशिवाय इतर महत्त्वाच्या परिच्छेदांमध्ये खालीलप्रमाणे बदल केले आहेत. परिच्छेद ३.३ : संपूर्ण देशभरात + २ स्तर हा शालेय शिक्षणाचा एक अविभाज्य भाग म्हणून स्वीकारण्याच्या दृष्टीने प्रयत्न होतील.

परिच्छेद ४.५अनुसूचित जातीच्या शैक्षणिक सुविधांमध्ये विस्तार करण्यासाठी जवाहर रोजगार योजनेच्या सुविधांचा वापर करण्यात यावा.

परिच्छेद ५.१२ : एकविसाव्या शतकात प्रवेश करण्यापूर्वी १४ वर्षे वयापर्यंतच्या सर्व मुलांना समाधानकारक गुणवत्तेचे, मोफत आणि सक्तीचे शिक्षण उपलब्ध होईल याची खात्री करून घेतली जाईल. या ध्येयाच्या पूर्ततेसाठी एक राष्ट्रीय चळवळ हाती घेण्यात येईल.

परिच्छेद ५.१३ : विद्यार्थ्याला उदयोन्मुख तंत्रज्ञान संपन्न युगाला सामोरे जाता यावे यासाठी शक्य तितक्या माध्यमिक शाळांमध्ये संगणकीय शिक्षणाची सुविधा उपलब्ध करून दिली जाईल.

परिच्छेद ५.२३ : सन १९९५ पर्यंत १०% विद्यार्थी उच्च माध्यमिक व्यावसायिक अभ्यासक्रम पूर्ण करतील व सन २००० पर्यंत २५% विद्यार्थी हा अभ्यासक्रम पूर्ण करतील

परिच्छेद ५.३५ : संस्कृत व अन्य प्राचीन भाषेचा अभ्यास आणि संशोधन सुविधा उपलब्ध करून त्यामध्ये आवश्यक बदल करण्यासाठी एक स्वायत्त आयोग स्थापन करण्यात यावा.

परिच्छेद ५.३६ : सन १९८५ मध्ये स्थापन झालेले इंदिरा गांधी

राष्ट्रीय मुक्त विद्यापीठ अधिकाधिक समृद्ध केले जाईल आणि सर्व राज्यांमध्ये अशी मुक्त विद्यापीठे स्थापन करण्यासाठी हे विद्यापीठ सहकार्य करेल.

परिच्छेद ५.३७ : राष्ट्रीय मुक्त विद्यापीठ अधिक समृद्ध करून देशातील माध्यमिक स्तरावर मुक्त अध्यापनव्यवस्था क्रमश: विस्तारित केली जाईल.

परिच्छेद ६.१२ : सामुदायिक तंत्रनिकेतनाची गुणवत्ता व विकास याला प्राधान्य देण्यात येईल.

परिच्छेद ६.१९ : अखिल भारतीय तंत्रशिक्षण परिषद अधिक बलशाली करावी. राज्य सरकार व तांत्रिक शिक्षण सेवा यांच्या सहभागातून विकेंद्रित स्वरूपात कार्य व्हावे.

परिच्छेद ११.४ : आठव्या पंचवार्षिक योजनेमध्ये शिक्षणावर राष्ट्रीय उत्पन्नाच्या ६% खर्च करावा आणि त्यापुढेही सातत्याने इतका खर्च करण्यात यावा.

धोरणाच्या कार्यवाहीसाठी - शैक्षणिक प्रशासन व नियोजनात शिक्षणतज्ज्ञांचा सहभाग, शैक्षणिक प्रशासन व पर्यवेक्षण, राष्ट्रीय स्तरावरील संस्थांचे पुनरावलोकन प्रौढ शिक्षण कार्यक्रमाचे मूल्यमापन रचनात्मक करण्यावर अधिक भर, उच्च शिक्षणावर होणारा खर्च आणि वित्तव्यवस्था इ. संदर्भात शिफारशी करण्यात आल्या आहेत.

कार्यवाहीसाठी कृतिकार्यक्रम :

१. कृतीकार्यक्रमामध्ये शैक्षणिक प्रशासनासंबंधीच्या सुधारणांवर अधिक भर देण्यात आला. अनियोजित, निकृष्ट दर्जाच्या शैक्षणिक संस्थांची संख्यात्मक वाढ रोखण्याचा प्रयत्न केला आहे. प्रत्येक राज्यात कृतिकार्यक्रम शीघ्र गतीने लागू करण्यासाठी प्रत्येक राज्यात चार विभागीय कार्यशाळांचे आयोजन करण्यात आले.

२. सक्तीचे प्राथमिक शिक्षण यशस्वी करण्यासाठी युद्धपातळीवर प्रयत्न केले जावेत. शैक्षणिकदृष्ट्या मागासलेल्या जिल्ह्यांमध्ये शिक्षणाचा प्रसार करण्यासाठी जिल्ह्याची लोकसंख्या लक्षात घेऊन योजना आखल्या पाहिजेत. महिलांची साक्षरता वाढवण्यासाठी जिल्हावार योजना करण्यात यावी आणि खडू-फळा मोहीम सुधारित करून शालेय सुविधांमध्ये सुधारणा केल्या जाव्यात.

३. कृतीकार्यक्रमांमध्ये मुलींच्या शिक्षणावर विशेष लक्ष केंद्रित करण्यात

आले आहे. शिक्षणाच्या विविध स्तरावर विज्ञान, व्यवसाय, तांत्रिक, वाणिज्य इ. क्षेत्रामध्ये मुलींचा सहभाग वाढविण्यावर जोर दिला आहे.

४. या कृतिकार्यक्रमात शिक्षणात आणि स्त्री शिक्षणात समानता आणण्यासाठी शिक्षणपद्धतीत नावीन्य आणण्यावर भर दिला आहे.

५. संपूर्ण साक्षरतेच्या यशस्वीतेसाठी प्राथमिक शिक्षण, अनौपचारिक शिक्षण आणि प्रौढ शिक्षण या तिन्ही मार्गांचा अवलंब केला आहे.

६. या कृतीकार्यक्रमात वर्गातील विद्यार्थी संख्या आणि तिची उपस्थिती टिकविण्यावर विशेष भर दिला आहे. मुली आणि वंचित घटकांचे शिक्षण होण्यासाठी प्रयत्न योजिले आहेत. शिक्षकांचे सेवापूर्व व सेवांतर्गत प्रशिक्षण, शाळेच्या उत्पादकतेवर भर दिला आहे. शिशुसंगोपन, पोषक आहार या गोष्टी विचारात घेतल्या आहेत.

७. सुधारित राष्ट्रीय शैक्षणिक धोरणात मूल्यशिक्षणासाठी आणि राष्ट्रीय, धर्मनिरपेक्ष व मानवी दृष्टिकोन विकसित करण्यासाठी शालेय पाठ्यपुस्तके महत्त्वपूर्ण साधन आहे हे मान्य केले आहे. जून, १९९१ मध्ये पाठ्यपुस्तकांचे पुनरावलोकन करण्यासाठी राष्ट्रीय संचालन समितीही नियुक्त केली गेली होती. तसेच फेब्रुवारी, १९९३ मध्ये विविध राज्यांतील शिक्षणमंत्र्यांचे एक शिक्षणविषयक संमेलन आयोजित करण्यात आले होते. या संमेलनात पाठ्यपुस्तकाचे पुनरावलोकन हा प्रमुख विषय होता.

सुधारित राष्ट्रीय धोरणाची अंमलबजावणी होत असली तरी शिक्षणातील असमानता आणि त्यातील अंतर्विरोध यामुळे सध्याच्या शिक्षणपद्धतीत संघर्ष निर्माण झाला आहे. अनेक ठिकाणी प्रौढ शिक्षण योजना फारशी उपयुक्त न ठरता कागदावरच राहिली आहे. शिक्षणाच्या सर्व स्तरांवर आणि संपूर्ण देशभर राष्ट्रीय शैक्षणिक धोरण अधिक प्रभावी होणे आवश्यक आहे.

राष्ट्रीय शैक्षणिक धोरण : २००१

राष्ट्रीय पंचवार्षिक योजनेत (१९९७-२००२) राष्ट्रीय शैक्षणिक धोरणाकडे शासनाने गांभीर्याने पाहावे, असे सूचित करण्यात आल होते. सन १९८६ नंतर देशाच्या जीवनात झालेले बदल, सामाजिक गरजा, ज्ञानाचा स्फोट, विज्ञान तंत्रज्ञानातील प्रगती, जागतिकीकरण, खासगीकरण व उदारीकरणामुळे निर्माण झालेली नवी आव्हाने या सर्व बाबींच्या संदर्भात शिक्षणाचा पुनर्विचार करणे शक्य होते. त्यातून पुन्हा राष्ट्रीय शैक्षणिक धोरणात त्यानुसार अभ्यासक्रमात अनुकूल सुधारणा करण्याची गरज निर्माण झाली. या सर्व घटकांचा विचार

करून शालेय शिक्षण आणि विद्यापीठीय स्तरावरील अभ्यासक्रम सुधारित करण्याची प्रक्रिया सुरू झाली.

सन १९९२ मध्ये मूळच्या राष्ट्रीय शैक्षणिक धोरणात काही सुधारणा करण्यात आल्या. नंतर १९९७ मध्ये प्रा. अर्जुन देव यांच्या अध्यक्षतेखाली एक समिती नेमण्यात आली पण त्यातून भरीव असे काही झाले नाही. म्हणून १९९९ मध्ये राष्ट्रीय शैक्षणिक संशोधन व प्रशिक्षण परिषदेचे संचालक प्रा. जे. एस. रजपूत यांच्या अध्यक्षतेखाली एका समितीचे पुनर्गठन करण्यात आले. या समितीने राष्ट्रीय स्तरावरील विविध शैक्षणिक संस्थांकडे प्रपत्र पाठवून मते संग्रहित केली. त्यावर आधारित जानेवारी, २००० मध्ये 'नॅशनल करिक्यूलम फ्रेमवर्क फॉर स्कुल एज्युकेशन-ए डिस्कशन डॉक्यूमेंट' प्रसिद्ध केले. यामध्ये प्रा. यशपाल, प्रा. एम. मुखोपाध्याय आणि इतर मान्यवरांचा समावेश होता. हे अभ्यासक्रम प्रारूप राजकीय नेते, शिक्षणमंत्री नामांकित शिक्षणसंस्था, शिक्षणतज्ज्ञ यांच्या विचारार्थ पाठविण्यात आले. राष्ट्रीय, राज्यपाळीवर चर्चा परिसंवाद झाले व प्रदीर्घ चर्चेनंतर यावरील आक्षेप व समर्थन यांचा विचार करून एन. सी. ई. आर. टी. नॅशनल करिक्यूलम फ्रेमवर्क फॉर स्कूल एज्युकेशन असे राष्ट्रीय शैक्षणिक धोरण व अभ्यासक्रमाचे स्वरूप निश्चित केले. यामध्ये उच्च माध्यमिक शिक्षणाचाही समावेश आहे. २००१ मध्ये हा अभ्यासक्रम पुनर्मुद्रित करण्यात आला. सन १९८८ च्या प्राथमिक, माध्यमिक, उच्च माध्यमिक स्तरावरील राष्ट्रीय शैक्षणिक धोरणाच्या मूळ आराखड्यातील सुत्ररूप तत्त्वांशी हा आराखडा सुसंगत ठेवण्याचा प्रयास करण्यात आलेला आहे असे समितीने स्पष्ट केले आहे राष्ट्रीय शैक्षणिक संशोधन व प्रशिक्षण परिषदेने तयार केलेला अभ्यासक्रम डोळ्यांसमोर ठेवून राज्यांनी आपली स्थानिक परिस्थिती लक्षात घेऊन या अभ्यासक्रमाशी आपले अभ्यासक्रम सुसंगत ठेवण्याचा प्रयत्न करावयाचा असतो तसेच ते सुधारित करावेत अशी अपेक्षा असते.

या आराखड्यात पाच प्रकरणांचा समावेश आहे. त्यामध्ये संदर्भ व विचारार्थ बाबी, प्राथमिक व माध्यमिक स्तरावरील अभ्यासक्रमाचे संघटन, उच्च माध्यमिक स्तरावरील अभ्यासक्रमाचे संघटन, मूल्यमापन आणि पाचव्या प्रकरणात कार्यपद्धतीचे व्यवस्थापन यांचा समावेश आहे.

शालेश शिक्षण राष्ट्रीय अभ्यासक्रम आराखडा अंमलबजावणीमुळे घडून येणारे बदल प्रामुख्याने :

१ अभ्यासक्रम, ज्यात काही नवी बाबींचा गाभाभूत घटकांत समावेश.
२ विषय योजना.
३ पाठ्यक्रम व पाठ्यपुस्तके.
४ तासिकेचा कालावधी.
५ दैनंदिन अध्यापनाचा कालावधी.
६ मूल्यमापन योजना-श्रेणी पद्धतीचा अवलंब.
७ सहामाही परीक्षा (५ वी ते १२ वी.) अवलंब.
८ विद्यार्थ्यांना उत्तीर्ण अथवा अनुत्तीर्ण जाहीर न करणे.
९ इ. १० वी अखेर मंडळाने परीक्षा न घेणे.
१० माध्यमिक व उच्च माध्यमिक स्तरावर सहामाही अभ्याक्रम.
११ सर्व स्तरांवर किमान अध्ययनक्षमता.

शालेय शिक्षणाप्रमाणेच विद्यापीठ अनुदान मंडळाच्या सूचनेनुसार सर्वच विद्याशाखांमधील पदवी व पदव्युत्तर स्तरावरील अभ्यासक्रम भारतभर सुधारित करण्याची प्रक्रिया सुरू झाली आहे.

या सुधारित अभ्यासक्रम आराखड्यात 'अग्रणी अभ्याक्रम,' 'राष्ट्रीय मूल्यमापन संघटना' या नव्या संघटनांचा समावेश करण्यात आला आहे. अभ्यासक्रमात ठराविक काळाने नवीन ज्ञान, विज्ञान, कौशल्ये समाविष्ट करून घेण्यासाठी मांडलेली अग्रणी अभ्यासक्रमाची संकल्पना समर्थनीय आहे. तसेच माध्यमिक व उच्च माध्यमिक शिक्षण मंडळामार्फत घेतल्या जाणाऱ्या दर्जात एकजिनसीपणा निर्माण व्हावा, राष्ट्रीय स्तरावर शैक्षणिक दर्जाचे नियंत्रण केले जावे या हेतूने राष्ट्रीय मूल्यमापन संघटना स्थापन करण्याचा निर्णय महत्त्वाचा आहे. शिक्षणाचे सार्वत्रिकिकरण व्हावे यासाठी औपचारिक शिक्षणाला समांतर मुक्तशाळा अथवा मुक्त अध्ययन पद्धतीची संकल्पना आजच्या काळत उपयुक्तच आहे. लहान वयात आरोग्याच्या सवयी, उत्पादककला, उत्पादक जीवनकौशल्य या विषयांचा समावेश योग्य आहे. विज्ञान प्रयोगशाळेत 'गणित कोपरा,' संस्कृत व परकीय भाषांचे अध्ययन फायद्याचे आहे. उच्च प्राथमिक स्तरावर व्यवसायिक शाखा अभ्यासक्रम, विषयनिवडीचे स्वातंत्र्य, क्रेडिट पद्धती गुणवत्ताविकासात हातभार लावणारे आहे. दहा गाभाभूत घटक आणि कर्तव्याचा अभ्यासक्रम तयार करताना होणारा विचार, किमान अध्ययनक्षमता, मूल्यशिक्षण ही काळाची गरज आहे. सातत्यपूर्ण मूल्याचा मुद्दा, निकषाधिष्ठित चाचण्या,

श्रेणी पद्धती, ९ वी पर्यंत उत्तीर्ण-अनुउत्तीर्ण ही कल्पना नसणे, १०वी ची परीक्षा मंडळामार्फत घेणे ह्या गोष्टी मूल्यमापनाचा विचार करता क्रांतिकारक स्वरूपाच्या आहेत.

या धोरणासंदर्भात काही आक्षेप नोंदवण्यात आले आहेत. विशेषत: काहींच्या मते या धोरणात शिक्षणाच्या नावाखाली उजवी विचारसरणी, हिंदुत्ववादी विचारसरणीचा प्रचार करण्याचा भाग आहे. फलजोतिष्यशास्त्रासारखे विषय विद्यापीठस्तरावरील अभ्यासक्रमात आले तर वैज्ञानिक दृष्टिकोनास छेद दिला जाईल व धर्मनिरपेक्षतेच्या संकल्पनेस मारक ठरेल.

या आयोगाने बदलत्या काळचा विचार केला आहे. तथापि काही निर्णय मतभेदास निमंत्रण देणारेही आहेत.

राष्ट्रीय ज्ञान आयोग व राष्ट्रीय अभ्यासक्रम आराखडा २००५

दि. १३ जून, २००५ रोजी भारताचे पंतप्रधान डॉ. मनमोहनसिंग यांनी सॅम पित्रोदा यांच्या अध्यक्षतेखाली राष्ट्रीय ज्ञान आयोगाची स्थापना केली. शिक्षणक्षेत्रात उत्तमता, संशोधन व क्षमताविकसन या सर्व साधनांच्या सहाय्याने एकविसाव्या शतकाला सामोरे जाणे आवश्यक आहे. ज्ञानाधिष्ठित अर्थव्यवस्थेत भारताला समर्थ बनवण्यासाठी शिक्षण व संशोधन यांच्याशी निगडित धोरणे ठरवण्यासाठी काही सूचना करणे हे या आयोगाचे कार्य आहे. या आयोगाचा कालावधी २ ऑक्टोबर २००५ ते २ ऑक्टोबर २००८ असा आहे.

ज्ञान आयोगात सॅम पित्रोदा हे अध्यक्ष असून ते विदेशी उद्योजक व संशोधक आहेत. या आयोगात डॉ. अशोक गांगुली, नंदन निलकेणी, डॉ. दीपक नायर, डॉ. जयंती घोष व प्रा. पी. बलराम हे इतर पाच सभासद आहेत. पंतप्रधानांच्या नेतृत्वाखाली ही समिती कार्य करेल; तसेच कृषी, विज्ञान व तंत्रज्ञान, वाणिज्य, मानव संशोधन विकास या खात्यांच्या मंत्रालयाबरोबर ती कार्य करेल असे ठरवण्यात आले.

आयोगाची उद्दिष्ट्ये :

१ एकविसाव्या शतकातील ज्ञानविषयक आव्हानांना तोंड देऊ शकेल अशी उत्कृष्ट व्यवस्था निर्माण करणे.

२ विज्ञान व तंत्रज्ञान क्षेत्रात ज्ञानविषयक सर्जनाला प्राधान्य देणे.

३ स्थानिक कल्पकता व संशोधनाला प्रवृत्त करून शेती, आरोग्य व उद्योग अशा नाना क्षेत्रांमध्ये नवज्ञानाचा अधिकाधिक उपयोग करणे.

४ बौद्धिक संपदा अधिकाराशी संलग्न संस्थांचे व्यवस्थापन सुधारणे.
आयोगाने ज्ञानाच्या संदर्भात पाच क्षेत्रे मानली आहेत. ती प्रमाणे :

१ ज्ञानप्राप्ती सुलभता :

व्यक्ती तसेच समूहाच्या विकासाच्या संधी वाढविण्यासाठी ज्ञान सुलभतेने मिळेल व ज्ञानाचे आकलन होईल अशी साधने उपलब्ध असायला हवीत. त्यासाठी पुढील मुद्यांवर कार्य व्हायला हवे -

अ) साक्षरता :

ज्ञानाधिष्ठित समाज बनू पाहणाऱ्या कोणत्याही देशाला मोठ्या प्रमाणात निरक्षर व्यक्ती देशात असणे परवडणार नाही. साक्षरता वाढवण्याचे प्रयत्न करण्यासाठी आयोगाने खालील प्रयत्न सुचविले आहेत–

- राष्ट्रीय साक्षरता मिशनची स्थापना
- माहिती व संप्रेषण तंत्रज्ञानातून साक्षरताप्रसार
- साधन व्यक्तींचे प्रशिक्षण आणि अध्ययन साहित्यनिर्मिती
- पंचायत संस्थांनी साक्षरताप्रसारात प्रमुख भूमिका बजावणे
- स्थानिक लोकांचे ज्ञान जाणून घेण्यासाठी प्रयत्न करणे.

ब) ग्रंथालये :

स्थानिक ज्ञानाची केंद्रे आणि राष्ट्रीय व जागतिक ज्ञानाची प्रवेशद्वारे अशी दुहेरी भूमिका ग्रंथालयांना बजावयाची आहे. त्यासाठी ग्रंथालयांचे आधुनिकीकरण व्हायला हवे. ग्रंथालय वापरणाऱ्यांच्या गरजा व सवयींचा अभ्यास व्हावा. ग्रंथालय व्यवस्थापनात समाजाचा सहभाग घ्यावा. समाजाच्या गरजांवर आधारित सांस्कृतिक व शैक्षणिक कार्यक्रम करावेत. ग्रामीण भागाच्या शाळांच्या परिसरात समुदाय ज्ञान- केंद्र उभारावीत.

क) भाषा अनुवाद :

भारतात भाषाभिन्नता आढळते. शिक्षणक्षेत्रात विभिन्न व्यक्तींच्या सहभागातून ज्ञाननिर्मिती आणि ज्ञानवितरण व्हायचे असेल तर स्थानिक भाषेत ज्ञान उपलब्ध असले पाहिजे. त्यासाठी मोठ्या प्रमाणात अनुवादकाचे प्रशिक्षण होऊन नैसर्गिक व सामाजिकशास्त्रातील सर्व शिक्षणपातळ्यांवरील ज्ञान अनुवादित व्हायला हवे. पुस्तकरूपात किंवा शब्दकोश भाषांतराची संगणकीकृत आज्ञावली (Software) हवी या सर्व कामांसाठी राष्ट्रीय अनुवाद मिशनही स्थापन करावे.

ड) भाषा :

ज्ञानाधिष्ठित समाजासाठी सर्व समाजाला त्यात सामावून घ्यायला हवे. संप्रेषण आणि ज्ञानप्राप्तीचे माध्यम म्हणून भाषेला फार महत्त्व आहे. उच्च शिक्षण, नोकरीच्या संधी आणि सामाजिक संधी यात इंग्रजी भाषा महत्त्वाची भूमिका बजावते. शालेय अभ्यासक्रमात इंग्रजा भाषेचा समावेश गेल्या शतकापासून असला तरी त्यावर प्रभुत्त्व नसते. त्यामुळे पहिलीपासून इंग्रजा ही भाषा म्हणून शिकवावी. तसेच काही विषयसुद्धा प्राथमिक शाळेपासून इंग्रजीमध्ये शिकवावेत. शिक्षक प्रशिक्षण. पाठ्यपुस्तकाचा दर्जा सुधारणे, पूरक साहित्य, प्रसारमाध्यमांचा अध्ययन अध्यापनात उपयोग असे प्रयत्न व्हावेत.

इ) जाळे (नेटवर्क)

देशात गुणवत्तापूर्ण प्रशिक्षित व्यक्ती तयार व्हायच्या असतील तर चांगली शैक्षणिक संसाधने आणि भौतिक सुविधा हव्यात. त्यासाठी देशातील वैद्यकीय व तांत्रिक संस्थांनी शैक्षणिक साहित्य, साधने, माहिती यांची परस्पर देवाणघेवाण करावी. विविध संस्थांनी सहकार्याने संशांधन करावे. त्यातून प्राप्त होणाऱ्या माहितीचीही देवाण-घेवाण करावी.

फ) प्रवेशद्वारे (पोर्टल्स) :

इंटरनेटवर अनेक पोर्टल्स असून माहिती संकलित करणे, संरचित करणे आणि ग्राहक गरजेनुसार व्यक्तिगतरीत्या माहिती पुरवणे त्यातून शक्य होते. ई-मेल गट, फोरम, सर्च इंजिन यांद्वारा एखाद्या विषयातील संकलित ज्ञान आणि सेवा अनेकजण वापरू शकतात. ज्ञानाचे विकेंद्रीकरण करणे, ज्ञाननिर्मितीत जनसामान्यांचा सहभाग वाढविणे यात या पोर्टल्सची महत्त्वाची भूमिका आहे.

२ ज्ञान संकल्पना :

ज्ञान संकल्पनांचे संघटन, वितरण आणि प्रसारण शिक्षणातून होते. शिक्षणातून विकसित झालेल्या व्यक्ती सूज्ञ होतात. राष्ट्रीय बदल आणि विकासात शिक्षित व्यक्तीच हातभार लावू शकतात. त्यासाठी विविध स्तरांवर आणि विविध प्रकारच्या शिक्षणाचा विचार केलेला आहे. उदा. (अ) शालेय शिक्षण (ब) व्यावसायिक शिक्षण (क) उच्च शिक्षण (ड) मुक्त व दूरस्थ शिक्षण (इ) वैद्यकीय शिक्षण (फ) कायदेविषयक शिक्षण तसेच व्यवस्थापन शिक्षण आणि अभियांत्रिकी शिक्षण.

३ ज्ञाननिर्मिती :

उपलब्ध असलेली संसाधने उत्तम रीतीने वापरणे व नवनवीन संसाधनांची निर्मिती किंवा शोध या दोन गोष्टींवर राष्ट्रीय विकास अवलंबून असतो. या दोन्हीसाठी ज्ञाननिर्मिती हवी. संशोधकाला अर्थसाह्य व इतर आवश्यक साधनसुविधांचा पुरवठा व्हायला हवा. विज्ञान व तंत्रज्ञानातील अनुत्तरित समस्या सोडवणे, भविष्यकालीन आंतरशाखीय क्षेत्रे शोधणे आवश्यक आहे. वंचितांच्या विकासासाठी विज्ञान-तंत्रज्ञानाचा उपयोग कसा करता येईल यावरही कल्पना विकासित व्हायला हव्यात.

४ ज्ञानाचे उपयोजन :

माहितीची विश्वसनीयता उद्योग आणि शेतीक्षेत्रात उपयुक्त ठरेल. शेती हे उत्पन्नाचे सर्वात मोठे आर्थिक क्षेत्र आहे. यात होणारी घट ही चिंतेची बाब आहे. जैविक शेती, भौतिक सुविधा, कीटकनाशक, जल व ऊर्जाव्यवस्थापन यासंदर्भातील ज्ञानाचा उपयोग झाला पाहिजे. पारंपरिक ज्ञानाचा पडताळा घेऊन त्याचा वापर, औषधी वनस्पती, पारंपरिक शेती, कला आणि सेवा या संदर्भातील अधिक कार्य व्हावे.

५ सेवावितरण :

सार्वजनिक सेवा कमी खर्चात, जलद व पारदर्शकपणे उपलब्ध होऊ शकतात. त्यातून कार्यक्षमता आणि उत्पादन वाढते. त्यासाठी कमिशनने खालील गोष्टी सुचवल्या आहेत.

- सुलभ प्रशासन सेवा.
- महत्त्वपूर्ण सेवा तत्त्वांवर आधारित करव्यात.
- प्रशासनप्रक्रियेत काही प्रमाणके ठरवावीत.
- राष्ट्रीय पातळीवरील उपक्रम ई-प्रशासनाच्या माध्यामातून कार्यान्वित करावेत.

ज्ञान आयोगाच्या शालेय शिक्षणासंबंधी शिफारशी

शिक्षणाच्या संख्यात्मक व गुणात्मक विकासासाठी संसाधने , दर्जात तडजोड न करता व्यवस्थापन सुलभतेसाठी विकेंद्रीकरण आणि वंचित गटापर्यंत दर्जेदार शिक्षण पोहोचवण्यासाठी लवचिकतेचा अवलंब अशा तीन गोष्टींवर आयोगाने भर दिला आहे. ज्ञाननिर्मिती, ज्ञान संकल्पना, ज्ञानवितरण ज्ञान उपयोजन या संदर्भात केलेल्या शिफारशींच्या अनुषंगानेच शालेय शिक्षणाच्या शिफरशींवर विचार होऊन अंमलबजावणी व्हावी.

१ संसाधनासंदर्भातील शिफारशी

- प्राथमिक व माध्यमिक शिक्षणावर अधिक खर्च करावा. दहावीपर्यंतचे दर्जेदार व सार्वत्रिक शिक्षण सर्व बालकांना मिळण्यासाठी राज्यांना निधी उपलब्ध करून द्यावा. यातून विज्ञान प्रयोगशाळा, समुपदेशन सुधारावे.
- नगर नियोजन व स्थानिक नियोजनात शाळांसाठी जागा, क्रीडांगण, निवासी शाळा यासाठी प्राधान्याने जागेची उपलब्धता करणे.
- राष्ट्रीय साक्षरता अभियानाकडे दुर्लक्ष न करता त्याच्या प्रचारासाठी निधी, निरंतर शिक्षण केंद्र, अध्ययन साहित्य, तंत्रज्ञान प्रशिक्षण पुरवणे.
- शाळाबद्दलची अचूक अद्ययावत माहिती संकलित व वितरित करणे. त्यामुळे निधीचे वितरण व शाळांच्या दर्जाबाबत संशोधन सुलभतेने होईल.

२. दर्जा व व्यवस्थापन या संदर्भातील शिफारशी

- शाळांच्या भौतिक परिस्थितीचा विचार व्हावा. शाळेच्या वेळा, सुट्या, शिक्षक नियुक्ती, या संदर्भात हवामान, ऋतू यांचा विचार करून दर्जात तडजोड न करता लवचिकता आणावी. भटके व अल्प काळासाठी स्थलांतरित होणाऱ्या गटांच्या अडचणींचा शिक्षणात विचार व्हावा.
- शिक्षण खाते, पंचायत, आदिवासी कल्याण खाते, अल्पसंख्याक कल्याण खाते अशा सर्वांमध्ये परस्परसमन्वय असावा. शालेय व्यवस्थापनाचे विकेंद्रीकरण करून पालक, शिक्षक, समाज यांना सहभागी करावे. शाळेचे सामाजिक लेखापरीक्षण याला प्रोत्साहन द्यावे.
- अपात्र, अप्रशिक्षित शिक्षकांच्या नेमणुका होतात, शिक्षकांना अध्यापनेतर जबाबदाऱ्यांमध्ये गुंतून पडावे लागते. यात बदल करून शालेय अध्यापनाला प्रतिष्ठा द्यावी, तसेच शिक्षकांवरही त्याचे उत्तरदायित्त्व असावे.
- स्थानिक भाषा स्थानिक समस्यांचा परिचय असणाऱ्या शिक्षकांच्या नेमणुका व्हाव्यात, त्यातून उत्तरदायित्त्व वाढेल. अन्य ठिकाणच्या शिक्षकांना स्थानिक, अल्पसंख्याकांच्या भाषा शिकण्यास प्राधान्य द्यावे.

- सेवापूर्व, सेवांतर्गत प्रशिक्षणात सुधारणा व्हावी.
- पाठांतराऐवजी संकल्पनांचे आकलन, अध्ययनतंत्रे, संप्रेषण कौशल्ये, ज्ञाननिर्मितीवर भर द्यावा.
- अध्ययन, अध्यापन, संशोधन, प्रशासन, व्यवस्थापन, मूल्यमापन, पर्यवेक्षण यात माहिती व संप्रेषण तंत्रज्ञानाचा अवलंब व्हावा.

३ शिक्षण सुलभतेसंदर्भातील शिफारशी

- दूर व दुर्गम भागात शिक्षक-विद्यार्थ्यांसाठी निवासी शाळा सुरू कराव्यात. येथील शिक्षकांना लवकर कायम करावे.
- मुलींनी शाळेत प्रवेश घेणे व शाळेत टिकून राहणे यासाठी प्रयत्न व्हावेत. स्वच्छतागृह, पाणी, सायकली पुरविणे याकडे लक्ष द्यावे.
- अल्पसंख्याकांसाठी निधी पुरवावा. केवळ मदरसे आधुनिक करून भागणार नाही, तर सर्वसामान्य शिक्षणातून पूर्वग्रह पसरत नाहीत ना याकडे लक्ष पुरवावे.
- अल्पसंख्याकांची भाषा, आदिवासी भाषा यांचे शिक्षण घेण्यासाठी शिक्षकांना प्रोत्साहन द्यावे.
- शारीरिकदृष्ट्या अक्षम असणाऱ्या विद्यार्थ्यांसाठी भौतिक सुविधा पुरविणे, शिक्षकांचे प्रशिक्षण यावर भर द्यावा.
- काम करून शिकणाऱ्या मुलांसाठी अभ्यास केंद्र - प्रलोभने असावीत.

राष्ट्रीय अभ्यासक्रम आराखडा - २००५

प्रचालित शिक्षण हे त्याच्या मुख्य उद्दिष्टांपासून व गुणवत्तेपासून दूर जात असल्याने अध्ययनप्रक्रिया ही विद्यार्थी व त्यांच्या पालकांच्या दृष्टीने एक ओझे व ताणतणावांचे उगमस्थान बनले आहे. ही दशा सुधारण्यासाठी एन.सी.ई.आर.टी.च्या कार्यकारी समितीने (२००४), ११९२ च्या राष्ट्रीय अभ्यासक्रम आराखड्यात बदल केला आणि तो आता राष्ट्रीय अभ्यासक्रम आराखडा (२००५) म्हणून ओळखला जाऊ लागला. हा आराखडा राष्ट्रीय शैक्षणिक धोरणाने (१९८६) सूचित केलेल्या शिक्षणविचाराचे एक उत्क्रांत रूप आहे.

या आराखाड्याने अभ्यासक्रम विकसनाची खालील तत्त्वे सुचवली आहेत.

- शाळाबाह्य जीवनाशी ज्ञानाचा संबंध लावणे.
- घोकंपट्टीपेक्षा अध्ययन वेगळे आहे याची जाणीव करून देणे.
- पाठ्यपुस्तकाबाहेरील जगाची माहिती व्हावी यासाठी जाणीवपूर्वक अभ्यासक्रम समृद्ध करणे.
- मूल्यमापन पद्धती लवचिक करून तिचा विद्यार्थ्यांच्या वर्गजीवनाशी मिलाप घडविणे.
- लोकशाहीप्रधान वातावरणाशी अभ्यासक्रमाची नाळ जोडणे.
- शिक्षणाची ध्येये हीदेखील 'आदर्श' आणि तत्त्वानुसार वाटचाल करण्यासाठी दीपस्तंभासारखी मार्गदर्शक ठरतात. त्यासाठी शिक्षकांमध्ये दूरदृष्टी निर्माण करणे.
- उपलब्ध साधनांचा शोध घेऊन सद्य: स्थितीचे काळजीपूर्वक निरीक्षण करणे. अपेक्षित परिणामांसाठी कृतींची योग्य संगती / क्रम लावणे, तसेच उपलब्ध पर्यायांमधून योग्य पर्याय निवडणे इ.

शालेय स्तरावरील अभ्यासक्रम क्षेत्रे :

व्यवसाय, शांती, आरोग्य यासाठी दिले जाणारे शिक्षण हे विविध अध्यापक, विषयांद्वारे दिले जावे. विद्यार्थ्यांमध्ये सर्जनशीलता विकासित करण्याबरोबरच सदर विषय हे व्यक्तिगत, आर्थिक व सामाजिक विकास साधत असतात. त्यामुळे भाषाशिक्षण, गणित शिक्षण, विज्ञानशिक्षण, सामाजिक शास्त्राचे शिक्षण यांच्यासाठी सर्जनशीलता, चिंतनशीलता, नैतिकता यांना चर्चा, सहभाग याद्वारे प्रोत्साहन द्यावे.

शालेय वातावरण :

समानता, सामाजिक न्याय, वैविध्याबद्दल व विद्यार्थ्यांच्या हक्कांबद्दल आदर अशी मूल्ये जपणारे शालेय वातावरण हवे. असे वातावरण असले की वर्गातील अध्ययन वातावरण, लोकशाहीप्रधान, स्वातंत्र्यदिन व तणावमुक्त असेल. आशयाचे सहज आकलन होईल. त्यासाठी मुलांचे हक्क समावेशनाचे धोरण आणि सहभागी व्यवस्थापनाबद्दल स्पष्टीकरण दिले आहे.

प्रणालीविषयक सुधारणा :

नियोजनाला अपेक्षित असलेला बदल लगेच होतो असे नाही. त्यासाठी शिक्षणप्रणालीच्या भिन्न बाबींमध्ये अमूलाग्र बदल करावा लागतो. त्याप्रमाणे २००५ च्या राष्ट्रीय आराखड्याने अभ्यासक्रम नियोजित करताना प्रशासन, शिक्षक प्रशिक्षण, शिक्षणप्रक्रिया, मूल्यमापन पद्धती, विद्यार्थी समस्या आदी

बाबींचा सविस्तर विचार केला आहे.

धर्म, लिंग, जात, वर्ग, टोळ्या, क्षमता यावर आधारित विषमतेपासून दूर राहण्यासाठी विद्यार्थ्यांना अध्यापनातून मार्गदर्शन करावे. भिन्न, अनुसूचित जाती जमातींच्या संस्कृतीचा इतिहास विद्यार्थी-शिक्षकास अभ्यासण्यास द्यावा. अशा जमातींमधील शिक्षकांना सक्षम शिक्षक बनण्याची संधी द्यावी. स्वावलंबी, सहकारात्मक व संशोधनवृत्ती असणाऱ्या महिला शिक्षिका तयार होतील असा अध्यापक शिक्षण कार्यक्रम असावा. विशेष गरजा असणाऱ्या बालकांसह साऱ्यांसाठी समावेशक शिक्षण देण्यास सक्षम होईल असा, अध्यापक शिक्षण कार्यक्रम असावा. त्यामध्ये बहुइंद्रिय शिक्षणाचा समावेश असावा. आरोग्य शिक्षण अनिवार्य असावे. त्यात योग व शारीरिक शिक्षणाचा समावेश असावा.

अशा तऱ्हेने राष्ट्रीय अभ्यासक्रम आराखडा २००५ हा ज्ञानानुवर्ती, कृतिप्रधान कार्यकेंद्री असून, सहभागात्मक, अध्ययन व समावेशक शिक्षण याद्वारे त्याची कार्यवाही यशस्वी ठरेल, अशी अपेक्षा केली आहे.

■

३. राष्ट्रीय स्तरावरील शैक्षणिक संस्था

○ विद्यापीठ अनुदान मंडळ (UGC) ○ राष्ट्रीय शैक्षणिक संशोधन व प्रशिक्षण परिषद ○ राष्ट्रीय शैक्षणिक नियोजन व प्रशासन संस्था ○ भारतीय समाजविज्ञान संशोधन परिषद ○ शैक्षणिक प्रगत अभ्यास केंद्र ○ राष्ट्रीय शिक्षक-शिक्षण परिषद

विद्यापीठ अनुदान मंडळ (UGC)

विद्यापीठ अनुदान मंडळाची स्थापना २८ डिसेंबर १९५३ मध्ये नवी दिल्ली येथे झाली. भारत सरकारने १९५६ साली विद्यापीठ अनुदान मंडळास स्वायत्तता दिली. विद्यापीठामधील सर्व शिक्षणात एकसूत्रीपणा यावा, तसेच संशोधनकार्य, अध्यापन व दर्जा इ. संदर्भात समन्वय साधण्याच्या हेतूने मंडळ कार्य करते.

मंडळाचे कार्य :

१) विद्यापीठाच्या स्थापनेबाबत संबंधित राज्य शासनाला सल्ला व परवानगी देणे.

२) विद्यापीठातील संशोधनकार्य, अध्यापन उपक्रमासाठी आर्थिक मदत करणे.

३) विद्यापीठ आणि महाविद्यालयांच्या गरजा पूर्ण करण्यासाठी आर्थिक मदत करणे.

४) विद्यापीठांचा विकास व देखभालीसाठी आर्थिक पाठबळ देणे.

५) विद्यापीठांना केंद्र व राज्य सरकारकडून मिळणाऱ्या अनुदानासंदर्भात मार्गदर्शक नियमावली करणे.

६) राज्यांमध्ये स्थापन होणाऱ्या नव्या विद्यापीठांना पाच वर्षांसाठी अनुदान उपलब्ध करणे.

७) विद्यापीठात नवे विभाग किंवा शैक्षणिक उपक्रम राबवण्यासाठी पाच वर्षांसाठी अनुदान उपलब्ध करणे.

८) विद्यापीठ, महाविद्यालयांतील उच्च शिक्षणासाठी नावीन्यपूर्ण उपक्रमास अनुदान देणे.

९) विद्यापीठ व महाविद्यालयातील निवृत्त शिक्षकांना विविध शैक्षणिक प्रकल्पासांठी विद्यावेतन देऊन प्रोत्साहित करणे.

१०) विद्यापीठीय कार्यासंबंधी विचारलेल्या प्रश्नांना सल्ला देणे.

११) परदेशातील विद्यापीठांशी संपर्क ठेवणे व आवश्यक ते सहकार्य घेणे.

विद्यापीठ अनुदान मंडळाकडे पुढील तीन प्रमुख शाखा कार्यरत आहेत :-

१) शिक्षक-शिक्षण मंडळ (Teacher Education Committee):

शिक्षणाचा दर्जा सुधारण्यासाठी विद्यापीठ अनुदान मंडळाने या समितीची स्थापना केली. यामध्ये सात सभासद असतात व त्यांचा कालावधी दोन वर्षांचा असतो. शिक्षक-शिक्षणामध्ये नावीन्य आणि संशोधनासंदर्भात जाणिवा निर्माण करणे, तसेच राष्ट्रीय विद्यावेतन आणि अध्यापक विद्यावेतनामार्फत अध्यापन व संशोधनास प्रोत्साहन दिले जाते. आंतरराष्ट्रीय चर्चासत्रे, परिषदांत सहभाग घेण्यासाठी प्रवासखर्चसुद्धा मंडळामार्फत देण्यात येतो. विद्यापीठांतर्गत व्याख्याने देण्यासाठी विविध विद्यापीठांतील प्राध्यापकांच्या नेमणुका करणे, विद्यापीठ व महाविद्यालयात प्राध्यापकांसाठी निवासाच्या सुविधा पुरवल्या जातात, पीएच.डी. नंतरच्या संशोधनकार्यासाठी सहयोगी संशोधकांच्या नेमणुका करणे इ. प्रकारचे शिक्षकांच्या विकासासाठी महत्त्वपूर्ण योगदान विद्यापीठ अनुदान मंडळाच्या या विभागामार्फत दिले जाते.

२) संशोधन (Research) :

विद्यापीठ अनुदान मंडळामार्फत विद्यापीठातील प्राध्यापकांना स्वतःच्या संशोधनकार्यासाठी पुरेशा प्रमाणात अनुदान दिले जाते. १९५३-५४ मध्ये शिक्षण मंत्रालयाने शिक्षण क्षेत्रातील समस्यावर संशोधनात्मक कार्य करणाऱ्या व केंद्रीय मंत्रालयाने मान्य केलेल्या महाविद्यालय, विद्यापीठ व इतर शिक्षण विभागातील प्राध्यापकांना संशोधन अनुदान देण्यास सुरुवात केली. अनुदान

नसल्यामुळे संशोधनकार्यात निर्माण होणाऱ्या अडचणी दूर करणे हा यामागील हेतू आहे. हे संशोधनकार्य प्रशिक्षण महाविद्यालयातून चालवले जाते. आर्थिक मदतीशिवाय संशोधनकार्य पूर्ण होण्यासाठी लागणाऱ्या इतर साहित्य - सुविधाही उपलब्ध करून दिल्या जातात.

३) प्रगत अभ्यास केंद्र (Centre for Advanced Studies) :

भारतातील अध्यापन आणि संशोधनाचा दर्जा उंचावण्यासाठी विद्यापीठ अनुदान मंडळामार्फत या केंद्रांची स्थापना केली. आधुनिक व उच्चस्तरीय अभ्यासाची केंद्रे यू.जी.सी.च्या मार्गदर्शनाखाली चालवली जातात. देशभरातील ज्येष्ठ आणि विद्वान प्राध्यापक यांच्यात समन्वय साधून सामूहिक कार्यासाठी प्रोत्साहन दिले जाते.

राष्ट्रीय शैक्षणिक संशोधन व प्रशिक्षण परिषद, नवी दिल्ली (National Council for Educational Research and Training)

या परिषदेची स्थापना १ सप्टेंबर, १९६१ रोजी करण्यात आली. यानंतर म्हणजे ऑगस्ट, १९६९ मध्ये या परिषदेच्या रचनेत बदल करण्यात आला. परिषदेचे अध्यक्ष म्हणून मानव संसाधन विकासमंत्री कार्य पाहतात. भारतातील सर्व राज्ये तसेच केंद्रशासित प्रदेशातील शिक्षणमंत्री सर्वसाधारण सभेचे सदस्य असतात. याशिवाय शिक्षण क्षेत्रातील मान्यवरांचाही समावेश केला जातो. संस्थेच्या प्रमुख स्थानी संचालक असतात, तर नियामक मंडळामार्फत परिषदेचे प्रत्यक्ष कामकाज केले जाते. तसेच कार्यकारी संचालकास मदत करण्यासाठी सहसंचालक आणि सचिव असतात.

परिषदेची उद्दिष्ट्ये व कार्य : राष्ट्रीय शैक्षणिक संशोधन व प्रशिक्षण परिषदेची प्रमुख उदिष्ट्ये खालीलप्रमाणे आहेत.

अ) शालेय शिक्षक आणि अध्यापकांच्या प्रशिक्षणाच्या बाबतीत सरकारला सल्ला देणे.

आ) राष्ट्रीय स्तरावर शैक्षणिक धोरण आणि उपक्रमांचे आयोजन करणे.

इ) शैक्षणिक गुणवत्तेत सुधारणा करण्याच्या दृष्टीने संशोधन कार्यास प्रोत्साहन देणे.

ई) अभ्यासक्रमाची पुनर्रचना करणे.

उ) अध्यापनपद्धतीत सुधारणा घडवून आणणे.

ऊ) सेवापूर्व व सेवांर्तगत प्रशिक्षणाची सोय करणे.

ए) मूल्यमापनासाठी विविध तंत्रे विकसित करणे.

ऐ) शिक्षणक्षेत्रातील नवप्रवाहांचा शिक्षक तसेच शिक्षक-प्रशिक्षकांना परिचय करून देणे.

ओ) केंद्रीय विद्या संघटन, केंद्रीय माध्यमिक शिक्षण मंडळ, नवोदय विद्यालय समिती यांसारख्या गुणवत्तासुधार कार्यक्रमाशी संबंधित संस्थांशी संपर्क ठेवणे.

राष्ट्रीय शैक्षणिक संशोधन व प्रशिक्षण परिषदेच्या घटक संस्था म्हणून राष्ट्रीय शिक्षण संस्था (NIE) कार्य करते. ही संस्था शैक्षणिक बाबीसंबंधी संशोधन व विकास याबाबतीत प्रत्यक्ष कार्य करते. याशिवाय क्षेत्रीय शिक्षणशास्त्र महाविद्यालये (RCE) सुद्धा परिषदेची घटकसंस्था म्हणून कार्य करतात. अजमेर, भोपाळ, भुवनेश्वर व म्हैसूर या चार ठिकाणी केंद्रीय शिक्षणशास्त्र महाविद्यालये चालवली जातात. प्रशिक्षणाव्यतिरिक्त ही महाविद्यालये अध्ययन-अध्यापन पद्धतीत संशोधनाचे व विस्ताराचे कार्य करतात. या महाविद्यालयांमार्फत चार वर्षांचा एकात्म अध्यापन प्रशिक्षण कार्यक्रम राबविला जातो. याशिवाय बी.एड, एम.एड. शिक्षणाचीही सोय उपलब्ध आहे.

याबरोबरच विविध विभाग-शाखा आहेत. १. विज्ञान शिक्षण २. शिक्षक प्रशिक्षण विभाग ३. तत्त्वज्ञान अधिष्ठान ४. मानसशास्त्रीय अधिष्ठान ५. क्षेत्रसेवा विभाग ६. प्राथमिक शिक्षण विभाग ७. संशोधन विभाग व प्रकाशन ८. साक्षरता व प्रौढ शिक्षण. दृक्-श्राव्य-संगणकीय विभाग १०. शैक्षणिक सर्वेक्षण ११. अभ्यासक्रम व क्रमिक पुस्तके १२. कार्यानुभव विभाग १३. शैक्षणिक तंत्रविभाग १४. परीक्षा व मूल्यमापन १५. मार्गदर्शन व समुपदेशन विभाग १६. शैक्षणिक अपंगत्त्व विभाग.

राष्ट्रीय शैक्षणिक नियोजन व प्रशासन संस्था

National Institute of Educational Planning and Administration. (NIEPA)

ही देशातील शैक्षणिक नियोजन व प्रशासन क्षेत्रात कार्य करणारी उच्चतम संस्था आहे. या संस्थेमार्फत शिक्षणासंदर्भात प्रामुख्याने खालील कार्य केले जाते.

१) शिक्षणसेवेत असणाऱ्या अधिकाऱ्यांच्या शैक्षणिक नियोजन आणि प्रशासन संदर्भातील कौशल्ये व क्षमता विकसित करण्यासाठी

प्रशिक्षणाच्या सुविधा उपलब्ध करणे.

२) राज्य व क्षेत्रीय स्तरावरील शैक्षणिक नियोजन व प्रशासनसंदर्भातील क्षमता वाढविण्यासाठी त्या स्तरावर प्रशिक्षणाची संधी उपलब्ध करून देणे.

३) शैक्षणिक नियोजन व प्रशासन क्षेत्रातील शैक्षणिक अभ्यास आणि संशोधन या उपक्रमात एकात्मता व समन्वय निर्माण करणे.

४) शैक्षणिक नियोजन आणि प्रशासनाशी निगडित असणाऱ्या प्रश्नांवर परिषदा, चर्चासत्रे, कार्यशाळा आयोजित करणाऱ्यांना प्रोत्साहन देणे.

५) नियोजन व प्रशासनामध्ये विकास व नाविन्य निर्माण करण्यासाठी विस्तार उपक्रमांचे आयोजन करणे.

६) विकसित देशातील नाविन्यपूर्ण घटना व विकास समजून घेण्यासाठी संबंध प्रस्थापित करणे.

७) नियोजन व प्रशासन संदर्भात राष्ट्र, राज्यस्तरावर मार्गदर्शन करणे.

८) शैक्षणिक नियोजन व प्रशासनसंदर्भात विविध उपक्रमांचे आयोजन करणे तसेच विस्तार उपक्रमांतर्गत नियतकालिके, पुस्तिका-पुस्तके यांचे प्रकाशन करणे.

९) विकसित देशांतील शैक्षणिक नियोजन आणि प्रशासनसंदर्भात झालेल्या अभ्यासाचे पूर्ण अवलोकन करून त्यांच्या शैक्षणिक समस्या सोडवण्यासाठी उपयोग करणे, तसेच आतापर्यंत शैक्षणिक नियोजन व प्रशासनसंदर्भात बाराहून अधिक पुस्तके प्रकाशित केली आहेत.

१०) शैक्षणिक प्रशासकांसाठी प्रगत अद्ययावत माहिती देण्याकरिता उजळणीवर्गाचे आयोजन करणे.

११) शैक्षणिक संशोधन अहवाल प्रसिद्ध करणे, तसेच प्रकाशन विभागामार्फत प्रत्यक्ष कामकाज आणि सैद्धांतिक अधिष्ठान यामध्ये समन्वय निर्माण करणे.

१२) परिषदा-कार्यशाळांमध्ये आयोजित केलेल्या चर्चेतून निष्पन्न झालेल्या उपलब्ध माहितीच्या अहवालाचे प्रकाशन करणे, तसेच नावीन्यपूर्ण उपक्रमांची उपयुक्तता व परिणामकारकता यासंदर्भात मूल्यमापन करणे.

भारतीय समाजविज्ञान संशोधन परिषद

(ICCSR) Indian Council of Social Science Research

सामाजिक शास्त्रातील संशोधनाचे महत्त्व लक्षात आल्यानंतर नियोजन आयोगाने एका समितीची स्थापना केली. या समितीने राष्ट्रीय स्तरावरील परिषद स्थापन करण्यासंदर्भात शिफारस केली. यानंतर ऑगस्ट १९६९ मध्ये एक स्वायत्त संस्था म्हणून परिषदेची स्थापना झाली. सामाजिक संशोधनास प्रोत्साहन देणे व विकासप्रक्रियेशी त्याचा समन्वय साधणे हे या परिषदेचे प्रमुख कार्य आहे. यादृष्टीने आर्थिक मदत व अनुदान परिषदेमार्फत पुरवले जाते. या परिषदेमार्फत प्रामुख्याने खालील कार्य केले जाते.

१) सामाजिक शास्त्र संशोधनाच्या अभ्यासाचे पुनरावलोकन करून त्याच्या उपयोजनासाठी मार्गदर्शन करणे.
२) सामाजिक शास्त्रासंबंधित संशोधनासाठी विद्यापीठ, महाविद्यालये, संस्था यांना आर्थिक मदत व अनुदान देणे.
३) संशोधनाचे कार्य करणाऱ्या व्यक्तीस आर्थिक मदत करणे.
४) संशोधनाचे पूर्ण वेळ कार्य करणाऱ्या संशोधकास विद्यावेतन पुरवणे.
५) संशोधन अभ्यास आणि सामाजिकशास्त्रातील प्रकल्प राबवणाऱ्यांस आर्थिक मदत करणे.
६) अभ्यासाच्या विविध क्षेत्रांत-आणि अभ्यासपद्धती संदर्भात परिषदा, चर्चासत्रे आणि व्याख्यानांमार्फत उजळणीवर्ग घेणे.
७) उदयोन्मुख समाजातील नवीन प्रवाहांबद्दल जाणिवा निर्माण करून त्या संदर्भात संशोधनकार्यास प्रेरणा देणे.
८) विद्याशाखांर्तगत संशोधन अभ्यासास प्रोत्साहन देऊन अशा अभ्यासासाठी समन्वय साधणे.
९) समाजशास्त्र संशोधन संस्था तसेच संशोधकास आवश्यक ते मार्गदर्शन करणे.
१०) विकसित देशांतील संशोधनाचा आढावा घेऊन आपल्या समस्या समजून घेण्यासाठी प्रोत्साहन देणे.

शैक्षणिक प्रगत अभ्यास केंद्र

(CASE) Centre of Advanced Studies of Education

सेंटर फॉर ॲडव्हान्स स्टडीज ऑफ एज्युकेशनची स्थापना एम. एस.

विद्यापीठ, बडोदा येथे झाली. विद्यापीठ अनुदान मंडळाने या केंद्राच्या स्थापनेसाठी लखनऊ आणि रोहीखंड विद्यापीठास अनुदान दिले आहे. तसेच हरियाणामधील कुरुक्षेत्र येथेही केंद्राची स्थापना झाली आहे. विद्यापीठ अनुदान मंडळाच्या मार्गदर्शनाखाली या केंद्राचे कामकाज चालते. सी.ए.एस.ई. खालील कार्य करते.

१) शिक्षण व शिक्षक प्रशिक्षणासंदर्भातील संशोधनकार्यास प्रोत्साहन देणे.

२) शिक्षक-अध्यापक, नियोजनकर्ते आणि प्रशासकांना महत्त्वपूर्ण माहिती उपलब्ध करून देण्यासाठी पुस्तके आणि नियतकलिकांचे प्रकाशन करणे.

३) समाजविकासासाठी विविध उपक्रमांस प्रोत्साहन देणे.

४) शिक्षक-शिक्षणासंदर्भातील संशोधनकार्यास अनुदान व विद्यावेतन देऊन प्रोत्साहन देणे.

५) शिक्षक आणि विद्वान संशोधकास आर्थिक सहाय्य व शिष्यवृत्ती देणे.

६) एन.सी.इ.आर.टी, एन.सी.टी.ई., आणि यू.जी.सी. यांच्याशी संयुक्तपणे विस्तार उपक्रमांचे आयोजन करणे.

बडोदा विद्यापीठातील डॉ. बूच एम.बी. यांच्या मार्गदर्शनाखाली देशभरात प्रसिद्ध झालेल्या संशोधनकार्यांच्या अहवालांचे सारांश संकलन केले आहे. हे देशातील संशोधकांच्या दृष्टीने अतिशय उपयुक्त व मार्गदर्शक कार्य ठरले आहे.

राष्ट्रीय शिक्षक-शिक्षण परिषद
(NCTE - National Council of Teacher Education)

भारत सरकारच्या शिक्षण मंत्रालयाने मे, १९७३ मध्ये राष्ट्रीय शिक्षक-शिक्षण परिषदेची स्थापना केली. परिषदेची स्थापना केंद्र व राज्यातील शिक्षणसंदर्भातील समस्यांचे निराकरण करणे व शिक्षणाच्या विकासासाठी सूचना करणे यासाठी केली आहे. १९९३ च्या अध्यादेशानुसार यास संविधानिक दर्जा देण्यात आला आहे. शिक्षक-शिक्षणाचा विकास करण्यासाठी स्थापन केलेली ही संस्था स्वायत्त असून दिल्ली येथील राष्ट्रीय-शैक्षणिक संशोधन व प्रशिक्षण परिषदेच्या NCERT आवारातच या संस्थेचे मुख्य कार्यालय आहे.

१९९३ च्या अध्यादेशानुसार परिषदेचे कार्य खालीलप्रमाणे आहे.

१) शिक्षक-शिक्षणसंदर्भात सर्वेक्षण व अभ्यास करून ते प्रकाशित करणे.
२) शिक्षक-शिक्षणसंदर्भातील नियोजन आणि उपक्रम तयार करण्यासाठी केंद्र व राज्य सरकारची विद्यापीठे, विद्यापीठ अनुदान मंडळ आणि इतर संस्थांना शिफारशी करणे.
३) शिक्षक-शिक्षण आणि त्यांच्या देशभरातील विकासकार्यात देखरेख व समन्वय करणे.
४) विविध स्तरांतील शिक्षक – अध्यापकांच्या पात्रता इ. संदर्भात मार्गदर्शक नियमावली तयार करणे.
५) विशिष्ट अभ्यासक्रम-प्रशिक्षण इ. संदर्भातील प्रवेशासाठी किमान पात्रता ठरवून त्या संदर्भातील निकष विकसित करणे.
६) शिक्षक-शिक्षणांतर्गत नवीन अभ्यासक्रम, उपक्रम सुरू करण्यासाठी पूर्व अटी, गरजा यासंदर्भात मार्गदर्शक नियम तयार करणे.
७) शिक्षक-शिक्षणसंदर्भात सामान्य मार्गदर्शक नियमावली विकसित करणे.
८) संशोधनात्मक अभ्यास व नावीन्यपूर्ण उपक्रमांस चालना देऊन नियमित किंवा वार्षिक आयोजन करणे.
९) शिक्षक-शिक्षण उपक्रम पर्यवेक्षण करणे व आर्थिक मदत करणे.
१०) देशातील शिक्षक विकास उपक्रमाची विश्वासार्हता निर्माण करणे.
११) शिक्षक-शिक्षणाच्या व्यापारीकरणास प्रतिबंध करून चांगले शिक्षक निर्माण होण्यासाठी गुणवत्ता व दर्जा राखण्यासाठी प्रयत्न करणे.
१२) इतर संस्था-संघटना-विद्यापीठांवर जबाबदारी सोपवणे.
१३) सेवांतर्गत शिक्षक-शिक्षणासाठी उपक्रम राबवून शिक्षकांच्या अद्ययावत विकासासाठी उजळणी सत्र अयोजित करणे.
१४) शिक्षक-शिक्षणासंदर्भात आंतरराष्ट्रीय संबंध प्रस्थापित करणे.

याव्यतिरिक्त पत्रद्वारा बी.एड. अभ्यासक्रम, व्यावसायिक नीतिमत्ता, वर्तनव्यवहार अभ्यासक्रम, अभ्यासपद्धती, सामाजिक व व्यावसायिक क्षेत्रातील शिक्षकांची भूमिका इ. संदर्भात वेळोवेळी मार्गदर्शन करणे, उपक्रम राबवणे.

शिक्षक-शिक्षणासंदर्भातील उद्दिष्टे ठरवणे, विविध स्तरांवरील अभ्यासक्रम विकसित करणे, राष्ट्रीय कार्यशाळा चर्चासत्रे अयोजित करणे, प्रवेशांचे

निकष ठरवणे आणि शिक्षक-शिक्षणासंदर्भात पत्रके प्रकाशित करणे हे कार्य परिषदेमार्फत केले जाते.

अशा प्रकारे राष्ट्रीय पातळीवर शिक्षक-शिक्षणाचे कार्य करणाऱ्या शिक्षण मंत्रालयाच्या (MHRD, UGC, NCERT, Je NCTE) कार्यवाहिन्या आहेत. अशाच प्रकारचे कार्य राज्यस्तरावर होण्यासाठी स्टेट बोर्ड ऑफ टीचर एज्युकेशन (SBTE), विद्यापीठाचा शिक्षक-शिक्षण विभाग (UDTE), निरंतर व प्रौढ शिक्षण विभाग (CCET), शिक्षक-शिक्षण महाविद्यालय (CTE), जिल्हा शिक्षक प्रशिक्षण संस्था (DIET) यांसारख्या संस्था कार्यरत आहेत.

४. महाराष्ट्र राज्यातील शैक्षणिक प्रशासन व संस्था

○महाराष्ट्र राज्य शैक्षणिक संशोधन व प्रशिक्षण परिषद ○महाराष्ट्र राज्य पाठ्यपुस्तक निर्मिती व अभ्यासक्रम संशोधन मंडळ ○महाराष्ट्र राज्य माध्यमिक व उच्च माध्यमिक शिक्षण मंडळे ○महाराष्ट्र राज्य शैक्षणिक तंत्रज्ञान संस्था, पुणे ○राज्य अध्यापक शिक्षण मंडळ ○विस्तार सेवा विभाग/केंद्रे ○राज्यविज्ञान शिक्षण संस्था ○राज्य आंग्ल भाषा संस्था ○महाराष्ट्र राज्य व्यवसाय मार्गदर्शन व निवड संस्था, मुंबई

स्वातंत्र्यपूर्वकालीन शैक्षणिक आराखडा स्वातंत्र्योत्तर काळामध्ये फारसा बदलेला नाही. ब्रिटिशांनी जी प्रशासकीय पद्धत शिक्षणक्षेत्रासाठी वापरली तीच आजही प्रचलित आहे. राज्याच्या शैक्षणिक विकासाची व प्रगतीची काळजी राज्य शासनाच्या शिक्षण विभागाकडून घेण्यात येते. हा शिक्षण विभाग राज्यासाठी नवीन शैक्षणिक योजना तयार करणे, उपक्रम राबवणे हे कार्य करतो. प्राथमिक स्तरीय शिक्षणाची संपूर्ण जबाबदारी संविधानाच्या निर्देशानुसार राज्य शासनावर आहे. राज्यामध्ये प्राथमिक शिक्षण निःशुल्क व सर्वांना सक्तीचे आहे. शिक्षण हे समवर्ती सूचीमध्ये येत असल्यामुळे प्रत्येक स्तरावरील शिक्षणखर्चाचा काही भार केंद्र सरकारवरही आहे. राज्यातील शैक्षणिक प्रशासन, शिक्षणमंत्री, शिक्षण खात्याचा सचिव (शिक्षण सचिव) व शिक्षण संचालक हे एकात्मिक समन्वयाने काम करत असतात. प्रशासनाच्या सोईसाठी सर्व कार्य विभागवार पद्धतीने केले जाते. प्रत्येक विभागाचे कामकाज हे उपसंचालक व विभागीय शिक्षण अधिक्षकांकडून पाहिले जाते.

शिक्षण सचिवालय : (राज्याचे शिक्षण मंत्रालय)

राज्य मंत्रीमंडळामधे शिक्षण खाते अस्तित्वात आहे. शिक्षण सचिवालयामार्फत शिक्षण मंत्रालयाचे कामकाज चालते. शिक्षणविषयक

धोरण ठरवण्याची जबाबदारी शिक्षणमंत्र्याची असते. राज्याचे शिक्षणविषयक धोरण ठरवणे, शिक्षणविषयक समस्या जाणून घेऊन त्या सोडवण्याचा प्रयत्न करणे, शैक्षणिक संशोधनास राज्यस्तरावर प्रोत्साहन देणे ही कामे शिक्षण मंत्रालयातर्फे केली जातात; परंतु शिक्षणविषयक ठराव व कायदे विधिमंडळात केले जातात. राज्याचे मुख्य सचिव याबाबत शिक्षणमंत्र्यांना सल्ला देण्याचे कार्य करतात. शिक्षण सचिवालयात धोरण आखणे, कार्यक्रम ठरवणे असे कार्य होते. विविध योजना येथे निश्चित केल्या जातात; परंतु त्याचे उपयोजन शिक्षण संचालनालयामार्फत केले जाते. विविध कार्यक्रम व योजनांच्या उपयोजनाबाबत शिक्षण सचिव शिक्षण संचालकांना आदेश देण्याचे कार्य करतात.

राज्य शिक्षण संचालनालय

शिक्षण संचालक हे शिक्षण संचालनालयाचे प्रमुख असतात. व शालेय शिक्षण ही त्यांची प्रमुख जबाबदारी असते. शिक्षण संचालनालयाचे कार्यालय पुणे येथे आहे. उच्च शिक्षणाची जबाबदारी स्वतंत्र संचालकावर असते. याशिवाय तांत्रिक शिक्षण, युवककल्याण, कला, क्रीडा, प्रौढ शिक्षण इ. साठी स्वतंत्र संचालक असतात. या सर्वांवर अंतिम देखरेख व नियंत्रण शिक्षण संचालकाचे असते. शिक्षण संचालकांच्या कार्यात सहकार्य करण्यासाठी उपसंचालक व सहसंचालक नियुक्त केले जातात. तसेच कार्यालयातील विभागवार कामकाज पाहण्यासाठी स्वतंत्र शिक्षण उपसंचालक नेमले जातात. शिक्षणासंबंधी खातेनिहाय प्रश्न राज्यपातळीवर समोर येतात त्यांची माहिती घेणे, अभ्यास करणे व वरिष्ठांना त्याबाबत योग्य ती माहिती पुरवणे हे काम शिक्षण उपसंचालक करत असतात. वरिष्ठांकडून त्याबाबत आलेल्या आदेशांचेही त्यांना पालन करावे लागते. याशिवाय प्राथमिक स्तरावरील शिक्षक प्रशिक्षण (डी.एड.) व शिष्यवृत्ती परीक्षा घेण्याचे कार्य शिक्षण संचालकांच्या हाताखाली काम करणाऱ्या अधिकाऱ्यांच्यावर सोपवले जाते. महाराष्ट्रामध्ये मुंबई, पुणे, नागपूर, औरंगाबाद, कोल्हापूर, नाशिक, अमरावती असे सात विभाग व सात शिक्षण उपसंचालक आहेत. विभागीय शिक्षण उपसंचालक आपापल्या विभागानुसार शिक्षणविषयक कामगिरी पार पाडतात.

शिक्षण संचालनालयाची कार्ये :

१) राज्य शासनाला शिक्षणविषयक बाबींमध्ये सल्ला देणे.

२) अस्तित्त्वात असलेल्या शासकीय शैक्षणिक संस्थांचा कारभार पाहणे, तसेच नवीन शासकीय शैक्षणिक संस्था स्थापन करणे व त्यांचाही कारभार पाहणे.
३) खासगी शिक्षण संस्थांचे पर्यवेक्षण करून नियंत्रण ठेवणे.
४) शैक्षणिक गुणवत्तेचा विकास करणे.
५) राज्याच्या अंदाजपत्रकातील तरतुदीप्रमाणे शिक्षणाच्या विकासासाठी पैशांचा योग्य तो विनियोग करणे.
६) विधिमंडळाला शिक्षणविषयक कायदे करण्यासाठी सहकार्य करणे.
७) शैक्षणिक धोरण, उपयोजन व निष्पत्ती यांचे मूल्यमापन करून योग्य ती कार्यवाही करणे.

शिक्षण संचालकाची कार्ये :

१) शिक्षणविषयक बाबींमध्ये शिक्षणमंत्र्यांना सल्ला देणे.
२) शिक्षण सचिवालय व शिक्षण सचिव यांच्या आदेशानुसार विविध शैक्षणिक धोरणे योजना व आदेशांची अंमलबजावणी करणे.
३) शिक्षणासंबंधित नवीन योजना शासनास शिक्षण सचिवामार्फत सादर करणे.
४) शिक्षणविषयक प्राथमिक ते विद्यापीठ स्तरापर्यंतचे प्रस्ताव तयार करणे.
५) सरकारतर्फे स्थापित सर्व शैक्षणिक संस्थांचा कारभार पाहणे.
६) शिक्षण खात्याच्या प्रस्तावित खर्चाचे अंदाजपत्रक तयार करून शासनाला सादर करणे.
७) प्राथमिक, माध्यमिक, उच्च माध्यमिक शाळा, महाविद्यालय व इतर शैक्षणिक संस्था यांना विशेष अनुदान मंजूर करणे.
८) सुसूत्रपणे राज्यातील शिक्षणविषयक कार्यक्रमांचे आयोजन करणे.
९) राज्यातील शैक्षणिक प्रगतीचा अहवाल तयार करून प्रसिद्ध करणे.
१०) राज्याचे शैक्षणिक प्रश्न, राज्य शासनाची शिक्षणविषयक धोरणे, जनतेच्या अपेक्षा यांची माहिती मंत्रालयास देणे
११) विविध विद्यापीठीय समित्यांवर शासनाचा प्रतिनिधी म्हणून काम पाहणे.

१२) कर्मचारीवर्गाविषयीचे वित्तीय व प्रशासकीय अधिकार अमलात आणणे.
१३) शिक्षण विभागातील प्रथम व द्वितीय स्तरावरील अधिकाऱ्यांच्या नेमणुकांवर नियंत्रण ठेवणे.
१४) सर्व आधिकारी व तत्सम कर्मचाऱ्यांच्या कामकाजावर नियंत्रण ठेवणे व मार्गदर्शन करणे.
१५) खासगी शाळांच्या मान्यता, पदोन्नती, शुल्कवाढ यासंबंधी मान्यता देणे.
१६) परीक्षा समिती नेमून केंद्रनिश्चिती करणे, परीक्षकांच्या नेमणुका करणे.
१७) जिल्हा स्तरावर शिक्षणाधिकारी, उपशिक्षणाधिकारी व प्रशासन अधिकारी यांच्या नियुक्त्या करणे.
१८) सक्तीच्या प्राथमिक शिक्षणासंबंधीच्या जिल्हा परिषदांच्या योजना त्यावर शिफारस करून शासनास सादर करणे.
१९) विविध शैक्षणिक संस्थांना अनुदान मंजूर करणे.
२०) विविध शैक्षणिक संस्थांच्या कारभारावर नियंत्रण ठेवणे.

शिक्षण संचालकांच्या कामकाजामध्ये विभागीय शिक्षण उपसंचालक त्यांना सहकार्य करत असतात.

शिक्षण उपसंचालकाची कार्ये

१) नवीन माध्यमिक शाळांना मान्यता देणे.
२) माध्यमिक स्तरावरील कर्मचाऱ्यांच्या तक्रारींची दखल घेणे.
३) अनुदानासंबंधित बाबी योग्य शिफारशीसह शिक्षण संचालकाकडे पाठवणे.
४) प्राथमिक शिक्षणसंस्था, कनिष्ठ महाविद्यालये यांच्या कारभारावर नियंत्रण ठेवणे.
५) प्राथमिक स्तरावरील शिक्षक प्रशिक्षणाचा कारभार पाहणे.
६) हुशार व पात्र विद्यार्थ्यांच्या शिष्यवृत्तीची व्यवस्था ठेवणे.
७) आश्रमशाळांना अनुदान देणे.
८) अर्धवेळ अध्यापकांसाठी वेतनश्रेणी ठरवणे.

९) म्युनिसिपल स्कूल बोर्डाचा कारभार व त्यांच्या तक्रारींचा विचार करणे.

१०) शिक्षण संचालकांचा प्रतिनिधी म्हणून विविध सभांना उपस्थित राहणे.

११) भविष्य निर्वाहनिधी, शाळांचे अनुदान, शैक्षणिक सवलती इ. ची व्यवस्था पहाणे.

१२) आपल्या कार्यक्षेत्रातील कर्मचारी व अधिकारी यांच्या नेमणुका, रजा, बदल्या यांकडे लक्ष पुरवणे.

महाराष्ट्र राज्यातील जिल्हास्तरीय शैक्षणिक प्रशासन

जिल्हास्तरीय शैक्षणिक प्रशासन हे तृतीय स्तरावरील प्रशासन असते. जिल्हास्तरासोबतच तालुकास्तरीय किंवा गटस्तरीय प्रशासनही कार्यरत असते. १३ मार्च १९६२ च्या जिल्हा परिषद कायद्यानुसार जिल्हा परिषदा अस्तित्वात आल्या. त्यानुसार महाराष्ट्रामध्ये प्रत्येक जिल्ह्यानुसार सत्तेचे विकेंद्रीकरण झाले. जिल्हा परिषदांचा ७०% वित्तीय भार राज्य सरकार अनुदानरूपाने उचलते.

जिल्हा परिषदेची शिक्षणविषयक कार्ये

• जिल्ह्यातील प्राथमिक शिक्षणासाठी सुनिश्चित योजना तयार करून प्राथमिक शाळा स्थापन करणे व प्राथमिक शिक्षणाचा प्रसार करणे.

• प्राथमिक शाळांसाठी इमारती, शैक्षणिक साहित्य इ. भौतिक साधन-सुविधांची सोय करणे.

• प्राथमिक स्तरावर कार्यरत शिक्षक व इतर कर्मचाऱ्यांच्या नेमणूक व बदल्या यांचे नियंत्रण करणे.

• नवीन प्राथमिक शाळांच्या स्थापनेसाठी योग्य स्थाननिश्चिती करणे.

• शाळांच्या कामकाजाचे तास व सुट्ट्या शिक्षणाधिकाऱ्यांच्या संमतीने ठरवणे.

• राज्य शासनास प्राथमिक शिक्षणासंदर्भात वेळोवेळी सल्ला देणे.

• शिक्षणाधिकाऱ्यांमार्फत प्राथमिक व माध्यमिक शाळांचे पर्यवेक्षण करून त्यावर नियंत्रण ठेवणे.

महाराष्ट्राशिवाय इतर काही राज्यांमध्ये उदा. मद्रास, पंजाब इ. ३०% माध्यमिक शाळा जिल्हा परिषदांमार्फत चालवल्या जातात. ग्रामीण भागामध्ये जिल्हा परिषदांसोबतच ग्रामपंचायती व नगर परिषदाही शैक्षणिक प्रशासनामध्ये

सहभागी असतात. जिल्हा परिषदेचे शिक्षण बोर्ड जी शिक्षण समिती बनवते त्यामार्फत प्राथमिक व माध्यमिक शिक्षणचा कारभार पाहिला जातो. जिल्हा पातळीवर प्राथमिक व माध्यमिक शिक्षणाची संपूर्ण जबाबदारी ही शिक्षणाधिकाऱ्यावरच असते. प्राथमिक व माध्यमिक स्तरांसाठी शिक्षणाची व्यापकता लक्षात घेता दोन स्वतंत्र शिक्षणाधिकारी नेमले जातात. जिल्हा परिषदेच्या प्रमुख कार्यकारी अधिकाऱ्यांच्या आदेशानुसार शिक्षणाधिकारी आपले शिक्षणविषयक कार्य करतात.

माध्यमिक स्तरावरील शिक्षणाधिकाऱ्याची कार्ये

- प्रत्येक वर्षी ३१ मार्चपूर्वी जिल्ह्यातील माध्यमिक शिक्षणासंबधीचा अहवाल शिक्षण संचालकास सादर करणे.
- नवीन माध्यमिक शाळांच्या मान्यतेसाठी शिक्षण उपसंचालकांकडे शिफारस करणे.
- जिल्हा परिषदेच्या माध्यमिक स्तरावरील शाळातील शिक्षकांच्या बदल्या व नेमणुका यावर नियंत्रण ठेवणे.
- माध्यमिक शाळांमध्ये विविध सृजनशील उपक्रम राबवण्यासाठी मार्गदर्शन करणे.
- माध्यमिक शाळांना अनुदान देण्यासाठी मंजुरी देणे. माध्यमिक व उच्च माध्यमिक शाळांचे पर्यवेक्षण व तपासणी करून आवश्यकतेनुसार मार्गदर्शन करणे.
- जिल्हास्तरावर कार्यरत विविध शैक्षणिक संस्थांची पाहणी करणे व त्यांना अनुदान मंजूर करून घेणे.

प्राथमिक स्तरावरील शिक्षणाधिकाऱ्याची कार्ये

- प्रत्येक वर्षी ३१ मार्चपूर्वी जिल्ह्यातील शैक्षणिक प्रगतीचा अहवाल शिक्षणसंचालकास सादर करणे.
- सक्तीच्या प्राथमिक शिक्षणाची योजना मंजूर करून घेऊन ती शिक्षण संचालकास सादर करणे व मंजूर उपक्रमाची कार्यवाही करणे.
- जिल्हा परिषदांमार्फत चालवल्या जाणाऱ्या प्राथमिक शाळातील शिक्षकांच्या बदल्या व नेमणुका यांचे नियंत्रण करणे.
- जिल्ह्यातील सर्व प्राथमिक शाळांचे पर्यवेक्षण व तपासणी करून त्यांना आवश्यकतेनुसार मार्गदर्शन करणे.

- समाजशिक्षण उपक्रमांची अंमलबजावणी करून त्याबाबत विभागीय शिक्षण उपसंचालकांना अहवाल सादर करणे

जिल्हा परिषदेचे उपशिक्षणाधिकारी

- उपशिक्षणाधिकारी हे द्वितीय श्रेणीचे अधिकारी शिक्षणाधिकाऱ्यांना सहाय्य करण्यासाठी नेमले जातात. महाराष्ट्रात सध्या प्रत्येक जिल्ह्यासाठी पाच उपशिक्षणाधिकारी आहेत. प्राथमिक, माध्यमिक व समाजशिक्षण यासाठी हे उपशिक्षणाधिकारी कार्य करतात. त्यांची कार्ये पुढीलप्रमाणे-
- आपल्या अधिकारक्षेत्रातील प्राथमिक व माध्यमिक शाळांची तपासणी करणे.
- जिल्ह्यातील समाजशिक्षण वर्गांची तपासणी करणे.
- खासगी प्राथमिक शाळांच्या तपासणीनंतर त्यांना अनुदान मंजूर करणे.
- प्राथमिक शाळेतील शिक्षकांच्या बदल्या, शिक्षण विकासाधिकाऱ्यांकडून कामाबाबत आलेल्या शिफारशी यांच्यासंदर्भात शिक्षणाधिकाऱ्यांकडे शिफारशी करणे.

जिल्हा परिषद शिक्षण विकास अधिकारी

एका शिक्षण विकास अधिकाऱ्यास सर्वसाधारणपणे ५० ते ७० शाळांसाठी काम पाहावे लागते. निर्धारित क्षेत्रातील प्राथमिक शाळांची त्यांना तपासणी करावी लागते. शिक्षकांसाठी विविध शिबिरांचे आयोजन करून त्यांना मार्गदर्शन करावे लागते. याशिवाय त्यांच्या बदल्या, शिक्षा, गोपनीय अहवाल याबाबतही कार्य करावे लागते. खासगी प्राथमिक शाळांना आवश्यक असणाऱ्या अनुदानाची आकारणी व अशा शाळांची तपासणी हेही त्यांचेच कार्य असते.

महाराष्ट्र राज्यातील तालुकास्तरीय शैक्षणिक प्रशासन

पंचायत समितीमार्फत तालुकास्तरीय शैक्षणिक प्रशासन पाहिले जाते. तालुक्यातील शैक्षणिक प्रशासनाची प्रमुख जबाबदारी गटशिक्षणाधिकाऱ्याची असते. तालुक्यातील प्रशासनाच्या सहजतेसाठी तालुक्याचे काही भाग पाडले जातात व भागमास्तर त्याचे प्रमुख असतात. गटशिक्षणाधिकाऱ्याच्या सहाय्यासाठी २० ते २५ शाळांसाठी एक याप्रमाणे शिक्षण विकासाधिकाऱ्याची नेमणूक केली जाते. शिक्षण विकासाधिकारी शाळातपासणी करतात, तर तालुकामास्तर शिक्षकांच्या पगारवाटपाचे काम पाहतात.

गट शिक्षणाधिकाऱ्याची कार्ये

- शिक्षणासंबंधी सर्व प्रशासकीय माहिती संबंधित अधिकाऱ्यांना देणे.
- प्राथमिक शाळांच्या आवश्यकतेनुसार साहित्याचे वाटप करणे.
- तालुक्यातील माध्यमिक शाळा, आश्रमशाळा व किमान पाच प्राथमिक शाळांची तपासणी करून जिल्हा परिषदेच्या शिक्षणाधिकाऱ्यांकडे तत्संबंधी अहवाल पाठवणे.
- निर्धारित क्षेत्रातील शाळा व शिक्षणविकासाधिकारी त्यांच्या कार्यावर देखरेख व नियंत्रण ठेवणे.
- खासगी प्राथमिक शाळांचे पर्यवेक्षण करून त्यांच्या कामावर नियंत्रण ठेवणे.
- शिक्षणाची गुणवत्ता वाढवण्यासाठी शिक्षण विकासाधिकाऱ्यांमार्फत विविध राष्ट्रीय कार्यक्रमांचे शाळांमध्ये आयोजन करणे.

नगरपालिका स्तरीय शैक्षणिक प्रशासन

भारतामध्ये अनेक राज्यांमध्ये नगरपालिका किंवा महानगरपालिका यांच्यांवर प्राथमिक शिक्षणाची जबाबदारी आहे. नगरपालिका अथवा महानगरपालिकेचे शिक्षण मंडळ प्रशासनाधिकाऱ्यामार्फत हे काम करते. नगरपालिकेच्या किंवा महानगरपालिकेच्या सभासदांमधूनच शिक्षण मंडळाचे अध्यक्ष व उपाध्यक्ष यांची निवड होते.

शिक्षण मंडळाची सभा बोलवून तिचे संचालन करणे, निवड समितीच्या सभांना हजर राहणे, प्रशासनाधिकाऱ्याच्या शिफारशीनुसार विद्यार्थ्यांच्या जन्मतारखेमध्ये बदल करणे, निर्धारित क्षेत्रातील प्राथमिक शिक्षणासंबधित समस्या शिक्षण मंडळाच्या निदर्शनास आणणे ही कामे शिक्षण मंडळाचा अध्यक्ष करतो.

शिक्षण मंडळाच्या सभांना उपस्थित राहून आवश्यक ती माहिती देणे, सभेचे वृत्त ठेवून त्यानुसार कामकाज करणे, शिक्षण मंडळामार्फत चालत असलेल्या संस्थांच्या कारभाराकडे लक्ष पुरवणे, शिक्षकांच्या बढत्या, बदल्या, व इतर निर्णयाची अध्यक्षांच्या आदेशानुसार कार्यवाही करणे, सक्तीच्या प्राथमिक शिक्षणाची योजना शिक्षण संचालकांना सादर करणे ही कामे प्रशासनाधिकाऱ्यास करावी लागतात.

ग्राम स्तरावरील शैक्षणिक प्रशासन

ग्रामपंचायतीमार्फत शालेय समिती बनवली जाते. ग्रामपंचायतीचे

सदस्य व काही शिक्षणप्रिय नागरिक यांचा या समितीमध्ये सहभाग असतो. चेअरमन हा प्रमुख असतो. तर संबंधित शाळेचा मुख्याध्यापक हा सचिव म्हणून कार्य करतो. शाळेसाठी जागा, शैक्षणिक साधने व इतर सोई उपलब्ध करून देणे, इमारतदुरुस्ती, नवीन इमारतीचे बांधकाम, शाळेचे पर्यवेक्षण, क्रीडांगणाची उपलब्धता, मुलांची सक्तीची उपस्थिती, पूरक आहार योजना इ. विषय शालेय समितीच्या कार्यक्षेत्रामधे समाविष्ट होतात.

महाराष्ट्र राज्य शैक्षणिक संशोधन व प्रशिक्षण परिषद

(State Council of Educational Research and Training) (SCERT)

काही वर्षांच्या अध्यापनानंतर अध्यापकांमध्ये आलेले कार्यशैथिल्य घालवायचे असेल तर त्यांचे सेवांतर्गत प्रशिक्षण सातत्याने होत राहिले पाहिजे. याचबरोबर त्यांच्या कार्यक्षमतेचे मूल्यमापनही होणे आवश्यक ठरते व त्यांच्या कार्यास पूरक ठरणारे शैक्षणिक साहित्यही निर्माण करणे गरजेचे असते. हे कार्य परिणामकारकपणे व्हावे या हेतूने महाराष्ट्र राज्य शासनाने राज्य शिक्षणशास्त्र संस्था १९६३ साली स्थापन केली. या संस्थेचे कार्य १९६४ च्या सुरवातीस चालू झाले. या संस्थेच्या कार्यक्षेत्रामध्ये प्राथमिक, पूर्वप्राथमिक, माध्यमिक व उच्च माध्यमिक स्तरीय शिक्षणाचा समावेश केल्यामुळे हळूहळू संस्थेच्या कामाचा व्याप वाढत गेला. म्हणूनच १९७७ मध्ये संस्थेची कार्ये आवश्यकतेनुसार पुनर्निश्चित केली गेली.

- शालेय, निरंतर, अनौपचारिक शिक्षण व अध्यापक प्रशिक्षणामधे गुणवत्ता- सुधारणेच्या दृष्टीने बदल घडवून आणणे.
- पूर्व प्राथमिक ते उच्च माध्यमिक स्तरावरील संस्थाची तपासणी करणाऱ्या अधिकाऱ्यांना सेवांतर्गत प्रशिक्षण देण्याची सोय करणे.
- अध्यापक प्रशिक्षण संस्था, माध्यमिक व उच्च माध्यमिक शाळा व कनिष्ठ महाविद्यालयातील अध्यापकांना सेवांतर्गत प्रशिक्षण देण्यासाठी अल्प व दीर्घ मुदतीचे प्रशिक्षण कार्यक्रम आयोजित करणे.
- अध्यापक व तपासणी अधिकाऱ्यांसाठी पत्रद्वारा प्रशिक्षण व इतर पूरक कार्यक्रमांचे आयोजन करणे.
- शिक्षणाच्या सर्व स्तरांसाठीच्या अध्यापक प्रशिक्षणसंस्थांना विस्तारसेवा उपलब्ध करून देणे व त्यामध्ये समन्वय प्रस्थापित करणे.
- अध्यापन साहित्याची शैक्षणिक संस्था व अध्यापकांसाठी निर्मिती करणे.

- शैक्षणिक गुणवत्ता सुधारण्यासाठी शैक्षणिक समस्या व अध्यापक-प्रशिक्षण यांचा संशोधनात्मक स्तरावर अभ्यास करून शासनाने दिलेले शैक्षणिक विकासाचे उद्दिष्ट पूर्ण करणे.
- राज्यस्तरीय विविध शैक्षणिक संस्था व विषय अध्यापक संघटना यांच्यामध्ये समन्वय प्रस्थापित करणे.

प्रथमत: संस्थेमध्ये प्रशिक्षण, संशोधन, प्रकाशन व विस्तारसेवा हे चारच विभाग होते. परंतु १९८५ मध्ये प्रशिक्षण विस्तारसेवा, आदिवासी बोलीभाषा, मूल्यमापन, संशोधन, अध्यापक प्रशिक्षण, व्यावसायिक शिक्षण व प्रशिक्षण, प्रकाशन पत्रद्वारा प्रशिक्षण, बालशिक्षण, लोकसंख्या शिक्षण, अभ्यासकम विकसन, प्राथमिक शिक्षण सर्वांसाठी असे एकूण तेरा विभाग कार्यरत करण्यात आले. १९८४ मध्ये अखिल भारतीय राष्ट्रीय शैक्षणिक अनुसंधान व प्रशिक्षण परिषद नवी दिल्ली या संस्थेच्या कार्यपद्धतीनुसार आवश्यक ते बदल करून संस्थेस वरचा दर्जा देण्यात आला. यानंतर 'महाराष्ट्र राज्य शैक्षणिक अनुसंधान व प्रशिक्षण परिषद' असे संस्थेचे नामकरण करण्यात आले. राज्य पातळीवर कार्य करणाऱ्या विविध शैक्षणिक संस्थांचा या परिषदेत समावेश करून संस्थेच्या कार्याची व्याप्ती वाढवली गेली व सर्व शैक्षणिक संस्थांच्या कार्यामध्ये समन्वय साधण्याचा प्रयत्न करण्यात आला. यामध्ये व्यवसाय मार्गदर्शन व निवड संस्था, मुंबई, राज्य आंग्लभाषा शिक्षण संस्था, औरंगाबाद, राज्य विज्ञान शिक्षण संस्था, नागपूर, दृक्श्राव्य शिक्षणसंस्था,पुणे, राज्य शैक्षणिक तंत्रज्ञान संस्था, पुणे या संस्थांचा समावेश केला गेला.

शिक्षक प्रशिक्षण कार्यक्रमांची गुणवत्ता वाढवणे, शैक्षणिक संशोधनास चालना देणे यावर संस्थेचा भर आहे. संचालक हे परिषदेचे प्रमुख, तर त्यांच्या मदतीसाठी उपसंचालक व सहसंचालक असतात. परिषदेतील विविध विभागांची कामे प्रथम व द्वितीय श्रेणीतील राजपत्रित अधिकाऱ्यांमार्फत पाहिली जातात. १९८६ चे राष्ट्रीय शैक्षणिक धोरण यासंदर्भात चर्चासत्रे, उद्बोधन वर्ग, पुस्तक प्रकाशन आणि अभ्यासक्रम तयार करणे असे विविध उपक्रम मोठ्या प्रमाणावर राबवले गेले. सर्व स्तरांवरील शिक्षणाधिकारी, शिक्षणतज्ज्ञ व विविध लोकप्रतिनिधींचा यामध्ये सक्रिय सहभाग होता. परिषदेतील प्रत्येक विभागाचे कार्य स्वतंत्रपणे परंतु परस्परपूरक पद्धतीने चालते. काही प्रमुख विभागांची कार्ये पुढीलप्रमाणे.

* प्रशिक्षण विभाग :

प्रशासकीय अधिकारी, शिक्षण विकासाधिकारी, लिपिक, सर्व स्तरांवरील अध्यापक व अध्यापक प्रशिक्षक यांच्यासाठी सेवांतर्गत प्रशिक्षण कार्यक्रम राबवले जातात. यामध्ये उद्बोधन वर्ग, कृतिसत्रे, प्रशिक्षणवर्ग, चर्चासत्रे यांचे प्रामुख्याने आयोजन केले जाते. सर्व संबंधित घटकांच्या दैनंदिन कार्यप्रणालीची गुणवत्ता सुधारण्याच्या दृष्टीने नवीन शैक्षणिक विचारप्रवाह, शैक्षणिक तंत्रज्ञान यांचा परिचय करून दिला जातो. विविध प्रशिक्षणवर्गांमधून पूरक शैक्षणिक साहित्याची व अध्यापक हस्तपुस्तिकांची निर्मिती केली जाते. यासाठी परिषदेस सांस्कृतिक स्रोत व प्रशिक्षण केंद्र, नवी दिल्ली, राष्ट्रीय शैक्षणिक संशोधन व प्रशिक्षण परिषद नवी दिल्ली, केंद्रीय हिन्दी संस्थान, आग्रा व राष्ट्रीय शैक्षणिक नियोजन व प्रशासन संस्था नवी दिल्ली या संस्थाकडून मार्गदर्शनात्मक मदत दिली जाते.

* विस्तारसेवा विभाग :

विस्तारसेवा विभाग, प्राथमिक विस्तार सेवा केंद्रे, माध्यमिक शाळा समूह केंद्रे व महाविद्यालयीन शाळासमूह केंद्रे व प्रशिक्षण महाविद्यालयास जोडलेल्या ३० विस्तार सेवा केंद्रे यामार्फत कार्य करतो. प्राथमिक केंद्रातर्फे गुणवत्ताविकासाचे उपक्रम राबवले जातात. माध्यमिक शाळांच्या सुविधांचा लाभ परिसरातील प्राथमिक शाळांना दिला जातो, तर महाविद्यालयात सोईसुविधांचा लाभ माध्यमिक शाळांना दिला जातो. एकशिक्षकी शाळांना शैक्षणिक साहित्याचे वाटप केले जाते. तसेच निगडित विकसनशील भागांची शैक्षणिक सुधारणा घडवून आणणे ही कार्ये विस्तार सेवा विभागास करावी लागतात.

* संशोधन विभाग :

शैक्षणिक गुणवत्ता वाढवण्यासाठी संशोधनास चालना देण्यासाठी हा विभाग स्थापन करण्यात आला. या विभागातर्फे अध्ययन-अध्यापन प्रक्रिया, अध्यापक प्रशिक्षण, सर्वसामान्य शैक्षणिक समस्या यावर आधारित संशोधन कार्य हाती घेतले जाते. १९६९ पासून संशोधकास आर्थिक सहाय्य दिले जाते. संशोधन विभाग पुणे विद्यापीठाशी संलग्न आहे. या विभागातर्फे 'रिसर्च बुलेटिन' व 'शिक्षणप्रवाह' या पत्रिका प्रकाशित होतात.

* मूल्यमापन विभाग :

हा विभाग १९६३ साली स्थापन करण्यात आला. राष्ट्रीय स्तरावर

निश्चित केल्या गेलेल्या शैक्षणिक उद्दिष्टांचे मूल्यमापन करण्यासाठी योग्य साधनांचे विकसन करणे व त्यासाठी अध्यापकांना प्रशिक्षण देणे, विविध कसोट्या, प्रश्नपत्रिका, प्रश्नपेट्या, हस्तपुस्तिका तयार करणे हे कार्य या विभागामार्फत केले जाते.

∗ प्रकाशन विभाग :

१९५६ पासून या विभागातर्फे 'जीवनशिक्षण' हे मासिक प्रकाशित केले जाते. याशिवाय शिक्षणाशी निगडित विविध पैलूंवर आधारित ग्रंथ व इतर लेखनसाहित्यही प्रकाशित केले जाते.

∗ लोकसंख्या शिक्षण विभाग :

वाढत्या लोकसंख्येचे दुष्परिणाम विद्यार्थ्यांना कळावेत व त्यावरील उपाययोजनेची क्षमता त्यांच्या विचारांमध्ये यावी, यादृष्टीने १९८१ मध्ये या विभागाची स्थापना करण्यात आली. उद्बोधन, प्रशिक्षण, संशोधन अशा विविध पातळ्यांवर या विभागाचे कार्य चालते. लोकसंख्या शिक्षण प्रकल्पासाठी संशोधकास अर्थसाह्यही केले जाते.

∗ ग्रंथालय :

या संस्थेमध्ये शिक्षणशास्त्रावरील पुस्तके, मासिके व इतर संदर्भसाहित्याचे समृद्ध ग्रंथालय आहे. अध्यापक, प्राध्यापक, संशोधक व शासकीय अधिकारी या ग्रंथालयाचा लाभ घेऊ शकतात.

महाराष्ट्र राज्य पाठ्यपुस्तक निर्मिती व अभ्यासक्रम संशोधन मंडळ (पुणे) (Maharashtra State Bureau of Text Book Production and Curriculum Research)

अध्ययन-अध्यापनप्रक्रिया परिणामकारकपणे व सुलभपणे घडण्यासाठी पाठ्यपुस्तक हे एक आवश्यक साधन आहे. लहान वयातील मुलांचे अनुभवविश्व समृद्ध करण्यासाठी पाठ्यपुस्तके महत्त्वपूर्ण ठरतात. मुलांच्या भावना व विचार यांवर चांगल्या पाठ्यपुस्तकांचा ठसा उमटतो. भाषा व इतिहास विषयातून मूल्यशिक्षण, संस्कार शिक्षण होते; तर गणित, भूगोल शास्त्र इ. विषयांच्या पाठ्यपुस्तकातून तार्किक दृष्टी, वैज्ञानिक दृष्टिकोन, नीटनेटकेपणा, संशोधन वृत्ती, जिज्ञासूपणा वाढीस लागतो. म्हणून विद्यार्थ्यांच्या सर्वांगीण विकासामध्ये पाठ्यपुस्तकांना अनन्यसाधारण महत्त्व प्राप्त होते. पाठ्यपुस्तकांसंबंधीचे धोरण ठरवण्यासाठी शिक्षण संचालकांच्या अध्यक्षतेखाली नेमलेल्या समितीने

१९३९ मध्ये पुढीलप्रमाणे शिफारशी केल्या-

१. पाठ्यपुस्तके एकाच छापाची व एकाच प्रकारच्या मांडणीची नसावीत.
२. पाठ्यपुस्तकांमधे विविधतेस प्राधान्य असावे.
३. चांगल्या पुस्तकांच्या ८ ते १० मालिकांमधून स्थानिक गरज व आवश्यकतेनुसार योग्य ती मालिका निवडण्याचे स्वातंत्र्य लोकल बोर्डास असावे.

पाठ्यपुस्तकांची निर्मिती पूर्वी माध्यमिक शिक्षण मंडळ व खासगी प्रकाशक करत असे; परंतु मुंबई सरकारने १९४७ च्या प्राथमिक कायद्यामध्ये बदल करून स्थानिक स्वराज्य संस्थांचे पुस्तकांसंबधीचे स्वातंत्र्य काढून घेतले. याशिवाय माध्यमिक शिक्षण मंडळाचाही कारभार वाढतच राहिला व खासगी प्रकाशक पुस्तकनिर्मितीचा आवश्यक दर्जा राखू शकत नाहीत. विद्यार्थ्यांना पुस्तकांच्या किमती न परवडणाऱ्या होत्या व पुस्तके वेळेवर उपलब्ध होत नव्हती. अशा वेळी चांगली पुस्तके परवडणाऱ्या किमतीमध्ये व वेळेवर उपलब्ध करून देणारी एखादी संस्था असण्याची गरज पुढे आली. काही पुस्तकांची निर्मिती शासनाने केली व तीच पुस्तके वापरण्याचा आदेश काढला गेला. १९६४-६६ च्या कोठारी आयोगाच्या (शिक्षण आयोग) शिफारशीनुसार पुस्तकांचे राष्ट्रीयीकरण करण्याचे शासनाचे धोरण आहे, अशी तत्कालीन शिक्षणमंत्र्यांनी घोषणा केली. व त्यानुसारच २७ जानेवारी, १९६७ मध्ये महाराष्ट्र राज्य पाठ्यपुस्तक निर्मिती व अभ्यासक्रम संशोधन मंडळाची स्थापना करण्यात आली. हे मंडळ स्वायत्त मंडळ आहे.

*** उद्दिष्ट्ये :**

- प्राथमिक व माध्यमिक शिक्षण तसेच सर्वसाधारण शिक्षणाच्या प्रगतीमध्ये साहाय्य करणे.
- शालेय पाठ्यपुस्तके, अध्यापक हस्तपुस्तिका, स्वाध्याय पुस्तिका व पूरक शैक्षणिक साहित्य निर्माण करणे.
- पुस्तकांची छपाई, विक्री, संग्रह व वितरणव्यवस्था करणे.
- प्राथमिक, माध्यमिक किंवा अन्य शाखांतील अभ्यासक्रम व पाठ्यक्रमासंदर्भात संशोधन करणे.
- पाठ्यपुस्तके व अन्य पूरक शैक्षणिक साहित्याचे संशोधन करणे.

*** संरचना :**

मंडळाचे सर्व उच्चाधिकार नियामक मंडळाकडे असतात व या

मंडळाकडूनच पाठ्यपुस्तक मंडळाचे व्यवस्थापन चालते. राज्याचे शिक्षणमंत्री याचे पदसिद्ध अध्यक्ष, तर शिक्षण संचालक उपाध्यक्ष असतात. याशिवाय या दोघांसह ९ पदसिद्ध, तर ६ अपद्सिद्ध सदस्य असतात. अपदसिद्ध सदस्य शासनाकडून तीन वर्षांसाठी नियुक्त केले जातात. शासनाचा एक प्रतिनिधी मंडळावर नेमलेला असतो. मंडळाचे व्यवस्थापन कार्यकारी समिती, वित्त समिती, विद्या परिषद, अभ्यासक्रम व पाठ्यपुस्तक संशोधन सल्लागार परिषद व निर्मिती आणि वितरण परिषद या पाच समित्यांमार्फत होते.

*** कार्ये :**

१) पाठ्यपुस्तक लेखन प्रकाशन वितरण : इयत्ता १ली ते ७ वी साठी शासनमान्य अभ्यासक्रमानुसार पाठ्यपुस्तके तयार केली जातात. ८ वी ते १० वी ची सर्व व ११ वी व १२ वी ची भाषा विषयांची पाठ्यपुस्तके या मंडळामार्फत तयार केली जातात. पाठ्यपुस्तक मंडळ ही पुस्तके छापणे व वितरित करण्याचे कार्य करते. बालभारती, किशोरभारती व कुमारभारती ही पाठ्यपुस्तके मंडळाने तयार केली आहेत. मंडळाच्या विद्याविभागातील विषयवार समित्या १ ली ते ७ वी च्या पाठ्यपुस्तकांची हस्तलिखिते तयार करून त्यावर अनुभवी व तज्ज्ञ शिक्षक, सुजाण नागरिकांना अभिप्रायार्थ पाठवतात. आलेल्या सूचनांचा विचार करून हस्तलिखितामध्ये विषय समित्या दुरुस्ती करतात. मुद्रणप्रत तयार झाल्यानंतर विषयतज्ज्ञाकडून प्रकाशनपूर्व गुणवत्ता परीक्षण केले जाते. त्यानंतर अंतिम हस्तलिखिते निर्मितीसाठी पाठवली जातात. पुस्तक छपाईचे काम विविध मुद्रणालयांतून करून घेतले जाते. मराठी, उर्दू, हिंदी, इंग्रजी, गुजराती, कन्नड, सिंधी या सात भाषांतून पाठ्यपुस्तके प्रकाशित होतात. १२०० अधिकृत वितरकांमार्फत पाठ्यपुस्तकांचे वितरण केले जाते. पुणे, मुंबई, नागपूर व औरंगाबाद येथे मंडळाची संग्रहकेंद्रे (भांडारे) आहेत. गोवा व लातूर या ठिकाणी उपसंग्रहकेंद्रे ठराविक कालावधीसाठी चालवली जातात.

२) पाठ्यपुस्तक मूल्यमापन व संशोधन : पाठ्यपुस्तकांचे मूल्यमापन व संशोधन यासाठी मंडळामध्ये स्वतंत्र विभाग कार्यरत आहे. प्रकाशनपूर्व व प्रकाशनोत्तर पाठ्यपुस्तकांचे मूल्यमापन होते. त्यासाठी लहान लहान संशोधन प्रकल्प राबवण्यात येतात. मंडळाकडून संशोधकास अल्प आर्थिक मदतही देण्यात येते. शैक्षणिक संशोधनाची गुणवत्ता वाढावी हाच यामागील हेतू आहे. यामुळे पाठ्यपुस्तकांची गुणवत्ता व दर्जा यामध्ये वाढ होते.

३) इतर पूरक शैक्षणिक साहित्यनिर्मिती : पाठ्यपुस्तकांशिवाय मंडळातर्फे शिक्षकांसाठी हस्तपुस्तिका तयार केल्या जातात. विद्यार्थ्यांसाठी स्वाध्यायपुस्तिकाही तयार केल्या जातात. याशिवाय संस्कार वाचनमाला, खेळ, बालगोष्टी, बालगीते, किशोर मासिक, शब्दकोश असे अध्ययनपूरक साहित्य निर्माण केले जाते. याशिवाय शिक्षकांसाठी भाषाशिक्षण साहित्यपेटी, नकाशे, ध्वनिफितीही तयार केल्या जातात.

महाराष्ट्र राज्य माध्यमिक व उच्च माध्यमिक शिक्षण मंडळ, पुणे

माध्यमिक शिक्षणाचा कारभार पाहाण्यासाठी प्रत्येक राज्यामध्ये एक माध्यमिक शिक्षण मंडळ असावे, अशी मुदलियार आयोगाने शिफारस केली होती. त्यानुसार अभ्यासक्रमाची आखणी करणे, परीक्षा घेणे या कामांसाठी प्रत्येक राज्यामध्ये एक माध्यमिक शिक्षण मंडळ स्थापन करण्यात आले. १९७२ नंतर १०+२+३ या आकृतीबंधानुसार शैक्षणिक असमतोल दूर करण्याचा प्रयत्न महाराष्ट्र राज्यामध्ये झाला. त्यानुसारच माध्यमिक व उच्च माध्यमिक स्तरांवरील अभ्यासक्रमाची परीक्षा घेण्याचे कार्य या मंडळाकडे सोपवून महाराष्ट्र राज्य माध्यमिक व उच्च माध्यमिक शिक्षण मंडळ असे नामकरणही करण्यात आले.

* संरचना - शासनाचे प्रतिनिधी, विविध विद्यापीठांचे प्रतिनिधी माध्यमिक शाळा व कनिष्ठ महाविद्यालये चालवणाऱ्या संस्थांचे प्रतिनिधी, प्राथमिक व माध्यमिक शिक्षणक्षेत्रातील तज्ज्ञ व मुख्याध्यापक यांची मंडळावर निवड केली जाते. हे एकूण ५० सदस्य असतात. राज्य मंडळाच्या अध्यक्षांची नियुक्ती शासनातर्फे केली जाते. कार्यकारी परिषद, विद्वत् परिषद, वित्त समिती, परीक्षा समिती व विषय अभ्यास मंडळे (एकूण ३०) या पाच वैधानिक समित्यांमार्फत मंडळाचे कार्य चालते.

* कार्ये - राज्य मंडळ माध्यमिक व उच्च माध्यमिक शिक्षणाच्या बाबतीत शासनाला धोरणात्मक सल्ला देणे.

- इ. ८ वी ते १२ वी पर्यंतचा अभ्यासक्रम तयार करणे, माध्यमिक व उच्च माध्यमिक शालान्त प्रमाणपत्र परीक्षेची योजना बनवणे, पाठ्यपुस्तके तयार करणे व अध्यापकांसाठी मार्गदर्शनात्मक शैक्षणिक साहित्याची निर्मिती करणे.
- माध्यमिक व उच्च माध्यमिक स्तरावरील शैक्षणिक गुणवत्ता, शिक्षक, भौतिक साधन सुविधा याबाबत आवश्यक तो दर्जा ठरवणे.

- शालान्त प्रमाणपत्र परीक्षेचे नियम, अटी निश्चित करून विद्यार्थ्यांना प्रमाणपत्र देणे.
- खर्चाच्या वार्षिक अंदाजपत्रकास मान्यता घेवून शासनाला मंजुरीसाठी पाठवणे.
- सर्वच स्तरांवरील शैक्षणिक एकसूत्रीकरणाची योजना आखणे.
- विभागीय मंडळांच्या कामकाजावर देखरेख व नियंत्रण ठेवणे.
- अध्ययन–अध्यापन प्रक्रिया, अभ्यासक्रम, परीक्षा व मूल्यमापन प्रक्रिया यांच्या गुणवत्तेत सुधारणा करण्यासाठी संशोधनात्मक उपक्रम हाती घेणे.

∗ विविध उपक्रम :

- अभ्यासक्रमाची निर्मिती व पुनर्रचना करणे.
- पाठ्यपुस्तके तयार करणे.
- एकूणच शैक्षणिक गुणवत्तावाढीसाठी प्रयत्न करणे, अध्यापकांची व्यावसायिक क्षमता वाढवणे, अध्ययनातील विद्यार्थ्यांची सुलभता वाढवणे यासाठी शैक्षणिक साहित्यनिर्मिती करणे, शहरी व ग्रामीण भागातील अध्यापकांसाठी विविध कृतीसत्रांचे आयोजन करणे.
- पुनर्रचित अभ्यासक्रमांसाठी राज्यपातळीवरील उद्बोधनवर्गांचे आयोजन करणे.
- नमुना प्रश्नपत्रिका तयार करून विद्यार्थ्यांपर्यंत पोहोचवणे.
- शिक्षण संक्रमण नावाचे मासिक चालवणे.
- संशोधन अभ्यासक्रम, पाठ्यपुस्तके, परीक्षापद्धती, गुणवत्ताविकास या संदर्भात मंडळाच्या संशोधन विभागाकडून संशोधनास प्रोत्साहन दिले जाते.

∗ विभागीय माध्यमिक शिक्षण मंडळाची संरचना व कार्ये

विभागीय शिक्षण मंडळे ही राज्य मंडळाचे कार्यात्मक घटक आहेत. शालान्त परीक्षा घेण्याची जबाबदारी या मंडळावर सोपवण्यात आली आहे. विभागीय मंडळे ही स्थायी समिती व परीक्षा समिती या दोन वैधानिक समित्यांमार्फत कार्य करतात.

पुणे विभागीय मंडळावरील वाढता कार्यभार लक्षात घेऊन १९८५ मध्ये पुणे व मुंबई अशी विभागणी करण्यात आली. मुंबई विभागीय मंडळात

मुंबई, उपनगरे, ठाणे, रायगड, रत्नागिरी व सिंधुदुर्ग यांचा समावेश होतो. विभागीय मंडळे राज्य मंडळाच्या वतीने शालान्त प्रमाणपत्र परीक्षा घेतात. परीक्षा केंद्रे निश्चित करणे, परीक्षेच्या कामासाठी प्राश्निक, परीक्षक, केंद्रसंचालक, समीक्षक यांची नियुक्ती करणे, परीक्षांचे वेळापत्रक तयार करून जाहीर करणे हे कार्य विभागीय मंडळातर्फे केले जाते. पुणे, नागपूर, औरंगाबाद व मुंबई ही विभागीय मंडळे, तर कोल्हापूर, नाशिक, लातूर व अमरावती ही मंडळाची उपकार्यालये कार्यरत आहेत. विभागीय मंडळाचा कार्यभार हलका करण्यासाठी उपकार्यालयांची रचना करण्यात आली आहे.

महाराष्ट्र राज्य शैक्षणिक तंत्रज्ञान संस्था, पुणे
(State Institute of Educational Technology)

आजच्या काळात दूरदर्शन हे विविध पद्धतीने शिक्षणप्रक्रियेमध्ये सहाय्यकारी ठरत आहे. लोकशिक्षणाचे एक प्रभावी दृक्‌श्राव्य साधन म्हणून दूरदर्शन कार्य करत आहे. एकूणच शैक्षणिक गुणवत्ता वाढवण्यासाठी 'दूरदर्शन' या प्रभावी माध्यमाचा परिणामकारकपणे उपयोग करून घेण्यासाठी १९७२ साली मुंबई येथे शैक्षणिक तंत्रज्ञान कक्ष स्थापन करण्यात आला. या कक्षाच्या खर्चाची संपूर्ण जबाबदारी १९७५ पर्यंत केंद्र शासनाने उचलली. त्यानंतर या कक्षाची संपूर्ण जबाबदारी राज्य शासनाकडे सोपवण्यात आली.

*** उद्दिष्टे**

- शैक्षणिक तंत्रज्ञानाचा शैक्षणिक संस्थामध्ये प्रसार करणे.
- ज्या शाळांमध्ये दूरचित्रवाणी संच उपलब्ध आहेत, त्या शाळांना शालेय चित्रवाणी कार्यक्रमपत्रिका पुरवणे.
- शालेय चित्रवाणी पाठ दाखवण्याचे तंत्र अध्यापकांना समजून सांगणे.
- दूरदर्शन कार्यक्रमासाठी पाठलेखकांना प्रशिक्षण देणे व त्यासाठी प्रशिक्षणवर्गाचे आयोजन करणे.
- दूरदर्शन संचाच्या किरकोळ दुरुस्ती व देखभाल यांचे तंत्र समजावून सांगण्यासाठी कृतीसत्रांचे आयोजन करणे.
- आकाशवाणी पाठलेखकांचे प्रशिक्षणवर्ग आयोजित करणे.
- विशेष योजना आखून जास्तीत जास्त शाळांना दूरदर्शन संच पुरवणे.

शालेय चित्रवाणीचे कार्यक्रम अभ्यासक्रमावर आधारित असतात. याशिवाय अभ्यासपूरक मूल्यशिक्षण देणारे कार्यक्रमही तयार केले जातात.

विद्यार्थ्यांना विविधांगी अनुभव मिळावेत, हाच यामागचा उद्देश आहे.

✳ **कार्ये**

१. शाळांना दूरदर्शन संच पुरवणे : इसी टीव्ही या कंपनीचे ८९८ दूरदर्शन संच सवलतींच्या दरात मुंबई, पुणे, ठाणे, रायगड, अहमदनगर व सातारा जिल्ह्यांतील शाळांना पुरवण्यात आले.

२. शालेय चित्रवाणी पाठलेखकांच्या प्रशिक्षणवर्गांचे आयोजन करणे : इंग्रजी व विज्ञान विषयाच्या निवडक अध्यापकांना शालेय चित्रवाणीसाठी पाठलेखनाचे प्रशिक्षण देण्यात आले. यासाठी चर्चासत्रे, कृतिसत्रेही आयोजित केली गेली.

३. उपयोजक अध्यापकांसाठी चर्चासत्रे घेणे : शालेय चित्रवाणीचा अध्ययन-अध्यापन प्रक्रियेमध्ये परिणामकारकपणे उपयोग कसा करावा, हे अध्यापकांना समजून सांगण्यासाठी चर्चासत्रांचे आयोजन केले जाते.

४. दूरचित्रवाणी संचाची दुरुस्ती करण्यास शिकवणे : शाळांना पुरवण्यात आलेल्या दूरसंचांची किरकोळ दुरुस्ती व देखभाल करण्यास अध्यापकांना शिकवण्यासाठी कक्षातर्फे तीन तज्ज्ञांची नेमणूक करण्यात आली होती. हे तंत्रज्ञ प्रत्यक्ष शाळांमध्ये जाऊन दूरदर्शन संचांची दुरुस्ती करीत व अध्यापकांनाही समजून सांगत.

५. शालेय आकाशवाणीसाठी पाठलेखकांना प्रशिक्षण देणे : राज्यस्तरीय सल्लागार समितीच्या सल्ल्यानुसार शालेय आकाशवाणीचे कार्यक्रम ठरवले जातात. समितीच्या निर्णयानुसार १९७८ पासून आकाशवाणीच्या पाठलेखकांसाठी ३० हून अधिक कृतीसत्रे आयोजित केली गेली व गरजेनुसार त्यांच्याकडून पाठांचे लेखन करून घेतले गेले.

६. शालेय चित्रवाणी कार्यक्रमांचे स्वरूप, निर्मिती व प्रक्षेपण : या कक्षाने शैक्षणिक गुणवत्तावाढीसाठी सुरुवातीच्या काळामध्ये शालेय चित्रवाणी कार्यक्रमाद्वारे काही चित्रपट व अनुबोधपट दाखवण्यात आले. १९७४ नंतर या कक्षाद्वारे अभ्यासक्रमावर आधारित कार्यक्रम तयार करून प्रक्षेपित केले गेले. यामध्ये प्रामुख्याने इंग्रजी व शास्त्र या विषयाकडे लक्ष पुरवण्यात आले. शालेय विद्यार्थ्यांसोबतच अध्यापकांसाठीही कार्यक्रम तयार करण्यात आले. हे कार्यक्रम १९७६ पासून प्रत्येक महिन्यातील एका शनिवारी प्रक्षेपित केले जातात. शालेय चित्रवाणीच्या कार्यक्रमांचे वेळापत्रक वर्षाच्या सुरुवातीलाच कक्षाकडून प्राप्त होत असल्यामुळे दैनंदिन अध्ययन-अध्यपनामध्ये

यांचा आवश्यकतेनुसार उपयोग करून घेता येतो. शालेय चित्रवाणीच्या कार्यक्रमांच्या उपयोजनासाठी राज्य शैक्षणिक तंत्रज्ञान संस्थेची स्थापना १९८४ मध्ये पुणे येथे केली गेली. हे केंद्र शैक्षणिक कार्यक्रमांचे नियोजन, निर्मिती व अध्यापकांचे उद्‌बोधन या जबाबदाऱ्या पार पाडते. या संस्थेमध्ये चित्रपट निर्मिती, बालमानसशास्त्र, अध्यापनशास्त्र यांतील विषयतज्ज्ञ नियुक्त आहेत. अद्ययावत यंत्रसामग्री उपलब्ध आहे. याशिवाय बालचित्रवाणीचे मूलतः हिन्दीमध्ये तयार केलेले कर्यक्रमही भाषांतरित करून १९८३ पासून महाराष्ट्रात प्रक्षेपित केले जातात.

राज्य अध्यापक शिक्षण मंडळ

(State Board of Teacher Education)

महाराष्ट्र राज्य शैक्षणिक संशोधन व प्रशिक्षण परिषदेचा एक स्वतंत्र विभाग म्हणून राज्य अध्यापक शिक्षण मंडळाची स्थापना १९६७ साली करण्यात आली.

*** प्रमुख कार्ये**

- राज्यातील शिक्षणशास्त्र पदविका परीक्षेसाठीचा अभ्यासक्रम निश्चित करणे.
- राज्यातील विविध विद्यापीठांतील शिक्षणशास्त्र पदवी परीक्षेसाठीच्या अभ्यासक्रमाची सर्वसाधारण रूपरेषा ठरवणे.
- विविध शैक्षणिक स्तरावरील शिक्षकांसाठी सेवांतर्गत प्रशिक्षण कार्यक्रमांचे आयोजन करणे.
- विविध विद्यापीठातील शिक्षणशास्त्र पदवी परीक्षेची समकक्षता ठरवून त्यासाठी शासनाची मंजुरी अथवा नामंजुरी मिळवणे.

विस्तार सेवा विभाग/केंद्रे

(Extension Services Departmente Centers)

कृषी क्षेत्रामध्ये प्रभावी ठरलेली लोकाभिमुख व परिणामकारक अशी विस्तारसेवा ही संकल्पना शिक्षणक्षेत्रातही राबवणे फलदायी ठरेल, या हेतूने विस्तारसेवा विभाग स्थापन करण्यात आला. विविध महाविद्यालयांतील तज्ज्ञ प्राध्यापकांचा व त्यांच्या अनुभवाधिष्ठित ज्ञानाचा फायदा शालेय स्तरावर कार्यरत असणाऱ्या शिक्षकांना मिळावा म्हणून शिक्षक प्रशिक्षण

महाविद्यालयात विस्तारसेवा विभाग / केंद्र चालवण्यात येतात. या विस्तारसेवा केंद्राचा प्रमुख या संबंधित महाविद्यालयातील एखादा प्राध्यापक असतो. शालेय शिक्षकांसाठी शिबिरे उन्हाळी अभ्यासवर्ग, कृतिसत्रे इत्यादींचे आयोजन या केंद्रामार्फत केले जाते. हा त्यांच्या सेवांतर्गत प्रशिक्षणाचाच एक भाग असतो. केंद्र शासनाकडून १९५६ मध्ये या विभागाची स्थापना करण्यात आली. महाराष्ट्रात प्रत्येक जिल्ह्याच्या ठिकाणी ही विस्तारसेवा केंद्रे कार्यरत आहेत. शिक्षणशास्त्र महाविद्यालयाचे प्राचार्य विस्तारसेवा केंद्राचे मानद संचालक असतात.

* **कार्ये**

- विविध विषयांच्या अध्यापकांसाठी ज्ञानसंवर्धनाचे कार्यक्रम आखून उद्‌बोधन करणे.
- शिक्षणक्षेत्रातील नवनवीन अध्ययन-अध्यापन पद्धती व तंत्रांचा परिचय करून देणे.
- कृतीसत्रे, चर्चासत्रे, परिसंवाद यांचे आयोजन करून शिक्षकांना मार्गदर्शन करणे.
- पर्यवेक्षण, मूल्यमापन व प्रशासनातील विविध तंत्रांची माहिती शिक्षकांना करून देणे.
- विविध शैक्षणिक स्पर्धांमध्ये भाग घेण्यासाठी शिक्षकांना प्रोत्साहित करणे.
- कृती संशोधन हाती घेण्यासाठी शिक्षकांना प्रेरित करणे व त्याबाबत मार्गदर्शन करणे.
- दृक्‌श्राव्य शैक्षणिक साधनांची निर्मिती करणे व त्यांचा अध्यापनामध्ये परिणामकारकरित्या वापर करणे याबाबत मार्गदर्शन करणे.

विस्तारसेंवा केंद्रे ही अल्पशा निधीवर चालत असल्यामुळे त्यांच्या कामावर मर्यादा पडतात. कर्मचारीवर्गाचीही पुरेशी उपलब्धता नसते. निधी व कर्मचारी यांची आवश्यकतेनुसार सोय करून या केंद्रांची गुणवत्ता व कार्यक्षमता वाढवल्यास माध्यमिक स्तरावरील शैक्षणिक गुणवत्ता वाढवण्यासाठी निश्चितच फायदा होईल. या विस्तारसेवा केंद्रांच्या कार्याचा आढावा प्रतिवर्षी राज्यस्तरीय बैठकीमध्ये घेतला जातो व त्याच वेळी पुढील वर्षाच्या कामाचे नियोजनही केले जाते.

राज्यविज्ञान शिक्षण संस्था
(State Institute of Science Eduction)

प्रत्येक राज्याला ही एक राज्य विज्ञान शिक्षण संस्था स्थापन करण्याच्या निर्णय १९६३ मध्ये झालेल्या शिक्षणमंत्र्यांच्या बैठकीत घेण्यात आला.

विविध स्तरांवरील शास्त्र शालेय शिक्षणाची गुणवत्ता सुधारणे या प्रमुख हेतूने या संस्थेची स्थापना करण्यात आली. संशोधन, प्रशिक्षण, विस्तार, प्रकाशन व दृक्श्राव्य या विभागाद्वारे ही संस्था कार्य करते. एन.सी.ई.आर.टी. व एस्.सी.ई. आर.टी. मार्फत आखल्या जाणाऱ्या विविध योजनांची माहिती व संपूर्ण राज्यामधील एकूण शैक्षणिक कार्याची माहिती या संस्थेद्वारे आवश्यकतेनुसार विविध घटकांना उपलब्ध करून देण्यात येते. या संस्थेचे कार्य एस.सी.ई.आर.टी.च्या मार्गदर्शनाखाली चालते.

✳ प्रमुख कार्ये

- आजच्या विज्ञानाधिष्ठित युगामध्ये विज्ञान शिक्षणाची आवश्यकता लक्षात घेऊन व विज्ञान शिक्षकांची वाढती गरज लक्षात घेऊन त्यांच्या ज्ञानसंवर्धनाच्या दृष्टीने ही संस्था राज्यपातळीवर कार्य करते.
- विज्ञान विषयाची आवड वृद्धिंगत करण्यासाठी सेवापूर्व व सेवान्तर्गत प्रशिक्षणवर्गांचे आयोजन करणे.
- विविध चर्चासत्रे, शिबिरे व अन्य उपक्रमांद्वारे माध्यमिक शिक्षकांना विज्ञानशिक्षणाचा लाभ देणे.
- विज्ञान विषयाच्या चांगल्या अध्ययन-अध्यापनासाठी आवध्यक असणारी उपकरणे कुठे मिळतात, ती कशी हाताळावीत, त्यांचा अध्यापनामध्ये कसा उपयोग करावा हे या संस्थेमार्फत सांगितले जाते.
- विज्ञानविषयक प्रदर्शने भरवणे, चर्चासत्रे, परिषदा घेणे व अशाच इतर माध्यमांतून वैज्ञानिक दृष्टिकोन वाढीस लावणे.
- विज्ञानविषयक मासिके चालवणे, स्पर्धा भरवणे. विज्ञान छंदमंडळ चालवणे इ.
- राज्यातील आदिवासी शाळांना पत्राद्वारे मार्गदर्शन करणे.
- निवडक शाळांमध्ये विज्ञान छंद मंडळे चालवणे.

योजनापूर्वक व शास्त्रशुद्ध पद्धतीने विज्ञान शिक्षणाचा प्रसार करण्यासाठी १९६८ साली ही राज्यशास्त्र (विज्ञान) शिक्षणसंस्था स्थापन झाली.

राज्य आंग्ल भाषा संस्था

भारतामध्ये इंग्रजी विषय सक्तीचा म्हणून जवळजवळ सर्वच राज्यांत शिकवला जातो. आजच्या स्पर्धात्मक युगामध्येही इंग्रजी भाषेचे महत्त्व दिवसेंदिवस वाढतच आहे. उच्च शिक्षणासाठी इंग्रजी भाषेवर प्रभुत्त्व असणे ही आजच्या काळाची गरजच बनली आहे. म्हणूनच इंग्रजी भाषेच्या अध्यापनामध्ये सुधारणा व्हावी, त्याची गुणवत्ता वाढावी यासाठी प्रयत्न करण्यासाठी राज्य आंग्लभाषा संस्थेची स्थापना १९६५ मध्ये मुंबई येथे करण्यात आली. या संस्थेचे स्थलांतर १९८६ मध्ये औरंगाबाद येथे करण्यात आले.

*** संस्थेची प्रमुख उद्दिष्ट्ये :**

- इंग्रजी भाषेचे प्रभावी अध्यापन करण्यााठी इंग्रजी विषयाच्या शिक्षकांना सातत्यपूर्ण मार्गदर्शन करणे.
- इंग्रजी भाषा शिक्षकांची इंग्रजी भाषा समृद्ध व विकसित करणे.
- प्रभावी इंग्रजी अध्यापनासाठी प्रशिक्षणाची सोय करणे, कृतीसत्रांचे आयोजन करणे.
- अविकसित व आदिवासी भागातील इंग्रजी विषयाच्या शिक्षकांसाठी प्रशिक्षणाचे आयोजन करणे.
- इंग्रजी भाषेच्या प्रभावी अध्यापनासाठी उपयुक्त शैक्षणिक साहित्य तयार करणे.
- अध्यापक महाविद्यालयातील इंग्रजी अध्यापनपद्धती शिकवणाऱ्या अध्यापकांना मार्गदर्शन करणे.
- माध्यमिक शिक्षण मंडळ, परीक्षा मंडळ, पाठ्यपुस्तक निर्मिती मंडळ व तत्सम संस्थांना इंग्रजी भाषाविषयक उपक्रमांमध्ये सहकार्य करणे.
- इंग्रजीविषयाचे नवीन विचारप्रवाह अध्यापकांपर्यंत पोहोचवणे.

*** संस्थेची कार्ये**

- माध्यमिक स्तरावरील अध्यापकांसाठी तीन महिने मुदतीचे प्रशिक्षण वर्ग आयोजित करणे.
- कमी मुदतीची (कमाल एक आठवडा) मार्गदर्शन शिबिरे आयोजित करणे.
- काही निवडक शाळांमध्ये श्रवणमंडळे स्थापन करणे.
- आदिवासी क्षेत्रातील जिल्ह्यांसाठी एका आठवड्याच्या कृतीसत्रांचे आयोजन करणे.

- नवीन अभ्यासक्रम, पाठ्यक्रम, पाठ्यपुस्तके व तत्सम अध्यापन याविषयी मार्गदर्शन सत्रांचे आयोजन करणे.

महाराष्ट्र राज्य व्यवसाय मार्गदर्शन व निवड संस्था, मुंबई

शालान्त विद्यार्थ्यांसाठी व्यावसायिक माहिती गोळा करणे, शाळांकरिता संकलित नोंदपत्रिका तयार करणे व भारतीय परिस्थितीला जुळतील अशा मानसशास्त्रीय चाचण्या तयार करणे हे उद्देश समोर ठेवून एप्रिल, १९५० मध्ये मुंबई सरकारने मुंबई येथे व्यवसाय मार्गदर्शन केंद्राची स्थापना केली. सन १९५७ मध्ये या केंद्राचे रूपांतर व्यवसाय मार्गदर्शन केंद्रात करण्यात आले व त्यामध्ये प्रशिक्षण आणि संशोधन यावर भर देण्यात आला. त्याच वेळी अहमदाबाद व पुणे येथे प्रत्येकी एक उपकेंद्र काढण्यात आले. औद्योगिक कार्यालयातर्फे कर्मचाऱ्यांची शास्त्रीय पद्धतीने निवड करण्याची वाढती मागणी लक्षात घेऊन तिसऱ्या पंचवार्षिक योजनेत या संस्थेचे रूपांतर 'व्यवसाय मार्गदर्शन व निवड संस्थे'त करण्यात आले. त्यानंतर १९८२ मध्ये नागपूर व औरंगाबाद येथे 'प्रादेशिक व्यवसाय मार्गदर्शन व निवड संस्था' स्थापन करण्यात आल्या. या संस्थेत तीन प्रमुख विभाग आहेत.

अ) माहिती विभाग

आ) मानसशास्त्रीय विभाग

इ) प्रशिक्षण विभाग

अ) व्यवसायविषयक माहिती

ही संस्था विद्यापीठीय व अविद्यापीठीय शिक्षणक्रमाची माहिती, निरनिराळे व्यवसाय, प्रशिक्षण इत्यादिंची माहिती गोळा करते. ही माहिती विद्यार्थ्यांना व इतरांना प्रत्यक्ष पत्राद्वारे किंवा शाळांमध्ये व्याख्याने देऊन, पुस्तिका, पत्रिकाचे प्रकाशन करून अथवा प्रदर्शने, परिषदा, वृत्तपत्रातील लेख, आकाशवाणी, दूरदर्शनवरील भाषणे यांद्वारे देण्यात येते. शालेय शिक्षण संपवणाऱ्यांना चाकोरीबाहेरील विविध शिक्षणक्रमांची व व्यवसायाची माहिती देण्याचे काम संस्थेकडून करण्यात येते. त्यासाठी देशातून, परदेशातून संस्थेकडे विचारणा केली जाते. या सेवेचा लाभ अनेकांना होते. व्यवसाय मार्गदर्शन परिषदा व प्रदर्शने आदिवासी भागातही आयोजित करण्यात आली. त्यासाठी संस्थेने अनुदानही दिले. याचा लाभ सामान्यपणे शाळा/ महाविद्यालये, विद्यार्थी-पालक घेतात. अनेक पुस्तके, पत्रिका यांचे संकलन केले आहे.

एस्. एस्. सी, व्हॉट नेक्स्ट, अर्न व्हाईल यू लर्न या पुस्तिका व अभ्यासक्रमाची माहिती देणाऱ्या पत्रिका यांचा विशेषत्त्वाने उल्लेख करता येईल. पुस्तके मराठीत व विविध भाषांमधे तयार केलेली आहेत.

आ) मानसशास्त्रीय कसोट्या, समुपदेशन व मार्गदर्शन

या विभागामार्फत अभ्यासक्रमांची व व्यवसायांची माहिती गोळा करण्याबरोबरच काही परदेशी मानसशास्त्रीय कसोट्यांचे पुनर्प्रमाणीकरण करण्यात आले आहे. तसेच भारतीय परिस्थितीस अनुरुप नवीन मानसशास्त्रीय कसोट्या प्रमाणित करण्यात आल्या आहेत. व्यावसायिक संस्थांतील अभ्यासक्रमात उत्तीर्ण होण्यासाठी कोणत्या कसोट्यांचा उपयोग होऊ शकेल, याचा मागोवा घेऊन सुमारे साठ मानसशास्त्रीय कसोट्यांवर काम करण्यात आले आहे. समुपदेशन, प्रवेश परीक्षा, उमेदवार निवड, विशिष्ट प्रकारच्या कर्मचाऱ्यांच्या निवडीसाठी या कसोट्या वापरण्यात आल्या आहेत.

इ) शिक्षकांचे प्रशिक्षण

प्रशिक्षित शिक्षक मिळावेत म्हणून संस्थेने व्यवसाय विद व व्यवसाय मार्गदर्शन पदविका हे अभ्याक्रम सुरू केले. अभ्यासक्रम एक वर्षाचा आहे. प्रशिक्षणानंतर हे शिक्षक विद्यार्थ्यांना त्यांच्या अभियोग्यतेनुसार पुढील अभ्याक्रम निवडण्यासाठी साहाय्य करतात. व्यवसाय विद् अभ्यासकम पूर्ण केलेले शिक्षक शाळेत शैक्षणिक व व्यवसायिक माहिती देण्याचे काम करतात.

ई) परिचयात्मक अभ्यासक्रम

अध्यापक महाविद्यालयातील विद्यार्थ्यांना समुपदेशनाच्या कार्याची माहिती देणे व या क्षेत्रात आवश्यक आणि उपलब्ध अभ्यासक्रमाची ओळख करून देणे या उद्देशाने महाविद्यालयात एक किंवा दोन दिवसांचा अल्प परिचयात्मक अभ्यासक्रम आयोजित केला जातो. संस्थेने आतापर्यंत ३०० हून अधिक अभ्यासक्रम आयोजित केले. तसेच व्यवसाय विद् व पदविका अभ्यासक्रम याद्वारे प्रशिक्षित केलेल्या शिक्षकांची संस्था बरीच आहे.

शालेय सुधार समितीने प्रत्येक शाळेत व्यवसाय मार्गदर्शनाची सोय उपलब्ध असावी अशी शिफारस केली आहे.

■

५. महाराष्ट्रातील प्रमुख शैक्षणिक विचारवंतांचे योगदान

○महात्मा फुले (१८२७-१८९०) ○ सावित्रीबाई फुले (१८३१-१८९७) ○लोकहितवादी गोपाळ हरी देशमुख (१८२३ - १८९२) ○गोपाळ गणेश आगरकर (१८५६-१८९५) ○लोकमान्य टिळक (१८५६-१९२०) ○महर्षी धोंडो केशव कर्वे (१८५८-१९६९) ○राजर्षी शाहूमहाराज (१८७४-१९२२) ○डॉ. बाबासाहेब आंबेडकर (१८९१-१९५६) ○डॉ. कर्मवीर भाऊराव पाटील (१८८७-१८५९) ○महर्षी विठ्ठल रामजी शिंदे (१८७३-१९४४) ○ताराबाई मोडक (१८९२-१९७३) ○अनुताई वाघ (१९१०-१९९२) ○डॉ. पंजाबराव देशमुख (१८९८-१९६५) ○जे. पी. नाईक (१९०७-१९८१) ○लीलाताई पाटील (जन्म १९२७) ○हमीद दलवाई (१९३२-१९७७) ○डॉ. बापूजी साळुंखे (१९१९-१९८७) ○बाबूरावजी जगताप (१८८८-१९७८) ○बाबूरावजी घोलप (१९०४-१९९२)

महात्मा फुले (१८२७-१८९०)

भारतातील शिक्षणक्षेत्राच्या विकासाचा व पर्यायाने त्यातील महाराष्ट्राच्या योगदानाचा जेव्हा विचार होतो तेव्हा महात्मा फुले यांचे नाव घेतल्याशिवाय पुढे जाता येत नाही. सर्व समाज परंपरा व रूढींच्या जोखडाखाली वावरत असताना शिक्षणाचा विचार करून त्यातून समाजक्रांती घडवण्याचा दृष्टिकोन बाळगणारे महात्मा फुले हे शिक्षणक्षेत्रासाठी आदर्शच आहेत. कारण समाजात सामान्य माणसाला शिक्षणाचा हक्क नाकारला जात असताना याच सामान्य माणसाला, विशेषतः स्त्रियांना शिकवण्याची भाषा करून त्याद्वारे समाजामध्ये परिवर्तन घडवून आणण्याचे व ते सत्यात उतरवण्यासाठी अखंड प्रयत्न

करण्याचे त्यांचे कार्य वाखाणण्यासारखेच ठरते. म्हणूनच त्यांना महाराष्ट्रातील सामाजिक क्रांतीचे अग्रदूत म्हटले जाते.

महात्मा फुलेंचा जन्म १८२७ साली झाला. अशिक्षित पालक असल्यामुळे त्यांच्या जन्मतारखेची निश्चित नोंद आढळत नाही. जोतिबांची आई लवकरच निवर्तल्यामुळे त्यांचे पालनपोषण वडील गोविंदराव यांनीच केले. लहानपणीच जोतिरावांची आकलनशक्ती प्रचंड होती. लिहिण्या-वाचण्याकडे त्यांचा कल होता. उपलब्ध शिक्षणव्यवस्थेमध्ये तत्कालीन परिस्थितीत गोविंदरावांनी जोतिबांना शिक्षण द्यायचा प्रयत्न केला. त्याहीपेक्षा जोतिबांनी स्वयंप्रेरणेने व स्वप्रयत्नांनी जास्तीत जास्त ज्ञान प्राप्त करीत आपले व्यक्तिमत्त्व घडवले. पुस्तकी ज्ञानापेक्षा अनुभवसिद्ध ज्ञानाकडे त्यांचा कल होता. त्यांचा स्वभावच मुळात चिंतनशील होता.

सार्वजनिक जीवनात प्रवेश करताना त्यांनी स्त्रिया व अतिशूद्रांच्या शिक्षणासाठी कार्य करण्याचा निर्धार केला. कारण समाजाच्या कनिष्ठ स्तराला शिक्षणाचा अधिकारच नाही अशी तत्कालीन समजूत होती. जे उपलब्ध शिक्षण होते ते पंतोजींद्वारे त्यांच्याच घरी दिले जात असे. काही श्रीमंत लोक स्वतःच्या घरीच मुलांना शिक्षण देण्याची व्यवस्था करीत. याखेरीज सरकारी खर्चाने पुणे जिल्ह्यातील काही खेड्यांत 'ग्राम' शाळा चालवण्याचा प्रयत्न झाला; पण तो यशस्वी होऊ शकला नाही; परंतु इंग्रजी राजवटीच्या आधारे ब्राह्मणवर्गाच्या शिक्षण देण्या-घेण्याच्या सत्तेला हादरे देण्याचे प्रयत्न पुन:पुन्हा होत राहिले. समाजसुधारणेचा विचार करणाऱ्या काही सुजाण व्यक्तींच्या प्रयत्नांमुळे शिक्षणाचे किरण सामान्यांपर्यंत पोहोचण्याची आशा निर्माण झाली. यामध्ये काही प्रमाणात इंग्रजांच्या शिक्षणविषयक धोरणांचेही योगदान होते.

जसजसे वय वाढत गेले तसतसे जोतिबांना भोवतालच्या परिस्थितीचे आकलन होत गेले व त्यातील विदारक सत्य जाणवू लागले. म्हणूनच त्यांनी स्त्रिया व अतिशूद्रांच्या शिक्षणासाठी प्रयत्न करण्याचा निर्धार केला. हिंदुस्थानातील स्त्रीशिक्षणाकडे दुर्लक्ष करण्यात येते व आपल्या देशबांधवांच्या सुधारणेकडे आपलेच लोक कानाडोळा करतात याचे त्यांना अतीव दु:ख होते. आपल्या शिक्षणकार्यात आपल्या पत्नीची साथ मिळाल्यास स्त्रिया व मुलींच्या शिक्षणासाठी चालवलेल्या चळवळीसाठी उपयुक्त ठरेल, या दूरदृष्टीने त्यांनी पत्नी सावित्रीबाईंचेही शिक्षण सुरू केले. यासाठी पती-पत्नींनी अपार अवहेलना सहन केली; परंतु

हे कार्य नेटाने चालू ठेवले. त्याचे फलित म्हणून १८४८ मध्ये भिडे वाड्यात मुलींची पहिली शाळा सुरू केली. शिक्षणाची आवड असणाऱ्या सर्वांना प्रवेश दिला जात होता. तिथे वाचन, अंकगणित, व्याकरण यावर भर दिला जात असे. ही शाळा चालविण्यासाठी आपल्या मित्रांकडून त्यांना वेळोवेळी अर्थसाहाय्य प्राप्त होत असे.

पुण्यासारख्या सनातनी परंपरा असलेल्या ठिकाणी शूद्रांच्या मुलींना शिक्षण देणे ही तत्कालीन परिस्थितीत भयंकरच गोष्ट होती. त्यामुळेच समाजातून जोतिबांविरुद्ध आरडाओरडा चालू झाला. स्त्रियांच्या पायात अनावश्यक परंपरांच्या बेड्या होत्या. स्त्रिया जर शाळेची वाट चालू लागल्या तर त्या ह्या बेड्या झुगारून देतील, अशी भीती तत्कालीन सनातन्यांना वाटत होती. म्हणूनच जोतिबांच्या शाळांना समाजातून विरोध होत होता. शिवाय पुरुष शिक्षकाकडे मुलींना कसे पाठवावे, हा प्रश्नही होताच. जोतिबांच्या शिक्षणप्रसाराच्या कार्यामुळे त्यांच्या वडिलांना विनाकारण त्रास देण्यात येऊ लागला. शाळेत अध्यापनकार्यात मदत होईल म्हणून जोतिबा सावित्रीबाईंना शाळेत नेऊ लागले, तर सनातनी लोक सावित्रीबाईंना हरत-ऱ्हेने त्रास देऊ लागले. गोविंदरावांवर दबाव आणून पती-पत्नी दोघांना घराबाहेर काढण्याची सक्ती करण्यात येऊ लागली. शाळा किंवा घर यामध्ये जोतिबांनी सावित्रीबाईंना सोबत घेऊन शिक्षणप्रसारासाठी घराचा उबदार आसराही सोडला.

जोतिबांनी अथक परिश्रम घेऊन पुण्यामध्ये मुलींच्या शिक्षणासाठी अखंडपणे कार्य केले. शिक्षणक्षेत्रातील त्यांचा त्याग, कर्तृत्व व त्यांच्या विद्यार्थिनींची प्रगती याचा गवगवा अल्पावधीतच सर्वत्र झाला. इंग्रज सरकारकडून १६ नोव्हेंबर १८५२ रोजी त्यांचा सत्कारही करण्यात आला. जोतिरावांच्या मतानुसार कनिष्ठ वर्गातील लोकांसाठी अशा शिक्षणाची आवश्यकता होती की जेणेकरून ते आपल्या सामाजिक समतेच्या व व्यक्तिस्वातंत्र्याच्या हक्कासाठी झगडण्यास तयार होतील.

हिंदुस्थानातील शिक्षणविषयक प्रश्नांची सखोल चौकशी करून सुधारणा सुचवण्यासाठी सरकारने १८५२ मध्ये विल्यम हंटर यांच्या अध्यक्षतेखाली एक कमिशन नेमले. शिक्षणाची तत्कालीन स्थिती जाणून घेण्यासाठी हंटर समितीने विविध ठिकाणी विविध तज्ज्ञ, मान्यवरांच्या भेटी घेतल्या. त्यामध्ये जोतिबा हेही होते. या समितीसमोर जोतिबांनी जे विचार मांडले ते अत्यंत समर्पक व संपूर्ण भारतीय शिक्षणविषयक स्थितीवर त्यांनी किती सखोल

विचार केला होता, याचा प्रत्यय देणारे होते. हे विचार आजच्या काळातही थोड्याफार फरकाने लागू पडतात.

सरकारकडून कनिष्ठ वर्गीयांच्या शिक्षणाची खूपच आबाळ झाली, असे जोतिबांनी स्पष्ट सुनावले. स्वत: स्थापन केलेल्या शाळांची व आपल्या शैक्षणिक कार्याचीही त्यांनी सविस्तर माहिती दिली. सरकार असे मानते की, वरिष्ठ वर्गातील लोक हे कनिष्ठ वर्गामध्ये शिक्षणाचा प्रसार करतील. यासाठी सरकार, सामान्य शेतकऱ्यांकडून सारा गोळा करते व ते वरिष्ठांच्या शिक्षणावर उधळते. विद्यापीठे श्रीमंतांच्या मुलांना शिक्षण देतात व ऐहिक उन्नतीसाठी साहाय्य करतात; परंतु विद्यापीठातून बाहेर आल्यानंतर हे सुशिक्षित आपल्या देशबांधवांसाठी त्यांच्या उन्नतीसाठी काहीच करत नाहीत, असे जोतीबांनी आपल्या निवेदनात स्पष्ट केले. आजही या स्थितीमध्ये व लोकांच्या जाणिवांमध्ये विशेष फरक पडलेला आढळून येत नाही.

जोतीरावांनी पुढे सांगितले की, मुंबई इलाख्यात प्राथमिक शिक्षणाची आबाळ आहे. शाळांना योग्य ती उपकरणे पुरवली जात नाहीत. ज्या कामासाठी सरकार पैसे गोळा करते त्या कामावर मात्र तो पैसा खर्च करत नाही. परिणामी, प्राथमिक शिक्षणासंदर्भात दुर्लक्ष होते म्हणूनच प्राथमिक शिक्षण सक्तीचे करावे, असे मत त्यांनी व्यक्त केले. कनिष्ठ जातीची वस्ती जेथे असेल तेथे स्वतंत्र शाळा सुरू कराव्यात. कारण दूषित पूर्वग्रहामुळे त्यांना इतरांच्या जवळ बसता येत नाही व परिणामी त्यांना शिक्षण मिळत नाही.

विद्यार्थ्यांच्या यशापयशावर शिक्षकाचे वेतन अवलंबून नसावे. सरकारी काळांतील शिक्षण पक्क्या पायावर उभारलेले असावे. अभ्यासक्रम व्यवहारोपयोगी असावेत व शिक्षणयंत्रणेतसुद्धा आमूलाग्र सुधारणा व्हावयास हवी. शिक्षकांच्या नोकरीचे नियम व अटी सोयीच्या व स्वास्थ्यदायी असाव्यात. त्यांच्या पगारात व दर्जात वाढ केली जावी. अध्यापनशास्त्राची परीक्षा उत्तीर्ण असलेल्या शिक्षकांनाच नेमणुका मिळाव्यात. याशिवाय ते लायक शिक्षक आहेत व अध्यापनशास्त्राच्या परीक्षा उत्तीर्ण नाही त्यांना घेऊन त्यांच्या अनुभवाचा फायदा घ्यावा. शहरी व ग्रामीण अभ्यासक्रमामध्ये फरक असावा. ग्रामीण अभ्यासक्रम शहरी अभ्यासक्रमापेक्षा सोपा व सुटसुटीत असावा. त्याला दैनंदिन व्यवहाराची जोड असावी. पुस्तकांची पुनर्रचना करावी. ग्रामीण शाळांची वर्षातून चार वेळा तपासणी व्हावी. शिक्षण खात्यावर

सरकारचे संपूर्ण नियंत्रण असावे. उच्च शिक्षण सर्वांसाठी सहज उपलब्ध असावे. मुंबई विद्यापीठाप्रमाणे खासगी पद्धतीने परीक्षेस बसणाऱ्या सर्वांना उत्तेजन द्यावे. खालच्या वर्गात शिक्षणप्रसारास हातभार लागेल अशा प्रकारे शिष्यवृत्तींची सोय करावी. मुलींच्या शिक्षणाकडे विशेष लक्ष पुरवावे.

वरील विवेचनावरून जोतीरावांची शिक्षणाविषयी तळमळ व तदनुसार विचारांची स्पष्टता दिसून येते. शिक्षणाद्वारे समाजपरिवर्तनाचा मानस बाळगून त्यांनी हे कार्य नि:स्पृहपणे केले. आपल्या लेखनातून त्यांनी समाजजागृती करण्याचा सर्वतोपरी प्रयत्न केला व कृतीतून समाजाच्या कुरीतींवर प्रहार केला. विधवा पुनर्विवाह, बालहत्याप्रतिबंधक गृह, विधवा केशवपनाविरुद्ध नाभिकांचे बंड, पाण्याचा हौद अस्पृश्यांसाठी खुला करणे या विविध गोष्टी त्यांच्या संवेदनशील मन व परिवर्तनवादी विचारसरणीचेच द्योतक आहेत. त्यांच्या या कार्यामुळेच आजही त्यांचे विचार अनुकरणीय व आदर्श ठरतात. शिक्षणाचे महत्त्व सांगताना त्यांनी केलेले वक्तव्य खूपच बोलके आहे जे आजही प्रेरणादायी आहे.

'विद्येविना मती गेली। मतीविना नीती गेली।।
नीतीविना गती गेली। गतीविना वित्त गेले।।
वित्ताविना शूद्र खचले। इतके अनर्थ एका अविद्येने केले।

शिक्षण म्हणजे फक्त प्रचलित शिक्षण नव्हे तर सदसद्‌विवेकबुद्धी, सारासार विचार करण्याची क्षमता, विद्या म्हणजे इतरांचे दु:ख जाणण्याचे साधन आणि ते दूर करण्याचा प्रयत्न करण्यासाठी वापरावयाचे शस्त्र. विद्या म्हणजे फक्त स्वत:च्या उन्नतीचा नव्हे, तर सर्वांना सोबत घेऊन उन्नती करण्याचा मार्ग. विद्येचा हा अर्थ महात्मा फुलेंना अपेक्षित होता. ज्यावर आजही विचारमंथन व जाणीवजागृती होणे आवश्यक आहे. शिक्षण ही ब्राह्मणाखेरीज इतर जातींनी संपादन करायची गोष्ट नव्हे, अशी त्या काळी समजूत असे. समाजातील कनिष्ठ वर्गातील लोकांना शिक्षित करावे असा विचार तत्कालीन उच्चवर्णीयांना कधी शिवलाही नाही. त्या काळी महात्मा फुले यांनी बहुजन समाजाच्या शिक्षणाचा त्यातल्या त्यात दलितांच्या शिक्षणाचा विचार केला, ही धाडसाचीच गोष्ट म्हणावी लागेल. सदाचार, विवेक, न्यायप्रियता व सहिष्णुता ही जोतीरावांची जीवनाची चतु:सूत्री होती. आत्मज्ञान व आत्मनिरीक्षण हे त्यांच्या तत्त्वज्ञानाचे दोन मुख्य स्तंभ होते. विचार म्हणजेच कृती व कृतीमुळे विचारांना मूल्य प्राप्त होते, अशी त्यांची

धारणा होती. सत्यवर्तनाशिवाय मानवी जगणे मिथ्या आहे, यावर त्यांची निष्ठा होती. म्हणूनच तथाकथित धर्ममार्तंडाच्या मगरमिठीतून सामान्य जनतेला सोडवण्यासाठी बौद्धिक गुलामगिरीतून त्यांना मुक्त करून शिक्षणाचे दरवाजे त्यांच्यासाठी उघडण्यासाठी त्यांनी सत्यशोधक समाजाची स्थापना केली. सत्याचे खरे स्वरूप स्पष्ट करणे, गुलामगिरीतून विश्वमानवाला मुक्त करणे यासाठी सत्यशोधक समाजाने 'सत्यशोधन' या प्रमुख हेतूने आपले आंदोलन पुढे चालवले. आधुनिक भारतामध्ये सामाजिक पुनर्घटनेसाठी चळवळ सुरू करणारी पहिली संस्था म्हणजे सत्यशोधक समाज होय.

शूद्रातिशूद्र स्त्रियांना खरा धर्म कळावा, न्याय-अन्याय याची जाणीव व्हावी, पाप-पुण्यातील फरक कळावा, कर्म-अकर्म समजावे, धर्म-अधर्म, सत्य-असत्य समजावे व आपले कर्तव्य व हक्क यांची जाण यावी यासाठीच स्त्रियांच्या शिक्षणासाठी त्यांनी कार्य करण्याचे ठरवले. कारण तत्पूर्वी स्त्रियांनी शिक्षण घेणे हे भ्रष्टाचारासारखे मानले जात असे.

जोतीरावांनी स्त्रियांसाठी केलेल्या शिक्षणाच्या कार्यामागे मिस फॅरार या बाईंची प्रेरणा होती.

स्त्रियांच्या शिक्षणासह शेतकरी-कामकरी यांच्याही शिक्षणाचा जोतिबांनी विचार केला. ते खरे लोकशिक्षणाचे कैवारी ठरले. कारण पुरातन काळापासून शूद्रांना शिक्षण देऊ नये, ही वहिवाट मोडून त्यांना ज्ञान देण्याचे व्रत त्यांनी अंगीकारले. शेतकऱ्यांच्या मुलांना शिक्षणाची सक्ती करावी, त्यांना प्राथमिक शिक्षण सुलभपणे उपलब्ध करून द्यावे, वसतिगृहांची सोय करावी असा सल्ला त्यांनी वेळोवेळी सरकारला दिला होता. कामकरी वर्गातील मुलांसाठी व्यवसाय शिक्षणाचीही त्यांनी शिफारस केली होती.

या समाजात मानवी हक्क व कर्तव्यासंबंधी जागृती करण्यासाठी मानवी समानतेस उचलून धरण्यासाठी समाजाला शिक्षणाची नितांत गरज आहे, हे सांगण्यासाठी त्यांनी आपल्या पुरोगामी विचारांना तितक्याच धारदार लिखाणाची जोड देऊन साहित्यनिर्मिती केली. त्यांनी समाजोद्धार, समाजोन्नती व समाजशिक्षण हे तीन मूलभूत घटक डोळ्यासमोर ठेवून 'दीनबंधू' नावाचे वर्तमानपत्र चालवले. पुरोगामी विचारसरणीच्या जोतीरावांनी लोकजागृती व समाजसुधारणेसाठी साहित्यसृष्टी उभी केली. 'सार्वजनिक सत्यधर्म', 'शेतकऱ्यांचा आसूड' अशी त्याची अनेक उदाहरणे सापडतात.

जोतिबांचे नावातच जोती आहे. जोती म्हणजे ज्ञानाची ज्योत, प्रकाश.

जोतीबांना या ज्ञानज्योतीने सामाजिक समता, मानवता, विनय, विवेक व बंधुभाव यावर प्रकाश टाकून राष्ट्रास स्वातंत्र्यसूर्याच्या दिशेने गतिमान करावयाचे होते. म्हणूनच त्यांना लोकशिक्षणाचा शिल्पकार व एक महान समाज क्रांतिकारक म्हटल्यास वावगे ठरत नाही

सावित्रीबाई फुले (१८३१-१८९७)

सावित्रीबाई फुले भारत देशातील पहिल्या महान शिक्षिका. स्त्री शिक्षणाच्या पुरस्कर्त्या. तत्कालीन समाजातील अनिष्ट रूढींवर प्रखरपणे प्रहार करणाऱ्या समाजसेविका व उत्तम साहित्यिक होत्या. समस्त भारतातील स्त्रीजातीला शिक्षणाचे महत्त्व पटवून देणाऱ्या या थोर शिक्षिकेचा जन्म नायगाव येथे ३ जानेवारी १८३१ रोजी झाला.

सावित्रीबाईंचा काळ अज्ञान अंधकाराचा होता. स्त्रियांवर अनेक प्रकारे अन्याय-अत्याचार होत होते. अशा काळात सावित्रीबाईंनी धाडसीपणाने स्त्रीशिक्षणासाठी पुढाकार घेतला. अनेक कष्ट सोसले; पण स्त्रियांच्या शिक्षणासाठी पेटवलेली मशाल विझू दिली नाही. म्हणूनच आज या सावित्रीच्या अनेक लेकी समाजात विविध जबाबदाऱ्यांच्या पदांची शोभा वाढवत आहेत. समाजसुधारणेचा मूळ पाया शिक्षणच आहे, म्हणून जोतिबांनी शिक्षणाची मेढ रोवली. त्यातही स्त्रीशिक्षणाचा विशेष पुरस्कार केला. या कार्यामध्ये सावित्रीबाईंनी त्यांना पूर्ण सहकार्य केले. कारण समाजाचा उद्धार एक सुशिक्षित माताच करू शकते. एका स्त्रीमुळे संपूर्ण कुटुंब व पर्यायाने संपूर्ण समाज सुशिक्षित होऊ शकतो, अशी फुले दांपत्याची धारणा होती.

जोतिबा जसे आदर्श गुरू होते, तसेच सावित्रीबाई आदर्श शिष्या होत्या. धुळपाटीवरील धुळाक्षरांनी व परिचित शब्दांच्या अध्ययनाने त्यांच्या शिक्षणाची सुरुवात झाली. लहानपणापासूनची शिक्षणाची सूप्त इच्छा जोतीरावांसारख्या जाणत्या पतीच्या प्रोत्साहनामुळे व अध्यापनामुळे पूर्ण होत होती. जोतीबांच्या हाताखाली स्वत: शिक्षण घेऊन नंतर मुलींच्या शाळेत शिक्षिका व मुख्याध्यापिका असे कार्य सावित्रीबाईंनी केले. प्रसंगी मानसिक व आर्थिक झळ सोसूनसुद्धा मुलींच्या शिक्षणाचे कार्य त्यांनी नेटाने चालवले. स्त्री, शूद्र व दलितांच्या शिक्षणाच्या माध्यमातून त्यांनी मानवमुक्तीचे कार्य केले. अनेक परंपरांच्या रीतीरिवाजांच्या कठोर बंधनात अडकलेल्या समाजाला स्वतंत्र करण्याचा त्यांचा मानस होता. स्वत:सोबत फातिमा शेख

या स्त्रीस शिक्षिकेचे प्रशिक्षण देऊन मागास समाजातील शाळेत शिकवण्याचे उच्च दर्जाचे, गुणवत्तापूर्वक व शास्त्रशुद्ध असे कार्य केले. तत्कालीन 'पूना ऑब्झर्व्हर' या वृत्तपत्राने सरकारी शाळांपेक्षा फुले दांपत्याने काढलेल्या शाळेचा दर्जा चांगला असल्याचे नमूद केले होते.

शिक्षणाने मानवाचे जीवन बदलावे, मनाचा, विचारांचा विकास व्हावा असे हेतूपूर्वक शिक्षण देण्याचा सावित्रीबाईंचा प्रयत्न होता. म्हणूनच त्या फक्त शिक्षिका नसून शिक्षणतज्ज्ञही होत्या, असे म्हटल्यास वावगे ठरणार नाही. ज्या समाजातून व ज्या परिस्थितीतून मुले अगर मुली शाळेत येतात, त्याचा बरावाईट परिणाम संबंधित मुला-मुलींच्या शिक्षणावर होत असतो. हा सध्या आधुनिक समजला जाणारा शैक्षणिक सिद्धान्त सावित्रीबाईंनी पूर्वीच मांडला होता. सावित्रीबाई देत असलेले शिक्षण व वापरत असलेली अध्यापनपद्धती सर्व मुला-मुलींना समान पातळीवर आणण्यास उपयोगी अशीच होती. सावित्रीबाईंनी चालवलेल्या शाळांतील विद्यार्थ्यांच्या प्रगतीचा आढावा घेतल्यास त्या केवळ पाट्या टाकणाऱ्या शिक्षिका नव्हत्या, तर शिक्षण व शिक्षणपद्धतीवर भाष्य करू शकणाऱ्या तत्त्ववेत्त्याही होत्या, हे स्पष्ट होते.

अशिक्षित, अडाणी व शतकानुशतके शिक्षणापासून वंचित ठेवल्या गेलेल्या बहुजन समाजात जन्मलेली, शिक्षणाचा कोणताही परिचय नसलेली, किंबहुना लग्नानंतर पतीच्या प्रोत्साहनाने शिक्षणाचा श्रीगणेशा करणारी एक सर्वसामान्य स्त्री. समाजशिक्षण, समाजसेवा व समाजहितार्थ साहित्यनिर्मिती अशा बहुविध क्षेत्रांत उल्लेखनीय कार्य करते. हे फक्त समाजाविषयी असलेली कळकळ व तल्लख बुद्धी याच्या जोरावरच.

सावित्रीबाईंच्या कार्याचे मूल्यमापन केवळ प्रथम शिक्षिका या अर्थाने सीमित करून चालणार नाही. शिक्षक म्हणजे चांगले ते समजावणारा. अज्ञान नष्ट करणारा. प्रकाशाकडे नेणारा, उन्नतीचा मार्ग दाखवणारा. हे सर्व पैलू जे एका शिक्षकासाठी आवश्यक ठरतात ते सावित्रीबाईंच्या व्यक्तिमत्त्वात सामावलेले दिसून येतात.

'विद्यादान' या आपल्या निबंधात त्यांनी शिक्षण, शिक्षक व विद्यार्थी यासंबंधी मार्मिक लेखन केले आहे. त्या म्हणतात, "आळस व परावलंबन वगैरे दुर्गुण न वाढवल्यास व मनुष्याच्या अंगचे सद्‌गुण वाढवण्यास उपयुक्त असा कोणता धर्म असेल तर तो 'विद्यादान' होय. विद्या देणारा व विद्या

घेणारा असे दोघेही या धर्माच्या योगाने खरीखुरी माणसे बनतात. या धर्माच्या शक्तीमुळे मनुष्यातील पशुत्वाचा लोप होतो. विद्या देणारा निर्भय बनून विद्या घेणारा सामर्थ्यशाली शहाणा बनतो.''

महात्मा फुलेंनी समाजोन्नतीसाठी स्त्रीशिक्षणास प्राधान्य दिले. त्यामागे अनेक अंगांनी केलेला सखोल विचार व त्या विचारांना तात्त्विक बैठक होती. हे क्रांतिकार्य तडीस नेण्यामध्ये सावित्रीबाईंचाही मोलाचा वाटा होता. जगाची नव्याने जडणघडण करू पाहणारे, नवसमाजाची निर्मिती करू इच्छिणारे कधीही मळलेल्या वाटेवरून जात नाहीत. प्रबल मनोधैर्यामुळे कालबाह्य परंपरा, जुनाट रूढींची चाकोरीबद्ध पायवाट तोडून नवीन वाट निर्माण करतात. यांचे संपूर्ण जीवनच विशिष्ट ध्येयाने प्रेरित झालेले असते. ते निश्चितच अज्ञानाची बंधने झुगारून पुढे जातात. नेमके हेच सावित्रीबाईंच्या बाबतीतही लागू होते.

सावित्रीबाईंनी केवळ शिक्षणक्षेत्रातच कार्य केले नाही. सावित्रीबाईंचा शिक्षणक्षेत्रात प्रवेश झाल्यापासून हिंदू स्त्री पुन्हा सार्वजनिक क्षेत्रात उतरली, असे म्हणावे लागेल. सामाजिक अनिष्ट रूढी, अन्याय या विरोधात सावित्रीबाईंनी लढा दिला. सामाजिक न्याय व हक्क यासाठी झगडणाऱ्या 'भारतातील प्रथम बंडखोर स्त्री' म्हणून सावित्रीबाईंचा उल्लेख करावा लागेल. विधवा विवाह संस्था, बालहत्या प्रतिबंधक गृह व बालसंगोपन केंद्र, विधवांच्या केशवपनाविरोधात भारतातील नाभिकांचा संप. दुष्काळग्रस्तांसाठी केलेले कार्य, सत्यशोधक समाजाच्या स्थापनेतील सहभाग व प्लेग निवारणार्थ केलेले कार्य अशा काही गोष्टी सावित्रीबाईंच्या व्यक्तिमत्त्वाचे बहुआयामित्व दर्शवतात. एक शिक्षिका, समाजसेविका एवढेच नाही तर त्या साहित्यिक-कवयित्रीसुद्धा होत्या. आपल्या साहित्यातून विशेषतः कवितातून त्यांनी समाजाचे डोळे उघडण्याचा प्रयत्न केला. निसर्गकाव्याबरोबर नीतिप्रद व बोधप्रद काव्यही त्यांनी केले. 'काव्य-फुले' या काव्यसंग्रहामध्ये त्यांनी जातीयता, शिक्षण, तत्कालीन सामाजिक परिस्थिती यावरही भाष्य केले आहे. आज इंग्रजीचे महत्त्व सर्वांना पटले आहे; परंतु यावेळी सावित्रीबाईंनी आपल्या काव्यरचनेमधून इंग्रजीची आवश्यकता प्रतिपादन केली होती. शिक्षणानेच माणसाच्या जीवनात खरी क्रांती होते. अज्ञानाचा अंधकार दारिद्र्य दूर करण्यासाठी शिक्षणाचाच मार्ग श्रेयस्कर ठरतो. हेच त्यांनी आपल्या विचार व स्मृतीतून वारंवार सांगितले. जशा त्या उत्तम साहित्यिक होत्या, तशाच त्या उत्तम वक्त्याही होत्या. चिंतनशील

विचारांना प्रभावी वाणीची जोड होती. मुलींना शिकवताना त्यांच्या या कलेचा सातत्याने प्रत्यय येत असे. अवघड गोष्टी सोप्या पद्धतीने विद्यार्थ्यांना समजावून सांगण्यात त्यांची हातोटी होती.

आज समाजाच्या विविध आघाड्यांवर स्त्रिया समर्थपणे लढत आहेत. त्यांना देदीप्यमान असे यशही मिळत आहे. या सर्वांचे मूळ सावित्रीबाई फुलेंनी घडवलेल्या शैक्षणिक क्रांतीमध्ये आहे. म्हणूनच 'क्रांतिज्योती सावित्रीबाई फुले' हे नामाभिधान त्यांच्यासाठी सर्वार्थाने सार्थ ठरते.

लोकहितवादी गोपाळ हरी देशमुख (१८२३ - १८९२)

महाराष्ट्र ही समाजसुधारकांची वैचारिक नेतृत्वाची भूमी. त्यातीलच आद्य समाजसुधारकांच्या पिढीतील एक अग्रेसर विचारवंत म्हणजे लोकहितवादी. लोकहितवादी या शब्दातच त्यांच्या कार्याचे सार सामावलेले दिसते. त्यांचे संपूर्ण नाव गोपाळ हरी देशमुख असे होते. त्यांचा जन्म १८२३ साली झाला. प्रखर बुद्धिमत्तेच्या जोरावर त्यांनी शिक्षण पूर्ण झाल्यानंतर सरकारी नोकरीत प्रवेश केला. विविध मानाच्या पदांवर त्यांनी काम केले. लोकहितवादींचा लेखनव्यासंग खूप मोठा आहे. त्यांनी प्रथम 'प्रभाकर' या साप्ताहिकामध्ये लोकहितवादी या नावाने लेख लिहिण्यास सुरुवात केली. त्यांची 'शतपत्रे' ही त्यांच्या सुधारणावादी विचारांची प्रतीकेच म्हटले तर योग्य ठरेल. याशिवाय विविध विषयांवर त्यांनी विपुल लेखन केले. त्यांनी सामाजिक सुधारणा, धर्म, राजकारण या विषयांवर वेळोवेळी परखडपणे आपले विचार व्यक्त केले.

समाजसुधारणेविषयी आपले विचार मांडताना प्रत्यक्ष-अप्रत्यक्षपणे समाजशिक्षणाचाच त्यांचा हेतू होता. या वेळी समाजहिताला त्यांनी प्रथम प्राधान्य दिले होते. समाजातील जे दोष प्रगतीच्या मार्गात बाधा ठरत होते त्यावर त्यांनी कोरडे ओढले. अंधश्रद्धा, संकुचित वृत्ती, भोळ्या समजूती यांचा त्याग करावा, असे त्यांनी वारंवार सांगितले. भारतीय समाजाच्या अधोगतीचे मूळ येथील जातिव्यवस्थेत आहे. म्हणून तिचा त्याग केला पाहिजे, असाही विचार त्यांनी मांडला होता. बालविवाह, हुंडा, बहुपत्नित्व या वाईट रीतींवर त्यांनी प्रखर टीका केली होती. स्त्रियांना समान अधिकार देण्यात यावेत, शिक्षण व विवाह यासाठी त्यांना स्वातंत्र्य असावे, विधवांना पुनर्विवाह करण्याचा हक्क असावा असे अनेक सुधारणावादी विचार त्यांनी

मांडले व त्यातून समाजाचे डोळे उघडण्याचा प्रयत्न केला. आपल्या लिखाणातून या विचारांवर वारंवार भर देऊन त्यांनी समाजाचे शिक्षणच करण्याचा प्रयत्न केला. कारण या बाबींवर जर समाज डोळसपणे विचार करेल तर त्याची नक्कीच प्रगती होईल, हे त्यांनी जाणले होते. देशात विद्यापीठपूर्व काळात लोकहितवादींचे शिक्षण झाले होते तरी वसाहतवादामुळे उदयास आलेल्या नव्या औद्योगिक संस्कृतीचा, त्या अनुषंगाने आलेल्या सुधारणांचा त्यांनी पुरस्कार केला. जुनाट रीतीरिवाजांना चिकटून राहिलेल्या उच्चवर्णीय समाजास त्यांनी आपल्या वैचारिक लेखनाद्वारे नव्या युगात पदार्पण करण्याचे आवाहन केले. त्यांच्या मते, मनुष्यास विचारशक्तीची अनमोल देणगी मिळाली आहे. मनुष्य त्याद्वारे बऱ्यावाईटात फरक काय करू शकतो, म्हणूनच माणसाने विचारशक्तीच्या जोरावर नव्या ज्ञानाला गवसणी घालावी. इंग्रजी पद्धतीचे शिक्षण घ्यावे, जुनाट कल्पना सोडून शिक्षणाच्या साहाय्याने प्रगती करून द्यावी. पश्चिमेकडून येणाऱ्या नव्या ज्ञानाचा स्वीकार करावा असे यंत्रज्ञान, तंत्रज्ञान यांचा अंगीकार करावा. प्राचीन विद्येतील उपयुक्त गोष्टी ग्रहण कराव्यात; परंतु अवडंबराकडे दुर्लक्ष करावे. कर्मकांडाचा अतिरेक करू नये. पुराणातील वचनांच्या प्रभावामुळे स्त्रियांना विद्येपासून, शिक्षणापासून दूर ठेवले जाते व त्यामुळेच अज्ञानाचा प्रसार होतो. प्रगती हवी असेल तर स्त्रियांना शिक्षित करण्यासाठी प्रयत्न करावयास हवेत, हे त्यांनी पुन:पुन्हा सांगितले. सर्व गोष्टींना पुराणात आधार न शोधता प्रत्येक मनुष्याने आपली बुद्धी चालवण्याचा प्रयत्न करावयास हवा. तर्काच्या, बौद्धिकतेच्या कसोटीवर सर्व गोष्टी तपासून घ्याव्यात, असेही लोकहितवादी सांगतात.

सतीची चाल बंद करणे, पुनर्विवाहास मान्यता देणे, स्त्रियांच्या शिक्षणास अनुमती देणे, शाळा सुरू करणे या गोष्टी जर समाजात चालू झाल्या तर समाजातील देशभक्तीची भावनाही वाढीस लागेल. त्यासाठी सदसद्‌विवेकबुद्धी व सद्‌विचार यांची कास धरावी लागेल, असही त्यांनी वारंवार सांगितले आहे. स्त्री-पुरुष या दोघांनाही ईश्वराने सारखेच उत्पन्न केले आहे व त्यांचे अधिकारही समानच असायला हवेत, यावर लोकहितवादींचा गाढ विश्वास होता. स्त्री-पुरुष समानतेचा पाठपुरावा करतानाच त्यांनी स्त्रियांना दुय्यम स्थान देणाऱ्या परंपरांवर कठोर शब्दांत आपल्या लिखाणातून टीका केलेली आढळते. शिक्षणाच्या अभावामुळे स्त्रीजातीची दुर्दशा अनेक प्रकारे होते. यामुळे त्यांनी स्त्रीशिक्षणाचा वेळोवेळी पुरस्कार केला. स्त्री जर शिक्षित

व शहाणी झाली तरच समाजातील दुष्ट चालींना पायबंद बसेल, हे त्यांनी जाणले होते. समाजातील अंधश्रद्धा, भोंदूगिरी यांना प्रतिबंध करण्यासाठी आधुनिक शिक्षणाचा प्रसार होणे त्यांच्या दृष्टीने आवश्यक होते. याशिवाय आधुनिक शिक्षणामुळे अंधश्रद्धा कमी होतील; परंतु काही अनावश्यक प्रथा-परंपरांना धर्माचा आधार असल्यामुळे त्या कमी होणार नाहीत. ज्यांमुळे शिक्षणप्रसाराबरोबरच त्यांचा धर्मसुधारणेबाबतही आग्रह होता. त्यांनी अंधश्रद्धा निर्मूलन हा समाजसुधारणेचा आवश्यक भाग आहे, हे स्पष्ट केले होते. कारण समाजपरिवर्तन हे सर्व बाजूंनी एकाच वेळी झाले तरच ते दीर्घ स्वरूपाचे व चिरस्थायी असू शकते व त्यासाठी औपचारिक शिक्षणाबरोबरच अनौपचारिकपणेही समाजाला सुशिक्षित व समजूतदार करण्याचे प्रयत्न होणे ही काळाची गरज आहे, असे लोकहितवादी यांनी स्पष्ट केले आहे व त्यांचे हे मत आजही तितकेच उपयुक्त ठरते.

गोपाळ गणेश आगरकर (१८५६-१८९५)

गोपाळ गणेश आगरकर हे भारतीय व महाराष्ट्रीय समाज प्रबोधनाच्या चळवळीतील एक अग्रगण्य व आदरणीय नाव आहे. भारतीय समाजप्रबोधनाचे ते तत्त्वज्ञ समजले जातात. आगरकर हे टिळकांचे सहकारी व 'सुधारक'या वृत्तपत्राचे जनक होते. आगरकरांचा जन्म सातारा जिल्ह्यातील टेंभू या गावी १४ जुलै, १८५६ रोजी झाला. पूर्वी सधन असलेल्या परंतु आगरकरांच्या जन्मापर्यंत द्रारिद्र्याने ग्रासलेल्या कुटुंबात त्यांचा जन्म झाला. पैशाने गरीब, परंतु विचार व सुसंस्कृतपणा याने सधन असलेल्या कौटुंबिक पार्श्वभूमीमुळे आगरकरांवर लहानपणीच चांगले संस्कार घडले. त्यांच्या मामांच्या घरचा चांगला पाठिंबा व आधार त्यांना मिळत होता. आगरकरांचे प्राथमिक शिक्षण कऱ्हाड येथे झाले. लहान वयातच त्यांच्यामध्ये स्पष्टवक्तेपणा, लेखन-वाचनाची आवड स्पष्टपणे दिसून येत असे. पुढील शिक्षण आर्थिक विवंचनेमुळे अशक्यप्रायच होते. परंतु दुर्दम्य इच्छाशक्ती व परिश्रम यांच्या साथीने आगरकरांनी रत्नागिरी, पुणे, अकोले या ठिकाणांहून आपले शिक्षण पूर्ण केले. त्यांनी बी.ए., एम्. ए. या पदव्या अत्यंत कष्टपूर्वक संपादन केल्या. निर्धारित अभ्यासक्रमाशिवाय अवांतर वाचन ही त्यांची जमेची बाजू होती. त्यामुळे त्यांची वैचारिक बैठक हळूहळू पक्की होत गेली. तत्कालीन परिस्थितीत त्यांना प्राप्त पदव्यांवर चांगली नोकरी मिळू शकली असती; परंतु आपल्या

ज्ञानाचा, विचारांचा उपयोग आपल्या समाजासाठी व समाजाच्या सुधारणेसाठी करण्याचा निर्धार करून त्यांनी समाजसेवेचे व्रत अंगीकारले. समाजातील अनेक पैलूंवर विशेषत: प्रगतीच्या आड येणाऱ्या गोष्टींवर त्यांनी परखडपणे आपले विचार मांडले. 'शहाणे करून सोडावे सकळ जन'हा विचार बालपणापासूनच त्यांच्या मनात पक्का झाला होता. शिक्षण संपल्याबरोबर टिळक व अन्य सहकाऱ्यांसोबत शिक्षणसंस्था स्थापन करून त्यांनी आपल्या विचारांना मूर्त स्वरूप दिले.

विष्णुशास्त्री चिपळूणकरांच्या पुढाकाराने न्यू इंग्लिश स्कूल स्थापन झाले. कमी शुल्कामध्ये विद्यार्थ्यांना चांगले शिक्षण प्राप्त व्हावे, त्यांची प्रगती व्हावी व त्याचबरोबर देशाचीही प्रगती व्हावी या हेतूने २४ ऑक्टोबर, १८८४ रोजी डेक्कन एज्युकेशन सोसायटी स्थापन झाली. या प्रवासामध्ये आगरकर सक्रिय सहभागी होते. फर्ग्युसन कॉलेजही १८८५ साली स्थापन झाले. न्यू इंग्लिश स्कूलचाच शैक्षणिक विस्तार म्हणून फर्ग्युसन कॉलेज चालू झाले. समाजसेवेच्या विचाराने प्रेरित झालेल्या तरुणांनी हे शैक्षणिक कार्य चालवले होते. हे शिक्षणाचे कार्य राष्ट्रोपयोगी ठरले पाहिजे याबाबत सर्वांचे एकमत होते. महाराष्ट्रामध्ये या निमित्ताने राष्ट्रीय भावनेची व राष्ट्रीय शिक्षणाची सुरुवात झाली होती. यामध्ये आगरकर अग्रणी होते. 'केसरी'चे प्रथम संपादक, उत्तम शिक्षक व समाजाच्या वैचारिक जडणघडणीस आधुनिक मतांचे वळण लागावे यासाठी तळमळीने व जिद्दीने कार्य करणारे समाजशिक्षकही होते. काही सामाजिक प्रश्नांवर मतभेद होऊन आगरकरांनी 'केसरी' हे वृत्तपत्र व टिळकांची साथ सोडली व अत्यंत जिकिरीच्या परिस्थितीमध्ये 'सुधारक' नावाचे वृत्तपत्र चालवले. आपले सर्व सुधारकी विचार या वृत्तपत्राच्या माध्यमातून ते मांडत राहिले. वृत्तपत्राच्या संपादकाने लोकशिक्षणाचे कार्य केलेच पाहिजे, या विचारांशी ते ठाम होते व तेच कार्य त्यांनी आयुष्यभर निष्ठेने केले.

ज्या समाजातील कुटुंबव्यवस्था अप्रगत तो समाजही अप्रगत, असा आगरकरांचा विचार होता. कुटुंबातील स्त्रीचे स्थान अत्यंत महत्त्वपूर्ण असते. ज्या कुटुंबात स्त्रीचा आदर होतो तिला समान दर्जाची वागणूक मिळते, त्याच कुटुंबाची प्रगती होते. स्त्रियांना, मुलींना शिक्षणाचीही समान संधी मिळाली पाहिजे, असे त्यांचे स्पष्ट मत होते. याशिवाय बालविवाहास प्रतिबंध करणे, विधवा पुनर्विवाहास मान्यता देणे या गोष्टींचाही आगरकरांनी पाठपुरावा

केला. यासाठी त्यांना संपूर्ण समाजाचा रोष पत्करावा लागला. तरीही त्यांनी आपली मते मागे घेतली नाहीत. स्त्रीशिक्षण, स्त्री-पुरुष समानता, घटस्फोटाची तरतूद यांवरही त्यांनी भर दिला. याशिवाय मुलींच्या लग्नाचे वय वाढवले तर पालकांच्या घरी मुलींच्या शिक्षणास वाव मिळेल, त्यांची मानसिक, वैचारिक स्थिती भक्कम होईल व पुढे त्या परिस्थितीस तोंड देण्यास सज्ज होतील, असेही स्पष्ट मत आगरकरांनी मांडले.

स्त्रियांना शिक्षण देण्याचा आग्रह आगरकरांनी केला, त्याचबरोबर स्त्री-पुरुषांना एकत्र शिक्षण देण्याचा त्यांनी आग्रह केला. एकत्र व एकाच प्रकारचे शिक्षण दिले गेले तर स्त्रियांही समाजाच्या प्रगतीमधे भाग घेऊ शकतील, असे त्यांनी प्रतिपादन केले. स्त्रियांना शिक्षण दिले तर पुरुषांना घरकाम करावे लागेल, स्त्रिया बिघडतील, असा पोकळ युक्तिवादही त्या काळी झाला; परंतु आगरकरांनी त्याला चोख उत्तर दिले. लोकसंख्येची वाढ, पडदापद्धत यांवरही त्यांनी परखड विचार मांडले. जातीभेद, अस्पृश्यता व त्यातून पडणारी व वाढणारी सामाजिक दरी ही सर्वथा माणुसकीला न शोभणारी गोष्ट आहे. तसेच बुद्धीलाही न पटणारेच आहे, असे आगरकर म्हणतात. माणसाची श्रेष्ठता ही त्याच्या जन्मावरून न ठरता गुण व कर्म यावरून ठरावी हा केवढा तरी व्यावहारिक विचार आगरकरांनी त्या काळी मांडला होता.

भारतीय राज्यघटनेमधे राजकारण व धर्म हे दोन्ही वेगवेगळे आहेत. मनुष्याचे सार्वजनिक जीवन व वैयक्तिक जीवन यातील धर्माचे स्थान यावर जे भाष्य करण्यात आले आहे, त्याला पूरक असेच विचार आगरकरांनी मांडले आहेत. मनुष्याचा व ईश्वराचा संबंध वेगळा व मनुष्या-मनुष्याचा संबंध वेगळा या शब्दांमधे आगरकरांनी आपले विचार मांडले आहेत. धर्मापेक्षा मानवता ही सर्वश्रेष्ठ हा सर्वकालीन विचार त्यांनी मांडला आहे.

आगरकरांच्या मते शिक्षण हा विषय एकूणच सामाजिक जिव्हाळ्याचा असला पाहिजे. प्राथमिक शिक्षण सर्वांसाठी सक्तीचे असावे. व ते देण्याची खबरदारी मुलाच्या आई-वडिलांनी घेतली पाहिजे. असे प्राथमिक शिक्षण हे लहानांपासून थोरांपर्यंत, गरीब-श्रीमंतास दैनंदिन व्यवहारास उपयुक्त ठरणारे व बुद्धिविकसक असावे. त्यांच्या मते प्राथमिक शिक्षण म्हणजे धंदे - शिक्षण नव्हे. तसेच प्राथमिक शिक्षण म्हणजे एखाद्या धर्ममताचे व उपजीविकेचेही शिक्षण नव्हे. लेखन, वाचन व साधे अंकगणित यांचा समावेश असलेले ते

प्राथमिक शिक्षण, त्यासाठीचा खर्च सरकारने करावा हेही त्यांनी सांगितले होते.

शिक्षणाने जनमानसातील अपप्रवृत्ती कमी होते, माणसाच्या मनातील गुन्हेगारी वृत्ती नाहीशी होण्यास मदत होते, असे त्यांचे मत होते. शिक्षणविषयक दूरदृष्टी हे आगरकरांच्या विचारांचे वैशिष्ट्य होते. त्यांनी मांडलेले विचार आज अमलात येताना दिसून येतात.

आगरकरांना जेमतेम ३९ वर्षांचे आयुष्य लाभले. प्रथम २५ वर्षे शिक्षणसंपादनाच्या धावपळीत व्यतीत झाली. नंतरच्या १४ वर्षांच्या काळामधे त्यांनी समाजाला प्रगतीच्या दिशेने नेणारे अनेक विचार मांडले, ज्यांचा आजही उपयोग होत आहे. अनुभवातून समृद्ध झालेली वैचारिक बैठक व त्याला समाजहिताची कळकळ यांची जोड, यामुळे आगरकरांचे योगदान हे इतरांहून निश्चितच वेगळे ठरते.

लोकमान्य टिळक (१८५६ - १९२०)

लोकमान्य टिळक हे स्वातंत्र्यलढ्यातील अग्रगण्य नाव. मरगळलेल्या समाजाच्या मनात स्वाभिमानाचे स्फुल्लिंग चेतवण्याचे कठीण कार्य त्यांनी आपल्या अमोघ वाणी व तितक्याच घणाघाती लेखनाने केले. 'केसरी'तील अग्रलेखांद्वारे त्यांनी शासनाला व रयतेला त्यांच्या विस्मृत कर्तव्याची कठोरपणे जाणीव करून दिली. त्यांच्या या कार्यामुळे सामान्य जनता जागृत झाली तसेच टिळकही सर्वसामान्य जनतेचे नेते म्हणून प्रसिद्ध झाले. टिळकांचे कार्य जेव्हा लक्षात घेतले जाते तेव्हा त्यांनी केलेली राष्ट्रीय उत्सवांची सुरुवात प्रथम लक्षात घ्यावी लागते. गणेशोत्सव व शिवजयंती त्यांनी हे उत्सव सार्वजनिक पातळीवर साजरे करण्यास प्रोत्साहन दिले. त्यामागे राष्ट्रीय प्रेरणा जागृत करण्याचाच हेतू होता.

टिळकांचा जन्म कोकणात रत्नागिरी येथे २३ जुलै १८५६ मध्ये झाला. टिळकांना अत्यंत सात्त्विक, सुरक्षित, सुसंस्कृत व परंपराप्रिय पालकत्त्व लाभले होते. त्यांचे वडील संस्कृतचे गाढे अभ्यासक; परंतु व्यवसायाने गणित शिक्षक होते. तोच वारसा लोकमान्यांकडे आला होता. वडिलांच्या बदलीमुळे विद्येच्या माहेरघरात म्हणजेच पुण्यात पुढील शिक्षण घेण्याची संधी टिळकांना मिळाली. १८७६ साली त्यांनी बी.ए. ची पदवी संपादन केली. त्यानंतर गणितात पदव्युत्तर शिक्षण घेण्याऐवजी त्यांनी कायदेशिक्षणास

पसंती दिली. कारण महाविद्यालयात असतानाच पुढील आयुष्यात समाजकारण व राजकारण करण्याचे त्यांनी ध्येय बाळगले होते व त्यासाठी कायद्याचा अभ्यास उपयुक्त ठरणार होता.

टिळकांनी सरकारला खडसावत असताना भारतीय समाजाच्या अनेक गरजांचा स्पष्ट विचार केला होता. आपले 'केसरी'तील अग्रलेख, विविध ग्रंथ यातून त्यांनी वेळोवेळी हे विचार व्यक्त केले. आपल्या विचारांचा पाठपुरावा करत असतानाच काही समविचारी विचारवंतांबरोबर त्यांनी असे उपक्रम राबवले की, जे आजतागायत यशस्वी ठरले आहेत. त्यापैकीच न्यू इंग्लिश स्कूल व डेक्कन एज्युकेशन सोसायटीची स्थापना होय. विद्यार्थ्यांना राष्ट्रीय शिक्षण देण्याच्या उदात्त हेतूने टिळक, आगरकर व चिपळूणकर यांनी पुण्यामध्ये १ जानेवारी १८८० रोजी न्यू इंग्लिश स्कूल या शाळेची स्थापना केली. तसेच लोकजागृती व लोकशिक्षण यासाठी १८८१ साली 'मराठा' (इंग्रजी) व 'केसरी'((मराठी) ही दोन वृत्तपत्रे सुरू केली. त्यांचे स्वातंत्र्यलढ्यातील योगदान वादातीत आहे. न्यू इंग्लिश स्कूलला प्राथमिकता मिळालेले यश पाहून याही पुढे जाऊन शिक्षणाचा प्रसार करण्याच्या हेतूने डेक्कन एज्युकेशन सोसायटीची स्थापना केली. आपल्याप्रमाणेच राष्ट्रभक्तीने प्रेरित झालेल्या समविचारी तरुणांना एकत्र करून सर्वजण संस्थेचे आजीव सदस्य बनले.

टिळकांनी संस्थेच्या फर्ग्युसन महाविद्यालयात गणित विषयाचे प्राध्यापक म्हणून कार्य केले. तसेच आपले संस्कृतचे प्रेम, अभ्यास व संशोधक वृत्ती यांचा मिलाफ घडवून पौर्वात्य ज्ञानात अमूल्य भर टाकली. त्यांच्या 'ओरायन', 'आर्क्टिक होम इन दी वेदज'', 'गीतारहस्य' ही यांची ग्रंथसंपदा याची वेळोवेळी साक्ष देते. पुढे टिळक व त्यांच्या सहकाऱ्यांत काही कारणांनी बेबनाव निर्माण झाला असता, संस्थेचे हितास प्राधान्य देऊन त्यांनी आजीव सदस्यतत्वाचा राजीनामा दिला व 'मराठा' आणि 'केसरी'च्या माध्यमातून आपले आयुष्य जनशिक्षण व जनजागृतीसाठी घालवण्याचा निर्णय घेतला. या वृत्तपत्रांद्वारेच त्यांनी सरकारी अन्यायास वाचा फोडली.

टिळकांनी आपले राष्ट्रीय शिक्षणाविषयीचे विचारही अत्यंत समर्थपणे मांडले आहेत. टिळकांच्या मते शिक्षण हे राष्ट्रीय जागृतीचे व प्रगतीचे एक प्रमुख साधन आहे. शिक्षणसंस्कारातून राष्ट्रीय जागृती घडवता येते. नागरिकांमध्ये अन्यायाविरुद्ध लढण्याची ताकद निर्माण करता येते. शिक्षण हे आपले व्यापक इप्सित साध्य करण्याचे साधन ठरू शकते. त्यांनी पुढे असेही

सांगितले आहे की, राष्ट्रीय जागृतीच्या दृष्टीने शिक्षण अत्यंत महत्त्वाचा पैलू असल्याने सर्व नेत्यांनी आपल्या राजकीय कार्यक्रमात राष्ट्रीय शिक्षणावर भर देणे गरजेचे आहे.

देशाला पारतंत्र्यातून मुक्त करायचे असेल तर राष्ट्रीय शिक्षणाचा कास धरली पाहिजे, हे टिळक जाणत होते. या ध्येयासाठी स्वत:ला झोकून देऊन त्याद्वारे लोकशिक्षण घडवण्याचा त्यांचा मानस होता. शिक्षणसंस्था स्थापण्यामागे भारतीय मुलांना इंग्रजी शिक्षण स्वस्तात व सहज उपलब्ध करून देण्याचा त्यांचा हेतू होता. त्याशिवाय हे शिक्षण भारतीय लोकांनी भारतीयांना द्यायचे होते. त्यातून एक नवी जीवनदृष्टी निर्माण करायची होती. तसेच या राष्ट्रीय शिक्षणाच्या प्रसारामुळे काही सुशिक्षित तरुण जनशिक्षणासाठी राष्ट्रभक्तीच्या भावनेने काही कार्य करण्यास तयार होतील, हाही हेतू होताच.

राष्ट्रीय शिक्षणाच्या कार्यामध्ये कार्यरत शिक्षकांनी स्वार्थाचा त्याग करावा. आर्थिक सुबत्तेसाठी नव्हे तर, सात्त्विक वृत्तीने, ध्येयवादाने प्रेरित होऊन शिक्षणाचे कार्य करावे. कारण हीच भारतीय परंपरा आहे, हे टिळकांनी जाणले होते. आपल्या मातृभूमीचे पुनरुत्थान हे ध्येयवादी व ध्येयनिष्ठ शिक्षकांमुळेच साकार होणार असल्यामुळे आपल्या संस्थांमध्ये त्यांनी शिक्षकांच्या नि:स्वार्थी असण्यावर भर दिला. स्वावलंबन व राष्ट्रीय दृष्टिकोनाची निर्मिती हे जरी त्यांच्या शैक्षणिक कार्यक्रमातील प्रमुख हेतू होते, तरीही आपला अभ्यासक्रम त्यांनी व्यापक व समन्वयी ठेवला होता. त्यामध्ये पौर्वात्य व पाश्चिमात्य यातील चांगल्या गोष्टींचा मेळ साधण्याचा प्रयत्न केला होता. इंग्रजी शिक्षणाचे महत्त्व त्यांना ज्ञात होते, तसेच वेद व प्राचीन हिंदू तत्त्वज्ञानाची महतीही त्यांना ज्ञात होती. त्यामुळेच पौर्वात्य संस्कृती शिक्षणाबरोबरच पाश्चिमात्य पुरोगामी अभ्यासक्रमसुद्धा त्यांनी आपल्या शिक्षणसंस्थांमध्ये राबवला.

विद्यार्थ्यांना आधुनिक शिक्षण उपलब्ध करून देतानाच त्यांनी चारित्र्यसंवर्धनासाठी धार्मिक शिक्षणाची आवश्यकताही ओळखली होती. ब्रिटिशांच्या काळात धार्मिक शिक्षणाकडे दुर्लक्ष होत असल्याचे त्यांच्या निदर्शनास आले होते. धार्मिक शिक्षणाच्या माध्यमातून विद्यार्थ्यांना चारित्र्यसंवर्धन व स्वकर्तृत्वाची जाणीव करून देणे हे त्यांचे हेतू होते. धार्मिक शिक्षणामुळे भारतीय जनतेत फूट पडेल, हे त्यांना अमान्य होते. कारण विविध धर्मांच्या लोकांना त्या-त्या धर्माप्रमाणे शिक्षण देऊन त्याचा उपयोग चारित्र्यसंवर्धनासाठी

केला जाणार होता. तसेच यातून सर्वधर्मसमभावाचे मूल्यही मुलांच्या मनावर बिंबवणे शक्य होणार होते. धार्मिक शिक्षणाचाच टिळकांनी पुरस्कार केला असे नव्हे, तर औद्योगिक व तांत्रिक शिक्षणाचाही त्यांनी पाठपुरावा केलेला आढळतो. आपल्या हक्क व कर्तव्यांची जाणीव करून देण्यासाठी राजकीय शिक्षणाचीही आवश्यकता त्यांनी वर्तवली होती. जरी त्यांचा इंग्रजीला विरोध नव्हता, तरी पाश्चिमात्य भाषाशिक्षणाचे ओझे कमी करण्यासाठी मातृभाषेतून शिक्षण देण्याची त्यांनी शिफारस केली होती.

तरुण पिढीवर स्वदेशी व बहिष्कार हे तत्त्व ठसवण्यासाठी टिळकांनी शिक्षणाचा उपयोग केला. तरीही स्वातंत्र्यलढ्याच्या चळवळीत सहभाग घेताना विद्यार्थ्यांनी आपल्या अभ्यासाकडे, शिक्षणाकडे दुर्लक्ष करावे हा टिळकांचा हेतू कदापिही नव्हता. त्यापेक्षा मातृभूमीच्या सेवेसाठी तरुणांच्या मूल्यांना तुरुणांच्या उत्साहाला योग्य दिशा देऊन त्यांना कार्यप्रवण करण्याचा त्यांचा उदात्त हेतू होता. मुले व मुली यांना सक्तीचे व मोफत प्राथमिक शिक्षण देणे व यासाठी म्युनिसिपालिटी व जिल्हा लोकल बोर्ड यांना खास अनुदान देणे ही बाब टिळकांनी काँग्रेसच्या जाहीरनाम्यात नमूद केली होती.

सामान्य जनतेचे लोकशिक्षण करण्याच्या भावनेने प्रेरित होऊन त्यांनी गणपती उत्सव व शिवजयंती उत्सव यांना सार्वजनिक स्वरूप प्राप्त करून दिले. यामुळे शिक्षित व अशिक्षित एकत्र येतील, मने साधली जातील, बंधुभाव निर्माण होईल अशी त्यांची मनोधारणा होती. या राष्ट्रीय उत्सवांच्या निमित्ताने सुशिक्षितांना उत्तेजन मिळेल, सामान्यांच्या ज्ञानात भर पडेल, त्यांचा डोळसपणा वाढेल, उदारमतवादी विचार वाढीस लागतील अशी टिळकांची धारणा होती. त्यानिमित्ताने समाजात एक नवा आत्मविश्वास निर्माण व्हावा एवढीच त्यांची अपेक्षा होती असे दिसते. टिळकांचा मानवी बंधुत्वावर, व्यापक राष्ट्रवादावर विश्वास होता. राष्ट्रवाद हे ध्येय व वेदपुरस्कृत मानवी ऐक्य हे परस्परपूरक आहेत. वेदांनी दिलेली मानवी बंधुत्वाची शिकवण व राष्ट्रवादाची शिकवण या दोघांतही स्वनियंत्रण व स्वार्थत्याग या प्रमुख भावना दिसून येतात. दोन्हींची ध्येये उदात्त असल्याने टिळकांना त्यातील साधर्म्य भावले होते.

टिळकांच्या मते, फक्त लिहिणे-वाचणे म्हणजे शिक्षण नव्हे, तर ती शिक्षण मिळविण्याची साधने आहेत. पुस्तके किंवा इतरही अनेक माध्यमांतून शिक्षण मिळवता येते. कोणत्याही व्यवसायासाठी, उद्योगधंद्यासाठी शिक्षणाची

आवश्यकता असते म्हणूनच प्रत्येकाने आपल्या मुलांना शिक्षण दिले पाहिजे. तसेच प्रत्येक धार्मिक माणसास त्या धर्माची तत्त्वे, परंपरा यांचे अचूक ज्ञान असणे आवश्यक आहे. म्हणूनच धार्मिक शिक्षणाचीही आवश्यकता आहे. शिक्षणातून प्रत्येक व्यवसायाची सखोल माहिती दिली जावी. फक्त दिखाऊ जनता निर्माण करण्यापेक्षा जाणीव असलेली माणसे शिक्षणातून निर्माण व्हावीत. यासाठी एकांगी शिक्षण असून चालणार नाही. जीवनाच्या मूलभूत गरजा भागवण्यास सक्षम करणारे शिक्षण टिळकांना अपेक्षित होते. चांगले नागरिक घडवणारे शिक्षण त्यांना हवे होते. देशप्रेमाची भावना चेतवणारी पाठ्यपुस्तके निर्धारित केली जावीत, असे त्यांचे स्पष्ट मत होते. शासनाला जेव्हा आपण कर भरतो तेव्हा त्या मोबदल्यात शासनाने जनतेच्या भल्याबुऱ्याची काळजी घेणे अपेक्षित असते; परंतु ब्रिटिश सरकार जाणूनबुजून भारतीय जनतेस वैचारिक व शैक्षणिक पातळीवर पंगू ठेवण्यात मग्न होते. हे टिळकांनी ओळखले होते व त्यावर परखड टीकाही केली होती. यातून वर येण्यासाठी राष्ट्रीय शिक्षण देणाऱ्या शाळांची आवश्यकता त्यांनी व्यक्त केली होती. राष्ट्रवादाच्या गरजा लक्षात घेऊन टिळकांनी शिक्षणाचा प्रश्न हाताळला होता, हे वरील विवेचनावरून लक्षात येते. स्त्रीशिक्षणाविषयीही टिळकांनी आपले विचार मांडले आहेत. स्त्री व पुरुषांची जगातील कर्तव्ये भिन्न भिन्न असल्यामुळे कधीही एकाचे शिक्षण दुसऱ्याशी जुळणार नाही म्हणून स्त्रियांना गृहजीवनासाठी आवश्यक शिक्षण देण्याची आवश्यकता त्यांनी व्यक्त केली आहे; पण औपचारिक शिक्षणाचा स्त्रियांसाठी उपयोग त्यांनी दुर्लक्षित केलेला दिसतो.

सर व्हॅलेंटाईन चिरोलने टिळकांना 'भारतीय असंतोषाचे जनक' म्हटले; परंतु टिळकांनी जाणूनबुजून तसे प्रयत्न केले नव्हते. पत्रकाराच्या पेशातून त्यांनी राजकीय व सार्वजनिक जीवनात प्रवेश केला. वर्तमानपत्राद्वारे लोकशिक्षण व जागृती करावयाची, कायदे कौन्सिलमध्ये जाऊन लोकांची बाजू शासनासमोर मांडायचे हे त्यांच्या नजरेसमोर होते; परंतु त्यांचा बेडरपणा, प्रखर भावना यांच्या एकत्रित येण्यामुळे नीडरपणे ते शासनाविरुद्ध विविध प्रकारे बाजू मांडत राहिले. याची परिणीती भारतीय जनतेच्या मनात ब्रिटिश शासनाविरोधात असंतोष निर्माण होण्यात झाली व कळत नकळत त्यांना असंतोषाचे जनक हे नामाभिधान जोडले गेले.

लोकमान्य टिळक यांचे नाव घेतले की, प्रामुख्याने त्यांचे स्वातंत्र्य चळवळीतील योगदान, वृत्तपत्रातील लिखाण याच गोष्टी समोर येतात; परंतु

त्यांनी राष्ट्रीय शिक्षणाच्या निमित्ताने मांडलेले विचारही तितकेच अमूल्य आहेत.

महर्षी धोंडो केशव कर्वे (१८५८-१९६९)

प्राचीन काळी आश्रमात जाऊन विद्या ग्रहण करण्याची परंपरा होती. ऋषी-मुनी ज्ञानदानाचे पवित्र कार्य करत. शिष्यही गुरूंच्या घरी त्यांच्या मुलांप्रमाणे राहत असत. ज्ञानवंत, प्रतिभासंपन्न ऋषी शिष्याच्या विकासाची व जे सामाजिक पैलू शिक्षणाशी कळत-नकळत जोडले गेले आहेत त्याची काळजी घेत असत. शिष्यांच्या जाणिवा प्रगल्भ व्हाव्यात, तो अनुभवसंपन्न व्हावा असाच त्यांचा उद्देश असे. आश्रमातून बाहेर पडल्यावर शिष्यांनी स्वत:बरोबरच समाजाच्या उन्नतीसाठी हातभार लावावा, अशी अपेक्षा असे व तसे होतही असे. याच प्रकारे समाजाच्या विविध समस्या व त्यावर शिक्षणाच्या माध्यमातून करता येणाऱ्या विविध उपाययोजना यावर सखोल विचार करून आपल्या कृतीतून समाजऋण उतरवणारे एक ऋषीतुल्य व्यक्तीमत्त्व म्हणजेच धोंडो केशव कर्वे. विशेषत: स्त्री उन्नतीच्या, स्त्री शिक्षणाच्या यज्ञात त्यांनी आपल्या संपूर्ण आयुष्याची समिधा वाहिली. म्हणूनच त्यांचे शिक्षणक्षेत्रातील कार्य उल्लेखनीय ठरते.

महर्षी कर्वे यांचा जन्म १८ एप्रिल १८५८ साली मुरुडजवळील शेरवली या गावात झाला. त्यांचे सुरुवातीचे शिक्षण मुरुडमध्येच झाले. घरातील वातावरण शिस्तशीर, सुसंस्कृतपणाचे होते. प्रेमळ माता-पित्यांसह लहान वयात त्यांना सोमण गुरूजी यांचेही मार्गदर्शन लाभले. समाजसेवेचे बाळकडू त्यांना लहानपणीच सोमण गुरुजींकडून प्राप्त झाले. प्राथमिक शाळेत असतानाच निरक्षर प्रौढांना ते वृत्तपत्र वाचून दाखवत असत. शिक्षण घेताना त्यांनी अत्यंत प्रतिकूल परिस्थितीशी सातत्याने लढा दिला. आपल्या ध्येयाच्या प्राप्तीसाठी वाट्टेल ते कष्ट सोसण्याची त्यांची तयारी होती. तरुणपणी त्यांनी मुंबईत येऊन आपले महाविद्यालयीन शिक्षण पूर्ण केले.

शिक्षण पूर्ण झाल्यानंतर त्यांनी शिक्षकी पेशात पदार्पण केले. शिक्षकाची पूर्ण वेळ, इतर ठिकाणी अर्धवेळ नोकरी, खासगी शिकवण्या यामुळे ते सतत कार्यमग्न राहत असत. तरीही त्यांची समाजसेवेची ऊर्मी त्यांना स्वस्थ बसू देत नसे. त्यासाठी त्यांचे विचारमंथन सातत्याने चाललेले असे. काही दिवसांनंतर त्यांना पुण्यातून १८३१ साली गोपाळकृष्ण गोखले यांचे पत्र

मिळाले. यामध्ये त्यांना डेक्कन एज्युकेशन सोसायटी स्थापन करण्यामध्ये भाग घेण्यासाठी बोलावण्यात आले होते. याला मान्यता देऊन ते पुण्यात आले व पुढे डेक्कन एज्युकेशन सोसायटीसाठी कार्य करत राहिले. या अवधीतच त्यांना स्त्रियांच्या शिक्षणासाठी कार्य करण्याची दिशा मिळाली. अत्यंत उच्च ध्येय बाळगून तद्वत कृती करण्याचा त्यांचा नेहमी प्रयास असे. मनातील विचारांना कृतीत उतरवण्याची त्यांची तडफ वाखाणण्याजोगी होती. मनुष्याची कृती व वर्तन यावर त्याची योग्यता ठरवली जावी असे त्यांना वाटत असे. मनाची शांती प्राप्त करणे हेच आपले जीवनकार्य असावे. माणसाचे प्रत्येक वचन, प्रत्येक कृती त्याला शांती देणारी असावी. त्यासाठीच प्रत्येकाने आयुष्यभर कार्य करावे, असे त्यांचे जीवनविषयक तत्त्वज्ञान होते.

स्त्रीजातीविषयी त्यांना अपार करुणा वाटत असे. निवृत्तीनंतर त्यांनी पूर्ण वेळ स्त्रियांच्या उद्धारासाठी वाहून घेतले. अनाथ बालिकाश्रमाच्या माध्यमातून त्यांनी विधवांच्या शिक्षणासाठी कार्य केले. त्या काळी विधवांना शिकवणे म्हणजे मोठा सामाजिक अपराधच होता; परंतु त्यांनी हे कार्य नेटाने केले. विधवांच्या शिक्षणाकडे लक्ष केंद्रित करून पुनर्विवाहासंबंधी तटस्थता स्वीकारावी, असे प्रारंभिक धोरण होते. त्यानुसारच आश्रमाचे कार्य चालत असते.

सन १९०० मध्ये आश्रम हिंगण्याला स्थलांतरित करण्यात आला. अनेक मान्यवरांसह महात्मा गांधीचेही या आश्रमास सक्रिय मार्गदर्शन मिळत असे. समाजमानसात चेतना निर्माण करण्याचे कार्य या आश्रमाने केले. समाजाला सोसतील तितकेच धक्के कौशल्यपूर्वक देतघेत विधवांच्या उद्धारासाठी त्यांनी कार्य केले. प्रत्यक्ष विधवांच्या निराशामय जीवनात आशेचा अंकुर निर्माण केला गेला, ही या आश्रमाची जमेची बाजू होती. विधवांच्या नकारात्मक विचारांना कलाटणी देऊन त्यांना समाजाच्या उपयोगी पडण्याची वाट दाखवून देण्याचे कार्यही आश्रमात करण्यात येत असे. निष्काम कर्म मठाच्या माध्यमातून राष्ट्रोद्धारासाठी स्वार्थाचा त्याग करून कार्य करणाऱ्या स्त्री-पुरुषांची आघाडी निर्माण केली गेली. या सर्वांचा उपयोग राष्ट्र व समाजाच्या सेवेसाठी करून घेण्यात आला. समाजहितापेक्षा व्यक्तिहित महत्त्वाचे असू नये, असा या संस्थेचा मूळ उद्देश होता.

शिक्षण ही संकल्पना स्थितीशील नसून गतिशील आहे. कारण

शिक्षणाचा संबंध सातत्याने विकसित होणाऱ्या मानवाशी असतो. शिक्षण हे संस्कृती संवर्धनाचे एक महत्त्वाचे साधन आहे, हे कर्वे यांनी जाणले होते. स्त्रियांच्या स्थितीवरून त्या समाजाची प्रगती कळू शकते, हे सत्य त्यांनी ओळखले होते. म्हणूनच स्त्रियांच्या शिक्षणाच्या माध्यमातून समाजप्रगतीचे व्रत त्यांनी अंगीकारले होते. सुशिक्षित पुरुष व अशिक्षित स्त्री या सामाजिक असमतोलामुळे कौटुंबिक जीवनाची पातळी खालावून समाजावर विपरित परिणाम होतात, असेच त्यांचे मत होते.

स्त्रीशिक्षणाविषयी त्यांचा आशावादी दृष्टिकोन होता. स्त्रियांच्या शिक्षणाचे चांगले परिणाम भविष्यकाळात दिसतील, याची त्यांना खात्री होती. शिवाय काही तुरळक व्यक्तींचे विपरीत वर्तन याला स्त्रियांच्या शिक्षणाचे परिणाम म्हणता येणार नाही, हेही त्यांनी वेळोवेळी स्पष्ट केले होते. तत्कालीन समाज विधवाविवाह व स्त्रियांचे शिक्षण यावर प्रखर मते असणारा होता. अशा परिस्थितीत कर्वेंनी या दोन्ही बाबतीत यश संपादन केले. यावरूनच त्यांनी किती तळमळीने व कौशल्यपूर्वक हे प्रश्न हाताळले असतील, याची कल्पना येते. महात्मा फुलेंनंतर महाराष्ट्रात स्त्रीशिक्षणाचा प्रसार करण्याचा बहुमान कर्वे यांनाच दिला पाहिजे. त्यांनी शहरांपेक्षा खेड्यापाड्यात शिक्षणसंस्था उभारण्याचे कार्य केले. बहुजन समाजातील स्त्री जर शिकली तर समाजातील वाईट चालीरीतींना पायबंद बसेल व हे घडवायचे असेल तर स्त्रीशिक्षणाचे केंद्र पुण्यासारख्या शहरात असले पाहिजे, हा विचारच त्यांच्या द्रष्टेपणाची साक्ष देतो. कर्वे प्रत्येक कार्य श्रद्धापूर्वक करत. कारण त्यातून मिळणारी मन:शांती हीच मोक्षासमान असते, अशी त्यांची धारणा होती. स्त्रीशिक्षणाच्या प्रसाराचे कार्यही त्यांनी असेच श्रद्धापूर्वक पवित्र देशकार्य मानून केले. यातूनच हिंगणे येथे महिला विद्यालयाची स्थापना केली गेली. स्त्रियांच्या शारीरिक व मानसिक वृत्तीला अनुसरून योग्य अभ्यासक्रम तयार करणे व स्त्रियांच्या स्वाभाविक प्रवृत्तीला अनुसरून तो वाढवणे हा त्याचा हेतू आहे. हे कर्वेंनी स्पष्ट केले होते. स्त्रियांच्या दैनंदिन जीवनात उपयुक्त गृहजीवनशास्त्र, आरोग्य, वनस्पतीशास्त्र, शिशुसंगोपनशास्त्र याचे शिक्षण देणे आवश्यक आहे, हेच कर्वेंनी स्पष्ट केले होते. स्त्रीशिक्षणविषयक धोरण मांडताना कर्वेंनी पुढील तत्त्वे स्पष्ट केली आहेत.

१) पुरुषांसारखेच स्त्रियां याही मानवजातीचाच घटक असून त्यांना स्वतंत्र व्यक्तिमत्त्व प्राप्त झाले आहे.

२) या वैशिष्ट्यपूर्ण व्यक्तिमत्त्वास लक्षात घेऊन त्याच्या विकासासाठी शिक्षण दिले गेले पाहिजे.

३) स्त्रीशिक्षणाच्या उपक्रमात स्त्रियांना सुमाता व सुपत्नी होण्याचे शिक्षण देण्यात यावे.

४) स्त्रियांच्या शिक्षणाशी राष्ट्रीय विकासाचा जवळचा संबंध आहे, हे ध्यानात असावे.

१९१५ साली कर्वेंनी स्त्रीविद्यापीठाची कल्पना राष्ट्रीय सामाजिक परिषदेच्या अध्यक्षपदावरून बोलून दाखवली व १९१६ साली ती सत्यात उतरवली. आज हेच विद्यापीठ एस्. एन.डी.टी. विद्यापीठ या नावाने प्रसिद्ध आहे व शिक्षणक्षेत्रात मोलाचे कार्य करत आहे. या महिलांसाठीच्या स्वतंत्र विद्यापीठात मातृभाषा हे शिक्षणाचे माध्यम ठेवण्यात आले. कारण महर्षी कर्वे यांच्या मते, मातृभाषा हेच शिक्षणाचे माध्यम असावे. असेच उच्च शिक्षण मातृभाषेतून देण्याचा प्रयत्न हरिद्वारजवळील कांगडा गुरुकुलाने केला व दुसरा प्रयत्न आपल्या विद्यापीठाने केला असे ते म्हणत असत. दक्षिण हैदराबादमध्ये उस्मानिया विद्यापीठात उर्दू भाषा माध्यम करण्यात आली होती. यानंतर पुण्यातील टिळक महाराष्ट्र विद्यापीठात व गुजरात विद्यापीठात मातृभाषा हे शिक्षणाचे माध्यम म्हणून स्वीकारले गेले. कर्वेंच्या विद्यापीठातील मातृभाषेतून शिक्षण व खासगी पद्धतीने अभ्यास करून पदवी घेण्याची सोय यामुळे पुणे-मुंबई परिसरात स्त्रीशिक्षणाचे बंद दरवाजे महिलांसाठी खुले झाले व त्या पुरुषांच्या बरोबरीने उन्नती करू शकल्या.

मातृभाषेसह या विद्यापीठात इंग्रजी अध्ययन-अध्यापनाचीही विशेष सोय करण्यात आली. स्वाभाविक कल व सामाजिक गरज लक्षात घेऊन स्त्रीशिक्षणामध्ये स्त्रियांच्या व्यक्तिमत्त्व विकासाच्या दृष्टीने काही आवश्यक व काही ऐच्छिक विषय असावेत, असे कर्वेंचे मत होते. त्यानुसार येथे विषयांची वैविध्यता होती.

महर्षी कर्वे यांनी सातत्याने स्त्री शिक्षणाचा पुरस्कार केला. विधवांचे विवाह जमवण्याचे कार्य, विधवांच्या शिक्षणासाठी पुढाकार, विधवांसाठी आश्रम, स्त्रीशिक्षणासाठी खेडोपाडी संस्था उभारणे व अंतिमतः महिलांसाठी स्वतंत्र विद्यापीठ असे ठळक टप्पे कर्वेंच्या शैक्षणिक व सामाजिक कार्यात प्रामुख्याने अनुभवता येतात. त्यांच्या शैक्षणिक कार्याइतकेच त्यांचे सामाजिक कार्यही महत्त्वाचे आहे. सामाजिक समतेशिवाय देशात स्वराज्य, स्थैर्य

निर्माण करू शकणार नाही. स्वराज्याचे जर सुराज्यामध्ये रूपांतर करावयाचे असेल तर आधी सामाजिक समता प्रस्थापित केली पाहिजे. त्याशिवाय आर्थिक समता व राजकीय सत्ता उपभोगण्यास मिळणार नाही असे त्यांचे विचार होते.

कर्वेंच्या शिक्षणसंस्था म्हणजे कित्येक विधवा व कुमारिकांसाठी प्रगतीचा राजपथ ठरला. त्याशिवाय समाजातील पुरुषवर्गांमध्ये सकारात्मक विचारांना प्रेरणा देणाऱ्या ठरल्या. स्त्री जेव्हा समाजपुरुषाच्या हातातील कठपुतळी होती, तिला स्वतंत्र अस्तित्व नव्हते अशावेळी स्त्रीउद्धारासाठी कार्य करणारे कर्वे म्हणजे स्त्रियांचे कैवारीच म्हणावे लागेल. आजची स्त्री समाजाचा एक महत्त्वाचा घटक मानली जाते. हा बदल कर्वेंमुळेच घडून आला हे मान्यच करावे लागेल. सर्व सुधारणांचे मूळ शिक्षण आहे. शिक्षणासोबत इतर सुधारणा व बदल आपोआपच येतील, ही कर्वेंची धारणा होती. म्हणूनच ते एक महान समाजसेवक महान शिक्षक ठरतात. कारण प्रगतीची अचूक दिशा त्यांनी ओळखली होती.

स्त्रीशिक्षणासाठी अपार कष्ट सोसून स्त्रियांना प्रगतीचे किरण दाखवण्यासाठी स्वतःचे जीवन कष्टाच्या अंधकारात लोटून कर्वेंनी स्वतःचे ध्येय साध्य केले. स्त्री मुक्त श्वास घ्यायला मोकळी झाली. आजही अनेक सुशिक्षित स्त्रिया समाजातील विविध पदांवर कार्यरत आहेत. यामागेही कर्वेंचेच योगदान आहे. म्हणूनच प्रत्येक स्त्रीने आपली जबाबदारी ओळखून समाज व राष्ट्रासाठी कार्य करणे गरजेचे आहे. कारण तिला हा मोकळा श्वास घेता यावा, ताठ मानेने जगता यावे यासाठी संपूर्ण आयुष्यभर कर्वेंनी कष्ट सोसले आहेत, याची जाणीव प्रत्येक सुशिक्षित स्त्रीने ठेवलीच पाहिजे. उक्ती व कृती यांची एकवाक्यता साधून स्वतःबरोबरच इतरांच्या प्रगतीतही सहकार्य केले पाहिजे. कारण स्त्रियाच स्त्रियांना उन्नतीसाठी मदत करू शकतात, हाच विचार महर्षी कर्वे यांनी मांडला होता. म्हणूनच महर्षी कर्वे यानां आधुनिक भारतातील स्त्री शिक्षणाचे शिल्पकार असे म्हटल्यास वावगे ठरणार नाही.

राजर्षी शाहूमहाराज (१८७४-१९२२)

आपल्या प्रजेच्या उद्धारासाठी आपल्याच स्वकीयांविरुद्ध, प्रस्थापित स्वधर्मीयांविरुद्ध, अन्यायाचे उच्चाटन करून प्राणघातक परंपरांचे निर्मूलन करण्यासाठी एका राजाने पंचगंगेच्या अंगणात युद्ध लढले. तो महान राजा

म्हणजे कोल्हापूर संस्थानचे छत्रपती शाहूमहाराज व ते युद्ध म्हणजे तलवारीचे नाही तर तत्त्वांची प्रतिष्ठापना करण्याचे. छत्रपतींचे क्षत्रियत्व ठरवण्याचा प्रश्न समोर आला, या अनुषंगाने छत्रपती शाहूमहाराजांनी सर्वच जातिव्यवस्थेचा बारकाईने व आधुनिक पद्धतीने विचार केला. सर्व मानवातील समानता लक्षात घेता जातिपरंपरेचे जोखड मानेवरून उतरवून टाकण्याची आवश्यकता त्यांना पटली व आपल्या संस्थानामध्ये काही अभूतपूर्व निर्णय घेऊन त्यांनी आपले वैचारिक वेगळेपण सिद्ध केले.

शाहूमहाराजांचा जन्म २६ जुलै १८७४ रोजी घाटगे घराण्यात कागल येथे झाला. पूर्वाश्रमीचे शाहूमहाराजांचे नाव यशवंतराव होते; पण कोल्हापूर संस्थानच्या तत्कालीन छत्रपती शिवाजीमहाराजांच्या अकाली निधनानंतर महाराणीसाहेबांनी या यशवंतरावास दत्तक घेतले व ते छत्रपती शाहूमहाराज झाले. राजघराण्याशी असणारी त्यांच्या कुटुंबाची, विशेषत: वडिलांची एकनिष्ठता लक्षात घेऊन त्यांची दत्तक म्हणून निवड करण्यात आली. संस्थानचा भावी राजा विद्याविभूषित असावा, या उदात्त हेतूने संस्थानिकांच्या मुलांसाठी चालवल्या जाणाऱ्या राजकोट येथील शाळेत त्यांना विद्यार्जनासाठी पाठवण्यात आले. १८८५ पासून १८८९ पर्यंत त्यांनी येथे विद्याध्ययन केले. येथे संस्थानिक पुत्रांना विद्वत्तेबरोबरच शरीरसंपदा, रणकौशल्य, राजनीती यांचेही धडे देण्यात येत असत. येथील विद्याध्ययनानंतर त्यांनी इंग्रजी भाषा, इतिहास, अर्थकारण, राज्यकारभार यांचे धडे श्री. फ्रेझर यांच्याकडून आत्मसात केले. फ्रेझर यांच्या मृदुभाषी, विद्यापरायण स्वभावाचा महाराजांवर फारच प्रभाव होता. ते महाराजांना गुरुस्थानी होते. वयाच्या विसाव्या वर्षी १८९४ मध्ये ते सिंहासनाधिष्ठित झाले. या आधी कोल्हापूर संस्थानमध्ये अनागोंदी कारभार माजला होता. राजसत्तेची अपप्रतिष्ठा होत होती. अशा स्थितीमध्ये शाहूमहाराजांचे सत्ताग्रहण एखाद्या प्रकाशकिरणासारखे होते. स्वातंत्र्याचे, शांतता व सुबत्तेचे, मुक्त वातावरणाचे, निर्भयपणाचे एक नवे युग कोल्हापूर संस्थानामध्ये उदयास आले. लोकमान्य टिळकांनीही महाराजांचे सत्ताग्रहण म्हणजे कपिलाषष्ठी योग असा गौरवपूर्ण उल्लेख केलेला आहे.

शाहूमहाराजांनी कोल्हापूरच्या संस्थानासाठी अनेक ऐतिहासिक निर्णय घेतले, बदल घडवले ज्यांचा प्रत्यक्ष-अप्रत्यक्ष परिणाम संपूर्ण महाराष्ट्रावर झाला. युवकांना शरीरसंपदा कमावण्यासाठी तालीम, मैदानी खेळ यांना उत्तेजन दिले. लोककलांना राजाश्रय दिला. सामान्य जनतेच्या रोजगारास

महत्त्व दिले. सर्वांच्या शिक्षणाकडे जातीने लक्ष दिले. वंचितांच्या विकासाचे जणू नवीन पर्वच उघडले गेले. आपल्या कारकिर्दीत त्यांनी अनेक देदीप्यमान निर्णय घेतले. स्वत: कोणत्याही प्रकारची चैन, विलास, व्यसन, आळस यांपासून दूर राहून आपल्या रयतेला आदर्श घालून दिला. अविरत परिश्रम व उच्च विचारांचे मोल जाणणारा हा राजा मुलखावेगळाच ठरला.

शाहूमहाराजांच्या सामाजिक प्रबोधनाच्या कार्यामध्ये त्यांचे शैक्षणिक योगदानही उल्लेखनीय आहे. त्यांचे विचार अत्यंत दूरदृष्टीचे होते. आपल्या प्रत्येक कृती व विचारांचा परिणाम हा फक्त आणि फक्त प्रजेचे हित हाच असला पाहिजे, याची त्यांना जाणीव होती व तसे त्यांचे प्रयत्नही होते. स्वातंत्र्यासाठी चाललेल्या लढ्यासाठी, ज्या जनतेच्या स्वराज्याचा विचार होतो आहे ती जनता सक्षम हवी, असा त्यांचा विचार होता. जातिभेद दूर करून, शिक्षणाद्वारे सर्वांना समान पातळीवर आणून प्रजेला सबल व सक्षम करणे हे त्यांचे ध्येय होते. बहुजन समाजाची उन्नती व्हायची असेल तर त्यांना सत्तेत स्थान हवे व त्यासाठी शिक्षण हवे. मूठभर लोकांच्या हाती सत्ताकेंद्रे गेली तर स्वातंत्र्य निरर्थक ठरेल म्हणून त्यांनी बहुजन समाजाच्या शिक्षणावर लक्ष केंद्रित केले. प्राथमिक शिक्षण सक्तीचे केले. वसतिगृहे निर्माण केली. कुलकर्णी वतने संपवून पद निर्माण केले. बलुतेदारी, वेठबिगारी रद्द केली. आपल्या राज्यकारभारामध्ये, सत्तेमध्ये पन्नास टक्के जागा अस्पृश्यांसाठी राखीव केल्या. दलितांना सामाजिक प्रतिष्ठा मिळवून देण्याचा प्रयत्न केला. त्यांना वकिलीच्या सनदा दिल्या. जसे ते समाजप्रेमी होते तसेच कलाप्रेमी रसिकही होते. बालगंधर्व, माधवराव बागल, प्रबोधनकार ठाकरे, कर्मवीर भाऊराव पाटील, बाबूराव पेंटर, आबालाल रेहमान अशी प्रसिद्ध व्यक्तिमत्त्वे महाराजांच्या दूरदृष्टीतूनच ख्यातनाम झाली. महाराजांच्या शैक्षणिक, सामाजिक व सांस्कृतिक कर्तृत्वाची नोंद घेऊन केंब्रिज विद्यापीठाने त्यांना एल.एल.डी. ही मानद पदवी बहाल केली होती.

शिक्षणाशिवाय सामान्य जनतेस तरणोपाय नाही. शिक्षणाशिवाय कोणत्याही देशाची उन्नती शक्य नाही, असे महाराजांचे ठाम मत होते. ठराविक वर्गाची मक्तेदारी असणारे शिक्षण इंग्रजांच्या काळात काही प्रमाणात जरी खुले झाले होते तरी सामाजिक परंपरांची बंधने इतक्यात तुटण्यास तयार नव्हती. ती तोडण्याचा प्रयत्न फुले-शाहूमहाराज यांनी केला. सर्वांना किमान प्राथमिक शिक्षण उपलब्ध असावे, असा त्यांचा आग्रह होता.

खामगाव येथे १९१७ साली अखिल भारतीय मराठा शिक्षण परिषद भरली होती. त्याचे ते अध्यक्ष होते. तेथे त्यांनी जीवनाच्या प्रत्येक क्षेत्रात असणारी शिक्षणाची आवश्यकता व महती विशद केली. समाजाला सशक्त करण्यासाठी बहुजन समाजातून उत्तम शेतकरी, उत्तम शिक्षक, उत्तम व्यापारी व उत्तम सैनिक निर्माण व्हायचे असेल तर शिक्षणाची गंगा खेड्यापाड्यात पोहोचवायची आवश्यकता त्यांनी सर्वसामान्यांना पटवली. २१ सप्टेंबर १९१७ रोजी त्यांनी विशेष जाहीरनामा काढून आपल्या संस्थानामध्ये सक्तीच्या शिक्षणाचा कायदा केला. शिक्षणास योग्य वयाची सर्व मुले शाळेत पाठवण्याची पालकांवर सक्ती करण्यात आली. याचेच पुढचे पाऊल म्हणून ५०० ते १००० लोकसंख्येच्या प्रत्येक गावात प्राथमिक शाळा स्थापण्यात आल्या. वरिष्ठ वर्गातील विचारवंतांनी महाराजांच्या या प्रयत्नाचे फारसे स्वागत केले नाही. प्राथमिक शिक्षणासंबंधीचे त्यांचे धोरण लवचीक होते. त्यांनी खास अस्पृश्यांसाठी असलेल्या शाळा बंद करून त्यांची सामान्य शाळेत शिकण्याची सोय केली. शेतकऱ्यांच्या मुलांना त्या काळी अथवा सायंकाळी दोन तास शाळेत येण्याची सवलत दिली.

स्त्रियांच्या शिक्षणासंदर्भातही त्यांनी विशेष प्रयत्न केले. संस्थानात सहशिक्षणाच्या शाळा अस्तित्वात असतानाच मुलींसाठी खास शाळा चालू केल्या गेल्या. प्रौढ व मागास जातीतील स्त्रियांच्या शिक्षणाचाही त्यांनी पुरस्कार केला. अशा स्त्रियांची राहण्या-जेवण्याची सोय दरबारतर्फे केली जाईल, असे जाहीर केले गेले. हुशार मुलींना शिक्षणासाठी प्रोत्साहन म्हणून दरबारने खास शिष्यवृत्त्या जाहीर केल्या. राजाराम कॉलेजमध्ये शिक्षण घेणाऱ्या सर्व मुलींना शिक्षण मोफत केले होते. स्त्रियांच्या सर्वांगीण व्यक्तिमत्त्वविकासाचा महाराज सखोल विचार करत होते. सर्व राजघराण्याचा विरोध डावलून त्यांनी आपल्या विधवा सूनबाई इंदूमतीदेवी यांना शिक्षण देण्याचा निर्णय घेतला व तो अमलातही आणला. १९१७ मध्येच आपल्या संस्थानात विधवांचा पुनर्विवाह कायदेशीर करणारा कायदा संमत केला, तसेच विवाहाची कायदेशीर नोंद करण्याची पद्धत सुरू केली.

शाहूमहाराजांनी आपल्या संस्थानातील मागास जातींच्या उद्धारासाठी शिक्षणाचे शस्त्र वापरण्याचे ठरवलेच होते. विविध जातींच्या विद्यार्थ्यांसाठी कोल्हापूर संस्थांमध्ये वसतिगृहे उघडली जात होती. अस्पृश्य जातींसाठीच्या शाळेतील सुमार दर्जाचा अभ्यासक्रम बदलून सामान्य शाळांच्या अभ्यासक्रमाच्या योग्यतेचा बनवण्यात आला. अस्पृश्य विद्यार्थ्यांसाठी खास पात्रतावर्ग चालवण्यात

आले. अस्पृश्य मुलांना योग्य धार्मिक शिक्षण देण्याचीही त्यांनी व्यवस्था केली. तत्कालीन ब्राह्मण समाजाव्यतिरिक्त सर्वच जाती शैक्षणिकदृष्ट्या मागासलेल्या होत्या. या सर्वांमध्ये शिक्षणाविषयी जाणीवजागृती व्हावी, असा त्यांचा प्रयत्न होता. मुस्लिम समाजातही शिक्षणाची आवश्यकता त्यांनी ओळखली होती. मुस्लिम समाजातील पुढाऱ्यांनी शैक्षणिक संस्था स्थापन कराव्यात, समाजशिक्षणासाठी प्रयत्न करावेत त्यासाठी त्यांना आर्थिक साहाय्य दरबारकडून केले जाईल, असे त्यांनी जाहीर केले होते; पण मुस्लिम समाजाकडून त्यांना हवा तसा प्रतिसाद मिळाला नाही. तरीही शिक्षणाची आस असणाऱ्या दहा मुस्लिम विद्यार्थ्यांना व्हिक्टोरिया मराठा बोर्डिंगमध्ये प्रवेश देऊन त्यांनी मुस्लिमांच्या शिक्षणाची सुरुवात केली. त्यांनी नंतर मोहमेडन एज्युकेशन सोसायटीची स्थापना केली. महाराजांनी या संस्थेचे स्वीकारलेले अध्यक्षपद अपवादात्मक तसेच मुस्लिमांच्या शिक्षणाविषयी त्यांना वाटणाऱ्या कळकळीचे प्रतीकच होते. त्यांच्या या प्रयत्नांची फलश्रुती शेवटी मुस्लिम बोर्डिंगच्या स्थापनेत झाली. या संस्थेसाठी पैशाची सोय करण्यासाठी संस्थानातील मुस्लिम धार्मिक स्थळांकडील काही उत्पन्न या खर्चासाठी लावून दिले. मुस्लिम समाज हा कोणी परका नसून या बहुजन समाजाचाच एक अविभाज्य घटक आहे, हे समाजावर ठसवण्याचा राजर्षींचा प्रयत्न अत्यंत दूरगामी व उल्लेखनीय होता. समाजप्रबोधन व समाजोन्नती याचाच एक भाग म्हणून त्यांनी हिंदू-मुस्लिम ऐक्यावरहीं भर दिला. शाहूमहाराजांचा वैज्ञानिक दृष्टिकोनावरही भर होता. शेती, वैद्यकीय क्षेत्र, आरोग्य यामध्ये त्यांनी वैयक्तिक व सामाजिक जीवनात अनेक निर्णय वैज्ञानिक दृष्टिकोन डोळ्यासमोर ठेवून घेतले होते. तत्कालीन परिस्थितीत योग्य ठरतील त्या पौर्वात्य व पाश्चिमात्य मूल्यांची योग्य सांगड घालून त्यांनी संस्थानच्या दृष्टीने हितावह असे अनेक निर्णय घेतले. सर्वांगीण प्रगतीचा पाया, सामाजिक परिवर्तनाचे साधन व प्रशासकीय सुधारणांपूर्वीची आवश्यक बाब या तीनही बाजूंनी त्यांनी शिक्षणाचा विचार केला. आपल्या कारकिर्दीच्या पहिल्याच वर्षी त्यांनी शिक्षणाच्या स्थितीचा आढावा घेऊन सुधारणा सुचवण्यासाठी शिक्षण सुधारणा समिती स्थापन केली होती. शाळांची निर्मिती, दुरुस्ती, देखभाल व उत्पन्न खर्च याचे ठळक नियम केले. शिक्षकांची निवड करताना त्यांची आवश्यक पात्रता तपासण्यासाठी खास परीक्षा घेणे व इंग्रजीचे ज्ञान आवश्यक असणे या नवीन पद्धती चालू केल्या. शिक्षकांचे प्रशिक्षण महत्त्वाचे असल्याचे मानून १९१२ साली शिक्षक प्रशिक्षण

केंद्र चालू केले. तसेच गावकामगार, पोलिस, पाटील व तत्सम अधिकाऱ्यांना खास प्रशिक्षण देण्यासाठी 'पाटील स्कूल' उघडले. गरीब विद्यार्थ्यांना ग्रंथालयाची सोय उपलब्ध करून देण्यासाठी पुस्तकपेढी योजना चालवली. शिक्षणाचा मक्तेदारीकडून सार्वजनिकतेकडे प्रवास त्यांनी घडवला. शिक्षणाची कास धरताना त्यांनी आपले सर्वस्व अगदी राजसिंहासन सुद्धा पणास लावले. 'सर्वांसाठी शिक्षण व सर्व प्रकारचे शिक्षण' हा त्यांचा ध्यास होता. शिक्षणाचा खर्च योग्य प्रकारे साधण्यासाठी त्यांनी धनिकांकडून शिक्षणकर घेतला. तसेच गावखेड्यातून प्रत्येक आठ आणे व एक रुपयापर्यंत हा कर घेतला जात असे.

शाहूमहाराजांनी व्यावसायिक शिक्षणाकडेही लक्ष पुरवले. १९०३ मध्ये ओब्रायन टेक्निकल स्कूलची स्थापना केली. वेगवेगळ्या उद्योगधंद्यांसाठी आवश्यक शिक्षणाची येथे सोय केली गेली. सर्वांनी जर व्यावसायिक शिक्षण आवश्यकतेनुसार घेतले तरच समाज आर्थिकदृष्ट्या उन्नती पावेल, हे त्यांनी ओळखले होते. उच्च शिक्षण व स्पर्धात्मक परीक्षा याकडेही त्यांनी दुर्लक्ष केले नाही. पात्र विद्यार्थ्यांना परदेशी शिक्षणासाठी जाण्यासाठी त्यांनी आर्थिक साहाय्यही केले. आंबेडकरांच्या शैक्षणिक उपलब्धीने आनंदून जाऊन त्यांनी स्वत: त्यांच्या घरी जाऊन त्यांचे अभिनंदन केले व संस्थानास भेट देण्याचे आमंत्रणही दिले. त्यांना शिक्षणाची किती कदर होती, हे यावरून दिसून येते. जनसेवेसाठी, परोपकारासाठी वाटेल ते कष्ट सोसण्याची त्यांची तयारी होती; पण स्वप्न एकच होते ते म्हणजे बहुजन समाजाच्या उद्धाराचे व त्यासाठी शिक्षणाचे!

शाहूमहाराजांच्या शैक्षणिक विचाराचे व धोरणांचे परिणाम फक्त कोल्हापूर संस्थानापुरते व त्यांच्या कारकिर्दीपुरतेच मर्यादित न राहता ते कालातीत व स्थानातीत बनले. त्यांचे कार्य पुढे चालतच राहिले. महाराजांनी चालू केलेली शिक्षण चळवळ महाराष्ट्रात जवळजवळ अर्धा शतकभर चालत राहिली. समाजाची एक प्रागतिक मानसिकता तयार झाली. याचे श्रेय निश्चितच छत्रपती शाहूमहाराजांना जाते.

डॉ. बाबासाहेब आंबेडकर (१८९१-१९५६)

डॉ. बाबासाहेब आंबेडकरांचा जन्म १४ एप्रिल १८९१ रोजी मध्य प्रदेशातील इंदूरजवळ 'महू' येथे झाला. सर्वसाधारण धार्मिक कुटुंबातच त्यांचा जन्म झाला. त्यांचे वडील लष्करात सुभेदार म्हणून कार्यरत होते. सन

१९०० पासून सातारा येथे व त्यानंतर सन १९०४ पासून मुंबई येथील एल्फिन्स्टन हायस्कूलमध्ये बाबासाहेबांचे शिक्षण झाले. ते १९०७ मध्ये मॅट्रिकची परीक्षा उत्तीर्ण झाले. पुढील शिक्षणासाठी त्यांना बडोद्याच्या सयाजीरावमहाराज यांच्याकडून शिष्यवृत्ती मिळू लागली. त्यांनी १९१३ मध्ये पर्शियन व इंग्रजी या विषयांसह बी. के. पदवी मिळवली. त्यानंतर सयाजीरावमहाराजांच्या मदतीने ते उच्च शिक्षणासाठी कोलंबिया विद्यापीठात गेले. प्रसिद्ध अर्थशास्त्रज्ञ सेलिग्मन यांच्या मार्गदर्शनाखाली त्यांनी अध्ययन केले व 'प्राचीन भारतातील व्यापार' या विषयावर प्रबंध लिहून एम.ए.ची पदवी मिळवली. 'ब्रिटिश भारतातील प्रांतिक अर्थव्यवस्थेची उत्क्रांती' या त्यांच्या प्रबंधाला कोलंबिया विद्यापीठाने १९१६ मध्ये पीएच.डी. पदवी दिली. त्यांनी १९१६ मध्ये लंडन स्कूल ऑफ इकॉनॉमिक्स येथे एम.एस्सी.साठी प्रवेश घेतला. १९१७ मध्ये मुंबईच्या सिडनेहॅम कॉलेजमध्ये प्राध्यापक म्हणून नोकरी पत्करली. उर्वरित अभ्यासक्रम पूर्ण करण्यासाठी पुन्हा त्यांनी १९२० मध्ये इंग्लंडला प्रयाण केले. १९२१ मध्ये त्यांनी एम.एस्सी.ची पदवी मिळवली. तसेच १९२३ मध्ये डी.एस्सी व बॅरिस्टरची परीक्षाही ते पास झाले. सातत्याने वाचन व चिंतन या गोष्टींच्या जोरावरच त्यांनी आपली शैक्षणिक उंची गाठली.

डॉ. बाबासाहेब आंबेडकरांचा ६ डिसेंबर हा 'महापरिनिर्वाण दिन.' समता, बंधुता व व्यक्तिस्वातंत्र्य या समाजधारणेसाठी आवश्यक मूल्यांचा सातत्यांने पुरस्कार करणारे डॉ. आंबेडकर हे घटनाकार म्हणून संपूर्ण भारतासाठी वंदनीय आहे. त्यांचे विविध विषयांवरील विचार आजही प्रेरणादायी आहेत. डॉ. आंबेडकरांनी घटना तयार करताना व इतर वेळीही शिक्षणाविषयी आपला दृष्टिकोन स्पष्ट केला आहे, जो आजही मार्गदर्शक आहे.

डॉ. बाबासाहेब आंबेडकर ग्रंथवेडे होते. अनेक विषयांवर सातत्यपूर्ण वाचन हा त्यांच्या जीवनाचा अविभाज्य भाग होता. वाचन, विद्याभ्यास व विद्येसाठी वाटेल ते कष्ट करण्याची तयारी त्यांना नेहमीच इतरांच्या पुढे ठेवीत असे. त्यांच्यावर लहानपणीच कबीरांच्या शिकवणुकीचा प्रभाव होता. अंधश्रद्धेला अजिबात स्थान नसलेली त्यांची जीवनप्रणाली बुद्धिप्रामाण्यवादीही होती. समता, बंधुता व व्यक्तिस्वातंत्र्य यावर आधारित लोकशाही हा केवळ एक शासनप्रकार नसून, सामाजिक न्यायाशी प्रतिबद्ध असलेली ती एक जीवनप्रणाली आहे, असा त्यांचा विश्वास होता.

डॉ. बाबासाहेब आंबेडकर यांची ग्रंथसंपदा मोठी आहे. विविध विषयांवरील त्यांचे लिखाण उल्लेखनीय आहे. वेळोवेळी लिहिलेले लेख, भाषणे यातून व्यक्त झालेले शिक्षणविषयक विचार आजही पथदर्शक आहेत. त्यांच्या मते शिक्षण म्हणजे अज्ञान व गुलामगिरीने त्रस्त झालेल्या समाजासाठीचे औषधच आहे. दीनदलित जनतेच्या उत्थानाचा राजमार्ग आहे.

प्राथमिक शिक्षणाचा सार्वत्रिक प्रसार हा सर्वांगीण राष्ट्रीय प्रगतीचा पाया आहे, असे सांगून त्यांनी प्राथमिक शिक्षण सक्तीचे करण्याचा आग्रह धरला. उच्च शिक्षणाविषयीही त्यांनी असेच विचार मांडले आहेत. त्यांच्या मते उच्च शिक्षण हे विकासाचे लोकशाही मजबूत करण्याचे साधन आहे. उच्च शिक्षण सर्वांसाठी असावे, तसेच सामाजिक न्यायाची प्रस्थापना करण्याचे सशक्त माध्यम असावे. विद्यापीठ पातळीवर दिले जाणारे शिक्षण समाजाभिमुख, विज्ञाननिष्ठ व्यक्तिमत्त्वविकासावर लक्ष केंद्रित करणारे असावे. विद्यार्थ्यांमध्ये संशोधनवृत्ती, जिज्ञासा वाढवणारे उच्च शिक्षण डॉ. आंबेडकरांना अपेक्षित होते. शिक्षणाचे क्षेत्र हे विद्यार्थी व पर्यायाने भविष्यकालीन नागरिक संस्कारित करण्याचे ते पवित्र क्षेत्र आहे. त्यामुळे त्यामध्ये एकसूत्रता आवश्यक आहे. शिक्षणक्षेत्रामध्ये आज जो अनागोंदी कारभार आहे, धोरणे व अंमलबजावणी यात जी तफावत व कमतरता भासते त्या पार्श्वभूमीवर हे विचार खूपच महत्त्वपूर्ण ठरतात. शिक्षणाचा 'धंदा' जिथे चालतो तिथे माणसाला माणूस म्हणून जगायला शिकवणारे शिक्षण डॉ. आंबेडकरांना अपेक्षित होते.

प्रज्ञाविकास हे शिक्षणाचे एक महत्त्वाचे ध्येय आहे, तसेच शीलसंवर्धन विद्या हे एक शस्त्र आहे. ज्याच्याकडे प्रज्ञेसोबत शील आहे तो विद्येच्या बळावर स्वतःसोबत इतरांचीही उन्नती करील; परंतु शीलाशिवाय प्रज्ञा कदाचित इतरांची अवनती करण्याची शक्यता नाकारता येत नाही. म्हणूनच बुद्धीला सदाचाराची व विवेकाची जोड असणे आवश्यक आहे. प्रज्ञा, शील व करुणा यांचा समावेश ज्याच्या चारित्र्यात आहे असा जबाबदार नागरिक घडवणे हे शिक्षणाचेच कार्य आहे, असे मत डॉ. आंबेडकरांनी व्यक्त केले आहे.

डॉ. आंबेडकरांनी नेहमीच सहशिक्षणाचा पुरस्कार केला. पुरुषांच्या बरोबरीने स्त्रियांच्या शिक्षणालाही त्यांनी महत्त्व दिले. शिक्षणाची संधी प्रत्येकाने साधावी, असे सांगतानाच समाजाच्या समतोल विकासासाठी स्त्रियांचे शिक्षण महत्त्वाचे असल्याचे त्यांनी सांगितले. कारण शिक्षण ही

शोषणमुक्तीची पायवाट आहे. ज्याला ज्याला आपला विकास साधावयाचा आहे, त्याने शिक्षण हे घेतलेच पाहिजे. त्यातूनच समाजाची प्रगती झपाट्याने होईल, असे प्रतिपादन त्यांनी केले.

स्वाभिमान, स्वावलंबन, आत्मोद्धार हे परिणामकारक शिक्षणाचे ध्येय होय. या त्यांच्या मतातून शिक्षणाचे अनन्यसाधारण महत्त्व अधोरेखित होते. स्वतःच्या व्यक्तिमत्त्वाचा शोध घ्यायला लावणारा स्फुल्लिंग शिक्षणात असावे, अशी त्यांची धारणा होती. नवमानवतावादांचे संस्कार देणारी शिक्षणव्यवस्था त्यांना अपेक्षित होती. शिक्षण म्हणजे परिवर्तन, राष्ट्रीय उन्नतीचा मूलमंत्र, सामाजिक क्रांतीचे प्रभावी साधन, म्हणून शिक्षण प्रत्येकाने घेतलेच पाहिजे असा त्यांचा आग्रह होता.

शिक्षण हा डॉ. आंबेडकरांच्या जीवनाचा ध्येयवाद! ज्ञान हे आयुष्याचे प्रयोजन, तर विद्या ही त्यांची साधना होती. शिक्षण हाच प्रकाश व शक्ती असे मानणाऱ्या आंबेडकरांनी तत्कालीन समाजाला 'शिका, संघटित व्हा व संघर्ष करा' असा संदेश दिला. तो आजही विविध समस्यांचे निराकरण करताना उपयुक्त ठरतो. शिका म्हणजेच शिक्षणासोबत अनुभवातूनही योग्य धडे घ्या. स्वतःच्या तसेच इतरांच्याही न्याय्य हक्कांसाठी संघटित व्हा व संघर्ष करा; पण आज नेमकी विदारक व विपरीत स्थिती पाहावयास मिळते. आजच्या तथाकथित सुशिक्षित समाजात नेमके कोणत्या कारणासाठी संघटित व्हायचे व संघर्ष करायचा याबाबत दिशाहीनता आढळते. आजच्या युवा वर्गाने विद्यार्थ्यांनी व शिक्षकांनी यावर सखोल चिंतन करणे अपेक्षित आहे. समता, स्वातंत्र्य व बंधुता यांचाही आजच्या परिस्थितीत योग्य विचार व्हायला हवा. एकूणच डॉ. आंबेडकरांनी शिक्षणाविषयी प्रकट केलेले विचार व त्यांची सद्यःकालीन उपयुक्तता यासाठी परिस्थितीनुरूप त्यांचे विश्लेषण करून योग्य पद्धतीने त्यांचा अवलंब केला जाणे आवश्यक आहे.

डॉ. आंबेडकरांना आपल्या देशातील निरक्षरता व शैक्षणिक मागासलेपणा याची पूर्ण जाणीव होती. शिक्षण ही भारतीय समाजाची अत्यंत तातडीची गरज व सामाजिक प्रगतीचे ते एक मोठे साधन आहे, हेही ते जाणत होते. शिक्षण हा व्यक्तीच्या प्रगतीचा व सामाजिक विकासाचा पाया आहे. तसेच शैक्षणिक प्रगती व शैक्षणिक विकास यांचाही जवळचा संबंध आहे हे ते ओळखून होते. म्हणूनच राज्याने पददलितांच्या शिक्षणाकडे लक्ष पुरवले पाहिजे अशी त्यांची मागणी होती. त्यांच्या मते शैक्षणिक सुविधा पुरवण्याची

जास्तीत जास्त जबाबदारी राज्यावर आहे. शैक्षणिक सुविधांचा फायदा समाजातील सर्व वर्गांना समानतेने मिळणे ह्याचीही आवश्यकता त्यांनी व्यक्त केली होती. शैक्षणिक कार्यामध्ये वैयक्तिक, सामाजिक व त्याचबरोबरीने शासकीय पातळीवर प्रथम होण्याची गरज त्यांनी व्यक्त केली.

डॉ. आंबेडकर हे ज्ञान व चारित्र्याचा सुरेख संगमच होते. आपल्या ज्ञानाचा, शक्तीचा त्यांनी सर्वांच्या उद्धारासाठी उपयोग केला. मानवजातीची सेवा करण्याचे व्रत अंगीकारून त्यासाठी त्यांनी ज्ञानाचा वसा घेतला होता.

आपणही आज समाज संकटात सापडला असताना शिक्षणाचा वसा घेऊन त्याचा उपयोग स्वतःच्या व समाजबांधवाच्या कल्याणासाठी करणे हीच डॉ. आंबेडकरांना आदरांजली ठरेल.

डॉ. कर्मवीर भाऊराव पाटील (१८८७-१९५९)

बहुजन समाजाविषयी असणाऱ्या कळवळीला अपार कष्ट व असीम त्यागाची जोड देऊन महाराष्ट्राच्या कानाकोपऱ्यात ज्यांना शिक्षण म्हणजे काय, हेदेखील माहीत नाही, त्या वंचित जनतेच्या दारापर्यंत शिक्षणाची गंगा नेऊन पोहोचवण्याचे कार्य जर कोणी केले असेल तर ते कर्मवीर भाऊराव पाटील यांनी. कर्मवीर भाऊराव पाटील यांचे कार्य हजारो-लाखो विद्यार्थ्यांच्या माध्यमातून व त्यांनी केलेल्या प्रगतीच्या माध्यमातून आज उभा महाराष्ट्र अनुभवत आहे. देशाच्या प्रगतीतही जो महाराष्ट्राचा वाटा आहे तो या बळावरच आहे, असे म्हटल्यास वावगे ठरणार नाही. बहुजन समाजाला शिक्षणाची कवाडे उघडून देऊन समतेवर आधारित सुजाण व सक्षम समाजाच्या निर्मितीसाठी त्यांनी आपले आयुष्य पणास लावले. खेड्यापाड्यात ज्ञानाची गंगा पोहोचली पाहिजे, ही दूरदृष्टी व शिक्षणाविषयी नितांत प्रेम त्याला सत्य व सडेतोडपणाची जोड यामुळे कर्मवीरांचे कार्य उल्लेखनीय ठरते. त्यांनी कोणत्याही लाभाची अपेक्षा न बाळगता चिकाटीने समाजोद्धाराचे कार्य केले व त्यासाठी शिक्षणाची कास धरली. स्वतः स्वावलंबनाचा मार्ग अवलंबला व आपल्या विद्यार्थ्यांनाही हेच स्वावलंबनाचे अमृत पाजून सक्षम केले.

कर्मवीर भाऊराव पाटील यांचा जन्म २२ सप्टेंबर १८८७ रोजी कुंभोज ता. हातकणंगले, जि. कोल्हापूर येथे झाला. त्यांच्या जन्मगावाचे नाव सार्थक करण्यासाठीच त्यांनी संपूर्ण आयुष्यभर डोक्यावर ज्ञानाचे कुंभ

घेऊन इतरांना तृप्त केले. त्यांचे बालपण कुंभोज येथेच गेले. महादेव व महावीर या दैवतांच्या सान्निध्यात दिवसभर भटकंती करत असतानाच भाऊरावांच्या बालमनावर 'सत्य' व 'करुणा' यांची मुद्रा उमटली गेली. अन्यायाविरुद्ध दंड थोपटण्याचे बाळकडू त्यांना त्यांच्याच गावातील सत्याप्पा नावाच्या व्यक्तीकडून मिळाले. हा सत्याप्पा समाजकंटकांचा कर्दनकाळ व गरिबांचा कनवाळू होता.

कोल्हापूर येथील जैन बोर्डिंगमध्ये राहून त्यांनी पुढील शिक्षण घेतले. लहानपणापासून सत्याची कास धरली असल्याने त्यांनी कधीही इतरांच्या असत्य, नियमबाह्य व अन्यायकारक गोष्टी व वर्तन खपवून घेतले नाही. सत्याच्या वाटेवर चालताना प्रसंगी त्यांनी वरिष्ठांशी मतभेदही पत्करले. छत्रपती शाहूमहाराजांपुढेही त्यांनी अशीच नीडरपणे आपल्या सत्यप्रियतेची ग्वाही दिली होती. शिक्षण पूर्ण केल्यानंतर त्यांनी नोकरीसाठी खूप प्रयत्न केले; पण त्यांना नोकरी मिळू शकली नाही. म्हणून त्यांनी किर्लोस्करांच्या 'किर्लोस्कर' नांगरांचा विक्रेता म्हणूनही काम केले. याच दरम्यान तत्कालीन पद्धतीप्रमाणे त्यांचे लग्नही १९१३ मध्ये झाले. त्यांच्या पत्नी लक्ष्मीबाई या होत्या. ज्यांनी पुढे कर्मवीरांना त्यांच्या कार्यरत सावलीप्रमाणे साथ केली. नांगरांच्या विक्रीसाठी कर्मवीरांनी महाराष्ट्राच्या कानाकोपऱ्यात फिरती केली. याच वेळी त्यांच्या शैक्षणिक कार्याचे बीज रोवले गेले. कारण या फिरतीदरम्यान त्यांना महाराष्ट्रातील सामान्य जनतेची, शेतकरी-कष्टकरी वर्गाची आर्थिक, सामाजिक व शैक्षणिक स्थिती जवळून पाहता आली. या हालाखीच्या स्थितीमध्ये जर बदल घडवून आणायचा असेल तर समाजातील भांडवलदारांनी त्यांच्या नफ्याचा काही भाग सर्वसामान्यांच्या शिक्षणासाठी खर्च केला पाहिजे, असा त्यांनी आग्रह धरला. त्यातून त्यांचे भांडवलदारांशी मतभेद झाले व त्यांनी ते काम सोडून दिले. तिथून निघतानाच त्यांनी रयतेच्या शिक्षणासाठी वाहून घेण्याची व रयतेची मुले-मुली शिकवून, शहाणी करून समाजशोषक भांडवलदारांच्या छाताडावर नाचायला लावण्याची शपथ घेतली. इथेच रयत शिक्षण संस्थेच्या उभारणीचे बीज रोवले गेले असे म्हटल्यास ठीकच होईल.

छत्रपती शाहूमहाराजांच्या प्रेरणेमुळे कर्मवीर भाऊराव पाटील यांनी सत्यशोधक चळवळीच्या प्रसारार्थ मनापासून कार्य केले. सत्यशोधकी जलशांच्या माध्यमातून त्यांनी आपला दमदार आवाज महाराष्ट्रभर पोहोचवला. ही

समाजप्रबोधनाची चळवळ समाजक्रांतीसाठी समाजशिक्षणाची गरज पटवून देणारी ठरली. अडाणी जनतेच्या उज्ज्वल भवितव्यासाठी शिक्षण हाच एकमेव मार्ग असेल, हे बीज त्यांच्या मनोभूमीत पक्के रुजले गेले. महात्मा फुले, छत्रपती शाहूमहाराजांच्या विचारांचा वारसा त्यांनी आपल्या कृतीतून पुढे चालवला. आपल्या शैक्षणिक कार्याची सुरुवातच त्यांनी एका दलित मुलाला घेऊन त्याच्यासाठी सातारा येथे छत्रपती शाहू बोर्डिंग सुरू करून केली. या बोर्डिंगचे नामकरण महात्मा गांधीजींच्या हस्ते झाले. त्या वेळी भाऊरावांनी गांधीजींना सांगितले की, पैशाच्या स्वरूपातील देणगीपेक्षा छत्रपती शाहूमहाराजांनी आपल्या कार्याचा वारसा मला दिला आहे. हीच माझ्यासाठी मोठी देणगी, मोठे पाठबळ आहे. छत्रपती शाहूमहाराजांनी प्रत्येक जातीसाठी वेगळे बोर्डिंग स्थापन केले. जेणेकरून जातिभेदामुळे कोणाचे शिक्षण अडून राहणार नाही. या बोर्डिंगच्या माध्यमातून त्यांनी सर्वसामान्यांच्या शिक्षणाची सोय केली; परंतु कर्मवीरांनी सर्व जाती-जमातींसाठी एकच बोर्डिंग सुरू करून सामाजिक विषमतेला छेद देण्याचे पहिले पाऊल टाकले व आपल्या गुरूचे कार्य पुढे नेले. छत्रपती शाहूमहाराजांबरोबरच त्यांनी महात्मा फुले, अण्णासाहेब शिंदे व महात्मा गांधी यांनीही आपले गुरू मानले होते.

फक्त बोर्डिंग सुरू करून त्यांनी आपले शैक्षणिक कार्य थांबवले नाही तर वेळोवेळी शिक्षणाच्या विविध पैलूंवर आपले मतही मांडले. त्यांनी शिक्षणविषयक व्यक्त केलेले विचार आजही सर्वांसाठी मार्गदर्शक ठरतात. प्रत्यक्ष शिकवणे हे महत्त्वाचे आहेच; पण त्याहीपेक्षा शिक्षण का द्यायचे व कसे द्यायचे, हेही तितकेच महत्त्वाचे आहे व हे शिक्षणविषयक तत्त्वज्ञानाच्या अभ्यासातूनच जाणून घेता येते. असेच शिक्षणाच्या विविध पैलूंवर भाष्य करणारे विचार भाऊरावांनी आपल्या अनुभवातून सर्वांना दिले. कोणतीही पदवी संपादन न करता शिक्षणशास्त्राच्या पुस्तकांचा अभ्यास न करता त्यांनी ज्या पद्धतीने ज्ञानदान केले व विद्यार्थ्यांच्या कल्याणाकरिता कार्य केले, ते पाहता त्यांच्या विचारांची व कृतीची प्रगल्भता दिसून येते. अनुभवाच्या परीक्षेत उत्तीर्ण झालेले व वास्तव जीवनाकडून शिक्षण घेतलेले ते एक आदर्श व्यक्तीच होते. त्यांनी महाराष्ट्रातील बहुजन समाजातील जनतेला स्वावलंबनावर आधारित शिक्षणाचा मूलमंत्र दिला. स्वत:च्या कष्टातून मिळवलेले शिक्षण हेच खरे शिक्षण. कारण त्याला अनुभवाची जोड असते, असा

त्यांचा विचार होता. 'मला ओसाड जमीन द्या. मी त्याचे नंदनवन करून दाखवतो' या उक्तीतच त्यांच्या शैक्षणिक तत्त्वज्ञानाचा उदय पाहावयास मिळतो. कारण इतरांच्या उपकारापेक्षा स्वत:च्या मनगटातील सामर्थ्यावर विश्वास असावा, अशी त्यांची धारणा होती. स्वावलंबन, स्वाध्याय, स्वाभिमान व स्वातंत्र्य हे त्यांच्या शैक्षणिक तत्त्वज्ञानाचे चार पैलू होते. घामाशिवाय दाम नाही, हे तत्त्व शिक्षणामार्फत विद्यार्थ्यांच्या मनावर ठसवण्याचा त्यांचा प्रयत्न होता. प्रचलित शिक्षणव्यवस्थेमध्ये श्रमप्रतिष्ठेच्या मूल्यावर भर दिला गेला पाहिजे, असा विचार पुढे आला आहे; परंतु हीच श्रमप्रतिष्ठा कित्येक वर्षांपूर्वीच कर्मवीरांनी ओळखली होती व हीच श्रमप्रतिष्ठा उन्नतीचा राजमार्ग ठरू शकते, हे विद्यार्थ्यांच्या माध्यमातून त्यांनी दाखवून दिले. शिक्षण म्हणजेच जीवन व जीवन म्हणजेच शिक्षण, असे समजून खऱ्या अर्थाने शिक्षण व जीवन याची कर्मवीरांनी सांगड घालून दाखवली. स्वावलंबी शिक्षण हेच आमचे ब्रीद. श्रम हीच आमची पूजा व श्रमाच्या मोबदल्यात मोफत शिक्षण हेच आमचे घोषवाक्य. या शब्दांमध्ये भाऊरावांचे शैक्षणिक तत्त्वज्ञान सामावलेले आहे.

शिक्षण ही एक गतिशील सामाजिक प्रक्रिया व एक संस्कार आहे. यातूनच आजचा व उद्याचा माणूस घडत असतो. बहुजन समाजाच्या या 'घडण्याच्या' प्रक्रियेसाठी शिक्षणाची गरज भाऊरावांनी ओळखली होती. यासाठीच गावोगावी शाळा चालू केल्या. समानतेवर आधारित नवसमाजाची निर्मिती त्यांना करायची होती. खऱ्या समाजनिर्मिती व समाजोन्नतीसाठी शिक्षण हे एकच प्रभावी साधन आहे, अशी त्यांची पक्की धारणा होती. 'शिका, शिकवा व शहाणे व्हा' हा मूलमंत्र त्यांनी सर्वांना दिला.

विद्यार्थ्यांनी स्वकष्टाने ज्ञानार्जन करावे, फुकट शिक्षण घेऊ नये, स्वबळावर घेतलेले ज्ञान पुढील आयुष्याच्या वाटचालीत निश्चितच उपयोगी पडते, हेच त्यांनी वेळोवेळी सांगितले. विद्यार्थी हा आचार-विचारशील, जिद्दी, सत्यनिष्ठ व विनयशील असावा. शिक्षणाची इमारत ज्यांच्या आधारावर विकसित होते ते शिक्षक सद्विचारी व सद्वर्तनी असावेत. शाळेत प्रशिक्षित शिक्षक असावेत. त्यांनी विद्यार्थ्यांना अनुभव व कृतीतून शिक्षण घेण्यास प्रवृत्त करावे हे विचार त्यांनी सातत्याने मांडले. प्राथमिक शिक्षक व शिक्षण यांच्या प्रगतीसाठी त्यांनी प्रयत्न केले. प्राथमिक शिक्षणाच्या सार्वत्रीकरणाचा त्यांनी प्रयत्न केला. सामाजिक समतेच्या तत्त्वावर सर्व वंचितांना प्राथमिक

शिक्षण उपलब्ध व्हावे, असे मत त्यांनी मांडले होते. जोपर्यंत शिक्षकांना न्याय मिळत नाही तोपर्यंत शिक्षणाचा हेतू सफल होणार नाही, असेही त्यांना नेहमी वाटत असे व त्यादृष्टीने ते प्रयत्नही करत असत. कर्तव्यनिष्ठ व विद्यादानाच्या पवित्र हेतूने प्रेरित शिक्षक त्यांना अपेक्षित होता. 'The destiny of India is being shaped in the classroom' : हा कोठारी आयोगाने मांडलेला विचार कर्मवीरांनी स्वत: अनुभवलेला होता व यासाठीच शिक्षकांकडून त्यांच्या मोठ्या अपेक्षा होत्या. 'There should not be a village without a school and a school without a trained teacher' या उक्तीचा पाठपुरावा करत असताना त्यांनी सातारा येथे अध्यापक विद्यालय व महाविद्यालय स्थापन केले. वसतिगृहयुक्त शाळा हा त्यांच्या शैक्षणिक कार्याचा कणा होता. कारण राहण्या-जेवणाची सोय झाली तरच बुद्धी चालेल हे त्यांनी स्वत:च्या अनुभवातून जाणले होते. सध्या कर्मवीरांच्या प्रेरणेने रयत शिक्षण संस्थेमार्फत ७० पेक्षा जास्त वसतिगृहे चालवली जातात व त्यापैकी १२ वसतिगृहे फक्त मुलींसाठी आहे.

भाऊरावांच्या शैक्षणिक कार्याला श्रम, स्वावलंबन व समता यांचे अधिष्ठान होते. श्रमातून मोफत शिक्षण कसे देता येईल, याची वाट दाखवणारा एक महान द्रष्टा तसेच दीर्घ व एकाग्र प्रयत्न कोणता बदल घडवू शकतात, हे दाखवणारा एक थोर शिक्षणतज्ज्ञ म्हणून भाऊरावांचा उल्लेख करावा लागेल. भारतीय समाजपरिवर्तनात शिक्षणाचे स्थान अग्रणी आहे. शिक्षणाच्या माध्यमातून प्रयोगशील पद्धतीने एखाद्या व्यक्तीने समाजाच्या उन्नतीसाठी प्रयत्न केले तर त्या व्यक्तीला शिक्षणतज्ज्ञ म्हणता येईल. ह्या विचारांना प्रमाण ठेवून भाऊरावांच्या कार्याचा जर अभ्यास केला तर एक शिक्षणतज्ज्ञ म्हणून त्यांची महती लक्षात येते. भाऊरावांचे शैक्षणिक तत्त्वज्ञान म्हणजे कार्यवादी विचारसरणीचे प्रात्यक्षिकच होय. श्रमजीवी व बुद्धिवंतांचा मेळ घालण्याचा प्रयत्न त्यांनी आपल्या शिक्षण संस्थांतून केला. ग्रामीण भागाच्या विकासासाठी शिक्षक कसा असावा व राष्ट्रीय विकासाच्या प्रक्रियेत त्याचे स्थान काय असावे, याविषयीही त्यांनी मार्गदर्शन केले आहे.

थोर विभूती काळाची गरज म्हणून जन्म घेतात व अलौकिक कार्याचा वारसा मागे ठेवतात. असेच समाजातील अज्ञान व गरिबीचे समूळ उच्चाटन करण्यासाठी शिक्षणाचे पवित्र व प्रबळ माध्यम हाताशी धरून भाऊरावांनी उभा महाराष्ट्र जागा केला. स्वावलंबनाच्या शक्तीवर अपार विश्वास व

समाजाच्या उन्नतीची अमाप आस्था यांच्या जोरावर कर्मवीरांनी जोतीबा फुलेंच्या स्वप्नांना मूर्त रूप दिले. वसतिगृहे, सेवाभावी शाळा, अध्यापक प्रशिक्षण संस्था, माध्यमिक विद्यालये, महाविद्यालये, गुरुकुल प्रकल्प, रयत प्रज्ञाशोध योजना मुक्त विद्यापीठ केंद्रे, स्पर्धा परीक्षा विभाग, संगणक शिक्षण केंद्रे, माहिती तंत्रज्ञान संस्था या रूपाने त्यांनी लावलेले शिक्षणाचे बीज आज वटवृक्षासारखे मोठे झाले आहे व कल्पवृक्षाप्रमाणे महाराष्ट्राच्या शैक्षणिक अपेक्षा पूर्ण करत आहे.

महर्षी विठ्ठल रामजी शिंदे (१८७३-१९४४)

महात्मा फुले यांनी स्त्रिया व अस्पृश्य यांच्या उद्धाराचे कार्य केले. त्यासाठी त्यांना शिक्षण देऊन सक्षम करण्याचे कार्य केले; परंतु त्यांच्यानंतर याकडे म्हणावे तितके लक्ष दिले गेले नाही; परंतु महर्षी विठ्ठल रामजी शिंदे यांनी महात्मा फुलेंनी पेटवलेली विचारज्योती आपल्या कृतीतून सातत्याने तेवत ठेवण्याचा प्रयत्न केला. आपल्यापरीने त्यांनी स्त्रिया, अस्पृश्य यांच्या शिक्षणाचे, प्रगतीचे कार्य नेटाने पुढे चालवले. विठ्ठल रामजी शिंदे हे ज्ञानाने महर्षी, तर समाजसुधारणेच्या क्षेत्रात कर्मवीर होते. कोणत्याही प्रश्नाच्या मुळाशी जाऊन सखोल विचार करण्याची वृत्ती, व्यापक दृष्टिकोन, समाजातील अनिष्ट परंपरांवर अत्यंत सडेतोड व संयमी टीका ही त्यांची वैशिष्ट्ये होती. आपल्या सामाजिक आयुष्याची सुरुवात प्रार्थना समाजाच्या कार्यापासून करून अस्पृश्यांच्या उद्धाराचे कार्य करून त्यावर शिखर चढवणारे ते एक अलौकिक व्यक्तिमत्त्व होते.

विठ्ठल रामजी शिंदे यांचा जन्म कर्नाटकातील जमखंडी येथे २३ एप्रिल १८७३ रोजी एका सामान्य शेतकरी कुटुंबात झाला. त्यांच्या घरी वारकरी पंथांचे वातावरण होते. त्यामुळेच ईश्वरापुढे सर्वजण समान, जातिभेद न मानणे, परोपकार, भूतदया यांचे संस्कार लहानपणापासून त्यांच्यावर झाले होते. त्यांनी पदवीपर्यंतचे शिक्षण पुण्यात घेतले व पुढील शिक्षण घेण्यासाठी त्यांनी मुंबईला प्राधान्य दिले. अत्यंत प्रखर बुद्धिमत्तेच्या जोरावर त्यांनी १९०१ मध्ये इंग्लंडमधील मँचेस्टरच्या कॉलेजमध्ये धर्म शिक्षणासाठी प्रवेश मिळवला. १९०३ पर्यंत तेथे त्यांनी धर्माचे सखोल चिंतन केले. येथील वास्तव्यातच धर्म व विज्ञानाची सांगड घालून नवीन विश्वधर्माचा प्रचार करण्याचा हेतू त्यांनी निश्चित केला. कारण भारतीयांचा जर विकास

करायचा असेल तर विज्ञानाची कास धरणे अत्यंत आवश्यक आहे, हे त्यांनी जाणले होते.

प्रार्थना समाजाचे प्रचारक म्हणून संपूर्ण भारतभर प्रवास करताना त्यांनी भारतीयांची सामाजिक, आर्थिक व शैक्षणिक स्थिती समजून घेतली व पीडितांच्या, दलितांच्या, शोषितांच्या उद्धारासाठी कार्य करण्याचे त्यांनी निश्चित केले. अस्पृश्योद्धारासाठी कार्य करताना त्यांनी अस्पृश्यांना सभोवतालच्या परिस्थितीची, त्यांच्या स्वतःच्या वागणुकीची प्रखर शब्दांत जाणीव करून दिली व भेदाभेदातून प्रगती निष्पन्न होणार नाही, याचीही शिकवण दिली. माणूस व माणुसकीची सेवा हीच श्रेष्ठ ईश्वरसेवा हे आपल्या कृतीतून त्यांनी सर्वांना पटवून दिले. त्यांनी समाजाच्या प्रश्नावर फक्त विचार मांडले नाहीत तर कृती केली. आपल्या कृतीने इतरांसमोर उदाहरण ठेवले.

दीन-दलितांची तत्कालीन स्थिती व दशा पाहून त्यांच्या जीवनाला योग्य दिशा देण्याची प्रेरणा त्यांच्या मनात उत्पन्न झाली व त्यांनी १८ ऑक्टोबर १९०६ साली डिप्रेस्ड क्लास मिशन स्थापन केली. अस्पृश्यांच्या उद्धारासाठी व्यक्तिगत पुढाकार घेण्याच्या हेतूने याची स्थापना केली गेली. मुख्यतः अस्पृश्यांमध्ये शिक्षणाचा प्रसार करणे, प्रगतीसाठी शिक्षणाची आवश्यकता पटवून देणे, त्यांच्यापुढील सामाजिक अडचणींचे निवारण करणे, चारित्र्यसंवर्धनाचा कार्यक्रम राबवणे हा या मिशनचा प्रमुख कार्यक्रम होता. या कार्यक्रमामध्ये विठ्ठल रामजी शिंदे यांच्या संपूर्ण कुटुंबामध्ये हातभार लावला. मुंबई, पुणे, सातारा, अमरावती, दापोली इ. ठिकाणी शाळा, वसतिगृहे, दवाखाने चालवून या मिशनच्या माध्यमातून अस्पृश्योद्धाराचे कार्य अखंडपणे चालवले गेले. मिशनच्या माध्यमातून अनेक व्याख्याने, परिषदा यांचे आयोजन करून समाजामध्ये जाणीवजागृती निर्माण करण्याचा प्रयत्न शिंदे यांनी केला. औपचारिक शिक्षणाबरोबरच महर्षी शिंदे यांनी व्यवसाय शिक्षणाचासुद्धा पुरस्कार केला. व्यवसाय शिक्षण घेतल्यामुळे दैनंदिन जीवनातील अडचणींवर लवकर मात करता येऊ शकेल. अर्थार्जनाचे साधन मिळू शकेल या हेतूने त्यांनी व्यवसाय शिक्षणही देण्याचा प्रयत्न केला. सर्वसामान्यांना कळेल व सहज शिकता येईल असे बुकबायडिंग, दोऱ्या वळणे, विणकाम, शिवणकाम, रंगकाम, सुतारकाम यांसारख्या समाजोपयोगी गोष्टींचे शिक्षण देऊन त्यांनी शोषित लोकांना आर्थिकदृष्ट्या आत्मनिर्भर करण्याचा प्रयत्न केला. शिक्षणातून स्वावलंबन व आत्मनिर्भरता

प्राप्त करणे याबरोबरच रूढीप्रिय, परंपरावादी समाजाची मानसिकता त्यांनी केली. त्यांच्या प्राथमिक प्रयत्नांची सत्यता पटल्यामुळे त्यांच्या कार्यास काही प्रतिष्ठित लोकांचाही हातभार लागू लागला.

अस्पृश्यांच्या उद्धारासाठी त्यांनी सामाजिक पातळीवर तसेच राजकीय पातळीवरही प्रयत्न केले. अस्पृश्यांना सर्व मंदिरांमध्ये समान प्रवेश मिळावा यासाठी त्यांनी प्रयत्न केले. यातून एक प्रकारे समाजशिक्षणच करण्याचा प्रयत्न केला. वैचारिक पातळीवर लेखनही केले. शेतकऱ्यांच्या प्रश्नांचाही त्यांनी पाठपुरावा केला. मूळचा शेतमालक हा शेतमजूर झाला असून त्याचे हक्क परत मिळवून देण्याचेही प्रयत्न केले. १९११ मध्ये झालेल्या सक्तीच्या शिक्षणाच्या चळवळीत सक्रिय भाग घेऊन मुला-मुलींना सक्तीचे व मोफत शिक्षण मिळावे म्हणून सर्वत्र प्रचारदौरे आयोजित केले.

स्त्रियांच्या शिक्षणासाठीही त्यांनी विशेष प्रयत्न केले. त्यातून सोडवलेल्या मुलींना शिक्षण देण्याचे प्रयत्न केले. मद्यपानविरोधी चळवळ राबवून जनमत घडवण्याचा प्रयत्न केला, शिमग्याच्या सणाच्या अनिष्ट प्रथा बंद करण्याचा प्रयत्न केला. त्याऐवजी खेळांच्या स्पर्धा, भाषणे यांचा पुरस्कार केला. या व अशाच अनेक प्रयत्नातून त्यांनी समाजशिक्षणाचाच प्रयत्न केल्याचे दिसून येते. शालेय शिक्षणासोबतच समाजाच्या प्रगतीसाठी अनेक अनौपचारिक गोष्टीतून समाजाला शिक्षित करण्याचा प्रयत्न केला. काही वेळा समाजासोबत, तर बऱ्याच वेळा समाजप्रवाहाच्या विरोधात जाऊन त्यांनी आपले प्रयत्न चालूच ठेवले.

भारतीय समाजसुधारणेच्या इतिहासामध्ये महर्षी विठ्ठल रामजी शिंदे यांचे कार्य अतिशय महत्त्वाचे आहे. सामाजिक स्वातंत्र्य व समता यासाठी त्यांनी केलेले प्रयत्न निश्चितच उल्लेखनीय आहेत. भारतीय समाजातील जातिभेद व त्या अनुषंगाने येणाऱ्या वाईट गोष्टी यांच्या निर्मूलनासाठी त्यांनी विशेष कार्य केले. त्यांनी राष्ट्राच्या सर्वांगीण सुधारणेचा पुरस्कार केला व त्यासाठी शिक्षणाची आवश्यकताही पटवून सांगितली. शेतकऱ्यांची उन्नती, स्त्रियांचे शिक्षण व अस्पृश्यतानिवारण या तीनही पातळ्यांवर स्वत:चा जीव धोक्यात घालून त्यांनी प्रसंगी कार्य केले. समाजापासून वेगळे पडलेल्यांना समाजाच्या मुख्य प्रवाहात आणण्याचे त्यांचे प्रयत्न निश्चितच महत्त्वाचे ठरतात. आपल्य विचारातून त्यांनी आपला जहाल राष्ट्रवादही व्यक्त केला, तर काही वेळा प्रार्थनासमाजाचे शांततामय धोरणही अवलंबले; परंतु राष्ट्राच्या

सर्वांगीण सुधारणांचा पाठपुरावा नेहमीच केला. सामाजिक सुधारणा घडवून आणतानाही त्यांनी प्रसंगी जहाल भूमिका स्वीकारलेली दिसते. त्यांच्या मनात दीन-दलित शोषितांबद्दल अपार सहानुभूती होती. याचे मूळ त्यांच्या कौटुंबिक पार्श्वभूमीत होते व या सहानुभूतीपोटीच त्यांचे सर्व कार्य घडले. वैचारिक पातळीवर मतभेद असले तरी त्यांनी वैयक्तिक पातळीवर कोणाबद्दलही कटूता बाळगली नाही.

आपल्या विचारांशी प्रामाणिक राहत त्यांनी समाजसुधारणेची कार्य केले. त्यांचे कार्य भावी पिढ्यांसाठी मार्गदर्शक असेच आहे.

ताराबाई मोडक (१८९२-१९७३)

भारतामध्ये शिक्षणावर अनेक महान व्यक्तींनी कार्य केले. प्रत्येकानेच एकंदरीत सर्वसाधारण शिक्षणाचा विकास, त्यातून साधणारी प्रगती, उच्चशिक्षणातील सुविधा यावर थोड्याअधिक फरकाने ऊहापोह केला; परंतु शिक्षणक्षेत्राचा पाया असणारे पूर्व प्राथमिक व प्राथमिक शिक्षण या दोन्हींकडे जाणीवपूर्वक लक्ष देऊन त्याच क्षेत्राला आपले कार्यक्षेत्र बनवले असेल तर ते ताराबाई मोडक यांनी भारतामध्ये बालशिक्षणाची माता किंवा भारताच्या माँटेसरी असा त्यांचा आदरपूर्वक उल्लेख केला जातो. एवढे त्यांचे कार्य महान आहे. त्यांनी आपले कार्य गुजरात व महाराष्ट्रात केले; परंतु ते सर्व भारतवर्षासाठी आदर्श ठेरले. भारताला शिक्षणक्षेत्रात नाव मिळवून देणारे ग्रामीण बालशिक्षणविषयक संशोधनकार्य त्यांनी केले.

ताराबाई मोडक यांचा जन्म १९ एप्रिल १८९२ साली मुंबई येथे झाला. त्यांचे मूळ गाव चाकण. महाविद्यालयीन शिक्षण त्यांनी मुंबईतच प्राप्त केले. तत्कालीन परिस्थितीत घरच्यांचा विरोध पत्करून त्यांनी कृष्णाजी मोडक यांच्याशी विवाह केला. हे त्या काळी प्रचंड मोठे धाडस होते. पुढे त्यांनी मोडक यांच्या व्यवसायानिमित्ताने अनेक ठिकाणी वास्तव्य केले व त्याचवेळी भोवतीच्या परिस्थितीचे निरीक्षणही चालूच ठेवले. परिस्थितीवश मोडक यांच्याशी मतभेद झाल्यानंतर त्यांनी कन्या प्रभावती हिच्यासह मुंबई गाठली. प्रभावतीच्या शिक्षणाची त्यांना फारच काळजी होती. त्यासाठी त्यांनी अनेक पुस्तकांचा अभ्यास केला. निरीक्षणाला अभ्यासाची अशा प्रकारे जोड मिळत गेली. काही काळ त्यांनी गुजरातमधील राजकोट येथील बार्टन फिमेल ट्रेनिंग कॉलेजमध्ये प्राचार्यपदावर काम केले. त्याचवेळी त्यांनी

गुजराथी भाषाही आत्मसात केली. प्रभावतीच्या योग्य शिक्षणासाठी तिच्यावर योग्य संस्कार व्हावेत यासाठी त्यांनी गिजुभाई बधेका यांनी चालवलेल्या भावनगर येथील दक्षिणामूर्ती बालभवन या संस्थेस भेट दिली. हाच त्यांच्या आयुष्याला वळण देणारा क्षण ठरला. त्यांनी प्राचार्यपद सोडून बालशिक्षण म्हणून दक्षिणामूर्ती भवन येथेच काम सुरू केले व त्यांचे पुढील कार्य सर्वांना परिचित आहेच.

त्यांनी बालशिक्षक म्हणून काम करत असताना याच विषयावर लेखन चालू ठेवले. बालकांचे निरीक्षण, पालक म्हणून मुलांना जाणून घेताना काय करायला हवे याचे चिंतन व शिक्षक म्हणून असलेली कर्तव्याची जाणीव यातून त्यांचे लेखन अधिकाधिक संवेदनशील झाले. फक्त बालकांसाठीच नाही तर पालक, शिक्षक व समाज या तिघांनाही बालसंगोपनामध्ये साहाय्यकारी ठरेल असे विपुल लेखन त्यांनी केलेले आढळते. त्यांचे जवळजवळ सर्वच लेखन शिक्षणपत्रिकेमधून प्रकाशित झालेले आहे. शिक्षणपत्रिकेच्या माध्यमातून ताराबाईंनी आपले विचार अत्यंत सहजपद्धतीने समाजापर्यंत पोहोचवले.

शिक्षणाचा खरा पाया मुलांच्या लहानपणीच घातला जाणे आवश्यक आहे हे जाणून घेऊन त्यांनी पूर्वप्राथमिक क्षेत्रामध्ये माँटेसरीच्या तत्त्वांवर आधारित अशी शिक्षण पद्धती रूढ केली. याचेच एक पाऊल म्हणून नूतन बालशिक्षण संघाचीही स्थापना त्यांनी १९२६ मध्ये केली.

आज शिक्षणक्षेत्रामध्ये अमूलाग्र बदल झाले आहेत व अजूनही होतच आहेत. बालकांच्या शिक्षणाबाबत जागरूकता निर्माण झाली आहे. बालकांना अनुकूल शिक्षण ते बालशिक्षण हा दृष्टिकोन पुढे येत आहे. यामध्ये बालकांची शारीरिक, मानसिक व बौद्धिक वाढ व विकासाची तत्त्वे व त्यानुसार द्यायचे शिक्षण याचां सखोल विचार झालेला दिसतो. पूर्वी पूर्व प्राथमिक शिक्षणासाठी शिक्षकांच्या प्रशिक्षणशची गरज नव्हती; परंतु आज त्याकडे जाणीवपूर्वक लक्ष दिले जात आहे. हा ताराबाई मोडक यांच्या कार्याचाच फायदा आहे. शिक्षकांच्या शिक्षणाबरोबरच पालकांचेही शिक्षण करण्याची आज सोय उपलब्ध झाली आहे. पुढील शिक्षण घेण्यासाठी आवश्यक त्या समतांचा विकास आज पूर्व प्राथमिक स्तरावर केला जातो. त्यादृष्टीने बालशिक्षणाची ध्येय-धोरणे ठरवली जात आहेत. हे सकारात्मकच पाऊल म्हणावे लागेल; परंतु या सर्वांची सुरुवात ताराबाईंच्या कार्यातच आहे.

ताराबाईंच्या बालशिक्षणविषयक कार्यामागे गिजूभाई बधेका यांची प्रेरणा होती. ताराबाईंना या विषयावर लिखाण करण्यासाठीही त्यांनीच प्रेरित केले होते. ताराबाई जरी महाराष्ट्रीय होत्या, तरी गुजराथी भाषेचा पगडा त्यांच्या लेखनावर आढळतो; परंतु तो ताराबाईंना मान्यही होता व त्यामध्ये सर्वांच्या सूचनेनुसार बदल करण्याची त्यांची तयारीही होती. बालशिक्षण या विषयावर लिहित असतानाच त्यांनी स्त्रीशिक्षणाविषयीही आपले विचार लिखाणातून प्रकट केले आहेत. ताराबाईंच्या वैचारिक लेखनामागे वाचन, अवलोकन, चिंतन व प्रत्यक्ष संशोधन अशी पार्श्वभूमी आहे. बालशिक्षणाच्या क्षेत्रात वाचनापेक्षाही कोणतही पद्धत अत्यंत समर्पक वाटत असेल तर ती संशोधनाची म्हणजेच बालकाचे प्रत्यक्ष-अप्रत्यक्षपणे अवलोकन करण्याची असे ताराबाईंचे मत होते. बालमानसाचा अभ्यास हेच त्यांच्या अभ्यासाचे व कार्याचेही सूत्र होते. बालकांच्या विविध वर्तनप्रवृत्तींचा अभ्यास करण्यासाठी त्यांना बालक्रिडांगणाचीही संकल्पना सुचवली आहे. जेथे बालक स्वत: शिकू शकले व इतरजण बालकांना अभ्यास करू शकतात. ताराबाईंनी मॉंटेसरी शिक्षणपद्धतीचा यथायोग्य अभ्यास करून त्यामध्ये भारतीय परिस्थितीनुरूप बदल करून तिचा अवलंब केला होता ही एक महत्त्वाची गोष्ट आहे. त्यांच्या सर्व कार्यामागे एकच प्रेरणा होती व ती म्हणजे 'बालक.' बालकाची स्वयंशिक्षणाची नैसर्गिक क्षमताही त्यांनी अत्यंत महत्त्वाची मानली होती. त्यांनी नेहमीच आपल्या कृती व विचारांतून काळाच्या पुढे वाटचाल केलेली दिसते. अत्यंत दूरदृष्टीने अनेक नवनवीन विचार त्यांनी धाडसीपणाने मांडलेले दिसतात. अनावश्यक परंपरांना चिकटून न राहता सोयीनुसार राहणीमान, पोशाख यामध्ये आवश्यक ते बदल करणे योग्यच आहे असे त्यांनी खूप आधीच सुचवले होते.

शाळांमध्ये चालणाऱ्या स्पर्धा व शिक्षा या दोन्ही गोष्टींना त्यांचा विरोध होता. शिक्षा तर पूर्व प्राथमिक किंवा कोणत्याच स्तरावर नसाव्यात; परंतु स्पर्धाही नसाव्यात. प्रगतीसाठी सकारात्मक स्पर्धेची आवश्यकता असते; परंतु याच स्पर्धा जेव्हा गळेकापू बनतात तेव्हा त्यांचे दुष्परिणाम दिसतात. परीक्षेतील संपादन, ज्ञानार्जन न राहता स्पर्धेचा एक भाग बनले आहे. इतरांच्या तुलनेत आपली जागा तपासण्याचे साधन म्हणजे परीक्षा हे समीकरण झाले आहे. ह्यामध्ये नेत्याच्या बाजूने विचार होतो; परंतु स्पर्धेमध्ये अपयश आलेल्या बालकांच्या मनावर विपरीत परिणाम होतात जे भविष्याच्या

दृष्टीने हानीकारक ठरू शकतात. म्हणून ताराबाईंचा या स्पर्धेलाच विरोध होता. आज हे वास्तव प्रखरपणे आपल्यासमोर येत आहे. निरनिराळ्या प्रसारमाध्यमांवर चालू असणाऱ्या रिॲलिटी शोज्‌मध्ये अनेक लहान मुले आपले बालपण विसरून भाग घेत आहेत. किंबहुना त्यांना भाग घ्यायला भाग पाडले जाते आहे. सर्वांच्या अपेक्षांच्या दडपणाखाली त्यांचे बालपण कोमेजून जात आहे. बक्षिसांच्या झगमगाटात शिक्षणच मागे पडत आहे. यावर आजही सखोलपणे विचार होण्याची आवश्यकता आहे.

ताराबाईंनी मुला-मुलींचे शिक्षण सारखेच असावे असे मत मांडले आहे. प्रामुख्याने ज्ञानाधिष्ठित विषय सारखेच असावेत; परंतु मुलींना म्हणून देण्यात येणारे घरकाम, स्वयंपाक, शिवणकाम हे सर्वांसाठीच जीवनावश्यक शिक्षण आहे. ते सर्वांनाच द्यायला हवे असे मत त्यांनी मांडले आहे. याशिवाय शरीरशास्त्र, आरोग्यशास्त्र या विषयांचीही मुलामुलींना सारखीच आवश्यकता असते.

बालकांचे शिक्षण महाग आहे असा सर्वसाधारण सूर असतो. कारण त्याची साधने महाग आहेत. यासाठी शासनाबरोबरच समाजाचेही यामध्ये योगदान असणे महत्त्वाचे आहे. याशिवाय बालकांच्या शिक्षणासाठी शिक्षकांचे वेतनही जास्त द्यावे लागते. यामुळेही बालशिक्षण महाग झाले आहे. यावर सर्वांनी एकत्र बसून विचार करून तोडगा काढणे आवश्यक आहे. अन्यथा आधुनिक बालशिक्षण काही ठराविक लोकांपुरतेच असेल व सर्वसामान्य जनता त्यापासून वंचितच राहिल. कारण शिशुशिक्षण हाच राष्ट्राच्या उद्धारांचा पाया आहे. बालशिक्षणाचे हे कार्य पैशाबरोबरच श्रद्धेने व्हायला हवे. बालकांना समजून कार्य करणारेच इथे हवे आहेत. जो बालकांना समजून घेईल तोच शिक्षक येथे काम करण्यास योग्य ठरेल. भौतिक व्यवस्था व मदतीपेक्षा नैतिक बळाची मोठी गरज बालशिक्षणाच्या क्षेत्रात आहे असे स्पष्ट मत ताराबाई मोडक यांनी मांडले आहे.

बालकांच्या संगोपन व शिक्षण यातील स्त्रियांच्या सहभाग व जबाबदारीवरही ताराबाईंनी भाष्य केले आहे. त्यांच्या मते, ही जबाबदारी पार पाडण्यासाठी स्त्रियांनी सुदृढ असणे अत्यंत आवश्यक आहे. प्रत्येक गोष्ट समजूतदारपणे, शहाणपणाने करण्याची आवश्यकता आहे. खरे तर स्त्रियांमध्ये जगाला वळण लावण्याचे सामर्थ्य आहे; परंतु त्या सामर्थ्याचा योग्य उपयोग केला गेला पाहिजे व हे सर्वस्वी स्त्रियांच्याच हातात आहे.

मुलांना वाढवणे हे एक शास्त्र समजून त्याचा सखोल अभ्यास होणे व त्याचे ज्ञान प्रत्येक स्त्रीस असणे गरजेचे आहे. नूतन बालशिक्षण म्हणजे बालकांना वाढवण्याचे शास्त्र. बालकाचे मन समजून घेणे व त्यानुसार स्वत: कार्य करणे व बालकाकडून कार्य करून घेणे हे स्त्रियांनी करणे अपेक्षित आहे. बालकांचे प्रश्न त्यांच्या दृष्टीने गंभीर असतात. म्हणून त्यांची सहानुभूतीपूर्वक विचार करून उत्तरे देणे आवश्यक असते. मोठ्यांच्या दृष्टीने क्षुल्लक गोष्ट म्हणून त्याकडे दुर्लक्ष करणे बरोबर नाही. बालकांना लहान वयातच चांगली भाषा बोलायला व शुद्ध उच्चार करायला शिकवणो आवश्यक असते. कारण या वयात त्यांची जीभ चांगली वळते. म्हणून त्यांना गाणी, गोष्टी यातून भाषा शिकवावी. बालमंदिरांमध्ये बालकाचे सामाजिकीकरण होत असते. तो समायोजन कसे करायचे हे शिकत असतो. या प्रक्रियेत बाधा येणार नाही याकडे शिक्षकाने लक्ष द्यावे. बालकांना नैसर्गिक प्रवृत्तीनुसार निरर्थक हालचालींपेक्षा सकारात्मक सहेतूक कार्यामध्ये गुंतवून ठेवावे. मुलांच्या कार्यशक्तीस योग्य वाव द्यावा. त्याचा वापर करून मुलांकडून लहान-सहान कामे करून घ्यावीत. यातून त्यांच्या निरर्थक हालचालींना आळा बसतो. बालकाची एखाद्या क्रियेतील एकाग्रता भंग करू नये. तेथेच त्यांचे पूर्ण क्षमतेने अध्ययन चालू असते हे ध्यानात घ्यावे असे ताराबाईंनी आवर्जून सांगितले आहे.

शिक्षकाने बालकांना शिकवण्याची वृत्ती न बाळगता त्यांच्याकडून शिकण्याची वृत्ती ठेवावी. त्यांच्याकडूनही खूप काही शिकता येते. बालक अज्ञानी व आपण फक्त ज्ञानी असा दंभ न बाळगता जर डोळे, कान व मन उघडे ठेवून बालकांसमवेत वावरले तर शिक्षकास शिक्षणशास्त्र व मानसशास्त्रातील मोठे विचारधन प्राप्त होऊ शकते. हा विचार ताराबाईंनी वेळोवेळी मांडला आहे.

याबरोबरच बालकाचे शब्दभांडार, त्यांचे व्यायाम, त्यांचे कपडे घालणे, त्यांच्या विविध बालसुलभ शंका व त्यांचे समाधान यावर ताराबाईंनी अनेक वेळा मते मांडली आहेत. त्यमागे त्यांचा सखोल विचारच दिसून येतो. १९४५ मध्ये बोर्डी येथे स्थापन केलेल्या ग्राम बालशिक्षा केंद्राच्या माध्यमातूनही त्यांनी हेच कार्य पुढे चालवले. १९६२ साली शासनाने त्यांना शिक्षणक्षेत्रातील कार्याबद्दल पद्मभूषण पुरस्कार देऊन गौरविले. हीच त्यांच्या कार्याची पावती आहे. आजही ताराबाईंचे बालशिक्षणविषयक विचार तितकेच सकारात्मक

पद्धतीने अंमलबजावणी झाल्यास शिक्षणाच्या या क्षेत्रात अमूलाग्र प्रगती होऊ शकते व तीच काळाची गरजही आहे.

अनुताई वाघ (१९१०-१९९२)

गिजूभाई बधेका, ताराबाई मोडक यांचा वारसा चालवत मॉंटेसरी पद्धतीनुसार बालशिक्षणाचे कार्य समर्थपणे पुढे नेण्याचे अखंड कार्य अनुताई वाघ यांनी केले. बालशिक्षण व प्राथमिक शिक्षण हेच त्यांचे मुख्य कार्यक्षेत्र होते. बालशिक्षणाचे व प्राथमिक शिक्षणाचे कार्य त्यांनी शहरी भागातही केले; परंतु आदिवासी बालकांच्या शिक्षणामध्ये त्या खऱ्या अर्थाने रमल्या. बालवाडीचा मूळ नमूना अबाधित ठेऊन अनुताईंनी त्यामध्ये थोडी भर घातली. अनुताईंनी स्थापन केलेली 'ग्राममंगल' संस्था आदिवासी भागात ताराबाई मोडकांचे शैक्षणिक कार्य पुढे नेत आहे. शैक्षणिक साधनांच्या निर्मितीचे कार्य प्रामुख्याने या संस्थेमार्फत केले जाते. ताराबाई मोडक यांनी चालू केलेल्या 'शिक्षणपत्रिका' या मालिकाचे संपादन त्यांनी सुमारे अठरा वर्षे केले. त्यांनी बालशिक्षणाचा शास्त्रशुद्ध विचार करून त्याचा प्रसार केला. बालशिक्षण नवनवीन प्रयोगही केले.

पुणे येथील एका गरीब कुटुंबामध्ये अनुताई वाघ यांचा जन्म १७ मार्च १९१० रोजी झाला आहे. वडिलांच्याकडून त्यांना योग्य संस्कार लहान वयामध्येच झाले. सर्व भावंडामध्ये मोठ्या असणाऱ्या अनुताईंनी अनेक अडथळ्यांना सामोरे जात शिक्षण पूर्ण केले. लहान वयात झालेले लग्न व अचानक लग्नाचा व संसाराचा अर्थ कळण्यापूर्वीच मिळालेले वैध्यव्य यांना समर्थपणे तोंड देत त्यांनी शिक्षण घेतले. शिक्षिकेची नोकरी करत असताना त्यांनी लहान मुलांवर मनापासून प्रेम केले. पुण्याच्या हुजूरपागा या नामवंत शाळेमध्येही त्या विद्यार्थिनीच्या प्रिय शिक्षिका होत्या. मुलींसाठी सतत नवनवीन उपक्रम त्यांनी राबविले. ग्रंथालय, सांस्कृतिक कार्यक्रम वगैरेंची धुरा यशस्वीपणे सांभाळली. स्वत: विद्यार्थिनी असताना त्या आपल्या मैत्रिणींना काही अवघड विषय समजावून सांगत असत. अवघड गोष्ट सोपी करून सांगण्याची त्यांची हातोटी विलक्षण होती. बालविधवा असूनही अनेक मित्रांमध्ये त्या आत्मविश्वासाने वावरत असत. बोरिवली येथे भरलेल्या एका शिबीरातून त्यांच्या जीवनाची नवी वाट त्यांना मिळाली. शिबिरात त्यांची भेट ताराबाई मोडक यांच्याशी झाली व पुढील कार्याची दिशा त्यांना

मिळाली यानंतर सातत्याने अनुताईंनी ताराबाईंच्या मार्गदर्शनाखाली व त्यांच्या सहवासात कार्य केले. आदिवासींच्या कल्याणासाठी, त्यांच्या शैक्षणिक विकासासाठी अनुताईंनी त्यांच्याच सान्निध्यात राहून कार्य केले. पु.ल. देशपांडे अनुताईंबद्दल म्हणतात की, ''अनुताई या गांधीजींनी निर्माण केलेल्या कार्यकर्त्यांच्या फौजेतील सैनिकच. एक कामाचा ध्यास घेऊन सतत राबणाऱ्या व कोणत्याही वैयक्तिक फायद्याचा लाभ न धरता कार्याचे एक साधन म्हणून राहणाऱ्या, सतत मनाला निराश करणाऱ्या परिस्थितीतही अनुताई कोणत्या प्रेरणेच्या आधारावर काम करत असत हे न कळण्यासारखेच.'' अनुताईंच्या कार्यामागे ताराबाई मोडक यांची प्रेरणा होती हे खरेच; परंतु अनुताई स्वतंत्र बुद्धिमत्तेच्या, निष्ठा व समर्पित वृत्ती अंगी असणाऱ्या स्त्रीचा हळवेपणा व पुरुषाचा कणखरपणा यांचा संयोग असणाऱ्या अशा वेगळ्याच होत्या. हेही तितकेच खरे. ताराबाई तर त्यांना घरातील पुरुषच मानत. इतक्या समर्थपणे अनुताईंनी आदिवासी भागातील शिक्षणप्रसाराची धुरा पेलली होती.

आदिवासी जनतेच्या मनातील भीतीची, परकेपणाची भावना दूर सारून त्यांच्यातीलच एक होऊन कार्य करणे अवघड होते; पण हे अनुताईंनी आपल्या प्रेमळ तरीही चिकाटी वृत्तीने करून दाखवले. पुस्तकी शिक्षणापेक्षा त्यांना माणूसपणाची जाणीव करून देणे व माणसासारखे वागायला शिकवणे हेच येथील आव्हान होते. स्वच्छता, आरोग्य, औषधपाणी, इतरांशी वागताना घ्यायची काळजी, सामाजिक बंधने व पद्धती हे सर्वच अनुताईंनी आदिवासींना शिकवले. शिक्षणापेक्षा लोकशिक्षण वा समाजशिक्षण जास्त प्रमाणात दिले. हळूहळू शिक्षणाबद्दल रुची निर्माण केली. शिक्षणासोबत त्यांच्या रोजी-रोटीच्या प्रश्नाचाही विचार केला. त्याशिवाय तेथे शिक्षण देणे अशक्य होते; पण अनुताईंनी विविध प्रयोग करत त्यांच्या मानसिकतेला साद घालत हेही आव्हान पेलून दाखवले.

अनुताईंनी बालशिक्षणाचा विचार तर केलाच; पण शिक्षण देण्याच्या साधनांचाही विचार केला. ग्रामीण भागात शिक्षण देताना महागड्या साधनांऐवजी कमी खर्चाची व उपलब्ध साधनांतून बनवलेली शैक्षणिक साधने असणे आवश्यक आहे असे त्यांना वाटत होते व त्यांनी अशी शैक्षणिक साधने निर्माण करण्याचे काम स्वतःच्या देखरेखीखाली करवून घेतले. आदिवासी भागात असणारी फळे, पाने, फुले, माती, लाकूडफाटा इ. साधनांचा वापर

करून आकर्षक साधने तिथल्याच मुलांच्या मदतीने निर्माण केली व त्याचा परिणामकारकपणे वापरही करून घेतला. अशा गरजेप्रमाणे दिलेल्या व उपलब्ध साधनांचा वापर करून दिलेल्या शिक्षणानेच कोसबाड्या टेकडीवर शिक्षणाचा आनंदमळा अनुताईंनी फुलवलेला दिसतो.

सर्वसाधारणपणे प्रचलित शिक्षणपद्धतीमध्ये विद्यार्थ्यांनी काम करायचे व शिक्षकांनी देखरेख करायची असा प्रकार पाहावयास मिळतो; पण अनुताईंना अशा व्यक्तींचा सहवास मिळाला की त्यांचा दृष्टिकोनच बदलून गेला. शिक्षकांनी स्वत: कामाची सुरुवात करायची ते पाहून मग विद्यार्थ्यांनी आपणहून कामास सुरुवात करायची. कोणत्याही धाकाविना प्रश्न विचारून शंकानिरसन करून घ्यायचे व काम करायचे हे त्यांना शेलतभाई या सहकाऱ्याकडून अनुभवायला मिळाले. ज्याची आज पुन्हा गरज वाटू लागली आहे.

बालवाडी, विकासवाडी, अंगणवाडी, कुरणशाळा असे अनेक नवनवे प्रयोग अनुताईंनी राबवले. फक्त बालकांच्याच नाही तर प्रौढआदिवासींच्या शिक्षणाचाही त्यांनी विचार केला. आदिवासी लोकांचा इतर लोकांशी फारच कमी संबंध येतो. त्यामुळेच त्यांच्या भाषेच्या वापरावर मर्यादा येतात. हे जाणून अनुताईंनी त्यांच्या भाषासंवर्धनाकडे खास लक्ष पुरवले. यातूनच त्यांचे सामान्यज्ञानही वाढवायचा प्रयत्न केला. आदिवासींसाठी सामुदायिक सहजीवन किती आवश्यक आहे हे अनुताईंनी ओळखले होते. अनुताईंनी त्यांना कोणतीही गोष्ट एकत्र बसून, वाटून खायची सवय लावली. यातूनच त्यांचे सामाजिक जीवन फुलवले. प्रौढांच्या शिक्षणासाठी खास साहित्य तयार करवून घेतले. त्यांच्याच परिचयाचे जोडाक्षरविरहीत व जोडाक्षरासहीत असे वाचनसाहित्य निर्माण केले व त्याचा वापर करून प्रौढ आदिवासींना शिकवण्याचे काम केले. काही चित्रांद्वारे अक्षरओळख करवली. या साहित्यास सर्वत्र चांगलाच प्रतिसाद मिळाला. बालसेविका प्रशिक्षणाचाही उपक्रम राबविला. कित्येक आदिवासी महिलांनी या उपक्रमाचा फायदा घेतला व आज त्या बालसेविकांचे कार्य करत आहेत. गोष्टींच्या माध्यमातून शिक्षण दिल्यास ते बालकाच्या मनापर्यंत लवकर पोहोचते. हे जाणून अनुताईंनी अनेक लहान लहान कथा लिहिल्या व त्याचा उपयोग बालशिक्षणामध्ये केला. आदिवासींच्या आर्थिकपरिस्थितीची जाणीव असल्याने कोणत्याही मोबदल्याविना बालशिक्षण दिले जात असे. या कार्याची दखल घेऊन कधी कधी समाजातून मदतीचे

हात पुढे येत असत; परंतु प्रसंगी स्वत: आर्थिक झळ सोसून अनुताईंनी ताराबाईंचे हे कार्य पुढे चालू ठेवले.

जीवनाची शिक्षणाशी सांगड घालत घालत अनुताईंनी आदिवासींमध्ये शिक्षणाची गोडी निर्माण केली. त्यांच्या दैनंदिन कार्यक्रमाचाच शिक्षणसाहित्यामध्ये समावेश केला. म्हणूनच आदिवासी बालकांना ते शिक्षण आपले वाटू लागले. अनुताईंनी शिक्षणाबाबत आणखी एक महत्त्वाचे तत्त्व सांगितले. ते म्हणजे अभ्यासक्रमात परिस्थितीनुरूप लवचीकतेची आवश्यकता साचेबद्ध व ताठर अभ्यासक्रमा लवचीक असणारा स्थानिक गरजांवर शिक्षण देणारा असा अभ्यासक्रम असावा हे आदिवासींसोबत कार्य करताना अनुताईंना जाणवले व त्यांनी याचा पुरस्कारही केला.

ठाणे जिल्हा स्त्रीशक्ती जागृती समितीची स्थापना १९७५ मध्ये झाली व त्या अध्यक्षपद अनुताईंकडे आले. संस्थेमार्फत डहाणू येथे मूक-बधीर मुलांची वसतिगृहयुक्त शाळा यशस्वीपणे चालवली जातेच याशिवाय 'सावित्री' हे मासिकही चालवले जाते.

आदिवासींसोबत कार्य करता-करताच अनेक उपक्रम सुचत गेले व ते अनुताईंनी यशस्वीपणे राबवले. प्रसंगातून सहज पद्धतीने शिक्षण देण्याचे कार्य केले. अनुताईंच्या कार्याचा जनतेने तसेच शासनानेही वेळोवेळी यथोचित गौरव केला आहे. त्यांना आदर्श शिक्षक, दलित-मित्र, सावित्री पुरस्कार असे अनेक सन्मान मिळाले. विविध संस्थांतील अनेक पदांवर त्यांनी कार्य केले. बालशिक्षण व आदिवासी शिक्षणासंदर्भात त्यांनी लेखनही केले. 'बालवाडी कशी चालवावी?', 'कुरणशाळा', 'विकासाच्या मार्गावर', 'सहजशिक्षण' ही त्यांची काही पुस्तके त्यांच्या विविध विचारांचा व चिंतनाचा आपल्याला परिचय करून देतात.

१८ मार्च १९८० रोजी त्यांना समाज कल्याण मंत्रालयातर्फे बालकल्याण कार्याप्रित्यर्थ राष्ट्रीय पारितोषिक तत्कालीन उपराष्ट्रपती हिदायतुल्ला यांच्या हस्ते प्रदान केले गेले. हा त्यांच्या कार्याचा गौरवच होता. तोही अनुताईंनी अत्यंत नम्र भावनेने स्वीकारला. ताराबाई मोडकांच्या या शिष्येने आपल्या गुरूचा वारसा अत्यंत समर्थपणे पुढे चालविला व बालशिक्षण व आदिवासी शिक्षणाच्या क्षेत्रात उल्लेखनीय कार्य केले.

डॉ. पंजाबराव देशमुख (१८९८-१९६५)

महाराष्ट्राचा शैक्षणिक क्षेत्रामध्ये आपल्या कार्याने विशेष ठसा उमटवणाऱ्या व्यक्तींमध्ये डॉ. पंजाबराव देशमुख यांचे कार्य उल्लेखनीय ठरते. डॉ. पंजाबराव देशमुख यांचा जन्म २७ डिसेंबर १८९८ रोजी झाला. त्यांचे शिक्षण पापळ येथे झाले. १९१८ नंतर त्यांनी महाविद्यालयीन शिक्षण पुण्यातील फर्ग्युसन महाविद्यालयातून पूर्ण केले. १९२० मध्ये इंग्लंडमध्ये एम. ए. पूर्ण केले; तसेच ऑक्सफर्ड विद्यापीठात एम.फिल.ची पदवी घेतली. या पदवीसाठी त्यांनी 'वैदिक वाङ्मयातील धर्माचा उगम व विकास' या विषयावर प्रबंध सादर केला. त्यांनी बार-ॲट लॉ भारतात परतण्यापूर्वी पूर्ण केले. भारतामध्ये परतल्यानंतर त्यांनी वकिली व्यवसायाद्वारे सामाजिक जीवनास सुरुवात केली. विविध समित्या, बँका व मंत्रिमंडळातही त्यांनी अनेक जबाबदारीची पदे सांभाळली. डॉ. पंजाबराव देशमुख यांचे सामाजिक जीवन एवढ्यापुरतेच मर्यादित नाही. त्यांनी शिक्षणक्षेत्रासाठी केलेले योगदान त्यांच्या सामाजिक जीवनास जास्तच प्रगल्भ करणारे ठरते.

समाजाचा विकास जर होईल तर तो फक्त शिक्षणाची कास धरूनच होईल असे त्यांचे ठाम मत होते. ते तत्कालीन व सद्यकालीन संदर्भातही आवश्यक व उपयुक्तच ठरणारे आहे. त्यांनी आपल्या कार्यकालामध्ये १०० सक्तीची शिक्षण केंद्रे उघडली. ११ वर्षे खालील सर्व मुला-मुलींना शिक्षण सक्तीचे केले तर न शिकवणाऱ्या पालकांसाठी दंडाची योजना केली. या कार्यासाठी त्यांनी जिल्हा कौन्सिलच्या कर आकारणीमध्ये वाढ करून आर्थिक पाठबळ उभे केले. डॉ. पंजाबराव देशमुखांच्या या कार्यामुळे त्या काळी अमरावती जिल्हा ग्रामीण विभाग शिक्षणप्रसारामध्ये भारतात दुसऱ्या स्थानावर होता. आज जे शिक्षणाचे सार्वत्रिकीकरण दिसून येते, त्याची सुरुवात डॉ. पंजाबराव देशमुख यांनी शिक्षण सार्वत्रिक, सुलभ व स्वस्त या घोषवाक्याने केली असे म्हणावे लागेल. प्राथमिक शाळांमध्ये त्यांनी स्त्री शिक्षिकांच्या नेमणुकीस प्राधान्य दिले. एकाच प्रकारच्या प्रश्नपत्रिका मिडलस्कूलसाठी वापरण्यात याव्यात असा आग्रह धरला. फिरते वाचनालये व बोर्डाचे दवाखाने उघडण्यात आले. आपल्या नवनवीन उपक्रमांनी डॉ. पंजाबराव देशमुख यांनी शिक्षणक्षेत्रातील शैथिल्य दूर करण्याचा प्रयत्न केलेला दिसून येतो. त्यांनी शिक्षकांना कार्यालयीन प्रवासभत्ताही देण्यास सुरुवात केली. १९४६ साली त्यांनी श्री शिवाजी शिक्षण संस्था स्थापन

केली व कालपरत्वे त्याचा विस्तारही केला. त्यांनी विदर्भातील प्रथम खासगी महाविद्यालय श्री शिवाजी महाविद्यालय उघडले. यानंतर पुढे अशी अनेक महाविद्यालये चालू केली गेली.

डॉ. पंजाबराव देशमुख यांच्या शैक्षणिक कार्यातील मैलाचा दगड म्हणजे त्यांची श्री शिवाजी लोकविद्यापीठाची योजना. एकूण २० उद्दिष्टांवर आधारित या विद्यापीठाची स्थापना केली गेली. तथाकथित विद्वानांपेक्षा अज्ञानी, दारिद्र्याने गांजलेल्या, वंचित लोकांसाठी हे विद्यापीठ ज्ञानदानाचे पवित्र कार्य करेल, असा त्यांचा विश्वास होता. भारताचे पहिले राष्ट्रपती डॉ. राजेंद्रप्रसाद यांच्या हस्ते या शिवाजी लोकविद्यापीठाचे उद्घाटन ३० डिसेंबर, १९५० रोजी झाले. 'तमसो मा ज्योतिगर्मय' या बोधवाक्यास अनुसरून अज्ञानाच्या अंधकारातून काढून सामान्य जनतेस ज्ञानाचा प्रकाश दाखवण्यासाठी अनेक लोकशिक्षणसंस्था स्थापण्यात आल्या. १९५१मध्ये जनता कॉलेज उघडले गेले. हे कॉलेज विशेषत: १८ ते ३० वयोगटातील प्रौढांसाठी चालू केले गेले. ग्रामसेवेचे कार्य करणाऱ्यांसाठी ग्रामसंघटकांचे वर्ग उघडण्यात आले. लोकशिक्षणासाठी विद्यापीठ क्लब, शिक्षणपत्रिका, गांधी ग्रामोद्योग मंदिर असे अनेक नावीन्यपूर्ण उपक्रम त्यांनी राबवले. शिक्षणक्षेत्रात भरीव कामगिरी करत असतानाच डॉ. पंजाबराव देशमुख यांनी अनेक नवनवीन अभ्यासक्रम राबवले व ग्रामीण जनतेसाठी प्रगतीची दालने खुली केली. १९४९ ते १९५७ या कालखंडामध्ये डॉ. देशमुख यांनी संस्थेच्या सर्वत्र शाखा उघडल्या. १९६३ मध्ये लंडनमध्ये पहिले शिवाजी वसतीगृह स्थापन केले गेले. गाडगेमहाराजांच्या स्मृतीसाठी त्यांनी अनेक शैक्षणिक उपक्रम राबवले. शिक्षण सर्वांपर्यंत पोहोचावे म्हणून त्यांनी नाईटस्कूलही उघडले.

डॉ. पंजाबराव देशमुख यांचे शैक्षणिक कार्य व त्यांनी चालू केलेले उपक्रम आजही सर्वांसाठी मार्गदर्शकच आहेत.

जे. पी. नाईक (१९०७-१९८१)

प्रचलित शिक्षणपद्धतीमध्ये जे चांगले बदल घडून आले आहेत ते घडवण्यामागे अनेक मान्यवर शिक्षणतज्ज्ञांची वैचारिक बैठक कारणीभूत आहे. शिक्षणपद्धतीचा सखोल विचार करून, त्यातील उणिवा शोधून, सध्या स्पर्धेच्या जगात योग्य ठरतील असे बदल सुचवून शिक्षणव्यवस्था जास्तीत जास्त अचूक व फलदायी करण्यामागे अनेकांचे योगदान आहे.

त्यापैकीच एक म्हणजे जे. पी. नाईक. शिक्षणाच्या विविध स्तरांवर अपेक्षित बदल सुचवणे ते अमलात आणण्यासाठी कृती कार्यक्रम सुचवणे. अनेक शिक्षण समित्यांचे नेतृत्व, सदस्यत्व याप्रकारे शिक्षणक्षेत्रासाठी योगदान दिले आहे. शैक्षणिक परिवर्तनाची दिशा व स्वरूप गरजेनुसार ठरवण्याचे कार्यही जे. पी. नाईक यांनी केले आहे. ते फक्त भारतात नव्हे तर आंतरराष्ट्रीय पातळीवर प्रसिद्ध शिक्षणतज्ज्ञ म्हणून ओळखले जातात. शिक्षणावर जेवढ्या प्रमाणात पैसा खर्च होतो, त्या प्रमाणात त्याचा परतावा जनतेच्या शैक्षणिक विकासाच्या रूपात मिळत नाही. हे चित्र बदलण्यासाठी जे. पी. नाईक यांनी अभ्यासपूर्वक सूचना वेळोवेळी मांडल्या आहेत. शिक्षणक्षेत्रामध्ये सुधारणात्मक कार्य करताना त्यांनी अत्यंत उत्साहाने ते केले आहे. जनतंत्र समाजाच्या वतीने शैक्षणिक सुधारणांची रूपरेषा तयार करण्यासाठी जी समिती नेमली होती त्याचेही त्यांनी नेतृत्व केले व देशातील मान्यवर शिक्षणतज्ज्ञांच्या विचारमंथनातून जे सुधारणात्मक विचार पुढे आले ते अभ्यासपूर्वक समाजापुढे मांडले.

कोल्हापूर संस्थानच्या आजरे तालुक्यातील बहिरेवाडी या गावी ५ सप्टेंबर १९०७ रोजी त्यांचा जन्म झाला. तेथेच त्यांचे प्राथमिक शिक्षणही झाले. त्यांनी पुढील शिक्षण कोल्हापूरच्या राजाराम कॉलेजमध्ये घेतले. बुद्धिमत्ता, मदत करण्याची वृत्ती, सामाजिक बांधिलकी, ओघवती वाणी या गुणांच्या जोरावर त्यांनी राजाराम कॉलेज अक्षरशः गाजवले. स्वतःचा अभ्यास असामान्य बुद्धिमत्तेच्या जोरावर लवकर पूर्ण करून पुढे वर्षभर इतर सामान्य वर्गबंधूंना शिकवणे व त्यातून द्रव्यार्जन, जेवण्याची सोय करून पुढचे शिक्षण घेणे हा प्राथमिक शिक्षणानंतर मॅट्रिकपर्यंतचा त्यांचा क्रमच होता. तेच पुढेही त्यांनी महाविद्यालयीन शिक्षणातही केले. असे विलक्षण व्यक्तिमत्त्व लाभलेले जे. पी. नाईक हे मूळचे विठ्ठल हरी घोटगे. शिक्षण पूर्ण झाल्यानंतर त्यांनी शिक्षकी पेशा गरज म्हणून पत्करला व ते लोकप्रिय शिक्षक 'घाटगे सर' झाले. महात्मा गांधीजींची स्वातंत्र्यलढ्यात सामील होण्याची हाक ऐकून ते कोल्हापुरातून अचानक गायब झाले व अवतरले ते पूर्णतः नवीन जयंत पांडुरंग नाईक या नावाने! स्वातंत्र्य चळवळीत भूमिगत होण्याच्या दृष्टीने हे नाव त्यांनी धारण केले व अखेरपर्यंत याच नावाने ते प्रसिद्ध झाले. कोल्हापूरजवळ धारवाड येथे त्यांनी 'धारवाड प्राथमिक शिक्षण प्रसारक मंडळ' ही संस्था स्थापन केली व जेथे शाळा नाहीत अशा सुमारे

चाळीस खेड्यांमध्ये शाळा स्थापन करण्यात लोकांना प्रवृत्त केले. त्यांनी शिक्षणखात्याचे चिटणीस म्हणूनही काम केले. केंद्र सरकारमध्ये 'शिक्षण सल्लागार' म्हणून त्यांनी काम केले ते फक्त एक रुपया एवढ्या नाममात्र मानधनावर. कारण समाजकार्य हे नि:स्वार्थीपणे व ध्येयवादी दृष्टी ठेवूनच करायला हवे, हे सूत्र त्यांनी जीवनभर अवलंबले होते. धारवाड परिसरातील त्यांचे कार्य लक्षात घेऊन त्यांना धारवाडच्या कर्नाटक विद्यापीठाने 'डी.लिट्' ही सन्माननीय पदवी दिली.

शिक्षणाची व्याख्या नाईकांच्या मतानुसार खूप व्यापक आहे. नुसते ज्ञान देऊन शिक्षण होत नाही तर मुलांचे आरोग्य पाहणे, आर्थिक क्षमता वाढवणे, मन व व्यक्तिमत्त्व यांचा विकास करणे अशा अनेक संबंधित विषयांकडे शिक्षणशास्त्राने लक्ष पुरवणे आवश्यक ठरते. याशिवाय शैक्षणिक विषयामध्ये शारीरिक शिक्षणाचा अंतर्भाव केला पाहिजे, असेही त्यांचे मत होते. कोल्हापूर संस्थानच्या शैक्षणिक विकासाच्या दृष्टीने नाईक यांनी अतोनात प्रयत्न केलेले दिसून येतात. जेथे प्राथमिक शाळा नाही तेथे ती चालू करणे. इमारती बांधून देणे, शाळांभोवती मोकळी जागा उपलब्ध करून देणे अशा प्रकारे गाव-खेड्यामध्ये नाईकांनी शिक्षणास चालना दिली.

त्यांच्या शैक्षणिक योगदानातील भरीव कामगिरी म्हणजे 'मौनी विद्यापीठ.' गारगोटी येथे नाईकांच्या मनातील ग्रामीण विद्यापीठाची संकल्पना १९५२ मध्ये साकार झाली. ग्रामीण विभागात पूर्वप्राथमिक ते विश्वविद्यालयीन शिक्षणापर्यंतच्या ग्रामीण जीवनास आवश्यक असलेल्या सर्व तऱ्हेच्या शिक्षणसंस्था स्थापून त्या चालवणे, कार्यक्षेत्रातील प्रत्येक खेडेगावांमध्ये शिक्षण व ग्रामीण पुनर्घटना ही यांची संयुक्त केंद्रे स्थापणे, ग्रामीण जीवनात उपयोगी ठरणारे प्रयोग व संशोधन त्यास चालना देणे, ग्रामीण शिक्षणातील समस्यांचे उकलन करणे, ग्रामीण लोकजीवनाचा दर्जा सुधारणे या उदात्त हेतूने मौनी विद्यापीठाची त्यांनी स्थापना केली व आपणही पुढे त्यामार्फत हेच कार्य केले.

जेव्हा कोठारी आयोगावर जे. पी. नाईक यांची निवड केली गेली तेव्हा त्यांच्या शिक्षणक्षेत्रातील अधिकाराबद्दल भूतपूर्व केंद्रिय शिक्षणमंत्री न्या. एम. सी. छगला यांनी व्यक्त केलेले मत नाईकांबद्दल खूप काही सांगून जाते. ते सांगतात, 'One member who also acted as Secretary was J. P. Naik. He had an allround knowledge of education which was hard to parallel'

नाईक जसे बुद्धिप्रधान होते तसेच भावनाप्रधानही होते. आयुष्यभर नि:स्वार्थी वृत्तीनेच त्यांनी कार्य केले. स्वत:पेक्षा इतरांचाच विचार केला. आंतरराष्ट्रीय कीर्तीचे थोर शिक्षणतज्ज्ञ या नात्याने ते सर्वांनाच ज्ञात आहेत; परंतु त्यांचे कार्य केवळ शिक्षणापुरतेच मर्यादित नव्हते तर जीवनाच्या सर्वांगाला स्पर्श करणारे चौफेर कार्य होते.

१९५८ साली विदर्भ व मराठवाडा यांचा मुंबई राज्यात समावेश झाला. तत्कालीन मुंबई राज्य शासनाने राज्याच्या संपूर्ण प्रदेशातील पूर्व प्राथमिक शिक्षणाचे एकसूत्रीकरण करण्यासाठी जे. पी. नाईक यांच्या नेतृत्वाखाली एक समिती नेमली होती. शाळापूर्व शिक्षणामध्ये राज्य शासनाची काय भूमिका असावी याचे दिशादर्शन या समितीने अत्यंत अचूकपणे केले. जे. पी. नाईक यांच्या नेतृत्वाखालील समितीने पूर्व प्राथमिक शिक्षणाबाबतीत काही शिफारशी केल्या. त्या अशा - राज्यातील पूर्वप्राथमिक शिक्षणाचा संपूर्ण विकास व नियंत्रण यासाठी एक पूर्व-प्राथमिक सरकारी बोर्ड स्थापन करावे. खासगी पूर्व-प्राथमिक संस्थांना मान्यता व अनुदान देण्यासाठी एक नियमित व तपशीलावर ग्रँट-इन-कोड तयार करावे. पूर्व-प्राथमिक शिक्षणसंस्थांच्या तपासणीसाठी खास प्रशिक्षित निरीक्षणाधिकारी पुरवण्यात यावेत. शासननियंत्रित अथवा खासगी सहकार्याने पूर्व प्राथमिक शिक्षकांसाठी प्रशिक्षण व्यवस्था आखावी व यासाठी संबंधित संस्थांना अनुदान देण्यात यावे. या सर्व शिफारशी जर ध्यानात घेतल्या तर राज्यातील पूर्व प्राथमिक शिक्षणाची प्रचलित अवस्था, त्याचा विकास करण्यासाठीची उपाययोजना व त्यासाठीचे उपक्रम, त्या अनुषंगाने येणारे आर्थिक प्रश्न, निष्णात तपासणी अधिकाऱ्यांची गरज या सर्व पैलूंवर जे. पी. नाईक यांनी सखोल विचार केलेला दिसून येतो.

जे. पी. नाईक यांचा शैक्षणिक नियोजनविषयक अभ्यास फार मोठा आहे. शिक्षणाच्या प्रत्येक स्तराच्या विकासासाठी त्यांनी आपल्या अनेक वर्षांच्या चिंतन व सहभागातून अनेक उपक्रम, कृती-कार्यक्रम सुचवले आहेत. त्यासंबंधी त्यांनी आपल्या विविध पुस्तकांमधून आपले विचारही मांडले आहेत.

जे. पी. नाईक यांनी पूर्व-प्राथमिक व प्राथमिक शिक्षणासंबंधी अनेक वर्षे केलेल्या आपल्या कार्यातून उपयुक्त असे विचार मांडले आहेत. सर्वसाधारणपणे प्राथमिक शिक्षणाकडे खर्चाची बाब म्हणून पाहिले जाते व

तो खर्च करायला जबाबदार कोण, हाही प्रश्न निर्माण होतोच; परंतु याकडे खर्चाची गोष्ट म्हणून न पाहता एक पायाभरणी, सामाजिक परिवर्तनासाठी केलेली गुंतवणूक म्हणून पाहणे आवश्यक आहे, हे जे. पी. नाईक यांनी निदर्शनास आणून दिले आहे. याशिवाय संपूर्ण शिक्षणप्रणाली ही सामाजिक परिवर्तनाचे माध्यम व्हावयास हवी व शिक्षणाचा राष्ट्रीय विकासाशी जवळचा संबंध निर्माण व्हावयास हवा, असेही मत ते मांडतात. सर्व शिक्षणसंस्थांनी आपल्या एकूण कामाच्या वेळांपैकी एक तृतीयांश ते निम्मा वेळ समाजसेवा व राष्ट्रीय विकास कार्यक्रमांसाठी द्यावा. यामध्ये शारीरिक श्रम, प्रौढ शिक्षण तर विद्यार्थ्यांच्या पातळीवर कच्च्या विद्यार्थ्यांना अभ्यासात मदत करणे याचाही समावेश असू शकेल. तसेच औपचारिक शिक्षणप्रणालीबरोबरच अनौपचारिक शिक्षण प्रणालीचाही विकास करणे आवश्यक आहे. आर्थिक स्तरावर अवलंबून न राहता सर्व समाजघटकांना शिक्षणाचा लाभ झाला पाहिजे. प्रौढ शिक्षण, कुटुंबनियोजनाचे शिक्षण, प्राथमिक शिक्षणाचे सार्वत्रीकरण, परिसर शाळेची संकल्पना स्वीकारणे, तसेच नवीन माध्यमिक शाळा व महाविद्यालये स्थापन करताना कठोर धोरण अवलंबणे. जेणेकरून अस्तित्वात असलेल्या संस्थांची नीट प्रगती होऊ शकेल. अशा अनेक बाबी जे. पी. नाईक यांनी प्राधान्याने मांडल्या आहेत. आज शाळांच्या परवानगी व मान्यता याविषयी काटेकोर धोरणाची अंमलबजावणी होताना दिसत नाही. शिक्षणाचा दर्जा, गुणवत्ता घसरलेली दिसून येते. यामागे जी कारणे आहेत त्यांचा विचार जे. पी. नाईक यांनी कितीतरी आधी केलेला दिसून येतो. हुशार विद्यार्थ्यांचे अर्थार्जनासाठी परदेशी नोकऱ्या पत्करणे ही आज एक खेदकारक बाब बनली आहे. त्यावरही जे. पी. नाईक यांनी भाष्य केले आहे. एखाद्या व्यक्तीच्या शिक्षणासाठी जी रक्कम खर्च झालेली आहे ती पूर्णतः परत केल्याशिवाय कोणालाही कायम नोकरीसाठी परदेशी जाण्याची परवानगी देऊ नये, असे त्यांनी सुचवले आहे. शिक्षण व नोकरी यातील संबंधांचा पुनर्विचार होणे गरजेचे आहे. विद्यार्थ्यांना जीवनसंघर्षासाठी सक्षम बनवण्यासाठी जास्तीत जास्त लक्ष व्यवसायशिक्षणाकडे देणे गरजेचे आहे. यासोबत शिक्षणाला मूल्यसंवर्धनाची जोड देणेही तितकेच आवश्यक आहे. विद्यार्थ्यांना शिक्षणाची गोडी लागेल असे वातावरण शाळांनी निर्माण करणे आवश्यक आहे. याबाबतीत विद्यार्थी, शिक्षक व प्रशासन यांच्या भूमिका निश्चित करणे आवश्यक आहे.

शिक्षणाच्या सुधारणेसाठी, गुणवत्ताविकासासाठी शिक्षकांची जबाबदारी मोठी व महत्त्वपूर्ण आहे, असे जे. पी. नाईक यांचे मत आहे. शिक्षकांसाठी व्यावसायिक वर्तन संहिता असावी व व्यावसायिक संघटनांनी ती अमलात आणण्याची जबाबदारी घ्यावी. शिक्षणसंस्थांची गुणवत्ता वाढवण्यासाठीही शिक्षकांचे कार्य महत्त्वपूर्ण आहे. विद्यार्थ्यांच्या सर्वांगीण विकासासाठी शिक्षकांनी कार्यरत असावे. समाजाप्रती शिक्षणाचे असलेले उत्तरदायित्व फेडण्यासाठी सतत सेवा व सहकार्याची भावना शिक्षकांनी विद्यार्थ्यांमध्ये निर्माण करावी. समाजातील अनिष्ट रूढी-परंपरांविरुद्ध विद्यार्थ्यांमध्ये जाणीवजागृती निर्माण करावी. त्यांच्यामध्ये घटनेमधील लोकशाही, समाजवाद व धर्मनिरपेक्षता यासंबंधी शिक्षकांनी आपल्या उक्ती व कृतीद्वारे जाणीव निर्माण करावी. साधी राहणी व उच्च विचार याचे महत्त्व शिक्षकांनीच विद्यार्थ्यांना पटवून देणे गरजेचे आहे. देशातील जे ज्वलंत व निकडीचे प्रश्न आहेत त्यांची जाण विद्यार्थ्यांना असावी व हे शिक्षकांनी करावे. शिक्षण व हिंसा यांचा दूरान्वये संबंध नसल्यामुळे विद्यार्थ्यांना नेहमीच अहिंसा व सामंजस्याची शिकवणूक शिक्षकांनी द्यावी असे स्पष्ट मत नाईक यांनी व्यक्त केले आहे.

शिक्षण व इतर सर्वच बाबींमध्ये प्रशासन हे अत्यंत महत्त्वाचे ठरते; परंतु दुर्दैवाने तीच बाजू सध्या उणिवेची ठरत आहे. अकार्यक्षमता, अफरातफर, दिरंगाई या उणिवा शैक्षणिक प्रशासनातही आढळतात. त्या दूर केल्यास शिक्षणक्षेत्राची गुणवत्ता निश्चितच वाढेल. प्रशासनाने शैक्षणिक नेतृत्व पुरवण्याची काळजी घ्यावी. गुणवत्तापूर्ण व्यक्तींची भरती करणे, सेवांतर्गत प्रशिक्षण व्यापक प्रमाणावर देण्याची सोय करणे, केंद्रापासून स्थानिक पातळीपर्यंत सर्वांचा सहभाग नियोजनात घेणे व जास्तीत जास्त विकासाभिमुख पद्धतीने कार्य करणे असे जर कार्यक्रम प्रशासनाने राबवले तर गुणवत्तावाढीमध्ये प्रशासन महत्त्वाची भूमिका पार पाडू शकते. शिक्षणातून सामाजिक व आर्थिक विषमता दूर करण्याचा प्रयत्न होणे हेही तितकेच आवश्यक आहे, हे मत नाईक यांनी व्यक्त केले आहे.

समानतेच्या मूल्याची जोपासना करण्यासाठी सर्व विद्यार्थी व शिक्षकांना सारखाच व अत्यंत साधा गणवेश बंधनकारक करणे, वेतन व उत्पन्न याबाबत राष्ट्रीय पातळीवर समान धोरणाचा अवलंब करणे, सामाजिक, राष्ट्रीय हिताच्या कार्यक्रमासाठी पंतप्रधानांपासून ते सामान्य नागरिकांपर्यंत सर्वांनी सहभाग देणे या गोष्टींची आवश्यकता नाईक यांनी पटवून सांगितली

आहे. शिक्षणावर जेवढा खर्च केला जातो तो वाढवणे व त्यातून जास्तीत जास्त गुणवत्ता साध्य करणे आवश्यक आहे. नुसते खर्चाचे प्रमाण वाढवून चालणार नाही, तर त्यातून जास्त प्रमाणात फायदा घेणे आवश्यक आहे. त्यासाठी तो खर्च योग्य गोष्टींवर योग्य पद्धतीने होतो का, हे पाहणे आवश्यक आहे.

आज शिक्षणाच्या सार्वत्रिकीकरणाबद्दल चर्चा आहे. याबाबतीत आजपर्यंत जे प्रयत्न करण्यात आले, विविध शिफारसी सुचवण्यात आल्या त्यांचा सखोल अभ्यास नाईक यांनी केला आहे व त्यातून काही निष्कर्षणाप्रत येऊन त्यांनी पुढील गोष्टी मांडल्या आहेत. प्राथमिक वा पूर्व-प्राथमिक स्तर हा शिक्षणाचा पाया आहे. जर शिक्षणाच्या सार्वत्रिकीकरणाचे ध्येय गाठायचे असेल तर या स्तरावरच आमूलाग्र बदल अपेक्षित आहेत. सामाजिक व एकसंध समाज निर्माणास हातभार लावेल, अशी एकात्मिक शिक्षणपद्धती असणे आवश्यक आहे. प्राथमिक शिक्षणामध्ये गुणात्मक सुधारणा करणे आवश्यक आहे व त्यासाठी त्यामध्ये कारक कौशल्ये विकसित करण्यावर कार्यानुभवाच्या माध्यमातून भर देणे आवश्यक आहे.

एकंदरीत शैक्षणिक विकासामध्ये प्रौढ शिक्षणाच्या कार्यक्रमाचाही अंतर्भाव असणे आवश्यक ठरते. व्यावसायिक कौशल्यात सुधारणा, विज्ञान-तंत्रज्ञान यांचा परिचय व नागरिकत्वाचे शिक्षण ही प्रौढ शिक्षणाची उद्दिष्टे असावीत. प्रत्येक शालाबाह्य घटकाला वैयक्तिक शिक्षण व गरजा भागवण्यासाठी सक्षम करण्यावर भर देणे हे प्रयत्न व्हायला हवेत, असेही नाईक यांनी प्रतिपादन केले आहे.

शैक्षणिक नियोजन हे देशपातळीवर होत असते. त्यांची परिणामकारकता वाढवण्यासाठी त्यामध्ये शिक्षकांचा सहभाग असणे आवश्यक आहे. नियोजन प्रक्रियेतून शिक्षकांनी अलिप्त राहणे हा गुणवत्ताविकासाच्या प्रक्रियेतील अडथळा आहे. शिक्षकांचा यातील सहभाग वाढवायचा असेल तर स्थानिक व जिल्हा पातळीवर नियोजन प्रक्रिया विकेंद्रित करणे आवश्यक ठरत आहे. नियोजन हे वरून खाली व खालून वर अशा दुहेरी प्रकारे झाले तर ते फलदायी ठरू शकते. याशिवाय अनुभवी शिक्षकांचे मार्गदर्शन एकूणच परिणामकारकतेसाठी मिळवायचे असेल तर तपासणी मंडळ निर्माण करावे. यामध्ये शिक्षक, मुख्याध्यापक व एखादा अधिकारी संबंधित खात्याकडून असावा. त्याद्वारे शाळांच्या गुणवत्तेवर विचार व्हावा. अनुभवी शिक्षकांचे

मार्गदर्शन व सल्ला घेतला जावा, हा यामागचा उद्देश असावा. वरील सर्व बाबींची परिणामकारकता साध्य करण्यासाठी शिक्षकांची वृत्ती बदलणे, त्यांना काही अतिरिक्त जबाबदाऱ्या पार पाडण्यास तयार करणे, व्यावसायिक शिक्षक संघटनांनी याबाबत जबाबदारी घेणे या पैलूंनी विचार होणे आवश्यक असल्याचे मत जे. पी. नाईक यांनी मांडले आहे.

एकूणच शिक्षणाच्या सर्व स्तरांचा विचार करून व गुणवत्ताविकासासाठी जे. पी. नाईक यांनी जी मते वेळोवेळी मांडली आहेत त्यांची अंशत: जरी आज प्रत्यक्ष कार्यवाही झाली तर शिक्षणक्षेत्राची गुणवत्ता वाढण्यासाठी त्याचा नक्कीच उपयोग होईल.

लीलाताई पाटील (जन्म १९२७)

जेव्हा जेव्हा शिक्षणावर भाष्य करणाऱ्या विचारवंतांचा उल्लेख होतो तेव्हा साहजिकच आपण भूतकाळात होऊन गेलेल्या काही नवनवे शैक्षणिक प्रयोग करून शिक्षणामध्ये योगदान देणाऱ्या शिक्षणतज्ज्ञांचा विचार करतो. हे आवश्यक जरी असले तरी आजच्या काळाला अनुसरून आधुनिक काळामध्ये शिक्षणक्षेत्रात विविध प्रयोग करणाऱ्या वर्तमानकालीन शिक्षणतज्ज्ञांचाही विचार होणे किंवा त्यांनी व्यक्त केलेल्या मतांचा अभ्यास करणे गरजेचे ठरते. या दृष्टीने लीलाताई पाटील हे नाव प्रामुख्याने लक्षात घ्यावे लागते. शिक्षणाच्या क्षेत्रात चार दशके किंबहुना त्यापेक्षा जास्त काळ व्यतीत करणाऱ्या लीलाताई पाटील यांचे योगदान आज शिक्षणक्षेत्रात काम करणाऱ्यांना विचार करण्यास प्रवृत्त करणारे आहे. कारण त्यांनी केवळ पुस्तकी विचार न मांडता आपल्या अनुभवावर अंतरीच्या तळमळीने केलेल्या सृजनशील प्रयोगांच्या आधारावर आपले विचार मांडले आहेत. म्हणूनच ते निश्चित इतरांपेक्षा वेगळे व उपयुक्त असे आहेत.

लीलाताई पाटील या प्रा. ना. सी. फडके यांच्या कन्या. सासर-माहेर दोन्हीकडून विद्वत्तेचा व संपन्नतेचा वारसा मिळालेल्या. सातत्याने घरात शिक्षकी पेशातील लोकांचा वावर असल्याने साहजिकच त्यांचा ओढा या क्षेत्राकडे होता, यात नवल ते काहीच नाही. त्यांनी शिक्षक, शिक्षक-प्रशिक्षक, प्राचार्य ते पुन्हा सृजनानंदच्या रूपाने एक शिक्षक असा प्रवास पूर्ण केला. सातत्याने शिक्षणक्षेत्रात वावरल्यामुळे त्यातील गुण-दोष यावर त्यांनी सखोल चिंतन केले व नोकरीच्या बंधनातून मुक्त झाल्यानंतर आपल्या

शिक्षणविषयक विचारांना व सृजनशील कल्पनांना सृजनानंदच्या रूपाने साकार रूप दिले. या निमित्ताने त्यांनी सातत्याने विद्यार्थी, पालक, शिक्षक, प्राध्यापक, प्राचार्य तसेच समाजसुधारक, विचारवंत यांच्याशी संवाद साधण्याचा प्रयत्न केला. मिळालेल्या सूचना, कल्पनांचा आपण प्रयत्न केला. शैक्षणिक प्रयोगामध्ये आनंदाने उपयोग करून घेतला. म्हणूनच तर आज त्या सर्वांच्या 'लीलाताई' आहेत.

आजच्या भांडवलशाही युगात, स्पर्धात्मक युगात येणारा उबग हा शिक्षकाच्या दृष्टीने अयोग्य असला तरी काही ठिकाणी प्रयत्नांच्या जोरावर दिसून येणारा आशावाद त्यांना या क्षेत्राच्या परिवर्तनासाठी आवश्यक वाटतो.

शिक्षणाच्या प्रचलित व्यवस्थेविषयी त्या म्हणतात की, स्वातंत्र्योत्तर काळात शिक्षणाच्या विविध प्रश्नांवर विचारविनिमय करण्यासाठी आयोग, समित्या यांच्या नेमणुका झाल्या. अभ्यासक्रम बदलले गेले, क्रमिक पाठ्यपुस्तके वारंवार बदलली गेली, प्रशासकीय स्तरावर अनेक बैठका, चर्चेच्या फेऱ्या झडल्या; पण शिक्षणाचा मूळ चेहरामोहरा बदललाच नाही. विद्यार्थ्यांच्या बाजूने काही प्रश्न असू शकतात व ते सोडवण्यास प्राधान्य दिले पाहिजे, ही बाब काही अंशी दुलक्षितच राहिली. लीलाताईंनी शिक्षणासंबंधीचे असे मूलभूत विचार आपल्या 'शिक्षण देता-घेता', 'परिवर्तनशील शिक्षण', 'ऐलमा-पैलमा-शिक्षण देवा', 'शिक्षणातील ओॲसिस' यांसारख्या पुस्तकांतून समर्थपणे व्यक्त केले आहेत.

गळेकापू स्पर्धा म्हणजेच जीवन ही विचारसरणी जिथे पूर्णतः रुजली आहे तिथे सहजीवन, परस्परस्नेह, सामंजस्य या भावनांना वृद्धिंगत करून शिक्षणातील आनंद मिळवायला हवा, असे लीलाताई पाटील सांगतात. शिक्षकाने आपल्या व समाजाच्या, पालकांच्या अपेक्षेप्रमाणे विद्यार्थ्यांना घडवायचे. त्यामध्ये विद्यार्थ्यांच्या आशा-अपेक्षांचा विचारच होताना दिसत नाही. अशी परिस्थिती असताना लीलाताई सांगतात की, माणूस हा सातत्याने विद्यार्थी असतो. फक्त विद्यार्थ्यांनीच शिक्षकाकडून शिकावे असे नाही तर वेळप्रसंगी शिक्षकानेही विद्यार्थ्यांकडून शिकावे. शिक्षक व विद्यार्थी या परस्परावलंबी विचारधारा आहेत व सातत्याने एकमेकांकडून शिक्षण घेत असतात हे त्यांनी आपल्या नवनवीन प्रयोगातून पटवून दिले आहे. लोकशाही मूल्यांवर आधारित शिक्षणप्रक्रियेमध्ये जर आनंददायी निष्पत्ती हवी असेल

तर शिक्षक, विद्यार्थी, शाळा यांच्याबरोबर पालकांचाही एकूण प्रकियेत सहभाग महत्त्वाचा आहे, असे त्या मानतात. किंबहुना, पालकांच्या सकारात्मक सहभागाशिवाय ही प्रक्रियाच पूर्ण होऊ शकत नाही असे त्यांचे स्पष्ट मत आहे.

शिक्षकानेही अर्थार्जन वा पाठ्यक्रम संपवणे ही अंतिम ध्येये न बाळगता विद्यार्थ्यांच्या विकासासाठी सातत्याने नवनवीन कल्पना अमलात आणणे, काही धाडसी प्रयोग करणे अशी वृत्ती ठेवणे गरजेचे आहे. व्यवस्थेला दोष देत बसण्यापेक्षा स्वत:पासून, स्वत:च्या वर्गापासून शिक्षणाच्या बदलांची सुरुवात करणे आवश्यक आहे, असेही त्या सांगतात.

लीलाताईंनी नेहमीच आपल्या शिक्षणविषयक विचार व लेखनामध्ये, उपक्रमांमध्ये, प्रयोगांमध्ये विद्यार्थ्यांच्या आनंदास महत्त्व दिले आहे. कारण लहान वयातच त्याच्या पुढील जीवनाची दिशा ठरते. येथे कटूता आल्यास पुढील जीवनावर त्याचा विपरीत परिणाम होऊ शकतो. म्हणूनच प्राथमिक शिक्षण ही सर्वात महत्त्वाची अवस्था असून या अवस्थेतील शिक्षकाचे कार्य अत्यंत जबाबदारीपूर्ण असावे, असे त्यांना वाटते. शिक्षणाच्या विविध पैलूंवर लीलाताईंनी अनेक अर्थगर्भित विचार मांडले आहेत. मानवाचा मेंदू हा डाव्या व उजव्या भागात विभागलेला असतो व त्यांची कार्येही भिन्न आहेत. लीलाताईंना विद्यार्थ्यांच्या उजव्या मेंदूचे शिक्षण जास्त महत्त्वाचे वाटते. कारण तेथे कल्पकता, सृजनशीलता, अवकाशबोध, प्रतीकात्मक तर्कशुद्ध विचार, कला, संशोधन, सृजनशीलता या मानवी व्यक्तिमत्त्वाच्या सर्वांगीण विकासासाठी आवश्यक असणाऱ्या गोष्टींचा विकास होतो. विद्यार्थ्यांमध्ये परिस्थितीचा अन्वयार्थ लावण्याची क्षमता विकसित करायची असेल तर या बाबींकडे लक्ष देण्याची आवश्यकता असते; परंतु दुर्दैवाने प्रचलित शिक्षणपद्धतीत याकडे दुर्लक्ष झालेले आढळते. स्वातंत्र्यानंतरच्या काळातही भारताचे महासत्ता बनण्याचे प्रयत्न चालू असताना शिक्षणाच्या या महत्त्वाच्या भागाकडे झालेले दुर्लक्ष विचार करायला लावणारे आहे. आजच्या शिक्षणव्यवस्थेत परीक्षा व गुणप्राप्ती यांची चुकीची कल्पना रुजल्यामुळे हा न टाळता येणारा परिणाम झाला आहे, हे टाळण्यासाठी शिक्षणक्षेत्रात नवनवीन प्रयोग करून पाहण्यासाठी शासनाने उत्तेजन देणे आवश्यक आहे. त्याबरोबरच एकूणच शिक्षणव्यवस्थेसंबंधी जाणीवजागृती निर्माण करण्यासाठी लोकसहभागातून लोकचळवळ उभी राहिली पाहिजे, याची निकड लीलाताईंनी व्यक्त केली आहे.

विद्यार्थ्याला स्वत:चे व्यक्तिमत्त्व असते. विविधांगी विचार तो करू शकतो, त्याच्याही भावभावना, अपेक्षा असतात, हे विसरून त्यांच्या कुतूहलावर पडदा टाकणारे, त्यांच्या आनंदावर मात करत रटाळपणे ज्ञान त्यांच्या मेंदूत कोंबण्याचा प्रयत्न करणारे एकसुरी शिक्षण हे निव्वळ शक्ती व पैसा यांचा अपव्यय आहे. भावी काळासाठी याचा काहीही उपयोग नाही, हे त्या पुन:पुन्हा मांडतात. मानव हा चुकांतूनच शिकत असतो तर विद्यार्थ्यांच्या चुका अक्षम्य का? चुका योग्य वेळी त्याच्या निदर्शनास आणणे, त्या सुधारून पुढे जाण्यास त्याला मदत करणे व सातत्याने त्याच चुका घडत असतील तर त्याची कारणे शोधणे ही जबाबदारी शिक्षणाची, पर्यायाने शिक्षकांची आहे. मुलांचा आत्मसन्मान जपणारे व जोपासणारे शिक्षण त्यांना दिले गेले पाहिजे. विद्यार्थ्यांनाही खेळण्याचा, करमणुकीचा हक्क आहे, हे पालक व शिक्षकांनी विसरून चालणार नाही. पालकांनी आपल्या अपेक्षापूर्तीसाठी पाल्याचा वापर करू नये. त्याच्या स्वाभाविकतेनुसार त्याला विकसित होऊ द्यावे.

पठडीबद्ध मासिकांमधून साचेबद्ध माहिती देणारे आजचे शिक्षण म्हणजे सृजनशीलतेचे खच्चीकरण करणारे आहे. वह्या-पुस्तकांचे ओझे वाहणारी गाढवं नसून विद्यार्थी विविध कल्पना करणारे नवनिर्मिती करणारे निर्मिक आहेत, हे आज विसरले गेले आहे. त्यांची स्वाभाविकता जी सातत्याने काही नवीन कृती करण्यात आहे, पाहण्यात आहे, शोधण्यात आहे, तिला वेळापत्रकाच्या बंधनात जखडून टाकण्यात येत आहे. काही अंशी याची आवश्यकता असली तरी ती सृजनशीलतेस मारक ठरू नये किंवा सृजनशीलतेच्या नावाखाली यामध्ये यांत्रिकपणाही येऊ नये, अशी अपेक्षा लीलाताई व्यक्त करतात.

विद्यार्थ्याच्या व्यक्तिमत्त्वाचा सन्मान करतानाच त्याच्या शिक्षणामध्ये धर्म, जात, भाषा, पंथ, लिंग असे कोणतेही अडसर येऊ नयेत. सतत नवनवीन शिकण्याचा विद्यार्थ्याचा हक्क अबाधित राहावा, विचारप्रक्रिया थांबवणारी, प्रश्न विचारण्याचा हक्क नाकारणारी शिक्षणपद्धती यावर पुन्हा विचार होणे गरजेचे आहे. ज्ञानापेक्षा माहितीला अवास्तव महत्त्व दिले जाऊ नये. शिक्षणाची इतिश्री पदवी किंवा कमाई यातच झाली पाहिजे, ही मानसिकता बदलली पाहिजे.

फक्त प्राथमिक व माध्यमिक शिक्षणाचाच लीलाताईंनी विचार केला

आहे, असे नसून महाविद्यालयीन शिक्षणावरही त्यांनी आपले विचार व्यक्त केले आहेत. शिक्षणाच्या सोपानातली वरची पायरी म्हणजे महाविद्यालयीन शिक्षण. विद्यार्थी येथे स्वतःच्या आवडी व कलानुसार विषय निवडतो. त्या विषयात प्रभुत्व प्राप्त करून देणे हे महाविद्यालयीन शिक्षणाचे ध्येय असावे. विकसित व्यक्तिमत्त्व, चारित्र्यसंवर्धन, व्यक्ती व समाज यांच्या निकोप जीवनप्रवासासाठी आवश्यक मूल्यांचा विकास अशी श्रेष्ठ ध्येये या पातळीवर असणे अपेक्षित आहे; परंतु दुर्दैवाने आज ज्ञानार्थी विद्यार्थ्यांपेक्षा परीक्षार्थी विद्यार्थ्यांची संख्या जास्त दिसून येते. यासाठी व्यासंगी प्राध्यापकांची कमतरता हेही कारण असू शकेल, असे मत त्यांनी मांडले आहे.

आजचे शिक्षण आपण ज्या समाजात जन्मलो, वाढलो त्याच्या संस्कृतीपासून दूर घेऊन जाणारे आढळते. काही ठिकाणी संस्कृतीपासून नाळ तोडणारे, तर काही ठिकाणी संस्कृतिरक्षणावर अवाजवी भर देणारे शिक्षण असा विरोधाभासही आढळतो. शिक्षणाने समाजाच्या संस्कृतीशी दुधातल्या साखरेप्रमाणे मिसळून जायला हवे. शिक्षण व समाजाची संस्कृती एकरूप असावी. यासाठी शिक्षकांनी विद्यार्थ्यांची मानसिकता तयार करावी, त्यांच्या जाणिवा, संकल्पना समृद्ध कराव्यात. शिक्षण ही देण्याघेण्याची बाब नव्हे तर आत्मसात करण्याची बाब आहे. व्यावहारिक जीवनात शिक्षणाचा उपयोग कसा करायचा, ही कला विद्यार्थ्याला अवगत करून देणे आवश्यक आहे. याचबरोबरीने शिक्षकांनीही आजीवन विद्यार्थी राहून ज्ञानार्जन करावे. स्वतःला ओळखावे व समोरच्यांना जाणून घ्यावे. इतके जरी घडले तरी अनेक सकारात्मक बदल घडून येतील, असे लीलाताईंना वाटते.

विद्यार्थी नेहमी शिक्षकाचा आदर्श समोर ठेवतात. त्यामुळे शिक्षकाने आपली वृत्ती, विचार, कृती नेहमी तपासून पाहावी. विद्यार्थ्यांसमोर वावरताना, बोलताना भाषेचा वापर जपून करावा. विद्यार्थ्यांच्या मनात कोणताही दूषित भाव निर्माण होणार नाही, याची काळजी घ्यावी. अवहेलनात्मक भाषा टाळावी. विद्यार्थ्यांमध्ये सुसंवादाचे महत्त्व बिंबवावे. 'शिक्षण म्हणजे एकाच्या खांद्यावरचे माहितीचे ढिगारे इतरांच्या खांद्यावर चढवणे नव्हे. उपलब्ध माहितीच्या आधारे समोर जे वास्तव उभे आहे ते समजून, पारखून त्यातील चांगले ते जोपासणे व अमंगल हटवणे हे आपले कर्तव्य आहे, असे मानण्यासाठी जे माणसाला सक्षम बनवते. सिद्ध ते शिक्षण करते असे, लीलाताई आपल्या पुस्तकात म्हणतात. म्हणजेच मुलांच्या मेंदूचे शिक्षण तर

आवश्यक आहेच. त्याचबरोबर त्याच्या मनाचे, आत्म्याचे शिक्षण होणे गरजेचे आहे. कारण शिक्षण हे नेहमीच सभोवतालच्या समाजाच्या संकल्पना, मत, श्रद्धा, आर्थिक स्तर, सांस्कृतिक पातळी ज्ञानाच्या चेतनेस साहाय्यकारी साधनांची उपलब्धता यावर अवलंबून असते. विद्यार्थ्याला शिकवणे म्हणजे त्याला योग्यायोग्य विचार करायला शिकवणे आहे, हा विचार लीलाताईंनी आपल्या अनुभवातून मांडला आहे. त्यांनी पुढे भारतातील पालकांच्या शाळांसंदर्भातील अपेक्षा जोपर्यंत बदलत नाहीत तोपर्यंत शिक्षणाचे चित्र फारसे बदलणार नाही, हा विचार मांडला आहे. इतरांशी कसे वागावे हा जेव्हा शिक्षणाचा हेतू असेल तेव्हा शिक्षण हे चार भिंतींत कोंडून न ठेवता आपोआपच सर्वसमावेशक होईल.

ज्या क्षमतांचा व्यक्तीच्या आयुष्याची उभारणी करण्याकरिता उपयोग होतो अशा क्षमता व कौशल्ये प्राप्त करणे म्हणजे शिक्षण असेही त्या म्हणतात. म्हणूनच शिक्षण हे जीवनदायी, आनंददायी असावे यासाठी शिक्षणक्षेत्रात गुणवत्तेचा जो अभाव आहे तो दूर केला जाणे आवश्यक ठरते. ज्ञाननिष्ठा, विद्यार्थिनिष्ठा व समाजनिष्ठा ही त्रिसूत्री शिक्षकांनी जर आचरणात आणली तर हा गुणवत्तेचा अभाव दूर करण्यात काही प्रमाणात यश येईल. शिक्षणव्यवस्थेमध्ये मनोरंजनासही स्थान देणे आवश्यक असल्याचे मत त्यांनी मांडले आहे. आजच्या ज्या शाळा विषयांच्या व परीक्षांच्या शाळा आहेत त्या जेव्हा माणुसकीच्या शाळा होतील तेव्हाच शिक्षणाचा व समाजाचा गुणात्मक दर्जा वाढेल, असे त्या सांगतात.

विद्यार्थ्यांच्या मनात असलेली परीक्षेची, शाळेची, शिक्षकांची, शिक्षेची भीती काढून त्यांना शाळेची ओढ लावणे जेव्हा शक्य होईल तेव्हाच शिक्षणाचे ध्येय साध्य होईल, असे लीलाताई पाटील यांना वाटते व यामध्ये शिक्षकाबरोबरच प्रशासन, समाज व पालक यांचाही सहभाग तितकाच आवश्यक असल्याचे त्यांनी म्हटले आहे.

लीलाताईंच्या सृजनानंदाविषयी लिहिल्याशिवाय या लेखनास पूर्णत्व येणार नाही. सृजनानंद हे नावाप्रमाणेच आनंद देणारे स्थान आहे. तिथे विद्यार्थ्यांना इतरांचा विचार व त्यांच्या विचारांचा आदर करायला शिकवले जाते. विद्यार्थ्यांच्या मुक्त अभिव्यक्तीचा तेथे शिक्षक आदर करतात व स्वीकारही करतात. शिक्षक तेथे माहिती कोंबणारी यंत्रे नसून विद्यार्थ्यांना समजून घेणारे, विद्यार्थ्यांसाठी नेहमीच उपलब्ध असणारे ताई किंवा दादा

आहेत. यातूनच सृजनानंदाचा पायाच आपुलकी व सहानुभूती आहे, हे जाणवते. विद्यार्थ्यांच्या अभिव्यक्तीला, सृजनशीलतेला वाव देऊन जीवनयोग्य शिक्षण येते दिले जाते व विद्यार्थी व्यावहारिक जीवन जगण्यास योग्य असा माणूस बनेल, याची काळजी घेतली जाते. सृजनाचा हा आनंद अनेक भावी पिढ्यांना आनंदाचा वसा देणारा असाच आहे.

हमीद दलवाई (१९३२-१९७७)

भारतीय समाजप्रबोधनाच्या चळवळीचे अनेक पैलू आहेत. त्यापैकीच एक महत्त्वाचा पैलू म्हणजे समाजाचे शैक्षणिक प्रबोधन. भारतीय समाजही विविध घटक-उपघटकांचा बनला आहे. त्यापैकी सर्व घटकांच्या सामाजिक प्रबोधनाची वाटचाल समांतर पातळीवर झाली तरच त्यास संपूर्ण भारतीय समाजाचे प्रबोधन योग्य पद्धतीने झाले असे म्हणता येईल; पण दुर्दैवाने हे प्रत्येक वेळी शक्य झालेच असे नाही. भारतीय समाजाचा एक महत्त्वाचा घटक असणारा मुस्लिम समाज हा शैक्षणिक, वैचारिक व आर्थिकदृष्ट्या मागेच पडत राहिला व भारतीय समाजप्रबोधनाची चळवळ पूर्ण रूप घेऊ शकली नाही. अशा सातत्याने काही ना काही कारणाने मागे पडत राहणाऱ्या मुस्लिम समाजास मुख्य प्रवाहात आणण्याचे कार्य हमीद दलवाई यांनी केले, असे म्हटल्यास वावगे ठरणार नाही. त्यांनी यासाठी धर्मचिकित्सेचा मार्ग पत्करला. स्वतःच्या धर्मातील, मुस्लिमांच्या विचारसरणीतील व तदनुषंगिक लावलेला अन्वयार्थ व अनुमानांतील दोष त्यांनी प्रखरपणे दाखवले. लौकिकार्थाने जरी शिक्षणतज्ज्ञ वगैरे नसले तरी मुस्लिमांसाठी कार्य करताना त्यांनी शिक्षणाचीच कास धरली होती. म्हणूनच त्यांचे विचार अभ्यासणे आवश्यक ठरते.

चिपळूणजवळ मिरजोळी येथे २९ सप्टेंबर १९३२ रोजी त्यांचा जन्म झाला. लहानपणीच ते आईच्या प्रेमास पारखे झाले. इतर कोकणवासीयांप्रमाणेच अज्ञान व दारिद्र्य यांच्या सोबतीने दलवाई यांच्याही कुटुंबाचा जीवनप्रवास चालू होता. तरीही इतर भावंडांपेक्षा दलवाई वेगळेच होते. मिरजोळी व चिपळूण येथे त्यांचे शालेय शिक्षण झाले. पुढील शिक्षण त्यांनी मुंबईत घेतले. नोकरी करून शिक्षण घेत असताना त्यांना हलाखीमध्ये दिवस काढावे लागले. दरवर्षी येणाऱ्या कॉलेजच्या फीच्या प्रश्नास वैतागून शेवटी त्यांनी शिक्षणच सोडून दिले; परंतु एका वर्षी फी भरण्यास मदत केलेल्या सरांचे पैसे

परत करण्याचा प्रामाणिकपणा त्यांच्याकडे होता. त्या सरांनीही 'मी तुला मदत केली. तू इतरांना कर,' असे सांगून पैसे परत घेण्यास नकार दिला. याची भरपाई म्हणून दलवाईंनी पुढील आयुष्यात गरजू व्यक्तींना जमेल तशी मदत केली.

त्यांच्या दृष्टीने १९४६ साल महत्त्वाचे होते. या वर्षी ते सानेगुरुजींच्या राष्ट्रसेवा दलात दाखल झाले व तेथे त्यांच्यावर समाजवादी विचारांचा प्रभाव पडला. छोट्या-मोठ्या नोकऱ्या करतानाच त्यांनी 'दै. मराठा'मध्ये पत्रकारिताही केली; परंतु याच वेळी आपल्या समाजासाठी काहीतरी करावे. मुस्लिमांत समाजप्रबोधन, विचारमंथन झाल्याशिवाय त्यांची प्रगती होणार नाही व राष्ट्रीय ऐक्यही पूर्णत: साध्य होणार नाही, याची त्यांना सतत टोचणी लागून राहत असे. यासाठीच त्यांनी मुस्लिम प्रबोधनाची चळवळ सुरू केली व तिला साचेबद्धता आणण्यासाठी २२ मार्च १९७० रोजी मुस्लिम सत्यशोधक मंडळाची स्थापना केली. याकामी त्यांना बाबा आढाव, भाई वैद्य, यदुनाथ थत्ते या असामींचे मार्गदर्शन लाभले. मुस्लिम सत्यशोधक मंडळाच्या वतीने कार्य करत असताना त्यांनी मुस्लिम स्त्रियांच्या प्रश्नावर भर दिला. जबानी तलाक, बहुपत्नित्व, पोटगी, दत्तक विधान यांसारख्या कळीच्या प्रश्नावर समाजामध्ये काम करण्यास सुरुवात केली; परंतु समाजाकडून त्यांना विरोध झाला. हमीद दलवाई धर्माच्या विरोधात गोष्टी सांगतात. त्यामुळे त्यांना विरोध केला पाहिजे, अशी भावना मुस्लिमांतच प्रबळ झाली. ज्या समाजाच्या प्रबोधनासाठी व विकासासाठी त्यांनी कार्य करायचे ठरवले तेथेच त्यांना विरोध झाला.

हमीद दलवाई यांनी मुस्लिम समाजात महत्त्वाचा असणारा संततिनियमनाचा प्रश्न यावरही आधुनिक व विज्ञाननिष्ठ विचार मांडले. परंपरावादी विचाराचा आधार सोडून राष्ट्रहिताचे विचार मांडले. भारतीय राज्यघटनेविषयी त्यांना नितांत आदर होता. धर्मनिरपेक्ष संविधान व धार्मिक स्वातंत्र्याचे ते पुरस्कर्ते होते. धर्म सार्वजनिक जीवनात आड येऊ नये, असे त्यांचे स्पष्ट मत होते. व्यक्तिगत कायद्याऐवजी सर्व भारतीयांसाठी त्यांनी समान नागरी कायदा असावा, अशी मागणीही केली होती.

आज जो शिक्षणाच्या माध्यमाचा प्रश्न वारंवार चर्चिला जातो, यावरही त्यांची ठाम मते होती. उर्दू भाषा ही भाषा म्हणून चांगलीच आहे; परंतु तिच्यामुळे चरितार्थासाठी नोकरी मिळवताना, उच्च शिक्षण घेताना अडथळे

निर्माण होतात. म्हणून शिक्षणाचे माध्यम हे स्थानिक भाषा म्हणजेच महाराष्ट्रात मराठी हेच असावे. यामध्ये धर्माचा विचार केला जाऊ नये, असे स्पष्ट मत त्यांनी मांडले होते. मुस्लिमांनी प्रादेशिक भाषेतून शिक्षण घेण्यावर भर द्यावा, असे त्यांना वाटत होते. कारण हाच मुस्लिमांचा प्रगतीचा महत्त्वाचा मुद्दा आहे, हे त्यांना पटले होते. स्वत: ते मराठी भाषेतूनच शिकले होते व आपल्या दोन्ही मुलींना त्यांनी मराठीतूनच शिकवले. मराठी भाषेचा त्यांना रास्त अभिमान होता. त्यांचे वक्तृत्व जसे प्रभावी होते तसेच लेखनसुद्धा होते. त्यांनी मराठा, साधना यांसारख्या मासिकांमध्ये, वृत्तपत्रांमध्ये लेखन करून समाजप्रबोधन करण्याचा प्रयत्न केला. आपल्या वादग्रस्त लिखाणामुळे त्यांना अनेक गोष्टी सहन कराव्या लागल्या. 'लाट', 'इंधन' यांसारखे कथासंग्रह व कादंबरी तर 'मुस्लिम जातीयतेचे स्वरूप - कारणे व उपाय,' 'मुस्लिम पॉलिटिक्स इन सेक्युलर इंडिया', 'राष्ट्रीय एकात्मता व भारतीय मुसलमान' या त्यांच्या वैचारिक कृती प्रसिद्ध आहेत.

आपल्या प्रबोधनाच्या चळवळीमध्ये शिक्षणाच्या पैलूवर जोर देण्यासाठी कोल्हापूर येथे डिसेंबर १९७३ मध्ये त्यांनी शिक्षण परिषद भरवली. प्रकृती अस्वास्थ्यामुळे पहिल्या दिवशी ते अनुपस्थित होते, तर परंपरागत विचार करणाऱ्यांनी दलवाई घाबरतात. असे म्हणण्यास चालू केले. त्यामुळे दुसऱ्या दिवशी परिषदेत उपस्थित राहून त्यांनी शिक्षणविषयक आपले विचार मांडले. तेथे त्यांनी विज्ञानाधिष्ठित शिक्षणाचे महत्त्व पटवून देण्याचा प्रयत्न केला. महाराष्ट्रातील मुस्लिम समाजाच्या इतर अनेक समस्यांप्रमाणे शैक्षणिक समस्याही आहेत. या समाजात शिक्षणाचे प्रमाण एकूणच नगण्य आहे. साक्षरतेचे एकूण प्रमाणही कमीच आहे. यामध्ये महत्त्वाची गोष्ट म्हणजे शिक्षणाच्या माध्यमाची आहे. मुस्लिम समाज उर्दू भाषेस धर्माशी जोडून शिक्षणासाठी उर्दूचा आग्रह धरतो व मागे पडतो. स्थानिक भाषा नीटपणे आत्मसात न केल्यामुळे मुस्लिम समाजात नोकरीचे गंभीर प्रश्न निर्माण झाले. दारिद्र्यामुळे शिक्षण नाही व शिक्षण नसल्यामुळे दारिद्र्यात वाढ अशा दुष्टचक्रकात मुस्लिम समाज सापडला. यावर दलवाईंनी मागे उल्लेख केल्याप्रमाणे मराठी भाषेतून शिक्षण घेण्याचा पुरस्कार केला. याशिवाय उर्दूच्या आग्रहामुळे मुस्लिम समाज प्रादेशिक संस्कृतीशी एकरूप होत नाही. मुख्य जीवनप्रवाहातून विलग होते, ही गोष्ट दलवाई यांनी ओळखली होती. या गोष्टीचा सखोल विचार करण्यासाठीच या शिक्षण परिषदेचे आयोजन करण्यात आले होते. मराठी मुस्लिमांच्या

शिक्षणाच्या समस्यांचा अधिकाधिक विचार करणे हे या परिषदेचे उद्दिष्ट होते. मुस्लिम समाजात शिक्षणाचा जास्तीत जास्त प्रसार करणे, स्त्रियांच्या शिक्षणासाठी प्रयत्न करणे, मराठी माध्यमातून शिक्षणाचा आग्रह धरणे, उर्दू भाषेचे भाषा म्हणून अध्ययन करण्याचा विचार करणे, आधुनिक पद्धतीने व सुटसुटीत, सोप्या मराठी भाषेत इस्लामी धर्मशिक्षणाची पुस्तके तयार करणे, आधुनिक पद्धतीने मराठी भाषेत कुराणाचे भाषांतर करणे या गोष्टी शिक्षण परिषदेत चर्चिल्या गेल्या. महाराष्ट्र व महाराष्ट्राबाहेरील नामवंत शिक्षणतज्ज्ञ व विचारवंतांनी या परिषदेत सहभाग घेतला.

याशिवाय स्त्रीशिक्षणाच्या, स्त्रीमुक्तीच्या माध्यमातून स्त्री-पुरुष समानता साधणे याचेही कार्य हमीद दलवाई यांनी केले. स्वातंत्र्य, समता, बंधुता, न्याय, राष्ट्रीयत्व, विज्ञाननिष्ठा यांच्याइतकेच धर्मनिरपेक्षता हेही मूल्य महत्त्वाचे आहे व त्याचा आदर राखला गेला पाहिजे, अशी दलवाईंची भूमिका होती. विद्यार्थ्यांना गणित व शास्त्र यांचे अद्ययावत मुस्लिम ज्ञान मिळण्यासाठी त्यांनी परंपरागत शिक्षणपद्धतीतून बाहेर काढून नवे, विज्ञानाधिष्ठित ज्ञान देऊन तांत्रिक व भौतिक प्रगतीच्या वाटा त्यांच्यासाठी खुल्या केल्या पाहिजेत. पाठ्यपुस्तकांचीही योग्य चिकित्सा केली पाहिजे. मुस्लिम परंपरावादी नेतृत्वाने याविषयी पुढाकार घेतला पाहिजे. आधुनिकतेची कास धरणाऱ्या विचारांना पाठिंबा दिला पाहिजे, अशी कळकळ दलवाई व्यक्त करतच राहिले.

मुस्लिम समाजाच्या दुर्दैवाने म्हणा किंवा परिस्थितीवश या समाजात सुधारणांचा झंझावात आणू पाहणारे हे वादळ फार काळ घोंघावू शकले नाही. अन्यथा आज मुस्लिम समाजाची स्थिती काही वेगळीच असती. हमीद दलवाई यांना अकाली आजारपणाने घेरले व त्यांच्या कार्यावर बंधने आली. तरीही त्यांचे कार्य मुस्लिम समाज व एकूणच भारतीय समाजाच्या दृष्टीने महत्त्वाचे व चिरंतन प्रेरणादायी ठरावे. कारण त्यांनी सदैव आपल्या विविध विचारांतून व कृतिकार्यक्रमांतून मानवता या महत्त्वपूर्ण मूल्याचीच पाठराखण केलेली दिसून येते.

डॉ. बापूजी साळुंखे (१९१९-१९८७)

सुसंस्कारी विद्यार्थी घडवणे, त्यांच्यामध्ये ज्ञान व विज्ञानाची सकारात्मक लालसा जागृत करणे या उदात्त हेतूने एका ध्येयवेड्या मानवाने स्वामी विवेकानंद शिक्षणसंस्थेची स्थापना केली. तळागाळातून पुढे आल्यामुळे

इतर तळागाळातील लोकांची परिस्थिती, त्यांच्या अपेक्षा यांची परिपूर्ण जाणीव असल्याने त्यांच्यापर्यंत ज्ञानगंगा पोहोचवण्याचे असिधाराव्रत घेतलेले एक समर्पित व्यक्तिमत्त्व म्हणजे डॉ. बापूजी साळुंखे हे होय.

स्वामी विवेकानंद शिक्षण संस्थेचे संकल्पक संस्थापक व संवर्धक असलेले डॉ. बापूजी साळुंखे यांचा जन्म ९ जून १९१९ साली सातारा जिल्ह्यातील रामापूर येथे झाला. त्यांनी आपले प्रारंभीचे शिक्षण जन्मगावी तसेच इस्लामपूर येथून पूर्ण केले. त्याच काळात त्यांनी आपल्या समाजसेवेस प्रारंभ केला. त्यागी वृत्ती लहानपणापासून त्यांच्या अंगात होती. हीच त्यागी वृत्ती, कष्ट करण्याची तयारी त्यांना संस्थेच्या बांधणीच्या काळात उपयुक्त ठरली. कार्याचा पसारा वाढतानाच अत्यंत प्रतिकूल परिस्थितीला त्यांना काही वेळा सामोरे जावे लागले; परंतु ते कधीच डगमगले नाहीत. अन्यायाची चीड व त्याविरुद्ध योग्य पद्धतीने लढा देणे, आपले प्रयत्न व आपली धोरणे यावर निष्ठा व विश्वास तसेच अखंड खडतर परिश्रम या तीन तत्त्वांवर त्यांचे जीवनकार्य आधारित होते.

स्वामी विवेकानंद शिक्षण संस्थेच्या शुभारंभाचा संकल्प यांनी १९ ऑक्टोबर १९५४ रोजी कराड येथे केला तर संस्थेची नोंदणी ३१ डिसेंबर १९५४ मध्ये केली. जून १९५५ मध्ये संस्कृतीकेंद्राचा शुभारंभ केला. शाळा ह्या केवळ शाळा नसाव्यात, तर त्या संस्कृती केंद्रे बनाव्यात. विद्यार्थ्यांना येथे सुसंस्कार, ज्ञान-विज्ञानाचा वसा, त्याग, शील, सत्यता, प्रामाणिकपणा, पिळवणुकीविरुद्ध लढण्याची ताकत या गुणांचा धडा मिळावा असे बापूजींचे मत होते. ही सर्व तत्त्वे त्यांनी स्वत:ही अंगिकारली होती. त्यांनी जी शिक्षणाची उद्दिष्टे सांगितली ती प्रथम त्यांनी स्वत: अवलंबिली व त्यानुसार कार्य केले. संस्थेच्या कार्यासाठी रामापूर, पाटण येथील वडिलोपार्जित जमीन त्यांनी दान केली. आज तेथे कै. ज्ञानोजीराव साळुंखे माध्यमिक विद्यालय व कनिष्ठ महाविद्यालय चालू आहे व ज्ञानदानाचे अखंड कार्य करत आहे. बापूजींनी स्वत: शिक्षण घेताना जी कष्टप्रद स्थिती अनुभवली ती इतरांना अनुभवावी लागू नये म्हणून ग्रामीण भागातील वाड्या-वस्त्यांमध्ये शिक्षणाची सोय केली. बापूजींनी वेळोवेळी सत्कार किंवा तत्सम निमित्ताने मिळालेली रक्कमही त्यांनी संस्थेला पुढील कार्यासाठी दिली. ज्या गावात शाळा उभारण्याचे प्रयत्न होत तेथील लोकांचीही त्यांनी यथाशक्ती मदत घेतली. शाळांबरोबरच वसतिगृहांचीही त्यांनी सोय केली.

आपल्या कार्याचा विद्यार्थी हाच केंद्रबिंदू आहे असे समजून त्यांच्या कल्याणासाठीच त्यांनी आयुष्य वेचले. विद्यार्थ्यांविषयी मत व्यक्त करताना ते म्हणतात की, 'विद्यार्थ्यांनी सातत्याने तर्कशुद्ध विचार केला पाहिजे. वडिलधाऱ्यांचा आदर, बंधुभाव जागृत करणे, अन्यायाविरुद्ध आवाज उठवणे, स्वाभीमानी वृत्ती अंगी बाळगणे हेच विद्यार्थ्यांचे कार्य आहे. विद्यार्थ्यांनी स्वामी विवेकानंदांच्या आदर्शाचे पालन करत राष्ट्रकार्यात आपले योगदान द्यावे अशी त्यांची अपेक्षा होती. यासाठीच त्यांनी फक्त महाराष्ट्रातच नव्हे तर कर्नाटकातही आपले कार्य विस्तारीत केले. बापूजी जरी स्वातंत्र्य सैनिक होते तरी त्यांची मूळ वृत्ती अध्यय-अध्यापनाचीच होती म्हणूनच शैक्षणिक चळवळीकडे त्यांनी स्वातंत्र्यानंतर लक्ष केंद्रित केले.

आपले विद्यार्थी पुढे चांगले नागरिक कसे बनतील याकडे त्यांचे सदैव लक्ष असे. आदर्श नागरिकांना आपल्या उत्पन्नाचा काही भाग नेहमीच समाज व राष्ट्रकार्यासाठी दिली पाहिजे अशी त्यांची धारणा होती. कारण त्यागातूनच समाजाची व पर्यायाने राष्ट्राची उन्नती साध्य होते. म्हणून आदर्श नागरिक म्हणून भविष्यात कार्य करणाऱ्या आजच्या विद्यार्थ्यांना त्यागाची शिकवणूक देणे हे शिक्षकांचे कर्तव्य ठरते असेही मत त्यांनी वेळोवेळी व्यक्त केले. समाजात जशा सतप्रवृत्ती कार्यरत असतात तसेच वाईट प्रवृत्तीही काम करतच असतात. विद्यार्थ्याने अशा वाईट प्रवृत्तीविरुद्ध आवाज उठवला पाहिज. पिळवणुकीविरुद्ध बोलले पाहिजे. त्यासाठी तडफदार वृत्ती जोपासली पाहिजे. तरच तो आपले कर्तव्य करू शकेल. त्याला शाळांमधून ह्या तडफदार वृत्तीचे बाळकडू मिळावयास हवे. त्याच्या विचार व आचारामध्ये मानवता असावी. इतरांविषयी कणव असावी.

शिक्षणाच्या संबंधात जेव्हाजेव्हा चर्चा होते तेव्हा अध्यापन पद्धतींवर चर्चा होणे अगदीच स्वाभाविक आहे. बापूजी स्वत:च एक शिक्षक असल्याने त्यांनी विद्यार्थ्यांचा विचार करून अध्यापनपद्धती सांगितली. बापूजींच्या मते विद्यार्थ्याला निष्क्रिय बनवण्यापेक्षा कृतिप्रवण करणारी अध्यापनपद्धती आवश्यक ठरते. विद्यार्थ्यांच्या कृतींना सुयोग्य मार्गदर्शन करणे हे शिक्षकाचे काम. कारण शिक्षणात मुळातच शिक्षकाची भूमिका ही मार्गदर्शकाची आहे. विद्यार्थ्यांच्या विकासासाठी त्याच्यामध्ये जिज्ञासूवृत्ती, शोधकाची दृष्टी जागवणे हे शिक्षकाने करायचे. विद्यार्थ्याने पाठांची घोकंपट्टी करण्यापेक्षा ते समजून घेणे आवश्यक आहे तरच तो नवीन ज्ञानाचा शोध स्वत: घेऊ शकेल. बापूजींच्या या

विचारसरणीवर स्वामी विवेकानंद यांचा स्पष्ट प्रभाव दिसून येतो. रुढ अर्थाने विद्यार्थी परिक्षार्थी न होता ज्ञानार्थी व्हावा ही बापूजींची मनीषा होती. विद्यार्थ्यांचा आत्मविश्वास वाढवायचा असेल तर त्याला पाठांतरापेक्षा अध्ययनामध्ये गुंतवणे अधिक श्रेयस्कर ठरते हेच बापूजींनी सांगितले आहे.

शिक्षकांकडूनही बापूजींच्या विशेष अपेक्षा होत्या. म्हणूनच ते 'शिक्षक' याऐवजी 'गुरुदेव' हा शब्दप्रयोग करतात. कारण ही संकल्पना अधिक व्यापक आहे. विद्यार्थ्यांच्या सर्वांगिण विकासातील शिक्षकाची जबाबदारी, बांधिलकीची जाणीव यातून दिसून येते. म्हणून शिक्षकाने सातत्याने विद्यार्थ्यांना अध्ययनासाठी प्रवृत्त करावयास हवे. शिक्षण, किंबहुना अध्ययन ही एक नैसर्गिक क्रिया आहे. शिक्षकाच्या अनुपस्थितीतसुद्धा विद्यार्थी सातत्याने शिकतच असतो. म्हणून उपस्थित असताना शिक्षकाने विद्यार्थ्यास साहाय्यभूत होण्याचेच कार्य केले पाहिजे. म्हणूनच 'गुरुदेव' हा शब्द बापूजींना अधिकच समर्पक वाटतो.

शाळाही परीक्षेस विद्यार्थी पाठवणारी केंद्रे न बनता संस्कृती केंद्रे बनावीत अशी त्यांची इच्छा होत. चारित्र्यसंवर्धनाबरोबरच संस्कृतिसंवर्धन हाही त्यांचा हेतू होता. ज्ञान-दान हे पवित्र व्रत आहे. त्याचा व्यवसाय होणार नाही. याकडे लक्ष दिले पाहिजे. तरच व्यापक पातळीवर शिक्षणाची उद्दिष्टे साध्य होण्यास मदत होईल. म्हणूनच बापूजींनी माध्यमिक शाळा, प्राथमिक ट्रेनिंग, कॉलेजेस् महाविद्यालये अनेक ठिकाणी स्थापन केली व शैक्षणिक गरजा भागवण्याचा प्रयत्न केला. जीवनाचा अर्थ अनुभवणारा 'माणूस' घडवण्याचे कार्य त्यांनी शिक्षणाच्या माध्यमातून केले. शिक्षणपद्धतीतील दोष समजून घेऊन ते दूर करण्याबाबत त्यांनी मन:पूर्वक कार्य केले. सर्वधर्म समभाव, राष्ट्रप्रेम याही गोष्टी त्यांनी विद्यार्थ्यांमध्ये आणण्याचा प्रयत्न केला.

शिवाजी विद्यापीठाच्या स्थापनेपासून त्यांनी आपले योगदान दिले. शिवाजी विद्यापीठाच्या कार्यकारी मंडळावर अनेक वर्षे कार्य केले. दलित वंचितांच्या शिक्षणासाठीही बापूजींनी असेच तळमळीने कार्य केले. कारण शिक्षण हे पवित्र आहे व देण्या-घेण्याचो कार्यही तितक्याच पवित्र भावनेने झाले पाहिजे असेच त्यांचे मत होते. शैक्षणिक परिवर्तन ही काळाची गरज आहे; परंतु या परिवर्तनासाठी योग्य वेळ दिला जाणे आवश्यक आहे. घाईगडबडीने परिवर्तन करण्याचा प्रयत्न अनेक पिढ्यांना भोगावे लागतील असे त्यांचे मत होते. शिक्षण हे समाजाशी, शिक्षक व विद्यार्थ्याशी निगडित

असते. देशाचे भावी नागरिक म्हणून विद्यार्थ्यांची कोवळी मने अत्यंत अचूकपणे, समजूतदारपणे हाताळली गेली पाहिजेत. योग्य संकल्पना व मूल्ये अचूक तऱ्हेतच रूजवली गेली पाहिजेत. चूकीच्या संकल्पना व मूल्यांचा विपरीत परिणाम संपूर्ण राष्ट्रावर होऊ शकतो. राष्ट्रनिर्मिती व राष्ट्रप्रगतीच्या प्रवासामध्ये विद्यार्थी पर्यायाने भावी नागरिकांची भूमिका ही यासाठीच अत्यंत महत्त्वाची ठरते.

विद्यार्थ्यांच्या शिक्षणाविषयीही बापूजींनी आपले विचार व्यक्त केले आहेत. विद्यार्थी हा विचारशील असावा, विकारशील नव्हे. आई, वडील, शिक्षक व इतर वडिलधाऱ्यांबरोबर विद्यार्थ्याने आदरानेच वागले पाहिजे. वक्तशीरपणा, नियमितपणा अंगी ठेवूनच विद्यार्थ्याने आपले सर्व काम पूर्ण केले पाहिजे. आपली वाणी व विचार शुद्ध ठेवले पाहिजेत. शिस्तीचे पालन केले पाहिजे. बाहेरून शिस्त लादण्याची कारवाई करण्याची वेळच येऊ देता कामा नये. स्वयंस्फूर्तीने नियमांचे पालन केले पाहिजे हे बापूजींना अपेक्षित होते.

आज जीवनाच्या सर्वच क्षेत्रात अमूलाग्र बदल होत आहेत. या बदलांना सक्षमपणे सामोरा जाणारा विद्यार्थी घडवण्याचे कार्य आजही स्वामी विवेकानंद संस्थेत बापूजींनी घालून दिलेल्या आदर्शानुसार चालत आहे. राजकीय प्रवाहापासून दूर राहून समाजाच्या विकासाचे कार्य करण्याचा बापूजींचा आदर्श आजही येथे नि:स्वार्थीपणे पाळला जात आहे. हीच बापूजींच्या कार्याची महानता आहे.

बाबूरावजी जगताप (१८८८-१९७८)

समाजाच्या विकासाच्या विविध टप्प्यांमध्ये आर्थिक प्रगती तर झाली; पण नैतिक मूल्यांची घसरण झालेली आढळते. पालक प्रगतीच्या नावाखाली गळेकापू स्पर्धेमध्ये उतरून आर्थिक उन्नती करून घेत आहेत; पण याच वेळी कौटुंबिक व सामाजिक मूल्यांचा ऱ्हास होताना दिसतो. उद्याचे भावी नागरिक एकत्र कुटुंबपद्धती लयास गेल्यामुळे पाळणाघरात वाढत आहेत व एकत्र कुटुंबपद्धतीचे आधारस्तंभ असलेले ज्येष्ठ नागरिक वृद्धाश्रमांमध्ये आढळत आहेत. समाजातील विविध घटकांचे विपरीत परिणाम भावी पिढीवर होताना दिसत आहेत. हे सर्व पाहिले असता भावी नागरिकांवर लहानपणीच मूल्यांचे संस्कार होणे गरजेचे आहे व या कामी शाळांनी पुढाकार घेतला पाहिजे. हेच

१९८६च्या राष्ट्रीय शैक्षणिक धोरणातही मांडले आहे; परंतु याच्या बरीच वर्षे अनेक समाजधुरिणांनी याकामी पाऊल उचललेले दिसते. सर्वांनी आपल्यापरीने मूल्यव्यवस्था टिकवण्यासाठी लढा दिल्याचे दिसून येते. पुण्याच्या परिसरामध्ये असे कार्य अनेकांनी केले. त्यापैकीच एक म्हणजे बाबूरावजी जगताप. त्यांच्या कार्याची पावती म्हणजे आजही त्यांना 'गुरुवर्य' या नावाने संबोधण्यात येते.

गुरुवर्य बाबूरावजी जगताप यांचा जन्म १८८८ मध्ये पुण्यातच एका संस्कारी घरामध्ये झाला. लहानपणीच पालकांचा आधार गेल्यामुळे त्यांनी चुलत्यांच्या आधाराने आपले शिक्षण नू.म.वि. व फर्ग्युसन महाविद्यालयातून पूर्ण केले. शालेय व महाविद्यालयीन काळातच आपल्या विद्यार्थी मित्रांना मदत करत त्यांनी समाजसेवा सुरू केली. बहुजन समाजास शिक्षणाशिवाय पर्याय नाही, हे त्यांनी ओळखले होते. महात्मा फुले, महर्षी शिंदे व लक्ष्मणपंत ठोसर यांच्याकडून प्रेरणा घेऊन त्यांनी आपले समाजसेवेचे व्रत चालू ठेवले. १९१८ ते १९५४ दरम्यान त्यांनी ठळकपणे शैक्षणिक क्षेत्रासाठी योगदान दिले. मूल्यांची आवश्यकता ओळखून, त्यासंदर्भात बालकाच्या गरजा व त्या भागवण्यामध्ये शिक्षकाची काय भूमिका असावी, यावर बाबूरावजी जगताप यांनी स्पष्ट विवेचन केले आहे. समाज व शिक्षक यांच्या परस्परपूरक भूमिका या बालकाच्या विकासासाठी आवश्यक ठरतात, हे त्यांनी सांगितले आहे.

काही कारणांस्तव त्यांना बडोद्याला नोकरी करावी लागली; परंतु तेथून परतल्यानंतर त्यांनी प्रामुख्याने बहुजन समाजाचे बाहुल्य असलेल्या पुण्याच्या पूर्व भागामध्ये केवळ तीन मुलांसाठी १९१८ मध्ये शाळा सुरू केली. या कामी त्यांना कोल्हापूरचे शाहूमहाराज, समाजातील अनेक प्रतिष्ठित तसेच पुण्यातील मान्यवरांनी साहाय्य केले. या शाळेचे नाव होते श्री शिवाजी मराठा हायस्कूल. 'बहुजन समाजाच्या उन्नतीप्रीत्यर्थ' हे ब्रीदवाक्य असलेल्या या शाळेमध्ये विद्यार्थ्यांना संस्कारक्षम करण्यासाठी अनेक उपक्रम राबवले गेले. विविध उत्सव, खेळ, कलाकुसरीची कामे, सहकाराची भावना वाढीस लागण्यासाठी उपक्रम, लोकशाही मूल्यांची जोपासना करण्यासाठी उपक्रम असे विविध प्रयत्न त्यांनी केले. विद्यार्थ्यांच्या विकासाची अपेक्षा करताना शिक्षकांची गुणवत्ता वाढवणे आवश्यक आहे, हे बाबूरावजी जगताप यांनी ओळखले होते. म्हणूनच शिक्षकांसाठी पतपेढी, संमेलने, शिक्षक-

पालक संघ, 'मासिक' उपक्रम, कौटुंबिक सुसंवादाचे आयोजन व शिक्षकांचे इतर शिक्षकांसमोर आठवडी पाठ यांच्या आयोजनातून त्यांनी शिक्षकांचा दर्जा वाढवण्याचा सातत्याने प्रयत्न केला. फक्त एकांगी अध्यापनात लक्ष देण्यापेक्षा इतरांचे विचार, सूचना व मार्गदर्शन तसेच नवीन कल्पना यांचा विचार करून आपल्या अध्यापनात आवश्यक सुधारणा केल्यास त्याचा फायदा विद्यार्थ्यांना व पर्यायाने सर्व समाजास होऊ शकतो. त्यामुळे इतर शिक्षकांसमोर शिकवण्याचा वेगळा प्रयोग बाबूरावजींनी आपल्या शाळेत राबवला. याची आजही तितकीच आवश्यकता आहे, असे दिसून येते.

बाबूरावजी जगताप यांनी फक्त पुण्यातच नाही तर संपूर्ण महाराष्ट्रामध्ये आपल्या शिक्षणकार्याचा विस्तार केला. प्रौढांचे शिक्षण, जातिव्यवस्थेचे निर्मूलन, पालक-शिक्षक संघ, स्काऊट संघटना या माध्यमातून त्यांनी संपूर्ण महाराष्ट्रामध्ये समाजशिक्षणाचे कार्य केले. शालेय उपक्रमांमध्ये समाजाचा सहभाग व शालेय विद्यार्थ्यांमध्ये सामाजिक बांधिलकीचे भान या दुहेरी पद्धतीने कार्य केले.

आपल्या प्रत्यक्ष कार्यातील अनुभव व अखंड चिंतन यातून त्यांनी विद्यार्थी शिक्षक व समाजास उपयुक्त असे वैचारिक लिखाण केले. परकीय भाषांतून असलेले मौल्यवान विचार त्यांनी मराठीमधून बहुजन समाजाला उपलब्ध करून दिले. यासाठी भाषांतर, प्रकाशन असे विविधांगी कार्य त्यांनी केले. त्यांचे विचार भक्कम मूल्यांवर आधारित होते. अनेक विद्यार्थी व शिक्षकांना त्यांनी आपल्या मूल्याधिष्ठित विचारांतून मार्गदर्शन केले, तसेच समाजाचे दिशादर्शन केले. राष्ट्रबांधणीचे महत्त्वाचे कार्य हे नागरिक घडवण्याच्या पायावर आधारित आहे, असे मत त्यांनी मांडले आहे. त्यामुळे विद्यार्थ्यांची जडणघडण करताना शिक्षकांनी जबाबदारीने आपले कार्य करणे त्यांना अपेक्षित होते. कारण शिक्षकांच्याच हातात भावी नागरिकांचे तसेच राष्ट्राचे भविष्य असते. बाबूरावजी जगताप यांनी सामान्य माणसाला आपल्या कार्याच्या केंद्रस्थानी ठेवून 'शिक्षणातून राष्ट्रोद्धार' या ध्येयाने कार्य केले. बालकाच्या एकांगी बौद्धिक विकासापेक्षा त्याचा समतोल, शारीरिक व मानसिक विकास त्यांना अपेक्षित होता. बलशाली राष्ट्राच्या निर्मितीसाठी बलशाली युवक त्यांना अपेक्षित होते. कारण राष्ट्राची उभारणी ही शाळेमध्ये व त्याहूनही शाळेच्या मैदानावर होते, असे ते नेहमीच सांगत असत.

यातूनच भावी पिढीकडून असणाऱ्या त्यांच्या अपेक्षा व्यक्त होतात.

बाबूरावजी जगताप यांनी बौद्धिक कामाइतकेच शारीरिक श्रमालाही महत्त्व दिले. धर्माने तोडण्याचे कार्य न करता जोडण्याचे कार्य करणे त्यांना अपेक्षित होते. ते वक्तशीरपणाबद्दल अतिशय काटेकोर होते. स्त्रियांनी पंचायतीमध्ये सहभाग घ्यावा, असे मत जाहीरपणे मांडून त्यांनी राष्ट्रबांधणीच्या कार्यातील स्त्रियांचे महत्त्व समाजास सांगितले होते. आपल्या दैनंदिन कामात नीटनेटकेपणा असणे म्हणजेच शिस्त अशी त्यांची कल्पना होती. समाजासाठी आवश्यक व शिक्षणक्षेत्रात पूरक असे अनेक उपक्रम बाबूरावजी जगताप यांनी राबवले. त्यामुळेच गुरुवर्य जगताप यांचे अनेक माजी विद्यार्थी आज समाजात प्रतिष्ठेच्या पदावर कार्यरत असून समाजाची सेवा करत आहेत. गुरुवर्यांची दूरदृष्टी व निरपेक्ष समाजसेवा यातूनच आज अनेक थोर व्यक्ती निर्माण झालेल्या आढळतात.

एक शिक्षक व समाजसुधारक या दोन्ही प्रकारे गुरुवर्य बाबूरावजी जगताप यांनी केलेले शैक्षणिक व समाजसेवेचे कार्य आजही अनेकांना मार्गदर्शन करत आहे व भावी काळातही संपूर्ण समाजास मार्गदर्शन करीत राहील.

बाबूरावजी घोलप (१९०४-१९९२)

पुणे जिल्ह्यामध्ये शिक्षणक्षेत्रामध्ये ज्यांनी विपुल कार्य केले; पण स्वत: जाणीवपूर्वक प्रसिद्धीतून दूर राहिले. कोणतेही अवडंबर न माजवता जनसामान्यापर्यंत विशेषत: ग्रामीण भागातील लोकांपर्यंत शिक्षण पोहोचवण्यासाठी धडपड केली असे एक आदरणीय व्यक्तीमत्त्व म्हणजे बाबूरावजी घोलप होय. पुणे परिसरात त्यांनी केलेले शैक्षणिक कार्य उल्लेखनीय असेच आहे. बाबूरावजी घोलप यांचा जन्म पुणे जिल्ह्यातील वाफगाव येथे १ फेब्रुवारी १९०४ रोजी झाला. शिरूर तालुक्यातील कन्हेरमेसाई जवळील घोलपवस्ती हे त्यांचे मूळ गाव; परंतु वडिलांच्या नोकरीनिमित्ताने वाफगाव येथील वास्तव्यात बाबूरावांचा जन्म वाफगावात झाला. अत्यंत संस्कारी कुटुंबाची पार्श्वभूमी त्यांना लाभली. अनेक अडचणींना तोंड देत त्यांनी एल.एल.बी. पर्यंतचे शिक्षण पूर्ण केले. घरातून कृतिशीलता, मेहनत व प्रामाणिकपणा या गोष्टींचा वसा लाभल्याने त्यांना समाजकार्याचीही आवड होतीच. आपल्या ज्ञानाचा इतरांसाठी वापर व्हावा ही त्यांची नेहमीच इच्छा होती. बी.ए. पूर्ण केल्यानंतर त्यांनी गुरुवर्य

बाबूरावजी जगताप यांनी स्थापन केलेल्या श्री. शिवाजी मराठा हायस्कूल येथे शिक्षकाची नोकरी पत्करली. अत्यंत कमी कालावधीतच आपल्या शिकवण्याची विशिष्ट लकब, स्पष्ट व खणखणीत आवाज, वक्तशीर शिस्तप्रियता या गुणांच्या जोरावर विद्यार्थिप्रिय शिक्षक बनले. अध्यापनाचे काम करत असतानाच त्यांनी आपले वकिलीपर्यंतचे शिक्षण पूर्ण केले व वकीलीही चालू केली. गरजू व्यक्तींचा खटला कोणताही मोबदला न घेता चालवला. गुन्हेगारांची मदत कधीच केली नाही. पुढे वकिलीतला फोलपणा जाणवल्यानंतर व समाजसेवेकडे मूळ कल असल्याने पुणे जिल्हा लोकल चीफ ऑफिसर हे पद त्यांनी स्वीकारले. १९४१ नंतर पुणे जिल्हा शिक्षण मंडळाशी त्यांचा संबंध आला. आपली संपूर्ण कारकीर्द त्यांनी संस्थेच्या प्रगतीसाठी खर्ची घातली. आपल्या साधी राहणी, मितभाषी स्वभाव यामुळे कधीही ते प्रसिद्धीच्या मागे लागलो नाहीत. त्यांचे विचार नेहमीच समतोल असत. नि:स्वार्थीपणा व न्यायबुद्धी हीच त्याची ओळख होती. शिक्षणप्रसाराचे कार्य त्यांनी निरपेक्ष भावनेने केले, पैसा कमावण्याचे साधन म्हणून नव्हे. शिक्षणाच्या प्रसारासाठी दुर्गम भागात, दऱ्याखोऱ्यात प्रसंगी बैलगाडी, सायकल, बसने प्रवास केला. आपला त्रास कोणाला होऊ नये म्हणून बाबूरावजी स्वत:चा स्टोव्ह व शिधा सोबत नेऊन स्वत:च स्वयंपाक करून जेवत असत. त्यांचा कामाचा उरक मोठा होता. जनसामान्यांच्या अपेक्षा पूर्ण करणारा ते एक कल्पवृक्षच होते.

पुणे जिल्हा शिक्षण मंडळ हीच त्यांची खरी कर्मभूमी म्हटले तर काहीच वावगे ठरणार नाही. पुणे जिल्ह्यातील साक्षरतेचे प्रमाण वाढवणे, एकूणच शैक्षणिक प्रक्रियेमध्ये सुलभता आणावी, शिक्षणाची गुणवत्ता वाढवावी यासाठीच पुणे जिल्हा शिक्षण मंडळाची स्थापना झाली होती. संस्थेने अनेक प्राथमिक शाळा, व्हॉलंटरी तत्त्वावरील शाळा सुरू केल्या.काही इंग्रजी शाळाही सुरू करण्यात आल्या. महाराष्ट्र शासनाने जेव्हा व्हॉलंटरी शाळा ताब्यात घेण्याचा विचार केला तेव्हा संस्थेने शिक्षकांसह सर्व शाळा शासनाच्या सुपूर्त केल्या व माध्यमिक शाळा काढण्याचा विचार केला. पुढे संस्थेने महाविद्यालयेसुद्धा सुरू केली. संस्थेच्या अतिशय चोख व्यवस्थापनामुळे शाळा-महाविद्यालयांची संख्या लवकरच वाढली. घोलप साहेबांनी संस्थेवर, संस्थेतील विद्यार्थी व शिक्षक, इतर कर्मचारी यांच्यावर मनापासून प्रेम केले. त्यांच्या अडचणी निवारण्याचा प्रयत्न केला. 'माझा शिक्षक ग्रामीण भागात

काम करतो. त्याचा पगार वेळेवर होणे गरजेचे आहे' असे त्यांचे स्पष्ट मत होते. ही गोष्ट आजही अनुकरणीय अशीच आहे. महाराष्ट्रातील अनेक नामवंत शिक्षणतज्ज्ञ व शिक्षणसंस्थांशी त्यांचा कामानिमित्ताने संबंध आला तो त्यांनी अखेरपर्यंत टिकवला. श्री शिवाजी मराठा सोसायटी, पुणे, डेक्कन एज्युकेशन सोसायटी, पुणे, रयत शिक्षण संस्था या संस्थाशी त्यांचे जवळचे संबंध होते. ते पुणे विद्यापीठाचे १२ वर्षे सिनेट सभासद होते. बाबूराव घोलप यांच्या कार्याचा आणखी एक पैलू म्हणजे ते लोकसेवा आयोगातर्फे घेतल्या जाणाऱ्या परीक्षांचे अनेक वर्षे परीक्षक होते. लोकसेवा आयोगाच्या परीक्षा बहुजन समाजापर्यंत पोहोचण्यासाठी त्यातील लेखी परीक्षेमध्ये काही बदल करणे आवश्यक असल्याची सूचना त्यांनी केली होती. बहुजन समाजातील जास्तीत जास्त उमेदवारांना यातून संधी मिळावी असे त्यांचे प्रयत्न असत. बाबूराव घोलप यांनी समाजामध्ये फक्त शिक्षणाचाच विचार पसरवला नाही, तर समाजाच्या इतर अडीअडचणींच्या वेळीही त्यांनी मदतीचा हात पुढे केला. दुष्काळग्रस्त व पूरग्रस्त लोकांना शक्य तेवढी मदत केली. समाजाच्या विविध स्तरावर केलेल्या कार्यामुळे समाजहिताचे काम करणाऱ्या विविध संस्था त्यांना आपल्या कार्यात सामावून घेण्यास तयारच होत्या. बाबूरावांनी विविध संस्थांमध्ये निरनिराळ्या पदांवर व शासनातील विविध पदांवरही तेवढ्याच प्रामाणिकपणे व निष्ठेने काम केलेले दिसून येते.

शिक्षण व समाज ह्या एकाच नाण्याच्या दोन बाजू आहेत हे सर्वश्रुत आहेच. बाबूराव घोलप यांनी समाजाची गरज ओळखून त्यानुसार शिक्षण देण्याचा प्रयत्न केला व शिक्षणातून समाजाची प्रगती होईल असेच पाहिले. शिक्षणाचा गंध नसलेल्या ग्रामीण समाजाला शिक्षण देऊन समाजाच्या मुख्य प्रवाहात आणण्याचा व त्यातूनच सरमाजाबरोबरच राष्ट्राची प्रगती घडवून आणण्याचा त्यांचा प्रयत्न स्तुत्यच होता. माणसाला माणूस म्हणून जगायचे असेल तर तो साक्षर झाला पाहिजे. साक्षर व्हायचे म्हणजे त्याने शिक्षण घेतले पाहिजे व त्याला शिक्षण घ्यायचे असेल तर तेथे शाळा उपलब्ध करून द्यायला पाहिजे. ह्याचसाठी बाबूराव घोलप यांनी ग्रामीण भागामध्ये जास्तीत जास्त शाळा उघडल्या होत्या. सर्वसामान्य लोकांच्या जीवनात बदल घडवून आणण्याचे काम त्यांनी केवळ सामाजिक बांधिलकीपोटीच केले. आपल्या ओघवत्या व प्रभावी वाणीत त्यांनी शिक्षणाचे महत्त्व ग्रामीण

जनतेला पटवून दिले. ते सांगत असत, 'शिक्षणाने माणूस सुखी होतो, अज्ञान दूर होते.' शिक्षकांनीही विद्यार्थ्यांच्या विकासासाठी सातत्याने प्रयत्न करत राहावे हीच त्यांची अपेक्षा होती. शिक्षकांनी पैशासाठी नव्हे तर सेवाभावी वृत्तीने अध्यापन करावे असे त्यांचे मत होते.

समाजाच्या सर्व घटकांकडे बाबूराव घोलप यांचे लक्ष असे. बहुजन समाजातील स्त्रियांच्या शिक्षणाचा प्रश्नही त्यांच्या नजरेतून सुटला नव्हता. शिक्षणाअभावी घरच्या सर्व जबाबदाऱ्या समर्थपणे निभावणारी स्त्री ही बाह्यजगतात मागासलेलीच राहातो हे त्यांनी जाणले होते. मुलांबरोबर मुलीही शिकल्या पाहिजेत हा बाबूरावांचा हेतू होता. स्त्री साक्षर व शिक्षित झाल्याशिवाय तिला मानाने जगता येणार नाही. भावी पिढी जर सुशिक्षित करावयाची असेल तर मुलींच्या शिक्षणाकडे जाणीवपूर्वक लक्ष दिले पाहिजे. ग्रामीण भागातील मुलींना शिक्षणाची संधी मिळत नाही हे हेरून त्यांनी ग्रामीण भागात मुलींच्यासाठी शाळा स्थापन केल्या. स्त्रियांच्या शिक्षणाबरोबरच दलित व वंचितांच्या शिक्षणाकडेही त्यांनी लक्ष पुरवले. संस्थेमध्ये कधीही जातिभेद पाळा नाही. सर्वांना सोबत घेऊनच आपले कार्य पुढे चालवले. दलित समाजातील शिक्षक संस्थेमध्ये रुजू व्हावेत यासाठी त्यांनी प्रयत्न केले.

विद्यार्थ्यांशी ते त्यांच्याच पातळीवर जाऊन हितगूज करत असत. ग्रामीण भागातील अंधश्रद्धा दूर करण्यासाठी शिक्षण घेणे आवश्यक आहे हे ते विद्यार्थ्यांना सांगत असत. शिक्षणाशिवाय सुधारणा नाही, कारण शिक्षणातच खरी जीवनमूल्ये दडलेली असतात. विद्येचे धन कोणीही हिरावून घेऊ शकत नाही. विद्यार्थ्यांनी श्रमपूर्वक विद्या मिळवली पाहिजे. विद्या मिळविली पाहिजे. विद्यार्थिदशेत व्यक्तिमत्त्वाचा पाया घातला जातो म्हणूनच या वयात चांगल्या गुणांची जोपासना करावी. आपल्या पालकांनी केलेल्या कष्टाची जाणीव ठेऊन अध्ययन करावे. नेहमी उत्साही असावे. मनाची व शरीराची कणखरता विद्यार्थ्यांजवळ असावी. त्याच्या जोरावर प्रगती साधता येते. बाबूराव घोलप विद्यार्थ्यांबद्दल खूपच आशावादी होते.

शिक्षकांबद्दलही घोलपसाहेबांना खूप आदर होता. त्यांच्या सुखदुःखात ते सामील होत असत. त्यांच्या सुखदुःखात ते सामील होत असत. शिक्षकांनी आपल्यावर असणाऱ्या बहुमोल जबाबदारीचा अंतर्मुख होऊन विचार करणे

गरजेचे आहे असेच ते सांगत असत. शिक्षकांनी आत्मविश्वासपूर्वक ज्ञानाची नवीनवी क्षेत्रे पादाक्रांत करावीत व तेवढ्याच उत्साहाने अध्यापनही करावे असे त्यांचे मत होते. सामाजिक बांधिलकीचे भान ठेऊन शिक्षकांनी काम करणे आवश्यक आहे असे ते नेहमी सांगत असत. तसेच शिक्षकाने आपल्या उक्ती व कृतीबाबत संयमी आचरण करावे हेही ते सांगत असत. आपल्या आचरणातून व अध्यापनातून शिक्षकांनी विद्यार्थ्यांपुढे आदर्श ठेवला पाहिजे. त्यांच्यामध्ये जिद्द निर्माण केली पाहिजे. ह्या शिक्षकांकडून त्यांच्या अपेक्षा होत्या.

प्रचंड वाचन हा घोलपसाहेबांचा आवडता उद्योग होता. वाचनालयातून अनेक विषयांवरील पुस्तके मिळवून वाचण्याचा त्यांना छंदच होता. आपल्या विद्यार्थ्यांनी व शिक्षकांनीही ग्रंथालयांना पुरेपूर फायदा घ्यावा असे त्यांना वाटत असे. आयुष्यभर सिनेमागृहात न जाणारे बाबूराव नवीन चित्रपटाचे समीक्षण 'सकाळ'मध्ये वाचत असत. शैक्षणिक, धार्मिक व सामाजिक आशयाच्या चित्रपटांबद्दल ते साधक-बाधक चर्चाही करत असत.

वक्तशीरपणा हा त्यांचा विशेष गुण होता. कोणत्याही ठिकाणी ते ठरलेल्या वेळेच्या आधी पोहचत. वाया गेलेला अथवा घालवलेला वेळ त्यांना हवालदिल करत असे. याचबरोबर त्यांना कामचुकारपणाही आवडत नव्हता. विशेषत: शिक्षणाच्या क्षेत्रामध्ये कामचुकारपणा अजिबात चालत नाही अशी त्यांची धारणा होती. कामचुकार व्यक्ती म्हणजे शिक्षणक्षेत्रासाठी कलंक आहेत असे त्यांना वाटत असे. प्रत्येक वेळी इतरांच्या सांगण्यावरून काम करण्यापेक्षा स्वत:ची जबाबदारी ओळखून ती योग्यपणे पार पाडणे ही शिक्षणक्षेत्राची खरी गरज आहे हे त्यांनी जाणले होते. त्यांनी स्वत:ही आयुष्यभर अशा प्रकारेच काम केलेले दिसून येते. गरीब विद्यार्थ्यांना ते सर्वतोपरी साहाय्य करत असत. कारण गरिबी हा गुन्हा नसून गरीब आहे म्हणून काहीच न करता बसून राहणे हा गुन्हा आहे असे त्यांना वाटत असे. आपल्या शिक्षकांवर व इतरही कर्मचाऱ्यांवर त्यांचा प्रचंड विश्वास होता.

महाराष्ट्रातील समाजसुधारकांच्या थोर परंपरेला साजेसे कार्य बाबूराव घोलप यांनी केले. शैक्षणिक कार्याच्या प्रसारासाठी आपल्या वैयक्तिक गरजा कमी करणारे घोलपसाहेब आज अनेकांचे आदर्श आहेत व शिक्षणक्षेत्रात कार्य करून आपल्या वाढत्या गरजा भागवण्याचा प्रयत्न करणारे तथाकथित

शिक्षणप्रसारक यांनी त्यांचा आदर्श घेऊन कार्य करण्याची आज आवश्यकता आहे. आपल्या संस्थेची त्यांनी निष्काम सेवा केली. परोपकार व निष्ठेची सांगड घालून शिक्षणातून समाजाच्या उन्नतीचे महान कार्य त्यांनी चोखपणे केले. सर्व कामे नियोजनबद्ध पद्धतीने केली.

पुणे जिल्ह्यात बाबूराव घोलप यांनी चालू केलेली शिक्षणगंगा आजही अखंडपणे वाहतच आहे. 'शिक्षकी पेशा हा सदैव पवित्र असा समाजमान्य पेशा आहे. शिक्षकी पेशाचे पावित्र्य राखण्याचा आपण सदैव प्रयत्न करा.' हा संदेश त्यांनी दिला आहे. आज शिक्षणक्षेत्रात काम करणाऱ्यांनी यावर सखोल चिंतन करणे आवश्यक आहे.

■

गुणवत्ताविकास उपक्रम, लेखन-वाचन हमी योजना

डेक्कन एज्युकेशन सोसायटीचे पूर्व प्राथमिक प्रशाला, सांगली

महाराष्ट्र कॉस्मोपॉलिटन एज्युकेशन सोसायटी,
अझम कॅम्पस, पुणे येथील क्रीडा संकुल

डेक्कन एज्युकेशन सोसायटीचे न्यू इंग्लिश स्कूल, पुणे

शिक्षण प्रसारक मंडळी, पुणे यांची नूतन मराठी विद्यालय, पुणे

डॉ. बाबासाहेब आंबेडकर मराठवाडा विद्यापीठ, औरंगाबाद

छत्रपती शिवाजी विद्यापीठ, कोल्हापूर

संत गाडगेबाबा विद्यापीठ, अमरावती

स्वामी रामानंदतीर्थ विद्यापीठ, नांदेड

मुंबई विद्यापीठ, मुंबई

पुणे विद्यापीठ, पुणे

संत तुकडोजीमहाराज विद्यापीठ, नागपूर

सोलापूर विद्यापीठ, सोलापूर

यशवंतराव चव्हाण महाराष्ट्र मुक्त विद्यापीठ, नाशिक

महात्मा फुले कृषि विद्यापीठ, राहुरी, जि. अहमदनगर

६.महाराष्ट्रातील औपचारिक - अनौपचारिक शिक्षण

○महाराष्ट्रातील पूर्वप्राथमिक शिक्षण ○प्राथमिक शिक्षण ○गुणवत्ताविकासाचे प्रयत्न ○माध्यमिक शिक्षण ○उच्च माध्यमिक शिक्षण ○उच्च शिक्षण ○प्रौढ शिक्षण ○शारीरिक शिक्षण ○ज्ञानविस्तार व लोकशिक्षण विषयक उपक्रम

महाराष्ट्रातील पूर्वप्राथमिक शिक्षण

पूर्वप्राथमिक शिक्षणाचे महत्त्व लक्षात आल्यानंतर भारतात १९ व्या शतकाच्या शेवटी युरोपियन धर्मोपदेशकांनी किंडर गार्डन शाळांची स्थापना करून पूर्वप्राथमिक शिक्षणाचा श्रीगणेशा केला. या शाळा चांगल्या पद्धतीने चालाव्यात यासाठी प्रशिक्षित शिक्षकांची आवश्यकता होती. ही गरज पूर्ण करण्यासाठी पुण्यात अध्यापक विद्यालयाची स्थापना करण्यात आली. महाराष्ट्रात १९२० मध्ये नूतन बालशिक्षण संघाची स्थापना झाली होती. पूर्वप्राथमिक शिक्षणाच्या दृष्टिकोनातून यास महत्त्व आहे. या काळापासूनच खासगी पद्धतीने पूर्वप्राथमिक शिक्षण दिले जावू लागले.

ग्राम-बाल-शिक्षा केंद्र

कोसबाड हे डोंगराळ भाग असणारे महाराष्ट्रातील एक गाव आहे; परंतु या गावास पूर्वप्राथमिक शिक्षणाच्या दृष्टिकोनातून अनन्यसाधारण महत्त्व आहे. याचे कारण ज्येष्ठ शिक्षणतज्ज्ञ ताराबाई मोडक यांनी या आदिवासी भागात आदर्श ठरणारे ग्राम-बालशिक्षा केंद्र स्थापन केले. मुलांची शाळा आणि घर यांच्यातील अडचण दूर करण्यासाठी त्यांनी 'जिथे मुलं तिथे शाळा' असे धोरण अवलंबिले. त्यांनी सुरू केलेल्या अंगणवाडी प्रकल्पामुळे पूर्वप्राथमिक शिक्षणापासून वंचित झालेल्या आदिवासी मुलांना

त्याचा लाभ होत आहे. त्यामुळेच खऱ्या अर्थाने कोसबाड हे पूर्वप्राथमिक शिक्षणाची गंगोत्री ठरते आहे.

शाळांना मिळणारे अनुदान

पूर्वप्राथमिक शिक्षणाचे महत्त्व मान्य करूनही शासन पूर्वप्राथमिक शिक्षणाची जबाबदारी स्वीकारु शकले नाही. हे शिक्षण सर्वस्वी खासगी क्षेत्राकडे सुपूर्द करण्यात आले. भूतपूर्व मुंबई राज्यात शासनाने १९५० मध्ये एक अनौपचारिक समिती नेमून पूर्वप्राथमिक शिक्षण संस्था कोणत्या परिस्थितीत काम करीत आहेत व त्यात सुधारणा करण्यासाठी कोणते उपाय योजले पाहिजेत, याविषयी शिफारशी करण्याचे काम तिच्याकडे सोपविले होते. अशा संस्थांना मान्य खर्चाच्या ४०% अनुदान द्यावे अशी या समितीने शिफारस केली; पण आर्थिक अडचणींमुळे ती अमलात येऊ शकली नाही, त्यामुळे अनुदानाचे प्रमाण २५% करण्यात आले. तेच सूत्र अनेक वर्षे चालू राहिले.

पूर्वप्राथमिक शिक्षणाचा विकास :

भूतपूर्व मुंबई राज्याच्या अहवालात नमूद केल्याप्रमाणे बालमंदिर ही पूर्वप्राथमिक शिक्षणाची पहिली पायरी आहे. इ.स. १९५८ पर्यंत पूर्वप्राथमिक शिक्षणाचा अभ्यासक्रम मॉन्टेसरी पद्धतीनुसार होता. १९६० मध्ये शासनाने एक समिती नेमली. पूर्वप्राथमिक स्तरावरील अध्यापनपद्धतीत आधुनिकता आणणे व अभ्यासक्रम सुधारणे हा विषय समितीकडे होता. समितीने सुधारित अभ्यासक्रम तयार केला व त्यात मॉन्टेसरी, किंडर गार्डन, नर्सरी या शाळांमधून प्रचलित अभ्यासक्रमाचे एकीकरण केले. सन १९६५-६६ पर्यंत या स्तरावरील अभ्यासक्रम बाल्यावस्थेत होते. त्यापुढील वर्षात राज्यात ४४८ पूर्वप्राथमिक शाळांतून ३३,८६० विद्यार्थी शिक्षण घेत होते. त्याचा खर्च व एकूण खर्च यांचे प्रमाण ०.३३% होते. ही परिस्थिती देशातील एकूण परिस्थितीप्रमाणेच होती: पण इतर राज्यांच्या तुलनेत महाराष्ट्र राज्यात पूर्वप्राथमिक शिक्षणाच्या प्रशिक्षणाची संख्या अधिक होती. पूर्वप्राथमिक शाळा प्रामुख्याने शहरी भागात चालविल्या जात. त्यामुळे ग्रामीण व आदिवासी भागातील मुला-मुलींना याचा लाभ मिळत नसे. सध्या मात्र पूर्वप्राथमिक शाळा महाराष्ट्रातील कानाकोपऱ्यापर्यंत पोहोचल्या आहेत. ग्रामीण - आदिवासी भागात मुलांना याचा लाभ घेता येतो.

पूर्वप्राथमिक शिक्षणाची शासकीय योजना :

पूर्वप्राथमिक शिक्षणाच्या विस्तारासाठी महाराष्ट्र शासनाने १९७८-७९ पासून एक योजना कार्यान्वित केली. या योजनेनुसार ५०० पेक्षा कमी लोकवस्ती असलेल्या गावात जिल्हा परिषदेच्या एकशिक्षकी शाळांना जोडण्यात आल्या. सन १९७८-७९ ते १९८५-८६ या कालावधीतच ३०४२ बालवाड्या सुरू करण्यात आल्या. शहरातील ज्या वस्त्यांमध्ये खासगी शिक्षणसंस्थांनी शाळा काढल्या नाहीत अशा विभागात समाजकल्याण खात्याने बालवाड्या सुरू केल्या आहेत.

बालवाड्यांची कार्यपद्धती :

पूर्वप्राथमिक शाळा आणि बालवाड्या यांच्यात थोडा फरक आहे. पूर्वप्राथमिक शाळा ३ ते ५ वयोगटातील मुलांसाठी, तर बालवाडी ४ ते ५ वयोगटातील मुलांसाठी असते. या योजनांचा लाभ दुर्बल घटकांतील बालकांना झाला. यामुळे प्राथमिक शिक्षणाच्या सार्वत्रिकीकरणासाठी झालेल्या प्रयत्नांना शासनाचा हातभार लागला. सातव्या पंचवार्षिक योजनेत नवीन बालवाड्या उघडण्याचा उपक्रम हाती घेण्यात आला आहे. १९८५-८६ पर्यंत राज्यात एकूण ७०१ पूर्वप्राथमिक शिक्षणसंस्था कार्यरत होत्या. त्यात ७८ हजार विद्यार्थ्यांना शिक्षण देण्याचे काम त्यात २००० शिक्षक करीत होते. आता पंचवीस वर्षांनंतर यात मोठी भर पडली आहे.

गळतीच्या समस्या :

या स्तरांतील शिक्षणाला प्रोत्साहन देण्यासाठी शासन खासगी संस्थांना प्रोत्साहन देते. सन १९६०-६१ साली ५२७ पूर्वप्राथमिक शाळांतून ३३,९३१ विद्यार्थी शिक्षण घेत होते. शिक्षणसंस्थांची संख्या १३५१ होती. यात झालेली वाढ हे शिक्षणाला प्रोत्साहन देण्याचे फळ आहे. मुलांना शाळेचे आकर्षण वाटावे व मूल शाळेत टिकून राहावे. यासाठी पूर्व प्राथमिक शाळांना बालवर्ग जोडण्याची योजना पुढे आली. शैक्षणिकदृष्ट्या मागास भागात ही योजना शासनाकडून सुरू झाली आहे. त्यामुळे गळतीचे प्रमाण कमी झाले आहे. पूर्वप्राथमिक शाळा उघडल्याबरोबर या शाळांतून काम करणाऱ्या शिक्षकांना वाढीव वेतन देण्यात आले.

पूर्वप्राथमिक शिक्षक प्रशिक्षण :

पूर्वप्राथमिक शिक्षकांच्या प्रशिक्षणांचे दोन शिक्षणक्रम आहेत - प्राथमिक शाळा प्रमाणपत्र परीक्षा उत्तीर्ण होणाऱ्या उमेदवारांसाठी दोन वर्षांचा अभ्यासक्रम

आणि माध्यमिक शाळा प्रमाणपत्र परीक्षा उत्तीर्ण होणाऱ्या उमेदवारांसाठी एक वर्षाचा अभ्यासक्रम. हा दोन्ही प्रकारचा अभ्यासक्रम संपल्यानंतर शिक्षण संचालनालयाकडून राज्य पातळीवर परीक्षा घेतली जाते. पूर्वप्राथमिक शाळांसाठी शिक्षकांना प्रशिक्षण देणाऱ्या संस्था महाराष्ट्रात २५ वर्षांपूर्वी ११ होत्या. यापैकी नागपूर येथील पूर्वप्राथमिक शिक्षक प्रशिक्षण विद्यालय शासन चालविते. आदिवासी उपाययोजना क्षेत्रातील जिल्हा परिषदांच्या एक शिक्षकी शाळा जोडून ठिकठिकाणी बालवाड्या उघडण्यात आल्या व त्यासाठी मोठ्या प्रमाणात निधीही वापरण्यात आला.

काही महत्त्वपूर्ण प्रकल्प :

बालकांच्या विकासाच्या दृष्टीने अडीच ते साडेपाच वर्षे वयोगटाला फार महत्त्व आहे. याच काळात बालकांच्या सर्वांगीण विकासाला वळण हवे असते. तसेच प्राथमिक शिक्षणाच्या सार्वत्रिकीकरणाचे उद्दिष्टही त्याला मिळालेल्या पूर्वप्राथमिक शिक्षणावर अवलंबून असते. प्राथमिक शाळातील गळती व अनुत्तीर्णता थांबवण्यासाठी पूर्वप्राथमिक शिक्षण हे महत्त्वाचे साधन आहे. शासनाने हे विचारात घेऊन महाराष्ट्र राज्य शिक्षण संस्था, पुणे -३० च्या साहाय्याने व युनिसेफ या जागतिक संघटनेच्या आर्थिक सहकार्याने प्रकल्प हाती घेतला आहे. याच प्रकल्पासाठी नवी दिल्ली येथील राष्ट्रीय शैक्षणिक संशोधन व प्रशिक्षण परिषदेचे मार्गदर्शन लाभले आहे. हा प्रकल्प महाराष्ट्रात सन १९८२ पासून 'बालशिक्षण प्रकल्प' या नावाने सुरू झाला आहे.

इ. स. १९६७-६८ पर्यंत महाराष्ट्रातील पूर्वप्राथमिक शिक्षणाच्या विकासाच्या संदर्भात शिक्षण व समाजकल्याण खात्याच्या अभ्यासगटाने त्यांच्या अहवालात महाराष्ट्राचा पूर्वप्राथमिक शिक्षणाच्या संदर्भात तिसरा क्रमांक लागतो असे म्हटले आहे. कर्नाटक व गुजराथ महाराष्ट्राच्या पुढे आहेत.

प्राथमिक शिक्षण

दि. १ एप्रिल, १९४९ पासून प्राथमिक शिक्षण अधिनियम अमलात आले. त्यानुसार प्राथमिक शिक्षणाची योजना व त्यासाठी आवश्यक आर्थिक तरतूद करण्याची जबाबदारी जिल्हा शिक्षण मंडळे यांच्याकडे सोपवण्यात आली.

लोकशाही विकेंद्रीकरणाचे तत्त्व महाराष्ट्र शासनाने मान्य केले आहे.

त्यानुसार १ मे, १९६२ रोजी शासनाने जिल्हा परिषदांची स्थापना केली व जिल्हा पातळीवर अनेक योजनांची कार्यवाही त्यांच्याकडे सोपविली. शिक्षण हे लोककल्याणाचे व समाजविकासाचे महत्त्वपूर्ण साधन असल्यामुळे प्राथमिक शिक्षणाचा संपूर्ण कार्यभार जिल्हा परिषद व पंचायत समिती अधिनियमानुसार त्यांच्याकडे सोपवण्यात आला. यानंतर प्राथमिक शिक्षणाच्या कामाला खऱ्या अर्थाने गती मिळाली आहे. जिल्हा परिषदेच्या स्थापनेपूर्वी महाराष्ट्रात प्राथमिक शिक्षणाचे व्यवस्थापन व प्रशासन तीन प्रकारच्या संस्थांकडे होते.

पश्चिम महाराष्ट्रात प्राथमिक शिक्षणाची जबाबदारी जिल्हा मंडळाकडे होती. विदर्भात प्राथमिक शिक्षणाची व्यवस्था व जबाबदारी जनपद सभांकडे होती. याउलट मराठवाड्यात प्राथमिक शिक्षण कारभार प्रत्यक्ष शासनाकडून पाहिला जात असे. अनुदानप्राप्त खासगी संस्थांच्या फार थोड्या प्राथमिक शाळा या भागात होत्या. खासगी शाळांना शासनाने नेमून दिलेला अभ्यासक्रम स्वीकारावा लागत असे व शाळांची तपासणी शिक्षण विभागाच्या अधिकाऱ्यांकडून होत असे.

प्राथमिक शिक्षणाच्या व्यवस्थेत एकसूत्रीपणा आणण्यासाठी शासनाने एकसूत्री समितीची स्थापना केली; पण जिल्हा परिषदेच्या स्थापनेनंतर दि. १ मे, १९६२ पासून शिक्षणाचे एका अर्थाने एकसूत्रीकरण झाले. महाराष्ट्र जिल्हा परिषद व पंचायत समिती अधिनियमान्वये प्राथमिक शिक्षणाची प्रशासन व्यवस्था, तपासणी इ. बाबी जिल्हा परिषदेकडे हस्तांतरित करण्यात आल्या. ज्या नगर परिषदा त्यांच्या हद्दीतील प्राथमिक शिक्षणाचा ताबा घेऊ इच्छित होत्या, त्यांच्याकडे तो कारभार सोपवण्यात आला.

प्राथमिक शिक्षणाचा विकास :

पश्चिम महाराष्ट्रातील नगरपालिकांमार्फत प्राथमिक शिक्षणाचा कारभार स्वतंत्र शिक्षण मंडळ स्थापन करून चालविण्यात येतो. त्यासाठी प्रत्येक शिक्षण मंडळाकरिता एक प्रशासन आधिकारी नियुक्त केला जातो. मराठवाडा, विदर्भ भागात प्राथमिक शिक्षणाचा कारभार अधिकृत नगरपालिकांमार्फत चालविण्यात येतो. स्वतंत्र प्रशासन अधिकारी नसतो. नगर परिषदचे मुख्य अधिकारी शिक्षणाचा कारभार पाहतात. पश्चिम महाराष्ट्रातील महानगरपालिका व नगरपालिका यांच्या क्षेत्रातील प्राथमिक शिक्षणाचा कारभार मुंबई प्राथमिक शिक्षण कायदा १९४७ व मुंबई प्राथमिक शिक्षण नियम १९४९ मधील तरतुदींनुसार चालविण्यात येतो. विदर्भ विभागातील नगर परिषदा प्राथमिक

शिक्षणाचा कारभार भूतपूर्व मध्यप्रदेश प्राथमिक शिक्षण कायद्यातील तरतुदीनुसार पाहतात. महाराष्ट्रात एकूण सहा कटक मंडळे आहेत. त्यांच्याकडेदेखील प्राथमिक शिक्षणाचा कारभार सुपूर्द केला आहे. ग्रामीण भागातील व जेथे नगरपालिका शिक्षणाचा कारभार पाहत नाहीत, अशा नागरी भागातील प्राथमिक शिक्षणाची जबाबदारी जिल्हा परिषदांकडे सोपवण्यात आलेली आहे. यावरून असे दिसून येईल की प्राथमिक शिक्षणाची वाढ व विकास ही प्रामुख्याने स्थानिक स्वराज्य संस्थांची जबाबदारी आहे. ही जबाबदारी चांगल्या पद्धतीने पार पाडता यावी म्हणून स्थानिक स्वराज्य संस्थांच्या वर्गवारीनुसार शासन अनुदान देते.

महाराष्ट्राची राजधानी मुंबई या शहरातील प्राथमिक शिक्षणाचा कारभार मुंबई महानगरपालिका प्राथमिक शिक्षण कायदा १९२० अन्वये स्वतंत्ररित्या चालविला जातो.

कर्मचारी :

नगरपालिका शिक्षण मंडळे, नगर परिषदा व महानगरपालिका यांना आवश्यक असणारे शिक्षक, लिपिक व इतर कर्मचारी यांच्या नेमणुकीस शासनाची मान्यता मिळाल्यानंतर त्यांना विहित दराने अनुदान मंजूर करण्यात येते. हे अधिकार शासनाने शिक्षण संचालकास दिलेले आहेत. शिक्षण मंडळास लागणारे फर्निचर व इतर शैक्षणिक साहित्य याबाबत प्रस्तावास मान्यता देण्याचे अधिकारही शिक्षण संचालकांस देण्यात आलेले आहेत. मराठवाडा विभागातील जिल्हा परिषदांच्या ताब्यात असणाऱ्या नगर परिषद क्षेत्रातील प्राथमिक शिक्षणाचा ताबा नगर परिषदेकडे देण्याचे अधिकारही त्यांना देण्यात आले आहेत. स्थानिक स्वराज्य संस्थांना प्राथमिक शिक्षणाची जबाबदारी अधिक चांगल्या पद्धतीने पार पाडता यावी म्हणून वेळोवेळी नियमांत बदल करून सोपेपणा आणलेला आहे. सन १९७४ पासून शासनाने खासगी शाळांना एकच अनुदान सूत्र व समान सेवाशर्ती लागू केल्या आहेत.

प्राथमिक शाळा तपासणी :

दि. १ मे, १९६२ पासून जिल्हा परिषदा स्थापन झाल्या. जिल्हा परिषदांकडील प्राथमिक शिक्षणाचे प्रशासन पर्यवेक्षण वर्ग - १ च्या अधिकाऱ्यांकडे देण्यात आले आहेत. या शिक्षण अधिकाऱ्यांना मदत करण्यासाठी वर्ग-२ चे अधिकारी नियुक्त केलेले आहेत. त्यातील एक प्राथमिक शिक्षणासाठी व

दुसरा माध्यमिक शिक्षणासाठी नगरपालिका शिक्षण मंडळांना त्यांच्या क्षेत्रातील प्राथमिक शिक्षणाच्या प्रशासनासाठी शासकीय अधिकारी दिले आहेत. सहायक उपशिक्षणाधिकारी यांचे पदनाम आता शिक्षण विस्तार अधिकारी असे करण्यात आले आहे. हे शिक्षण विस्तार अधिकारी जिल्हा परिषदांच्या शिक्षणाधिकाऱ्यांना कामात मदत करतात.

जिल्हा परिषदांच्या स्थापनेनंतर त्यांच्याकडे राज्यातील प्राथमिक शिक्षणाचे प्रशासन, निरीक्षण, पर्यवेक्षण देण्यात आले आहे. प्राथमिक शिक्षणासाठी आवश्यक आर्थिक तरतूद अंशत: स्थानिक कररूपाने व शासनाकडून मिळणाऱ्या ९०% अनुदानातून करण्यात येते. प्राथमिक शिक्षणाचे सर्वसाधारण नियंत्रण व पर्यवेक्षण या बाबतीत शासन जबाबदार आहे. यात अभ्यासक्रम तयार करणे, पाठ्यपुस्तकांना मान्यता देणे आाणि सक्तीच्या शिक्षणाची अंमलबजावणी यांचा समावेश होतो. विदर्भ-मराठवाडा भागात त्या त्या शिक्षणाच्या कायद्याच्या आधारे ६ ते ९ वयोमर्यादितील मुलांसाठी सक्तीचे शिक्षण १९६५ मध्ये सुरू करण्यात आले. महाराष्ट्र जिल्हा परिषद व पंचायत समिती अधिनियम १९६१ अन्वये प्राथमिक शिक्षणाचे प्रशासन व संघटन जिल्हा परिषदांकडे सुपूर्द केले आहे. सन १९६०-६१ पर्यंत शिक्षणाचा जुना आकृतीबंध मुंबई राज्यात चालू होता. जिल्हा परिषदेच्या स्थापनेनंतर एकसंध आकृतिबंध तयार करण्यात आला आणि जिल्हानिहाय शिक्षक निरीक्षक नियुक्त करण्यात आले. प्रत्येक जिल्हा परिषदेत वर्ग-१ चा अधिकारी प्रमुख शिक्षणाधिकारी म्हणून प्रत्येक जिल्ह्यात काम करीत आहे. हे अधिकारी प्राथमिक शिक्षणाचे नियंत्रण आाणि तपासणी ही कामे करतात. त्यांच्यावर जिल्हा परिषदेचे मुख्य कार्यकारी अधिकारी यांचे नियंत्रण असते. शिक्षणाच्या विस्ताराबरोबर शिक्षणाची गुणवत्ता वाढविणे आवश्यक आहे. हे लक्षात घेऊन शासन प्राथमिक शिक्षणावर अधिकाधिक खर्च करते. गुणवत्ता विकासाच्या वैशिष्ट्यपूर्ण उपक्रमामुळे महाराष्ट्र आज देशात आघाडीवर आहे.

प्राथमिक शिक्षणाच्या संख्यात्मक व गुणात्मकवाढीसाठी केलेले प्रयत्न

प्राथमिक शिक्षणाचा गुणात्मक दर्जा उंचवावा यासाठी प्राथमिक शाळांतील अनुसूचित जाती-जमती, भटक्या जमाती यांच्या मुलां-मुलींची पटसंख्या वाढावी आणि गळतीचे प्रमाण थांबावे, यासाठी शासनाने विविध योजना हाती घेतल्या. त्या पुढील प्रमाणे :

१. पुस्तक पेढी योजना :

ग्रामीण, आदिवासी व डोंगराळ भागातील दारिद्र्यरेषेखालील जीवन जगणाऱ्या कुटुंबातील मुलांना क्रमिक-पुस्तके व शैक्षणिक साहित्य उपलब्ध होत नाही. परिणामी, त्यांच्यामध्ये मोठ्या प्रमाणात गळती होते. हा गळती व स्थगितीचा बिकट प्रश्न सोडविण्यासाठी अनुसूचित जाती व अनुसूचित जमाती, भटक्या जमाती व समाजातील दुर्बल घटकांच्या विद्यार्थ्यांना पाठ्यपुस्तके उपलब्ध करून देण्याकरिता शासनाने १९७६ पासून पुस्तक पेढी ही योजना हाती घेतली आहे. सुरुवातीस पूर्वप्राथमिक स्तरांवर असणारी ही योजना १९७९-८० मध्ये दहावीपर्यंतच्या विद्यार्थ्यांसाठी उपलब्ध आहे. ही योजना एका शैक्षणिक वर्षाच्या कालावधीत परतफेडीच्या तत्त्वावर राबवण्यात येते. या योजनाकाळात दिलेल्या पुस्तकांचे संच दर तीन वर्षांनी बदलून दिले जातात. पात्र विद्यार्थ्यांची संख्या एकूण संख्येच्या २५% पेक्षा जास्त असल्यास स्थानिक स्वराज्य संस्थांना स्वखर्चाने जादा होणाऱ्या या पात्र विद्यार्थ्यांना पुस्तक संच पुरवण्याचे आवाहन करण्यात आले आहे.

२. बालवाड्या सुरू करणे :

शिक्षणाचे सार्वत्रिकीकरण व्हावे आणि मुले शाळेत रमावी यासाठी अनुकूल पार्श्वभूमी तयार करण्याच्या दृष्टीने - लहान गावे - गलिच्छ वस्तीतील एक शिक्षकी शाळांमधून बालवाड्या उघडण्याचे ठरवण्यात आले. मुलांना शालेय परिस्थिती समजावी, त्यांच्यात निकोप व आरोग्यदायी सवयी लागाव्यात व खेळाच्या माध्यमांतून ज्ञानेंद्रियाचा विकास व्हावा, खेळ, मनोरंजन, मुक्त हालचाली या माध्यमातून त्यांना कृतिशील कारणे, तसेच विद्यार्थ्यांची गळती कमी व्हावी ही या भागातील उद्दिष्टे आहेत. या योजनेमुळे विद्यार्थ्यांचे शाळेत टिकून राहण्याचे प्रमाण वाढले आहे.

३. अनुसूचित जाती-जमातीच्या विद्यार्थ्यांना विशेष सवलती :

आदिवासी भागातील प्राथमिक शाळांच्या विद्यार्थ्यांची गळती व उपस्थितीतील अनियमितपणा कमी व्हावा यासाठी या मुलांना गणवेशांचे संच, लेखन साहित्य मोफत पुरविले जाते. ही योजना १९७९-८० पासून सुरू करण्यात आली. जिल्हा परिषद प्राथमिक शाळांतील ६-११ वयोगटातील पात्र आदिवासी विद्यार्थ्यांना हे साहित्य दिले जाते.

४. शिक्षकांसाठी निवासस्थाने :

आदिवासी विभागात व डोंगराळ भागात काम करणाऱ्या शिक्षकांना

राहण्यासाठी जागा मिळणे अवघड असते. त्यामुळे या भागात नेमणूक झालेले शिक्षक नोकरीस उत्सुक नसतात. ही बाब प्राथमिक शिक्षणाच्या कामावर प्रतिकूल परिणाम करते. शिक्षकांना आदिवासी भागात जाऊन काम करण्यास उत्तेजन मिळावे म्हणून त्यांना निवासस्थाने पुरविण्याची योजना १९७६-७७ पासून कार्यान्वित करण्यात आली. १९८१-८२ मध्ये या योजनेचे मूल्यमापन करण्यात आले. पुरेशा तरतुदींअभावी ही योजना १९८२-८३ पासून बंद केली गेली.

५. आदर्श शिक्षकांना पुरस्कार :

ग्रामीण भागातील शिक्षकांना उत्तेजन मिळावे म्हणून दोन बहुशिक्षकी शाळा व दोन एकशिक्षकी शाळेला पुरस्कार देण्याची योजना १९८३-८४ पासून कार्यान्वित करण्यात आली. ही योजना शिक्षकांनी ग्रामीण भागात उत्तम कार्य करावे या हेतूने सुरू करण्यात आली. यामुळे शिक्षणाचा संख्यात्मक व गुणात्मक विकास होण्यासाठी सहाय्य झाले आहे.

६. नव्या शाळा उघडणे :

प्राथमिक शिक्षणाचा सार्वत्रिक प्रसार करणे व विद्यार्थ्यांना घरापासून पायी जाण्याच्या अंतरावर शिक्षणाची सोय करून देणे हा एक महत्त्वाचा कार्यक्रम शासनाने हाती घेतला आहे. या कार्यक्रमानुसार स्थानिक स्वराज्य संस्थांनी टप्याटप्याने प्राथमिक शिक्षणाची सोय करून देण्याचे प्रयत्न केले आहेत. राज्यातील बहुतेक खेडी व वस्त्या, डोंगराळ आदिवासी भागात प्राथमिक शिक्षण उपलब्ध करून देण्याची तरतूद पंचवार्षिक योजनामधून करण्यात आली आहेत.

७. एकशिक्षकी शाळांचे द्विशिक्षकी शाळांमध्ये रूपांतर :

प्राथमिक शिक्षणाच्या सार्वत्रिकीकरणाचे उद्दिष्ट्ये साध्य करण्यासाठी दोनशेपेक्षा अधिक लोकवस्ती असलेल्या गावी प्राथमिक शाळा उघडण्यात आलेल्या आहेत. शैक्षणिक दर्जा उंचावण्यासाठी या शाळांचे द्विशिक्षकी शाळांमध्ये रूपांतर केले आहे.

गुणवत्ताविकासाचे प्रयत्न

शाळेतील शिक्षणाची गुणवत्ता व दर्जा सुधारण्यासाठी मनुष्यबळ व इतर साधनसामग्री यांच्या उपलब्धतेचा पुरेपूर उपयोग करून घेण्यासाठी विशेष प्रयत्न करण्यात आले. विद्यार्थ्यांचे शैक्षणिक, मानसिक व बौद्धिक

विकास करणे हे उद्दिष्ट साध्य करण्यात शासन, शिक्षक, पर्यवेक्षक, पालक आणि व्यवस्थापक या सर्वांचा वाटा आहे. सुधारित अनुदान पद्धती, सुधारित वेतनश्रेणी आणि निवृत्तीवेतन योजना यासारखी पावले उचलली आहेत. शिक्षकांची गुणवत्ता वाढवणे, अध्ययन-पर्यवेक्षण प्रभावी करणे, ग्रंथालयांना पुस्तकांसाठी शिफारशी करणे, विद्यार्थी शिक्षकांना ग्रंथ उपलब्ध करून देणे, शाळातपासणी करून आवश्यक त्या सूचना देणे व शाळासुधार योजनेची अंमलबजावणी अधिक परिणामकारक होण्यासाठी प्रयत्न करणे इ. बाबींचा गुणवत्ताविकासात समावेश आहे.

शैक्षणिक गुणवत्तावाढीच्या योजना आखण्यात आल्या आहेत. यामध्ये प्रामुख्याने शाळातपासणीचे स्वरूप बदलण्यात आले. शिक्षणविस्तार अधिकारी प्राथमिक शाळांची तपासणी करतात व मार्गदर्शनपर सूचनाही देतात. याव्यतिरिक्त शिक्षकांवरील इतर कामाचा बोजा कमी करणे, शाळासमूह योजना, यशस्वी शाळा व शिक्षण यांना प्रोत्साहन, उपयुक्त पुस्तकांची निर्मिती, शैक्षणिक साधनांची निर्मिती, प्राथमिक शिक्षकांचे संयुक्त मंडळ, पूर्वप्राथमिक व प्राथमिक स्तरावर अभ्यासक्रम, कार्यक्रम पुस्तके, मूल्यमापन इत्यादींवर विचार करण्यासाठी महाराष्ट्र राज्य पाठ्यपुस्तकनिर्मिती मंडळ, व म. रा. शैक्षणिक संशोधन व प्रशिक्षण परिषद यांचा उपयोग करण्यात येतो. यासारख्या शिक्षणात गतिमानता व जिवंतपणा आणण्यासाठी जरूर ते प्रयत्न करतात. या शिवाय विद्यार्थ्यांची गळती - स्थगिती कमी करण्यासाठी काही प्रतिबंधात्मक योजना आखून अंमलबजावणी करण्यात येते. शिक्षकांचे प्रशिक्षण तसेच सेवेत असणाऱ्या शिक्षकांसाठी पत्रद्वारा प्रशिक्षण देण्यात येते.

विशेष केंद्रीय साहाय्य योजना

प्राथमिक शिक्षणाचा गुणात्मक व संख्यात्मक विकास करण्यासाठी खालील काही योजना आखून त्याची अंमलबजावणी करण्यात येते :

अ) आदिवासी भागातील प्राथमिक शिक्षकांना पारितोषिक.
आ) आदिवासी मुलांना शिक्षकांच्या कुटुंबात राहण्याची सोय उपलब्ध करून देणे.
इ) साहित्यवार खर्चासाठी जिल्हा परिषदांना अनुदान.
ई) शाळासुधार योजना.
ऊ) सावित्रीबाई फुले दत्तक पालक योजना.

या सर्व योजनांच्या माध्यमांतून महाराष्ट्रात प्राथमिक शिक्षणाचा विस्तार करण्यात आला. महाराष्ट्राप्रमाणे इतर सार्‍यांनीही ही योजना स्वीकारावी अशा सूचना केंद्र शासनाने सर्व राज्यांना पाठविल्या आहेत.

महाराष्ट्रात शिक्षणविकासात स्वयंसेवी संस्थांचे मोठे योगदान आहे. गेल्या काही वर्षांत प्राथमिक शिक्षण आणि ग्राम विकास संदर्भात काही आयोग आणि समित्या नेमण्यात आल्या. या समित्यांनी प्राथमिकशिक्षणाविषयी महत्त्वाच्या शिफारशी केल्या. हे आयोग आणि समित्या खालील प्रमाणे :

१. तत्कालीन शिक्षण राज्यमंत्री पार्वतीबाई मलगोंडा यांच्या अध्यक्षतेखाली नियुक्त केलेली शिक्षणसुधार समिती (१९८४).
२. प्राचार्य पी. बी. पाटील यांच्या अध्यक्षतेखालील नियुक्ती केलेली पंचायत राज्य मूल्यमापन समिती (१९८६).
३. प्रा. राम मेघे यांच्या अध्यक्षतेखालील प्राथमिक शिक्षण आयोग (१९९२).
४. द. म. सुकथनकर यांच्या अध्यक्षतेखालील राज्य नियोजन मंडळाने पूर्व- प्राथमिक, प्राथमिक, माध्यमिक शिक्षण व साक्षरताविषयी धोरणात्मक प्रश्न, त्यांचा प्राधान्यक्रम व अनुदाने याविषयी विचार करण्यासाठी नियुक्त केलेला अभ्यासगट (१९९३).
५. १९९२ मध्ये राष्ट्रीय शैक्षणिक धोरणाच्या प्रभावी कार्यवाहीसाठी केलेले प्रयत्न या उद्दिष्टांच्या पूर्ततेसाठी १६ आक्टोबर, १९९२ अन्वये राज्याच्या शालेय शिक्षणमंत्र्याच्या अध्यक्षतेखाली एका 'टास्कफोर्सची' स्थापना केली.

लेखन-वाचन-हमी कार्यक्रम

महाराष्ट्रात लेखन-वाचन हमी योजना कार्यक्रम राबविण्यात आला. या कार्यक्रमाचे फलित शाळांमधील विद्यार्थ्यांच्या व शिक्षकांच्या गुणवत्तेवरून दिसत आहे. भारत सरकारनेही या योजनेचे कौतुक केले. शिक्षणमंत्री मा. पुरके यांच्या कालावधीत म्हणजे २००४-५ दरम्यान राज्यातील प्राथमिक शिक्षणाच्या शैक्षणिक गुणवत्ता विकासासाठी महाराष्ट्र राज्यातील ५५,१०९ शाळांमध्ये लेखन-वाचन हमी कार्यक्रम यशस्वीरित्या पूर्ण झाला.

स्वातंत्र्यानंतर शिक्षणाचा विस्तार झपाट्याने झाला. लोकशाहीमध्ये प्रत्येक नागरिकाला समान दर्जाचे व दर्जेदार शिक्षण मिळवण्याचा अधिकार आहे. भारतीय संविधानाने तो सर्वांना दिला आहे. महाराष्ट्र शासनाने

वाड्या-वस्त्यांवर शाळा काढून सर्वांना शिक्षणाची संधी उपलब्ध करून दिली आहे. शिक्षणाचा केवळ संख्यात्मक विकास साधून उपयोगाचे नाही तर गुणात्मक विकासासाठी असे उपक्रम आवश्यक असतात. स्थानिक स्वराज्य संस्थांच्या म्हणजेच जिल्हा परिषद, नगरपालिका, महानगरपालिका यांच्या शाळेतील अनेक विद्यार्थ्यांना नीट वाचता येत नाही, व वाचलेले समजत नाही, लिहिता येत नाही. अनेक जिल्ह्यातून करण्यात आलेल्या पाहणीत असे आढळून आले की राज्यातील इयत्ता दुसरी ते सातवीपर्यंत शिकणारी ८ लाख ३१ हजार ७५ मुले अप्रगत आहेत. त्यांच्यासाठी ६१ दिवसांचा एक कालबद्ध कृतिकार्यक्रम तयार करण्यात आला तोच हा 'लेखन वाचन हमी कार्यक्रम होय.' अनुभवी शिक्षक केंद्रप्रमुख जिल्हाशिक्षण व प्रशिक्षण संस्थाचे प्राचार्य, होमी भाभा विज्ञान केंद्राचे तज्ज्ञ यांच्या साहाय्याने लेखन-वाचन हमी कार्यक्रम पुस्तिका तयार करून शाळा भरण्यापूर्वी दीड तास नंतर दीड तास, रविवारचा दिवस या कामासाठी वापरून वाचन, लेखन, गणित या विषयावरचा ६१ दिवसाचा कृती आराखडा तयार करण्यात आला. जवळपास तीन लाख प्राथमिक शिक्षकांना प्रशिक्षण देण्यात आले. पालक, शिक्षक-पालक संघ यांच्याशी संवाद साधून त्यांचेही सहकार्य घेण्यात आले. तीन लाख शिक्षक ५,९०० केंद्र प्रमुख अधिकारीवर्ग यांचा यामधे सहभाग होता.

या कार्यक्रमाचे मूल्यमापन बाह्य संस्थेकडून करण्यात आले. त्यातील चाचणीत ८२.६५ विद्यार्थी उत्तार्ण झाले.हा एक उत्तम कार्यक्रम महाराष्ट्राने राबवून आदर्श निर्माण केला आहे. प्रसारमाध्यंमानीही या कार्यक्रमास सकारात्मक पाठिंबा दिला.

कोणताही शिकणारा मुलगा अप्रगत राहणार नाही. याकरिता आयोजित केलेल्या कार्यक्रमाच्या निमित्ताने गावे-शाळा शिक्षक-विद्यार्थी एकत्र आले, मुलांकडे जाणीवपूर्वक लक्ष देण्याची गरज आणि दृष्टी या कार्यक्रमातून मिळाली. या काळात हसत-खेळत आनंददायी पद्धतीने, सोप्या शैक्षणिक साधनांचा वापर करून कार्यक्रम यशस्वी केला. लेखन-वाचन हमी कार्यक्रमामुळे सामाजिक परिवर्तनाला गती मिळाली. मुलांच्या मनातील भीती कमी झाली. आत्मविश्वास निर्माण झाला. गुणवत्तापूर्ण शिक्षणाचे सार्वत्रिकीकरण करण्यास प्रेरणा मिळाली. या कार्यक्रमाची केंद्र शासन मनुष्यबळ विकास विभागाने व 'युनिसेफ'ने दखल घेऊन हा कार्यक्रम भारतभर राबवण्याचे ठरवले आहे.

महाराष्ट्राच्या शिक्षण विभागामार्फत राबवण्यात आलेला हा एक महत्त्वपूर्ण कार्यक्रम आहे.

संगणक शिक्षण

वेदान्त फाऊंडेशन व महाराष्ट्र प्राथमिक शिक्षण परिषद यांच्यातील २,५९० शाळांमधील संगणक शिक्षण व संगणकाच्या मदतीने शालेय शिक्षण यासाठीचा करार झाला आहे.

उच्च प्राथमिक स्तरावरील विद्यार्थ्यांच्या शैक्षणिक गुणवत्ता सुधारण्यासाठी नावीन्यपूर्ण उपक्रम संगणक शिक्षण या योजनेतंर्गत राज्यात ३,४८५ संगणक प्रयोगशाळा निर्माण करण्यात आल्या आहेत. यामध्ये शालेय अभ्यासक्रम सोप्या व सुलभ पद्धतीने करण्यासाठी संगणकाच्या मदतीने शिक्षण व संगणकाशिवाय प्रत्यक संगणक प्रयोग शाळेत ५ संगणक, १ प्रिंटर, व ५. 5KVAUPS पुरवण्यात आले आहेत. संगणक शिक्षणासाठी प्रत्येक संगणक प्रयोगशाळेमध्ये 'मायक्रोसॉफ्ट ऑफिस' पुरविण्यात आले आहे. पाठ्यपुस्तकावर आधारित शैक्षणिक आज्ञावली पुरविण्यात येत आहेत. हा उपक्रम २००९-१० पासून राबविण्यात येणार आहे. यामध्ये खालील बाबींचा समावेश आहे.

२,५९० शाळांना पाठ्यपुस्तकावर आधारित शैक्षणिक आज्ञावल्या. याच २५९० शाळेतील २५९००० विद्यार्थ्यांना संगणकावर आधारित पुस्तके २५९० शाळेतील प्रत्येकी २ शिक्षक म्हणजे ५१८० शिक्षकांना संगणक प्रशिक्षण.

प्रकल्पाचे सनियंत्रण करण्यासाठी वेदान्त फाउंडेशन यांच्यामार्फत पर्यवेक्षकांची नियुक्ती. वेळोवेळी विद्यार्थ्यांची प्रगती तपासण्यासाठी चाचणी घेऊन अहवाल तयार करणे, इत्यादी बाबींचा समावेश करण्यात आला आहे.

माध्यमिक शिक्षण

डॉ. कोठारी आयोग, १९६८ चे राष्ट्रीय शैक्षणिक धोरण यांच्या आधारावर महाराष्ट्र शासनाने १९६८ साली श्वेतपत्रिका प्रसिद्ध केली. यात १५ ते २० वर्षांच्या कालावधीसाठी राज्याच्या शैक्षणिक पुनर्रचनेचा आराखडा देण्यात आला. यावर चर्चा होऊन १९७० मध्ये शासनाने महाराष्ट्रातील शिक्षणाच्या पुनर्रचनेसाठी धोरणविषयक निवेदन प्रसिद्ध केले. या निवेदनात तीन उद्दिष्टांवर प्रामुख्याने भर देण्यात आला.

१) शिक्षण ही विद्याविषयक उच्च साधना आहे. या साधनेमुळे मानवाला सत्य, उत्कटता यांच्या सिद्धीसाठी स्फूर्ती मिळते.
२) व्यक्तीमधील अंत:स्थ शक्तीचे प्रकटन होण्यास तसेच विकास होण्यास शिक्षण मदत करते.
३) लोकांचे जीवन व गरजा यांच्यांशी शिक्षणाचा योग्य समन्वय साधला जातो.

या उद्दिष्टांना अनुसरून मुलांकरिता मोफत शिक्षण, शिष्यवृत्त्या, पुस्तकपेढी, फी सवलत, शासकीय विद्यावेतन यांसारख्या योजन हाती घेण्यात आल्या. विद्यार्थ्यांच्या संख्येच्या प्रमाणात शाळा उघडणे, शाळांना तुकड्या वाढवून देणे, शिक्षकांकरिता निवृत्ती वेतन, अंशदायी भविष्य निर्वाह निधी, भविष्य निर्वाह निधी, अंध-अपंग व्यक्तींना विशेष वाहन भत्ता, कर्करोग, क्षयरोग यांबाबत खास सवलत, सेवाशर्ती अधिनियम, शाळा इमारतींच्या बांधकामासाठी अनुदान, चांगल्या शाळांना प्रोत्साहनपर अनुदान, अनुदानातील बदल इ. योजना कार्यान्वित करण्यात आल्या.

माध्यमिक शाळासंहिता :

अशासकीय माध्यमिक शाळांना मान्यता देणे, विद्यार्थी प्रवेश, अभ्यासक्रम, परीक्षा, विद्यार्थ्यांचे आरोग्य, शालेय शुल्क, सुट्या, कर्मचारीवर्ग व त्यांच्या सेवाशर्ती, शाळांची वार्षिक तपासणी,अनुदान इ. बाबतीत शासनाने वेळोवेळी आदेश दिले. नोव्हेंबर, १९५६ मध्ये राज्य पुनर्रचना झाली. त्यापूर्वी अस्तित्त्वात असलेल्या मुंबई राज्यातील विभागांकरिता 'ग्रँट इन एड कोड फॉर स्कूल अँड कॉलेजेस' या नावाने एक अनुदानसंहिता प्रसिद्ध केलेली होती. विदर्भातील माध्यमिक शाळांकरिता भूतपूर्व मध्य प्रदेशात 'मध्य प्रदेश माध्यमिक शिक्षण अधिनियम १९५१' मधील तरतुदी अमलात होत्या. मराठवाडा विभागातील शाळांकरिता 'हैद्राबाद ग्रँट इन एड कोड'मधील सुधारित नियम १९५२ पासून अमलात होते. भाषावार राज्य पुनर्रचनेनंतर अस्तित्त्वात असलेल्या द्विभाषिक मुंबई राज्यांकरिता एकत्रीकरण समिती नेमली. या समितीने राज्याच्या निरनिराळ्या भागांत अस्तित्वात असणाऱ्या शिक्षणसंहितांचा व प्रशासकीय बाबींचा अभ्यास करून शिफारशी केल्या. अनुदानसंहितेबाबत मात्र शिफारस केली नव्हती. म्हणून शासनाने डिसेंबर, १९६० मध्ये एक समिती नेमून तिच्याकडे सर्व राज्यांकरिता समान संहिता सुचवण्याचे काम सोपविले. या समितीच्या शिफारशीवर विचार

करून शासनाने 'कोड फॉर रिकग्निशन ऑफ अँड ग्रँट इन एड टू नॉन गव्ह. सेकंडरी स्कूल्स' या नावाने एक समान संहिता तयार करून १९६३-६४ पासून अमलात आणली. या संहितेत नवीन माध्यमिक शाळा उघडण्याकरिता करावयाच्या अर्जाच्या माहितीपासून शाळांना देय असणाऱ्या अनुदानापर्यंत सर्व तरतुदी करण्यात आल्या. या तरतुदी व सेवाशर्ती मान्यताप्राप्त सर्व माध्यमिक शाळांना बंधनकारक होत्या. या संहितेत शासनाने आवश्यकतेप्रमाणे वेळोवेळी बऱ्याच सुधारणा केल्या. त्या सर्वांचा समावेश करून १९७१ मध्ये माध्यमिक शाळांची संहिता प्रसिद्ध करण्यात आली. तिची सुधारित आवृत्ती १९७९ मध्ये प्रसृत झाली.

१९७१ ची सुधारित माध्यमिक शाळांची संहिता :

माध्यमिक शाळा संहितेत शाळांशी संबंधित बाबींचा व कर्मचाऱ्यांच्या सेवाशर्तीचा समावेश करण्यात आला; पण तरतुदीस संविधानिक स्वरूप नसल्यामुळे त्यांना न्यायालयात आव्हाने देण्याची प्रकरणे वाढली. काही प्रकरणांत न्यायालयात विभागातील अधिकाऱ्यांनी दिलेले निर्णयही रद्द ठरविले गेले. या त्रुटी दूर करण्यासाठी, तसेच व्यवस्थापन व कर्मचारी यांच्यातील तंटे सोडविण्याकरिता न्यायाधिकरणाच्या स्वरूपात स्वतंत्र यंत्रणा स्थापन करण्याचे शासनाने ठरविले. त्यानुसार १९७७ मध्ये याबाबतचे एक विधेयक विधानसभेत मान्य करून घेण्यात आले. त्याला राष्ट्रपतींची मान्यता मिळाल्यानंतर ते अधिनियम स्वरूपात प्रसिद्ध करण्यात आले. या अधिनियमांतील तरतुदींनुसार शासनाने खासगी शाळांतील कर्मचाऱ्यांकरिता सेवाशर्ती नियम तयार करून व त्यावर संबंधितांच्या सूचना व आक्षेप मागवून महाराष्ट्र खासगी शाळा कर्मचारी (सेवाशर्ती) नियम १९८१ दिनांक १६-७-८१ रोजी प्रसिद्ध करण्यात आले. हे नियम १५/७/८१ पासून अमलात आले. या अधिनियमांतील तरतुदीनुसार शासनाने मुंबई, पुणे, नागपूर, औरंगाबाद या चार ठिकाणी शाळा न्यायाधिकरणे स्थापन केली. या न्यायाधिकरणाने दिलेल्या निर्णयाची व्यवस्थापनाने अंमलबजावणी न केल्यास त्यांना शासन करण्याची तरतूद अधिनियमात करण्यात आली.

अधिनियमातील व नियमावलीतील तरतुदी सर्व खासगी शाळांना लागू आहेत; परंतु स्थानिक स्वराज्य संस्थांच्या शाळांना यातून वगळले आहे. या तरतुदी अल्पसंख्यांच्या शाळातील मुख्याध्यापकांना, कर्मचाऱ्यांना लागू नाहीत.

माध्यमिक शाळांची तपासणी व प्रतवारी :

माध्यमिक शाळांचा दर्जा टिकवून ठेवण्यासाठी व त्यांना गुणवत्ता साध्य करण्यासाठी मदत व्हावी म्हणून शाळांची तपासणी केली जाते. हे तपासणीचे काम जिल्हा परिषदांच्या स्थापनेपासून जिल्हा परिषद शिक्षणाधिकाऱ्यांकडे सोपविलेले आहे. या शिक्षणाधिकाऱ्यांकडे अशासकीय माध्यमिक शाळा, माजी शासकीय शाळा, तसेच स्थानिक स्वराज्य संस्थेच्या माध्यमिक शाळा यांच्या तपासणीचे काम देण्यात आले आहे. या तपासणीच्या कामात त्यांना उपशिक्षणाधिकार व शिक्षणविस्तार अधिकारी यांचे साहाय्य होते. १९८० पर्यंत प्रत्येक जिल्ह्याला फक्त एक शिक्षणाधिकारी होता. (मुंबईकरिता मात्र शिक्षणाधिकाऱ्याची ३ पदे होती.) या सर्व शिक्षणाधिकाऱ्यांकडे प्राथमिक तसेच माध्यमिक शिक्षणाचे काम सोपविण्यात आले होते. १९८३-८४ पासून प्रत्येक जिल्ह्यात माध्यमिक शिक्षणाकरिता एक स्वतंत्र शिक्षणाधिकारी देण्यात आला आहे.

तपासणीपूर्वी शिक्षणाधिकारी शाळांना भेट देऊन तिच्या प्रगतीचा मागोवा घेतात. तसेच त्रुटीची नोंद घेऊन त्या दूर करण्यासाठी शालेय नियोजन करण्याबाबत मार्गदर्शन करतात. त्यासाठी शाळेचे मुख्याध्यापक, शिक्षक आणि शाळांची प्रतवारी यांचाही विचार केला जातो. या नियोजनाच्या आराखड्याचा पाठपुरावा शिक्षणाधिकारी तपासणीच्या वेळी व नंतरच्या भेटीत करतात. या तपासणीच्या वेळी मार्गदर्शनपर सूचना दिल्या जातात. चांगल्या कामाची नोंद केली जाते व कार्यवाहीसाठी आवश्यक त्या सूचना दिल्या जातात.

प्रतवारी पुस्तिका :

तपासणीचे काम सुलभ व्हावे म्हणून ज्या शाळांची प्रतवारी कमी प्रतीची आहे, त्यांना शाळातपासणीसाठी अग्रक्रम देण्यात यावा, अशा सूचना १९७९ पासून शिक्षणाधिकाऱ्यांना देण्यात आल्या. प्रतवारी संबंधीच्या सूचना व त्यासाठी आवश्यक 'साधनपुस्तिका' शिक्षणशास्त्र संस्थेने तयार केलेली आहे. ही पुस्तिका भरून मुख्याध्यापकांनी शिक्षणाधिकाऱ्याकडे द्यावयाची आहे. त्यावरून जिल्ह्यातील माध्यमिक शाळांची प्रतवारी अ,ब,क,ड,ई या पाच श्रेणींत करण्यात येते. ड व ई प्रतवारी असलेल्या व तक्रारी येणाऱ्या शाळांची तपासणी प्रथम सत्रात करणे अपेक्षित आहे. 'क' प्रतवारी

असलेल्या शाळांची तपासणी दुसऱ्या सत्रात व अ आणि ब प्रतवारी असणाऱ्यांची शाळा तपासणी एक वर्षाआड करावी अशी अपेक्षा आहे.

दत्तक शाळा योजना :

सामाजिक ऋणाची अल्पशी फेड करण्याकरिता शिक्षण विभागातील प्रत्येक अधिकाऱ्याने कमीत कमी एक शाळा दत्तक घ्यावी, असे ठरविण्यात आले. दत्तक घ्यावयाच्या शाळांची निवड करताना पुढील नियम पाळावयाचे आहेत.

१) अशी शाळा समूहातील असावी.

२) या शाळांचा शालान्त परीक्षेचा निकाल २०% पेक्षा कमी असावा. या निकषानुसार शिक्षण विभागातील बहुसंख्य अधिकाऱ्यानी प्रत्येकी एक शाळा दत्तक घेतली आहे.

३) या दत्तक शाळांना वारंवार भेटी देऊन त्यांची शैक्षणिक प्रगती घडवून आणण्यासाठी हे अधिकारी प्रयत्नशील आहेत. त्या कार्यक्रमाला संपर्काधिष्ठित 'शालेय गुणविकास कार्यक्रम' असे नाव देण्यात आले आहे. या कार्यक्रमाचा अंदाज समितीने व केंद्रीय स्तरावर राष्ट्रीय शैक्षणिक संशोधन व प्रशिक्षित परिषद व राष्ट्रीय शैक्षणिक नियोजन व प्रशासन परिषद यांनी नोंद घेऊन त्यांचा गौरव केला आहे.

नवा आकृतिबंध व शिक्षकभरती :

१०+२+३ हा शिक्षणाचा नवीन आकृतिबंध अमलात आल्यामुळे जुन्या अभ्यासक्रमातील ११ वीचे वर्ग बंद झाले. तसेच माध्यमिक शाळांतील तुकड्यांची फेररचना झाली. त्यामुळे अतिरिक्त झालेल्या कर्मचाऱ्यांना सामावून घेण्याकरिता शासनाने १९७५-७६ ते ७७-७८ या कालावधीत अशासकीय माध्यमिक शाळांतील शिक्षक व शिक्षकेतर कर्मचाऱ्यांची पदे भारण्यासाठी सरळ सेवा प्रवेश देण्यावर बंदी घातली. ही बंदी १९७८-७९ मध्ये उठवण्यात आली; पण पूर्वीचाच अनुशेष लक्षात घेऊन मागासवर्गीयांकरिता आरक्षित असलेल्या जागा भरण्याबाबतची कार्यवाही करावी, असे संस्थाचालकांना कळवण्यात आले.

शिक्षकांच्या पदावर नियुक्ती करण्याकरता मागासवर्गीय उमेदवार उपलब्ध नसेल तर ती जागा भरण्यासाठी शिक्षणधिकाऱ्यांच्या पूर्वपरवानगीने बिगर मागासवर्ग उमेदवारांची एक एक वर्षाच्या तत्त्वावर भरती करण्याची परवानगी संस्थांना देण्यात आली. शिक्षकेतर कर्मचाऱ्यांचे पद मागासवर्गीय

उमेदवार मिळाला नाही तर पाच वर्षे रिकामे ठेवावे अशी तरतूद करण्यात आली.

या तरतुदीतून मागासवर्गीयांकरिता राखून ठेवण्याच्या एकूण पदाच्या संख्येत मुख्याध्यापक व सहायक मुख्याध्यापक या पदांचाही समावेश होता; परंतु माध्यमिक शाळेतील मुख्याध्यापक, सहायक मुख्याध्यापक या पदांची नियुक्ती उपलब्ध अर्हताप्राप्त शिक्षकांतून ज्येष्ठता व गुणवत्ता विचारात घेऊन भरावीत, अशी तरतूद शासनाने केल्यामुळे माध्यमिक शाळेतील मुख्याध्यापक, सहायक मुख्याध्यापक ही पदे एकूण संख्येतून बाहेर काढण्यात आली. पदे भरतांना मागासवर्गीयांच्या पहिल्या तीन प्रकारांत अर्हताप्राप्त शिक्षकांकरिता राखून ठेवावीत व ते प्रमाण २४% असावे, अशी तरतूद करण्यात आली.

मागासवर्गीयांचा अनुशेष भरून काढण्याकरिता ३/६/७७ हा दिनांक शासनाने निश्चित केला. या दिनांकापासून अशासकीय माध्यमिक शाळांतील मुख्याध्यापकांची पदे ज्येष्ठता व गुणवत्ता लक्षात घेऊन भरावीत, असे शासनाने ठरविले. मुख्याध्यापकांच्या पदावर नियुक्त करण्यासाठी उपलब्ध अर्हताप्राप्त शिक्षक मागासवर्गीय उमेदवार नसल्यास हे पद शिक्षणाधिकाऱ्याच्या पूर्वपरवानगीने बिगरमागासवर्गीय शिक्षकांच्या नियुक्तीने भरावे, अशी तरतूद आहे. सहायक मुख्याध्यापकांच्या पदांकरिता मात्र अर्हताप्राप्त मागासवर्गीय शिक्षक उपलब्ध नसल्यास हे पद तीन वर्षे रिक्त ठेवावे, अशीही तरतूद केली आहे. तथापि, असे रिक्त पद पर्यवक्षक धर्तीवर भरण्यासाठी महाराष्ट्र खासगी शाळा (सेवाशर्ती) दुरुस्ती नियम १९८४ मध्ये तरतूद केली आहे.

दिनांक १५/७/८१ पासून महाराष्ट्र खासगी शाळा कर्मचारी (सेवाशर्ती) नियमन अधिनियम १९७७ (महाराष्ट्र अधिनियम ८/१९७८) अमलात आला. यातील कलम ४ (१) मध्ये खासगी शाळांतून मागासवर्गीय व्यक्तींसाठी पुरेशा संख्येत पदे राखून ठेवण्याबाबत तरतूद आहे. त्यामुळे या अधिनियमांतर्गत प्रयोजन केलेल्या महाराष्ट्र खासगी शाळा कर्मचारी (सेवाशर्ती) नियम १९८१ मध्ये तरतूद करण्यात आली. त्याचप्रमाणे अशासकीय माध्यमिक शाळांतून लिपिकांच्या पदात कनिष्ठ लिपिक, वरिष्ठ लिपिक, मुख्य लिपिक व अधीक्षक अशी पदोन्नतीची पदे असल्यामुळे व निम्न श्रेणीतील नाईक हे पद पदोन्नतीचे असल्यामुळे या पदांमुळे २४% जागा मागासवर्गीयांतील पहिल्या तीन प्रकारांकरिता राखून ठेवण्यात आल्या आहेत.

संपर्काधिष्ठित शालेय गुणविकास कार्यक्रम :

सन १९७२-७३ पासून शिक्षणाचा नवीन आकृतीबंध अमलात आला. त्यानुसार मार्च १९७५ मध्ये इयत्ता १० वीची पहिली परीक्षा झाली; परंतु नव्या अभ्यासक्रमाचे विद्यार्थ्यांना नीट आकलन न झाल्यामुळे एस.एस.सी. परीक्षेच्या निकालाची टक्केवारी घसरली. सन १९७५-७६ मध्ये झालेल्या माध्यमिक शालान्त परीक्षेच्या अंदाजे एक तृतीयांश शाळांचा निकाल ० ते २०% लागला. यावर बरीच चर्चा झाली. संबंधित शिक्षकांना या निकालाबाबत जबाबदार धरण्यात येऊन त्यांचे वेतन थांबवणे, शाळांची मान्यता काढून घेणे यासारखी कार्यवाही करण्यात आली. पुढे याचा अभ्यास केला असता, असे निदर्शनास आले की याकामी वाईट निकालाला शिक्षकच सर्वस्वी जबाबदार नाहीत, तर विद्यार्थ्यांना या अभ्यासक्रमाचे नीट आकलन झाले नाही, ही बाबही कारणीभूत आहे. निरनिराळ्या शिक्षक संघटना, राज्य शिक्षणशास्त्र संस्था, परीक्षा मंडळ यांच्या स्तरावर शिक्षकांसाठी निरनिराळे उपक्रम घेण्यात आले.

संयुक्त मंडळ :

महाराष्ट्रात अशासकीय माध्यमिक शाळांतील मुख्याध्यापक, शिक्षक व शिक्षकेतर कर्मचारी यांच्या संघटना बऱ्याच वर्षांपासून कार्यरत आहेत. या संघटनांकडून वेळोवेळी त्यांच्या मागण्यांबाबत निवेदने सादर केली जातात. या संघटनांना शासनाने औपचारिक मान्यता दिलेली नसली तरी या संघटनांनी केलेल्या मागण्यांचा सहानुभूतीपूर्वक विचार करण्याचे शासनाचे धोरण आहे. त्यानुसार अशा निरनिराळ्या संघटनांशी त्यांच्या विनंतीनुसार वेळोवेळी चर्चा करून समाधानकारक तोडगा काढण्याचे व समन्वय साधण्याचे प्रयत्नही होतात. बहुतेक संघटनांचे काही समान प्रश्न असतात. माध्यमिक व उच्च माध्यमिक शाळांच्या कामकाजात या शाळांतील शिक्षक व शिक्षकेतर कर्मचाऱ्यांचा समान वाटा असतो. या भूमिकेतून सर्व संघटनांशी शैक्षणिक धोरणाबाबत किंवा त्यांच्या सेवाशर्तीबाबत एकत्रितपणे विचारविनिमय करून निर्णय घेणे सुकर व्हावे म्हणून शासनाने या सर्व संघटनांचे प्रतिनिधी तसेच पालक संघटनांचे प्रतिनिधी व शासकीय अधिकाऱ्यांचे एक संयुक्त मंडळ सचिव, शिक्षण व सेवायोजन विभाग यांच्या अध्यक्षतेखाली स्थापन केलेले आहे. या मंडळाच्या दरवर्षी दोन बैठका घेण्यात येतात. या बैठकीत झालेल्या निर्णयानुसार शासनास योग्य प्रस्ताव सादर करण्यात येतात. अशा

बैठका १९८२-८३ पासून घेण्यात आलेल्या आहेत व वर्षातून दोन बैठका घेण्यात याव्यात, असेही बंधन घालण्यात आले आहे. त्यामुळे समान प्रश्नाबाबत एकाच व्यासपीठावर साधकबाधक विचार करून सर्वमान्य तोडगा काढण्याचा मार्ग सुकर होतो.

शासकीय विद्यावेतन :

राज्यात माध्यमिक शाळांचे जाळे दूरवर पसरलेले आहे. राज्याच्या कानाकोपऱ्यात खेड्यातसुद्धा शिक्षणाच्या सोई उपलब्ध झालेल्या आहेत. त्यामुळे राज्यातील सर्व मुलांना शैक्षणिक प्रगतीची किमान संधी प्राप्त झालेली आहे. असे असले तरी ग्रामीण भागातील प्रतिकूल शैक्षणिक, सामाजिक व आर्थिक परिस्थितीमुळे तेथील बुद्धिमान व गुणवान मुलांच्या विकासात अनेक अडचणी होत्या, असे दिसून आल्यामुळे गुणवान मुलांचा शारीरिक, बौद्धिक, व मानसिक विकास व्हावा म्हणून शासनाने १९६६-६७ मध्ये शासकीय विद्यानिकेतने सुरू केलेली आहेत. ही विद्यानिकेतने पुसेगाव, अमरावती, धुळे, औरंगाबाद येथे कार्यरत आहेत. प्रथम १९६६-६७ मध्ये कोयनानगर व चिखलदरा येथे १९६७-६८ साली नाशिक व औरंगाबाद येथे विद्यानिकेतने सुरू झाली. विद्यानिकेतनात एक प्राचार्य, एक वॉर्डन, एक रेक्टर, प्रत्येक तुकडीकरिता दोन शिक्षक, तीन अंशकालीन शिक्षक, एक वैद्यकीय अधिकारी, शिपाई, कामासाठी स्वयंपाकी, सहस्वयंपाकी व चौकीदार ही पदे निर्माण करण्यात आली. त्या विद्यानिकेतनात इयत्ता पाचवीमध्ये प्रवेश देण्यासाठी स्पर्धात्मक परीक्षा घेऊन गुणवत्तेच्या निकषावर ३० विद्यार्थ्यांची दरवर्षी निवड करण्यात येते. सुरुवातीला विद्यानिकेतनात इयत्ता ५ वी ते ११ वीपर्यंत सात तुकड्या होत्या; परंतु नवीन अभ्यासक्रमानुसार इयत्ता ५ वी ते १० वीअखेर सहा तुकड्या सुरू करण्यात आल्या. त्यात एकूण १८० विध्यार्थ्यांना प्रवेश दिला जात असे. चार शासकीय विद्यानिकेतनात मिळून एकूण ७२० विद्यार्थी तेव्हा शिक्षण घेत होते.

कोयनानगर येथील भूकंपामुळे तेथील विद्यानिकेतन १९६८ साली सातारा येथे हलविण्यात आले. सेवागिरीमहाराजांनी, पुसेगाव (सातारा) येथे शासनाला ११३ एकर जमीन दिल्यामुळे शासनाने त्या जागेवर नवीन इमारत बांधून सातारा येथील विद्यानिकेतन पुसेगाव येथे स्थलांतरित केले. त्याचप्रमाणे चिखलदरा येथील विद्यानिकेतन १९८१ मध्ये अमरावती येथे शासकीय अध्यापक महाविद्यालयाची इमारत मिळाल्यामुळे हलविण्यात

आले. तसेच धुळे येथील शासकीय अध्यापक महाविद्यालयाची इमारत मिळाल्यामुळे नाशिकचे विद्यानिकेतन धुळ्यास हलविण्यात आले. आदिवासी विद्यार्थ्यांकरिता यवतमाळ जिल्ह्यातील केळापूर येथे एक विद्यानिकेतन स्थापन करण्यात आले. अशा प्रकारे शासकीय विद्यानिकेतनाची संख्या वाढत गेली.

याचप्रमाणे सातारा सैनिक स्कूल, श्री शिवाजी प्रीपरेटरी मिलिटरी स्कूल, पुणे, भोसला मिलिटरी स्कूल, नाशिक, इ. ठिकाणी शाळा स्थापन करण्यात आल्या. राष्ट्रीय संरक्षण प्रबोधिनीस योग्य विद्यार्थी पुरवण्याचे प्रधान उद्दिष्ट पुणे येथील शिवाजी प्रीपेरटरी मिलिटरी स्कूल व नाशिक येथील भोसला मिलिटरी स्कूल या शाळांच्या स्थापनेमागे होते; परंतु ते साध्य झालेले दिसून येत नाही.

माध्यमिक शाळेमार्फत इतरही उपक्रम राबवणे शैक्षणिक उद्दिष्टे साध्य करण्यासाठी आवश्यक असल्याचे लक्षात घेऊन 'एक विद्यार्थी एक झाड' वन्यप्राणी सप्ताह, गुजरात शिक्षणसंदर्भात यात्रा (आंतरभारती पुणे यांच्या वतीने राष्ट्रीय एकात्मता वाढविण्यासाठी) हे उपक्रम राबविण्यात आले.

इंटिग्रेशन कमिटी फॉर सेकंडरी एज्युकेशन (एल. आर. देसाई यांच्या अध्यक्षतेखाली), रात्रशाळांचा अभ्यास (अध्यक्ष सी. जी. सहस्रबुद्धे), अशासकीय अनुदानित माध्यमिक शाळांचा अभ्यास (अध्यक्ष ए. आर. अंतुले), अशासकीय माध्यमिक शाळांतील कर्मचाऱ्यांना सवलत यासारख्या शासकीय समित्या स्थापन करण्यात आल्या.

पूर्वप्राथमिक शिक्षणापासून उच्च माध्यमिक शिक्षण स्तरापर्यंतच्या शैक्षणिक धोरणास मजबुती आणण्याच्या दृष्टीने शासनाने १९८३ मध्ये भूतपूर्व शिक्षण राज्यमंत्री पार्वतीबाई मलगोंडा यांच्या अध्यक्षतेखाली शालेय शिक्षणसुधार राज्य सल्लागार समिती स्थापन केली. या समितीने रात्रशाळा - अंशकालीन शाळा - मुक्तशाळा यांबरोबर अनेक शिफारशी करून मुलींसाठी निवासी मध्यवर्ती शाळा सुरू करण्यात याव्यात मुलींसाठी वसतिगृहे सुरू करावीत अशा शिफारशी केल्या.

अहिल्याबाई होळकर योजना :

ग्रामीण भागातील इयत्ता ८ वी ते १० वी पर्यंत शिक्षण घेणाऱ्या विद्यार्थीनींना शाळेत जाण्यासाठी एस.टी.ने मोफत प्रवास करण्याची सवलत सन १९९६-९७ या वर्षापासून देण्याचे शासनाने ठरविले आहे. ही योजना

जून १९९६ पासून अंमलात आली. या योजनेस 'अहिल्याबाई होळकर मुलींना मोफत प्रवास योजना' असे संबोधण्यात यावे असे अपेक्षीत आहे.

ही योजना फक्त ग्रामीण भागातील विद्यार्थीनीसाठी आहे. ज्या ठिकाणी माध्यमिक शिक्षणाची सोय आहे अशा ग्रामिण विद्यार्थीनींना ही सोय लागू होत नाही. मुख्याध्यापकांमार्फत राज्यपरिवहन मंडळाच्या आगार प्रमुखांना यादी पाठवावी. त्यानुसार तिमाही पास मोफत उपलब्ध करुन दिले जाईल. त्यासाठी विद्यार्थीनींची किमान उपस्थिती ७५ टक्के अनिवार्य आहे.

उच्च माध्यमिक शिक्षण

१०+२+३ हा आकृतिबंध भारतीय शिक्षण आयोगाच्या (१९६४-६६) शिफारशीतून अमलात आला. डॉ. ए. यू. शेख माजी शिक्षण सचिव यांच्या अध्यक्षतेखाली एक समिती नियुक्त केली होती. या समितीने आपला अहवाल १९७४ मध्ये शासनास सादर केला. त्यानुसार शासनाने निर्णय घेतला की,

१. सन १९७५ पासून ११ वी व १९७६ पासून १२ वी हे वर्ग माध्यमिक शाळेस किंवा महाविद्यालयांना जोडण्यात यावेत.

२. योग्य इमारत, साहित्य, प्रयोगशाळा, ग्रंथालय इ. बाबी विचारात घेऊन शासनाने उच्च माध्यमिकचे वर्ग माध्यमिक शाळेत किंवा महाविद्यालयात उघडण्यासाठी त्यांची निवड करावी.

३. सुरुवातीला महाविद्यालयांना हे वर्ग चार वर्षांच्या कालावधीसाठी जोडण्यास परवानगी देण्यात यावी. त्यानंतर वस्तुस्थितीचा अभ्यास करून आवश्यकता भासल्यास या मुदतीत आणखी ४ वर्षांची वाढ करण्यात यावी.

४. टप्याटप्याने माध्यमिक शाळांना हे वर्ग जोडण्याचा कार्यक्रम आखून महाविद्यालयाकडून हे वर्ग काढून घेण्यात यावेत.

राज्यात नवीन आकृतिबंधाप्रमाणे इ. १० वी ची पहिली परीक्षा मार्च / एप्रिल १९७५ मध्ये घेण्यात आली. आणि ७५-७६ पासून +२ स्तरावरील या वर्गाच्या घटकांना कनिष्ठ महाविद्यालय असे नामाभिधान प्राप्त झाले. या स्तरावर कला-वाणिज्य, विज्ञान या तिन्ही शाखांचे शिक्षण दिले जाते. नवीन शैक्षणिक आकृतीबंध अमलात आल्यामुळे पश्चिम महाराष्ट्रातील पी. डी. /एफ. वाय. चे वर्ग बंद झाले. त्यामुळे तेथील अतिरिक्त शिक्षकांना/

प्राध्यपकांना कनिष्ठ महाविद्यालयाकडे सामावून घेण्यात आले.

या वर्गांना शिकवण्यासाठी - संबंधित विषयातील पदव्युत्तर पदवी, बी. एड. अगर सरकारमान्य पदविका (डी. एच. ई.) आवश्यक करण्यात आले.

अलीकडच्या काळात या स्तरावर (+२) किमान कौशल्यावर आधारित अभ्यासक्रम विज्ञान शाखेत द्विलक्ष्यी अभ्यासक्रमाचा समावेश केला आहे.

अभ्यासक्रम :

उच्च माध्यमिक वर्गांच्या शैक्षणिक नियंत्रणाचे काम महाराष्ट्र राज्य माध्यमिक व उच्च माध्यमिक शिक्षण मंडळ पुणे यांच्याकडे आहे. या मंडळाकडून अभ्यासक्रम ठरविणे, तासांची विभागणी करणे, पाठ्यपुस्तक तयार करणे इ. कामकाज केले जाते. उच्च माध्यमिक शाळांचा अभ्यासक्रम प्रामुख्याने कला, वाणिज्य, विज्ञान या शाखांमध्ये विभागाला असून त्यातून ४ वैकल्पिक विषय विद्यार्थ्यांना निवडता येतात.

१९७८-७९ पासून काही संस्थांमधून व्यावसायिक शिक्षण दिले जात आहे. त्यांचा विद्यार्थ्यांना लाभ होत आहे. हा व्यावसायिक अभ्यासक्रम २०० गुणांचा आहे. उच्च माध्यमिकच्या विद्यार्थ्यास एक भाषा व एक वैकल्पिक विषय यांच्याऐवजी व्यावसायिक विषय घेता येतो. त्यामुळे इ. १२ वीनंतर विद्यार्थी नोकरी करू शकतो किंवा स्वत:चा व्यवसाय सुरू करु शकतो तसेच पुढील शिक्षण ही घेता येते.

उच्च माध्यमिक स्तरावर इ. १२ वीची परीक्षा महाराष्ट्र राज्य माध्यमिक व उच्च माध्यमिक शिक्षण मंडळाकडून घेतली जाते. इ. ११ वी ची परीक्षा अंतर्गत असून त्या-त्या महाविद्यालयातून घेण्यात येते.

उच्च माध्यमिक शिक्षण हे माध्यमिक स्तरावरील शिक्षण आहे. त्यामुळे माध्यमिक शाळांतील सेवकांना लागू असणाऱ्या सेवाशर्ती उच्च माध्यमिक शाळांतील किंवा कनिष्ठ महाविद्यालयातील सेवकानांही लागू करण्यात आल्या आहेत. या स्तरावर शिकवणाऱ्या कर्मचाऱ्यांचे वेतन बँकेमार्फत देण्याची योजना प्रथमपासून राबविण्यात येत आहे. तसेच त्यांच्यासाठी भविष्यनिर्वाह निधी योजना व निवृत्ती वेतन योजना १९८२ मध्ये लागू करण्यात आल्या आहेत.

प्रशासकीय नियंत्रण

उच्च माध्यमिक शाळा विभागीय शिक्षण उपसंचालकांच्या प्रशासकीय

नियंत्रणाखाली काम करतात. त्यांची तपासणी शिक्षणतज्ज्ञांच्या पथकामार्फत केली जाते. या पथकात विभागीय शिक्षण उपसंचालक अगर त्यांचे प्रतिनिधी निमंत्रक म्हणून काम करतात. त्यांच्या मदतीला उच्च माध्यमिक शाळांतील कला-वाणिज्य - विज्ञान या विभागातील २-३ शिक्षणतज्ज्ञ भाषा शिक्षक असतात. पथकातील सभासदांची निवड शिक्षण उपसंचालक करतात व त्याला शिक्षण उपसंचालकांची मान्यता घेतली जाते. प्रत्येक सभासदाने ३ ते ५ कनिष्ठ महाविद्यालयांची तपासणी करावी अशी अपेक्षा आहे. पुणे-नाशिक -मुंबई यांसारख्या शहरात महाविद्यालयीन स्तरावरील विद्यार्थ्यांना संबंधित शाखेत प्रवेश मिळवणे अवघड होत असल्यामुळे त्यांच्याकडील उच्च माध्यमिकचे वर्ग कमी करणे आवश्यक आहे. त्याचबरोबर व्यावसायिक शिक्षणाचे अभ्यासक्रम सुरू करून उच्च शिक्षणाकडील विद्यार्थ्यांचा ओघ कमी करण्याची आवश्यकता आहे.

मुलींना १९८५-८६ पासून इ. १२ वीपर्यंतचे शिक्षण मोफत देण्याचा शासनाने निर्णय घेतला आहे.

उच्च शिक्षण

महाविद्यालये, विद्यापीठे, संशोधन संस्था यांमध्ये मागील ५० वर्षांत लक्षणीय वाढ झाली आहे; पण या वाढीबरोबरच काही समस्याही निर्माण झाल्या आहेत. उच्च शिक्षणातील प्रमुख समस्या म्हणजे या शिक्षणाची वाढती गरज भागविण्यासाठी योग्य इमारती, चांगले साहित्य, प्रशिक्षित प्राध्यापकवर्ग मिळवणे ही आहे. महाराष्ट्र राज्याच्या स्थापनेनंतर माध्यमिक शिक्षणाचा प्रसार वेगाने झाला. त्यामुळे महाविद्यालयांत प्रवेश घेणाऱ्यांची संख्याही वाढली. सध्याच्या तांत्रिक व वैज्ञानिक प्रगतीच्या युगात उच्च शिक्षण घेण्याचा कल विद्यार्थ्यांत वाढत आहे.

विद्यापीठे :

इ. स. १९६०-६१ मध्ये राज्यात एकूण पाच विद्यापीठे होती. विद्यार्थ्यांची तसेच महाविद्यालयांची वाढती संख्या लक्षात घेता १९६२-६३ मध्ये कोल्हापूर येथे शिवाजी विद्यापीठ स्थापन करण्यात आले. तसेच १९८३-८४ मध्ये अमरावती विद्यापीठाची स्थापना करण्यात आली. श्रीमती ना. दा. ठाकरसी विद्यापीठ हे महिलांसाठी आहे. सध्या मुंबई विद्यापीठ, नागपूर विद्यापीठ (संत तुकडोजीमहाराज) पुणे विद्यापीठ, डॉ. बाबासाहेब

आंबेडकर मराठवाडा विद्यापीठ, शिवाजी विद्यापीठ, कोल्हापूर, अमरावती विद्यापीठ, सोलापूर विद्यापीठ, उत्तर महाराष्ट्र विद्यापीठ, रामानंदतीर्थ विद्यापीठ नांदेड ही विद्यापीठे कार्यरत आहेत. या विद्यापीठांना राज्यातील सर्व शासकीय व अशासकीय कला, वाणिज्य, विज्ञान, विधी इ. शिक्षण संस्था संलग्न आहेत. राज्यातील अभियांत्रिकी व वैद्यकीय महाविद्यालयेसुद्धा या विद्यापीठांशी संलग्न केलेली आहेत अलीकडच्या काळात व्यवस्थापन अभ्यासक्रमातील पदवी पदवुत्तर अभ्यासक्रमाचा समावेश आहे. (बी. बी.ए. बी. एफ. टी. - आणि पत्रकारिता यांसारखे नवे अभ्यासक्रम गरजेनुसार निर्माण होत आहेत.)

कृषीविषयक शिक्षणाच्या विकासासाठी व प्रसारासाठी राज्यात स्वतंत्र विद्यापीठे स्थापन करण्यात आली आहेत. सन १९७४ पूर्वी प्रत्येक विद्यापीठासाठी स्वतंत्र कायदा होता. पण १९७४ पासून विद्यापीठ शिक्षण कायदा (University education Act) अन्वये राज्यातील सर्व विद्यापीठे समान कायद्याच्या अमलाखाली आणली गेली व त्यांना स्वायत्ततेचा दर्जा देण्यात आला. ही विद्यापीठे आपापल्या विभागातील परिस्थिती अभ्यासून संबंधित विभागाची शैक्षणिक प्रगती करण्यासाठी अनुरूप व पोषक अशा शिक्षण व संशोधनविषयक जबाबदाऱ्या पार पाडत आहेत. ही विद्यापीठे केंद्र व राज्य शासनाच्या आर्थिक मदतीने आपापला कारभार चालवीत आहेत.

कला, वाणिज्य, विज्ञान, विधी, अभियांत्रिकी व वैद्यकीय विद्याशाखांद्वारे विद्यापीठातील शैक्षणिक कार्य चालते. विविध शाखांमधून पदव्युत्तर व विशेष संशोधनाचे कार्य अधिक वेगाने व्हावे म्हणून विद्यापीठांमध्ये - विद्यापीठ अनुदान मंडळाच्या आर्थिक साहाय्याने प्रगत अध्ययन केंद्रे सुरू केली आहेत. ही उल्लेखनीय बाब आहे. सध्या विविध विद्यापीठांतून ज्येष्ठ साहित्यिक, विचारवंत, नेते यांच्या कार्याचे योगदान समाजापर्यंत पोहोचविण्यासाठी व कार्याचा विस्तार करण्यासाठी नामवंतांच्या नावे विद्यापीठात व काही महाविद्यालयांत अध्यासने चालवण्यात येत आहेत.

सन १९८१-८२ पासून सर्व विद्यापीठांतील शिक्षक व शिक्षकेतर कर्मचारी यांच्या वेतनावरील खर्चाचा भार शासनाने सांभाळला आहे. शिवाय शासकीय कर्मचाऱ्यांना शासनाकडून वेळोवेळी मंजूर करण्यात येणाऱ्या सर्व सवलती विद्यापीठ कर्मचाऱ्यांना लागू केलेल्या आहेत. बाकीचा खर्च विद्यापीठांनी स्वत:च्या उत्पन्नातून भागवावा अशी अपेक्षा आहे.

विद्यापीठ अनुदान मंडळ विद्यापीठांच्या नवीन शैक्षणिक धोरणास मंजुरी देते. या योजना कार्यक्षमतेने राबविण्यासाठी सुरुवातीची काही वर्षे मंडळ विद्यापीठांना अनुदान देते. अनुदानाचा हा कालावधी साधारणपणे पाच वर्षांचा असतो. या योजनेच्या त्या नंतरच्या खर्चाची जबाबदारी विद्यापीठ व शासन यांच्यावर असते. ती शासनाने वेळोवेळी स्वीकारलेली आहे. सन १९८२ पासून शासकीय कर्मचाऱ्यांचे वेतन व निवृत्तीवेतन यांचा लाभ विद्यापीठे व महाविद्यालये यांच्या कर्मचाऱ्यांना मिळत आहे. यासाठी शासनाने प्रत्येक विभागात निवृत्तीवेतन प्रकरणे निकालात काढण्यासाठी जादा कर्मचारीवर्ग नेमला आहे. उच्च शिक्षणात पदवी-पदव्युत्तर शिक्षण, डॉक्टरेट आणि त्यानंतरचे संशोधन कार्य यांचा समावेश होतो. सर्व विद्यापीठांतून यासंबंधीची व्यवस्था करण्यात आलेली आहे.

राज्यातील कृषीत्तेर विद्यापीठे, त्यास संलग्न असणारी महाविद्यालये व इतर संस्था यात काम करणारे कर्मचारी व व्यवस्थापन यांच्यात विवाद निर्माण झाल्यास त्यावर निर्णय देण्यासाठी शासनाने ठिकठिकाणी न्यायाधिकरणे नेमलेली आहेत. त्यामुळे शिक्षक व शिक्षकेतर कर्मचारी यांना सेवेत संरक्षण मिळालेले आहे.

शासकीय महाविद्यालये :

शासनाच्या वतीने कला व शास्त्र महाविद्यालय, मुंबई, कोल्हापूर, अमरावती, नागपूर, औरंगाबाद येथे चालवण्यात येतात. यातून पदवी, पदव्युत्तर शिक्षण देण्यात येते. औरंगाबाद येथे महाविद्यालयासाठी नवीन इमारत बांधण्यात आली. मुंबई येथे वाणिज्य व विधी यांचे पदव्युत्तर अभ्यासक्रमापर्यंतचे शिक्षण देणारी दोन महाविद्यालये आहेत. सन १९६० पासून मुंबई व नागपूर येथे विज्ञानसंस्था कार्य करीत आहेत. औरंगाबाद येथे १९७४ मध्ये विज्ञानसंस्था सुरू करण्यात आली. राज्यात अनेक ठिकाणी शासकीय अध्यापक महाविद्यालये आहेत. मुंबई, पनवेल, रत्नागिरी, कोल्हापूर, औरंगाबाद, परभणी, अंबेजोगाई, नांदेड, बुलढाणा, अकोला, यवतमाळ, भंडारा आणि इतर ठिकाणीही महाविद्यालये शिक्षक प्रशिक्षणाचे कार्य करीत आहेत.

शासकीय महाविद्यालयात शिक्षण घेणाऱ्या विद्यार्थ्यांसाठी वसतिगृहांची सोय उपलब्ध करून देण्यात आली आहे. राजाराम कॉलेज, कोल्हापूर येथे मुलींकरिता स्वतंत्र वसतीगृह बांधण्यात आले आहे. तसेच मुंबई येथे

शासकीय महाविद्यालयांकरिता दोन वसतीगृहे व विद्यार्थिनींसाठी एक वसतीगृह आहे. या व्यतिरिक्त शासकीय व खासगी महाविद्यालयातील विद्यार्थ्यांसाठी समाजकल्याण विभागामार्फत शासकीय मागासवर्गीय वसतीगृहे चालविली जातात.

संशोधन संस्था :

टिळक महाराष्ट्र विद्यापीठ

टिळक महाराष्ट्र विद्यापीठ येथे संस्कृत, मराठी, इंग्रजी व सामाजिकशास्त्रे यांच्यातील संशोधनाची सोय उपलब्ध आहे. या विद्यापीठाची प्रगती व्हावी म्हणून शासनाकडून अर्थसाह्य दिले जाते. सन १९८३-८४ मध्ये विद्यापीठ अनुदान मंडळाकडून टिळक महाराष्ट्र विद्यापीठास मानीव विद्यापीठ म्हणून मान्यता मिळवण्यासाठी व अन्य विकासकार्यासाठी पाच लाख रुपायांची तरतूद केली होती.

डेक्कन कॉलेज

या संस्थेत प्राचीन इतिहास, संस्कृत उत्खनन, पुराणवस्तू संशोधन इत्यादी विषयांवर तसेच भाषाशास्त्रावर सखोल संशोधनकार्य चालू आहे. ही संस्था आंतरराष्ट्रीय क्षेत्रातही मान्याता पावलेली आहे. या संस्थेत संशोधकांना ग्रंथालय, तज्ज्ञ व्यक्तींचे मार्गदर्शन या सोई उपलब्ध आहेत. या संस्थेस शासनाकडून १००% अनुदान देण्यात येते. संस्थेच्या नियामक मंडळावर प्रतिनिधी म्हणून शिक्षण संचालक (उच्च शिक्षण) काम पाहतात. संस्थेच्या विश्वस्त मंडळावरदेखील त्यांची नेमणूक झाली आहे. सन १९८५-८६ साली या संस्थेचा खर्च ३५ लाख रुपयांपर्यंत होता. ते अनुदान नव्याने देण्याचे शासनाचे धोरण आहे. आजही देशभरातील संशोधक मोठ्या प्रमाणात या संस्थेच्या उपयोग करीत आहेत. येथील ग्रंथालय अनेकांना संशोधनकार्यात उपयुक्त ठरले आहे.

अन्य संशोधन संस्था

विद्यापीठे व महाविद्यालये सोडून संशोधनकार्य करणाऱ्या जवळपास १०० संस्था राज्यात कार्यरत आहेत. १९६० मध्ये ही संस्था ३६ होती. त्यावर दोन लाख रुपये खर्च होत. सन १९८५-८६ मध्ये त्यात सुमारे १४ लाख रुपयांपर्यंत वाढ झाली आहे. यामध्ये इंडियन इन्स्टिट्यूट ऑफ एज्युकेशन, मुंबई / पुणे, इंडियन कौन्सिल ऑफ सोशल सायन्स यांचे

वैदिक संशोधन मंडळ, भांडारकर प्राच्यविद्या संशोधन केंद्र, प्राज्ञ पाठशाळा वाई, योगाभ्यासावर संशोधन करणारी व शिक्षण देणारी लोणावळा येथील - कैवल्यधाम संस्था, गोखले इन्स्टिट्यूट ऑफ पॉलिटिक्स व इकॉनॉमिक्स या संस्था उच्च शिक्षणात मोलाचे काम करीत आहे.

सिडनेहॅम व्यवस्थापन शास्त्र, अभ्यास, संशोधन व उद्योजक संस्था-मुंबई

उद्योग समूहांना व व्यापारी संस्थांना व्यवस्थापनशास्त्रातील उच्च शिक्षण प्राप्त व्यक्तींची निवड भासते. ती लक्षात घेऊन शासनाने जून, १९८४ मध्ये मुंबई येथे सिडनेहॅम व्यवस्थापनशास्त्र, अभ्यास, संशोधन व उद्योजक संस्थेची स्थापना केली आहे. या संस्थेत उद्योजक संस्थेची स्थापना केली आहे. या संस्थेत उद्योजक व्यवस्थापनातील पदविका व पदव्युत्तर अभ्यासक्रमाच्या सोई करण्यात आल्या आहेत.

शासानाने राज्यातील सर्व अकृषी विद्यापीठातल्या आर्थिक परिस्थितीची पाहणी करण्यासाठी शिक्षण संचालक (उच्च शिक्षण) यांच्या अध्यक्षतेखाली १९८१ मध्ये एक समिती नेमली. त्या समितीने केलेल्या शिफारशी १९८५ मध्ये शासनाने मान्य केल्या. अशासकीय महाविद्यालयाच्या अनुदानसूत्रात सुधारणा करणे व शिक्षकेतर कर्मचाऱ्यांच्या आकृतीबंधासंबंधी शिफारशी करण्यासाठी शिक्षण संचालक (उच्च शिक्षण) यांच्या अध्यक्षतेखाली सक्रिय नेमलेल्या होत्या. त्यांचा अहवालही शासनास सादर करण्यात आला.

या व्यतिरिक्त अध्यापनात सुधारणा, संशोधनास प्रेरणा आणि गुणवत्ता सुधारण्यासाठी विद्यापीठ व महाविद्यालयीन शिक्षकांना इतर राष्ट्रीय शिबिरांना व संमेलनांना उपस्थित राहून शोधनिबंध वाचता यावेत म्हणून शासनाने अर्थसाह्य उपलब्ध करून देण्याची सोय केली आहे.

'महाराष्ट्र महाविद्यालयीन पुस्तकनिर्मिती मंडळ' नागपूर येथे मार्च, १९७९ मध्ये स्थापन झाले. या मंडळाकडून प्रादेशिक भाषेत विद्यापीठ स्तरावरील पुस्तके निर्माण करण्याचे कार्य केले जाते. त्यामुळे विद्यार्थ्यांना प्रादेशिक भाषेत वाजवी किमतीत हवी असलेली पुस्तके उपलब्ध होण्याची सोय झाली आहे.

वीस कलमी कार्यक्रमाच्या अंतर्गत महाविद्यालयीन व विद्यापीठीय विद्यार्थ्यांसाठी पुस्तकपेढीची सोय, नियंत्रित दराने जीवनावश्यक वस्तू,

पुस्तके, लेखनसामग्री यांचा पुरवठा तसेच सहकारी भांडारे, उपाहरगृहे या सोई करण्यात आल्या आहेत.

आर्थिकदृष्ट्या मागासलेल्या विद्यार्थ्यांसाठी एक वसतीगृह असावे म्हणून शासनाने ७३-७४ पासून वसतीगृहाची योजना सुरू केली. अशा प्रकारची वसतीगृहे जवळपास सर्व जिल्ह्यांच्या व काही तालुक्यांच्या ठिकाणी आहेत.

प्रौढ शिक्षण

निरक्षर प्रौढांना साक्षर करण्याचे कार्य अनेक दशकांपासून चालू आहेच. महाराष्ट्रात ग्रामशिक्षण मोहीम १७ एप्रिल, १९६१ पासून सुरू झाली. या मोहिमेद्वारा राज्यात १९६१-६२ ते १९७५-७६ या कालावधतीत ४६.५९ लाख पुरुष व ५२.७६ लाख स्त्रिया असे एकूण ९९.३२ लाख प्रौढ साक्षर झाल्याची नोंद करण्यात आली आहे. साक्षरतेच्या या कार्याबद्दल राज्याला १९७२ साली युनेस्कोने 'महंमद रजा पहेलवी' पारितोषिक दिले. राज्याचे १९६१ मधील साक्षरतेचे प्रमाण २९.९% वरून १९७१ मध्ये ३९.०६% झाले. साक्षरताप्रसाराबरोबरच साक्षरता टिकवण्याचे कार्य या कालावधीत ग्रामवाचनालयामार्फत करण्यात आले. राष्ट्रीय प्रौढ शिक्षण चालू होण्यापूर्वी ग्रामशिक्षण योजना, किसान शिक्षण योजना, महिला शिक्षण योजना व अनौपचारिक शिक्षण योजना यामार्फत निरक्षर प्रौढांना साक्षर करण्याच्या योजना राज्यात कार्यान्वित करण्यात आल्या.

ग्रामशिक्षण मोहीम :

दिनांक १७ एप्रिल, १९६१ रोजी शिवनेरी किल्ल्यावर त्या वेळचे शिक्षणमंत्री बाळासाहेब देसाई यांच्या शुभहस्ते ग्रामशिक्षण मोहिमेची मुहूर्तमेढ रोवण्यात आली. या योजनेत १४ ते ५० वयोगटातील निरक्षर प्रौढांना चार महिन्यांच्या कालावधीसाठी शिक्षण देण्यात आले. यासाठी प्रत्येक गावातील सुशिक्षित लोक व समाज कार्यकर्ते यांची मदत घेण्यात आली. शासकीय पातळीवर त्या कार्यक्रमासाठी उपयुक्त असे मार्गदर्शक साहित्य, वाचनपुस्तिका तयार करण्यात आली. खडू, कंदील, रॉकेल इ. चा पुरवठा ग्रामपंचायती मार्फत करण्यात आला. त्यासाठी त्या काळी प्रत्येक प्रौढामागे ५० पैसे अनुदान देण्यात आले. या कार्यक्रमाचे फलित म्हणजे साक्षरतेच्या प्रमाणात झालेली वाढ हे होय. ग्रामशिक्षण मोहिमेखाली १९६१-६२ ते ७५-७६

पर्यंत म्हणजे दहा वर्षांत ४४,५७,९५२ पुरुष व ५० ९६,५६६ स्त्रिया असे ९५,५४,५१८ लोक साक्षर झाले.

किसान शिक्षण योजना

आपला देश शेतीप्रधान असल्याने बहुसंख्य लोकांचा व्यवसाय शेती आहे. त्यामुळे प्रौढ शिक्षणकार्याला, शेती व्यवसायाच्या कार्यात्मकतेची जोड देण्यात आली. ही योजना कृषी माहिती व शिक्षण विभागांमार्फत कार्यान्वित केली. या योजनेत महाराष्ट्रात ग्रामशिक्षण मोहिमेद्वारे साक्षर झालेल्या प्रौढांसाठी प्रामुख्याने ही योजना कार्यान्वित करण्यात आली. केंद्र सरकारच्या मूळ योजनेत महाराष्ट्र शासनाने बदल करून नवसाक्षर प्रौढासाठी ही योजना लागू केली व त्यांची साक्षरता टिकवण्याचे धोरण अवलंबिले. दोन टप्प्यांत हे काम केले जाते. उत्तीर्ण होणाऱ्या प्रौढांमागे प्रथम व द्वितीय टप्पा पूर्ण झाल्यावर प्रत्येकी रुपये ४ प्रमाणे संबंधित शिक्षकाला अनुदान दिले जात असे. त्यानुसार राज्यातील १३ जिल्ह्यांत ही योजना कार्यान्वित केली. मात्र, १९७३-७४ नंतर संबंधित कार्यक्रमाला व पर्यवेक्षकाला दरमहा मानधन देण्याचे धोरण अवलंबिण्यात आले. ही योजना मुख्यत्त्वे शिक्षण व भागशिक्षणाधिकारी यांच्यामार्फत अमलात आणली व त्यांना या कामासाठी विशेष मानधन दिले जात होते.

'पा इ र ए प' प्रकल्प

सन १९७४-७५ ते ७५-७६ मध्ये वर्धा जिल्ह्यातील कारंजा गटात 'पा य र ए प' योजनेनुसार कार्यवाही साक्षरतेचा प्रयोग करण्यात आला. ही योजना 'पायलट इन्टेन्सिव रुरल एम्प्लॉयमेंट प्रोजेक्ट' या नावाने कार्यवाहीत आणण्यात आली. हा प्रयोग विशेष फलदायी ठरला. त्याची कारणे खालीलप्रमाणे:

- वाचन शिकवण्यासाठी अनुसरलेली सहज वाचनपद्धत, वाचन-लेखनाच्या अध्ययन-अध्यापनासाठी उपयोगात आणलेली शब्दांची, वाक्यांची क्षणचित्रे, शिकणाऱ्यांच्या आवडीनिवडीचा व शब्दसंपत्तीचा विचार करून नव्याने तयार केलेले पहिले वाचनपुस्तक.
- व्यावसायिक कौशल्य शिकविण्याचा नव्याने हाती घेतलेला उपक्रम.
- शिकणाऱ्यांच्या जीवनातील समस्या सोडविण्याच्या दृष्टीने अध्ययन-अध्यापनाची मांडणी.
- कार्यकर्त्यांना मुशाहिरा

कारंजा विकास गटातील या योजनेचे यश लक्षात घेऊन शासनाने ही

योजना कार्यात्मक साक्षरता या नावाने १९७६-७७ पासून ११ जिल्ह्यांत कार्यान्वित केली होती. एका केंद्रात ३० निरक्षर प्रौढांना दाखल केले गेले. या प्रकारे दरवर्षी ९९०० प्रौढांना साक्षर केले. यासाठी शासनाने दोन लाख रुपयांची तरतूद केली. या योजनेत प्रौढ शिक्षण केंद्रांचा कालावधी सहा महिन्यांचा करण्यात आला.

अनौपचारिक शिक्षण योजना

सन १९७६-७७ मध्ये वर्धा जिल्ह्यात १००% अनुदानावर नवीन अनौपचारिक शिक्षण कार्यक्रम सुरू करण्यात आला. या योजनेनुसार १०० केंद्रे उघडण्यात येऊन तीन हजार निरक्षर प्रौढांना साक्षर करण्यात आले. केंद्र शासनाने त्यासाठी एक लाख रुपये मंजूर केले. या धर्तीवर राज्य शासनाने पुणे जिल्ह्यात १०० केंद्रे सुरू करून एक प्रकल्प सुरू केला. केंद्र शासनाने हाच प्रकल्प बीड जिल्ह्यात व राज्य शासनाने रत्नागिरी जिल्ह्यात सुरू केला.

निरक्षरता निर्मूलनाच्या कार्यात केंद्र शासनाबरोबर राज्य शासनही आपली जबाबदारी समर्थपणे पार पाडीत आहे. या योजनेत एकूण स्त्री-पुरुष मिळून ४,९२,५१६ प्रौढांना साक्षर करण्यात आले. हे कार्य ११,७८० गावांत चालले व त्यावर ४७,४९०००/- रुपये खर्च करण्यात आले. या कार्याची पाहणी राष्ट्रीय स्तरावरील तज्ज्ञांनी केली. त्यांच्या शिफारशीनुसार राष्ट्रीय प्रौढ शिक्षणाचा कार्यक्रम सर्व राज्यांत सुरू करण्यात आला. विशिष्ट कालावधीत निरक्षरतेचे निमूर्लन करण्याचे उद्दिष्ट समोर ठेवण्यात आले.

राष्ट्रीय प्रौढ शिक्षण कार्यक्रम

निरक्षरता निर्मूलनाचा देशव्यापी व महत्त्वाकांक्षी कार्यक्रम 'राष्ट्रीय प्रौढ शिक्षण कार्यक्रम' नावाने २ ऑक्टोबर, १९७८ पासून केंद्र शासनाने सर्व राज्यांत सुरू केला. या कार्यात स्वयंसेवी संस्थांना व महाविद्यालयांना प्रथमच समाविष्ट करून घेण्यात आले. कार्यक्रमात साक्षरतेबरोबरच जाणीवजागृती आणि कार्यात्मकता यांचा समावेश करण्यात आला. या कार्यक्रमाला पूरक म्हणून राज्य शासनाने राज्य प्रौढ शिक्षण कार्यक्रम सुरू केला. सन १९८१ मध्ये जनगणनेनुसार राज्याची साक्षरता ४७.३७% होती. यात पुरुषांची साक्षरता ५८.८९% व स्त्रियांची साक्षरता ३५.०८% आहे. जनगणना व साक्षरतेची टक्केवारी या आधारे १५ ते ३५ वयोगटातील निरक्षर प्रौढांची संख्या ११६.४९ लक्ष होती. यांपैकी १९८१-८२ ते १९८५-८६ अखेर

२३.४५ लक्ष (पुरुष १०.२९ लाख व १३.१६ लक्ष स्त्रिया) निरक्षरांना साक्षर करण्यात आले आहे.

प्रौढ शिक्षण कार्यक्रमाची उद्दिष्ट्ये

राष्ट्रीय प्रौढ शिक्षण कार्यक्रम कार्यान्वित करतांना १९८१ च्या जनगणनेनुसार, १५ ते ३५ वयोगटांतील ११६.१६ लाख निरक्षर प्रौढांना साक्षर करण्याचा महत्त्वाकांक्षी कार्यक्रम हाती घेतला आहे. निरक्षरांमध्ये महिलांचे प्रमाण मोठे आहे. आदिवासी डोंगराळ भागात एकूण निरक्षरतेचे उच्चाटन करणे हे या योजनेचे प्रमुख उद्दिष्ट आहे. ही योजना मूलतः दलित गरीब, दारिद्रय रेषेखालील व मागास विभागातील निरक्षरांसाठी आहे. रोजगार हमी योजनेतील मजुरांनादेखील या योजनेचा लाभ मिळेल असा शासनाचा प्रयत्न होता. त्यासाठी कार्यक्रमाची उद्दिष्ट्ये खालीलप्रमाणे निश्चित करण्यात आलेली आहेत.

१) साक्षरता : गरजेपुरते वाचन, लेखन, अंकज्ञान व हिशेबज्ञान.

२) जाणीवजागृती : साक्षरतेबरोबरच नागरिक सुसंस्कृत व्हावा, मानवी मूल्ये जोपासली जावी, स्वतःची कर्तव्ये, अधिकार योग्य रीत्या बजावावीत, अशी जाणीव त्यांच्यात निर्माण करण्यात आली.

३) कार्यात्मकता : स्वतःची कर्तव्ये व हक्क बजाविताना दुसऱ्याच्या हितासाठी व कल्याणासाठी प्रत्येकाने प्रयत्न करावा. लघुउद्योग, पूरक छोटे उद्योग यांचे प्रौढांना ज्ञान देऊन आर्थिक लाभ मिळवण्यास मदत करणे.

या जाणीवजागृती व कार्यात्मकता या उद्दिष्टाच्या पूर्तीतून जीवनपूर्ती व्हावी व समाजाचा उन्नतीस हातभार लावा, अशी अपेक्षा आहे.

प्रौढ शिक्षण कार्यक्रमांतर्गत राज्यात केंद्र शासन पुरस्कृत व राज्य शासनपुरस्कृत कार्यक्रम खालीलप्रमाणे कार्यान्वित केले.

१) ग्रामीण कार्यात्मक साक्षरता योजना

२) अनौपचारिक शिक्षण योजना

३) स्वयंसेवी संस्थांनी चालवलेला उपक्रम

४) केंद्र शासनाच्या साहाय्याने चालविलेला कार्यक्रम

५) महाविद्यालयीन प्रौढ शिक्षण योजना

हे सर्व कार्यक्रम केंद्र शासनाने पुरस्कृत केले. केंद्र पुरस्कृत साक्षरेतर अनुधावन कार्यक्रमाची २५३५ केंद्रे २३ जिल्ह्यांत सुरू होती.

राज्य शासनाच्या पुरस्काराने राज्यभर खालील कार्यक्रम चालू आहेत.

१) राज्य प्रौढ शिक्षण योजना

२) अनौपचारिक शिक्षण योजना

३) कार्यात्मक साक्षरता योजना

४) आदिवासी विभागातील - अनौपचारिक शिक्षण योजना

५) मुंबई शहर समाजशिक्षण समितीमार्फत चालणारे कार्यक्रम

६) एकात्मिक बालविकास योजनेखाली चालू असलेला प्रौढ शिक्षण कार्यक्रम

या सर्व योजनांचा समावेश करून प्रौढ शिक्षण योजनेच्या कार्यक्रमाची कार्यवाही करण्यात आली. महिला प्रौढशिक्षण कार्यात केलेल्या उत्कृष्ट कामगिरीबद्दल केंद्र शासनाचा पुरस्कार :

१९८३-८४ मध्ये केंद्रीय शिक्षण खात्याने महिला प्रौढ शिक्षण कामात उत्कृष्ट कामगिरी करणाऱ्या राज्यासाठी, जिल्ह्यासाठी व महिला प्रौढ शिक्षण केंद्रासाठी पारितोषिक योजना जाहीर केली. या योजनेनुसार प्रत्येक जिल्ह्यातून पाच उत्कृष्ट महिला केंद्रांची निवड केली गेली. राज्यस्तरावर उत्कृष्ट महिला प्रौढांसाठी १९८२-८३ मधील कामाबद्दल वर्धा जिल्ह्याची, १९८३-८४ साली अमरावती जिल्ह्याची निवड करण्यात आली. केंद्र शासनाने महिलांच्या प्रौढ शिक्षणातील उत्कृष्ट कामाबद्दल महाराष्ट्र राज्याला २५ लाख रुपयांचे पारितोषिक जाहीर करून राज्याचा गौरव केला. वर्धा जिल्ह्यासाठी ३ लाख रुपयांचे पारितोषिक, २८ जिल्ह्यांतील १४० महिला प्रौढ शिक्षण केंद्रांना प्रत्येकी पाच हजार रुपयांप्रमाणे सात लाख रुपयांचे पारितोषिक १९८३-८४ मध्ये देण्यात आले. १९८४-८५ मध्ये ३० जिल्ह्यांसाठी १५० महिला प्रौढ शिक्षण केंद्रांना ७.५० लक्ष रुपयांचे पारितोषिक देण्यात आले. हे पारितोषिक रोख रकमेत न देता शिवणयंत्र व साहित्य या रूपाने दिले गेले. वर्धा - अमरावती जिल्ह्यांसाठी मिळालेल्या प्रत्येकी तीन लाख रुपयांतून एक बहु उद्देशीय शैक्षणिक साधनांनी युक्त फिरते वाहन अद्ययावत साधने व विविध व्यवसायांची माहिती देणारे साहित्य विकत घेतले आहे. राज्यासाठी मिळालेल्या २५ लाख रुपयांतून उत्साहाने कार्य करणाऱ्या महिला कार्यकर्त्यांना प्रशिक्षण देण्यासाठी एक संस्था अमरावती येथे १९८५-८६ मध्ये स्थापन करण्यात आली.

प्रशासकीय व्यवस्थापन :

प्रौढ शिक्षण कार्यक्रमाची परिणामकारक अंमलबजावणी करण्यासाठी प्रत्येक जिल्ह्यात स्वतंत्र जिल्हा प्रौढ शिक्षण कार्यालयाची स्थापना करण्यात आली. या कार्यालयात वर्ग-१ चा एक अधिकारी नियुक्त करण्यात आलेला आहे. तसेच ३०० प्रौढ शिक्षण केंद्रांवर देखरेख करण्यासाठी वर्ग-२ चा प्रकल्पाधिकारी देण्यात आलेला आहे. ३० केंद्रांसाठी प्रत्येकी एक पर्यवेक्षक नियुक्त करण्यात आलेला आहे. जिल्हा प्रौढ शिक्षणाधिकारी प्रौढशिक्षणाच्या संदर्भात आवश्यक ती सर्व कामे प्रकल्पाधिकाऱ्यांच्या साहाय्याने पार पाडतात. सनियंत्रण, आर्थिक तरतूद, खर्च आणि मूल्यमापन ही कामे पार पाडली जातात. जिल्हा परिषदा, पंचायत समित्या, तहसील कार्यालये आाणि विविध विकास खात्यांचे अधिकारी यांचा सहभाग या कार्यक्रमासाठी मिळवण्याकरिता सातत्याने प्रयत्न करण्यात येत आहेत.

राज्यस्तरावर स्वतंत्र प्रौढ शिक्षण संचालनालयांची प्रौढ शिक्षण संचालकांच्या नियंत्रणाखाली स्थापन करण्यात आली आहे. त्यांच्या मदतीला एक शिक्षण उपसंचालक, दोन साहाय्यक शिक्षण संचालक, तीन समाजशिक्षण अधिकारी व एक कार्यक्रम अधिकारी देण्यात आले आहेत. या संचालनालयाकडून राष्ट्रीय व राज्य प्रौढ शिक्षण कार्यक्रमाबरोबरच स्वयंसेवी संस्थांनी चालविलेल्या कार्यक्रमावर देखरेख करण्याचे कार्यही केले जाते. प्रौढ शिक्षण कार्यक्रमाची प्रभावी अंमलबजावणी व सनियंत्रण यांसाठी राज्यात विभागीय शिक्षण उपसंचालक (प्रौढ शिक्षण) यांची दोन विभागीय कार्यालये १९८५-८६ या वर्षी स्थापन करण्यात आली.

राज्य साधन केंद्र :

पुण्याच्या भारतीय शिक्षण संस्थेत नोव्हेंबर १९७६ मध्ये राज्य साधन केंद्राची स्थापना करण्यात आली. या केंद्राकडून अधिकाऱ्यांचे प्रशिक्षण, साहित्यनिर्मिती, प्रकाशन व मूल्यमापन ही कामे केली जातात. स्वयंसेवी संस्थांचे कार्यकर्ते, जिल्हा प्रौढशिक्षणधिकारी, प्रकल्पाधिकारी, साहाय्यक प्रकल्प अधिकारी आणि पर्यवेक्षक यांच्या प्रशिक्षणाची जबाबदारी राज्यसाधन केंद्रावर आहे. या कार्यासाठी केंद्र चर्चासत्राचे, कार्यशाळेचे आयोजन करते. शिक्षण क्षेत्रातील अनुभवी व्यक्ती, सामाजिक क्षेत्रातील कार्यकर्ते, साहित्यिक यांच्या सहभागातून प्रौढ साक्षरांना उपयुक्त ठरणारे वाचन साहित्य निर्माण केले जाते. अध्ययन अध्यापन साहित्य कार्यकर्त्यांसाठी मार्गदर्शक साहित्य,

वार्तापत्रे, भित्तिपत्रके व वैचारिक साहित्य प्रकाशित केले जाते. या साहित्याबरोबरच 'संवादिनी' त्या द्वैमासिकाचे प्रकाशन केले जाते. यामध्ये प्रौढ शिक्षण कार्यकर्त्याला प्रेरणा देणारे साहित्य अंतर्भूत असते.

प्रौढशिक्षण कार्यक्रमाचे शास्त्रशुद्ध मूल्यमापन करण्यासाठी राज्य शासन केंद्राने चाचण्या तयार केल्या आहेत. या मूल्यमापनासाठी कार्यक्रमाच्या उद्दिष्टांनुसार तीन संच तयार केले आहेत. पहिला संच चार महिन्यांनंतर दुसरा सात, व तिसरा संच दहा महिन्यांनंतर वापरण्यात येतो. नवीन आकृतिबंधानुसार कार्यान्वित असणाऱ्या प्रौढ शिक्षण केंद्राच्या कार्याचे मूल्यमापन करण्यासाठी सुधारित चाचण्या तयार करण्यात आल्या आहेत.

प्रौढ शिक्षणाच्या विविध पैलूंवर साधन केंद्राकडून संशोधन केले जाते. त्याचबरोबर प्रायोगिक प्रौढशिक्षण केंद्र चालवून त्याचे संघटन, व्यवस्थापन, अध्यापनपद्धती, मूल्यमापन यांचा बारकाईने अभ्यास केला जातो.

महाराष्ट्र राज्य प्रौढ शिक्षण संस्था - औरंगाबाद :

महाराष्ट्र राज्य प्रौढ शिक्षण संस्थेची स्थापना २७ फेब्रुवारी, १९७८ रोजी करण्यात आली. ही संस्था स्वायत्त असून शासनाने नियुक्त केलेल्या नियामक मंडळामार्फत संस्थेचा कारभार पाहिला जातो. नियामक मंडळाचे अध्यक्ष व उपाध्यक्ष अनुक्रमे शिक्षणमंत्री व शिक्षण राज्यमंत्री आहेत. या मंडळावर सामान्य शिक्षण, उच्च शिक्षण, प्रौढ शिक्षण, महाराष्ट्र राज्य शैक्षणिक संशोधन व प्रशिक्षण परिषद, पाठ्यपुस्तक मंडळ यांचे संचालक आहेत. याशिवाय शिक्षण सचिव कुलगुरूंच्या संयुक्त मंडळाचे अध्यक्ष मंडळावर घेतलेले आहेत. या मंडळात चार अशासकीय सदस्यांसाठीचाही समावेश असतो. संस्थेचे संचालक नियामक मंडळाचे पदसिद्ध सचिव आहेत. या संस्थेकडून अध्ययन - अध्यापन साहित्याची निर्मिती व प्रकाशन केले जाते. वाचन पुस्तके, विविध विषयांची उपयुक्त माहिती देणारी घडीपत्रे व इतर उपयुक्त वाचनसाहित्य तयार केले जाते. वाचन साहित्याशिवाय नवसाक्षरांची साक्षरता टिकावी म्हणून चांगल्या प्रकारचे साहित्य संस्थेतर्फे उपलब्ध करून दिले जाते. यासाठी लेखकांची शिबिरे आयोजित करून विविध विषयांवर पुस्तके लिहून घेतली जातात. ही संस्था जिल्ह्यातील निवडक संघटना - पर्यवेक्षकांना विभागीय पातळीवर प्रशिक्षण देते. जिल्हा प्रौढ शिक्षणाधिकारी व प्रकल्पाधिकारी यांच्या सहविचार सभा होऊन प्रौढ

शिक्षणाच्या विविध प्रश्नांवर व विशेषत: साहित्यविषयक बाबींवर चर्चा केली जाते. अध्ययन-अध्यापन साहित्यनिमिर्तीसाठी संस्था कृतीसत्रे आयोजित करते. तसेच प्रौढ शिक्षणसंस्थांना केंद्रांना मार्गदर्शनपर साहित्य पुरवणारे लोकशिक्षण मासिक प्रसिद्ध करते. याचबरोबर संस्थेने प्रदर्शन, निबंध स्पर्धा, कीर्तनाद्वारे जनजागृती इ. कार्यक्रमही हाती घेऊन प्रौढ शिक्षणाला गती देण्यासाठी भरीव योगदान दिले आहे.

श्रमिक विद्यापीठ :

केंद्र शासनाच्या शिक्षण मंत्रालयाकडून श्रमिक विद्यापीठाची योजना कार्यान्वित करण्यात आली. हे विद्यापीठ कामगारांना अनौपचारिक शिक्षण देऊन त्यांचे जीवनमान उंचावण्याचा प्रयत्न करते. चांगला नागरिक बनवणे, याबरोबर त्यांचे व्यावसायिक कौशल्य व तांत्रिक ज्ञान सुधारणे यासाठी श्रमिक विद्यापीठ प्रशिक्षण कृतिसत्राचे आयोजन करते. तसेच कामगारांत सामाजिक, आर्थिक व राजकीय जागृती निर्माण करण्याचा प्रयत्न करते, श्रमिक विद्यापीठाची योजना स्वयंसेवी संस्थांकडून राबविण्यात येते. त्यासाठी संस्थेला केंद्र शासन अनुदान देते. राज्यात मुंबई, नागपूर व औरंगाबाद येथे श्रमिक विद्यापीठे प्रौढ शिक्षण संदर्भात कार्य करतात.

स्वयंसेवी संस्थांचा व विद्यापीठे, महाविद्यालये यांचा प्रौढ शिक्षणकार्यात सहभाग :

प्रौढ शिक्षणाच्या कार्यासाठी स्वयंसेवी संस्थांना केंद्र शासनामार्फत अनुदान दिले जाते. सन १९८४-८५ मध्ये राज्यात ८४ स्वयंसेवी संस्थांची १२८४ केंद्र काम करीत होती. त्यांचा लाभ ३७९५१ प्रौढांना मिळत आहे. स्वयंसेवी संस्थांबरोबर विद्यापीठ अनुदान मंडळाच्या आर्थिक साहाय्याने राज्यात विविध महाविद्यालयांमार्फत ३८६१ प्रौढा शिक्षण केंद्र कार्य करीत होती. सन १९८५-८६ यावर्षी योजनांतर्गत जादा २५०० प्रौढ शिक्षण केंद्रे राज्य प्रौढ शिक्षण कार्यक्रमाचा विस्तार म्हणून सुरू करण्यात आली होती. त्यामुळे या कार्यक्रमांतर्गत एकूण ८५८० केंद्रे चालू होती. व त्यातून दरवर्षी २५,७४०० प्रौढांना शिक्षण मिळत असे.

महाराष्ट्र राज्यास सन १९८५ या वर्षासाठी 'युनेस्को' तर्फे 'नादेझ्रा कूप्सकाया साक्षरता पारितोषिक' मिळाले. प्रौढ शिक्षणाच्या कार्यात भारतात महाराष्ट्र राज्य एक अग्रेसर राज्य म्हणून कार्यरत आहे.

शारीरिक शिक्षण

महाराष्ट्राने शारीरिक शिक्षणासंदर्भात केलेली प्रगती सर्वश्रुत आहे. मल्लखांब, कुस्ती, लेझीम या देशी खेळांप्रमाणेच महाराष्ट्राने भारताला इतर क्रीडाक्षेत्रातही नेतृत्त्व दिले आहे. विजय मर्चंट, बापू नाडकर्णी, सुनील गावसकर, दिलीप वेंगसरकर, रवी शास्त्री यांसारखे जागतिक कीर्तीचे क्रिकेटवीर महाराष्ट्रात निर्माण झाले. बुद्धिबळाच्या क्षेत्रात खाडिलकर भगिनींनी जागतिक सन्मान मिळवला आहे. क्रीडाक्षेत्रात महाराष्ट्राला फार माठी परंपरा लाभलेली आहे. मल्लविद्या महाराष्ट्राने चांगली जोपासली आहे. पूर्वीपासूनच गावोगावी जसे मारुती मंदिर बांधले जात असे, तसाच एक आखाडाही बांधला जात असे. या आखाड्यात गावातील तरुण मुले मोठ्या उत्साहाने भाग घेत असत. गावोगावी यात्रेच्या निमित्ताने कुस्त्यांची मैदाने भरवीत असत. आसपासच्या गावातील मल्लखांबमध्ये हिरीरीने भाग घेत. कोल्हापुरी कुस्ती श्रीमंत शाहूमहाराजांनी जोपासली. महाराज कुस्तीगीरांना प्रोत्साहनासाठी बक्षीस देत असत. शिवाय समाजातही त्यांना मान असे. कुस्तीची ही परंपरा आजही कोल्हापुराने राखली आहे.

योगविद्या ही भारताप्रमाणेच महाराष्ट्राचे खास वैशिष्ट्य. लोणावळ्याचा स्वामी कैवल्यानंद आश्रम आज कित्येक वर्षे योगासनाच्या प्रसारासाठी कार्यरत आहे. तसेच क्रीडा शिक्षक तयार करण्यासाठी कांदिवली येथील शारीरिक शिक्षण महाविद्यालयाचा नावलौकिक १९३८ पासून भारतभर पसरला होता. आज हे महाविद्यालय बंद झाले असले तरी यातून निर्माण झालेले भारतीय व विदेशी खेळाचे प्रशिक्षण घेतलेले तज्ज्ञ महाराष्ट्रात तसेच देशभर कार्य करीत आहेत.

शरीर कार्यक्षम ठेवण्यासाठी त्याला व्यायामाची गरज आहे. व्यायामाच्या सवयी योग्य वयातच लागणे आवश्यक आहे. शासनाने याचा विचार करून प्राथमिक शाळेपासून महाविद्यालयीन स्तरांपर्यंत क्रीडा शिक्षणासाठी व क्रीडा शिक्षकांसाठी विविध योजना आखल्या आहेत. आज केंद्र व राज्य शासन शारीरिक शिक्षणाला विविध प्रकारे प्रोत्साहन देत आहे.

महाराष्ट्राच्या स्थापनेच्या वेळी प्रत्येक जिल्ह्यासाठी एक सहायक उपशिक्षणाधिकारी या दर्जाचा अधिकारी असे. या अधिकाऱ्याने जिल्ह्यातील माध्यमिक शाळांची शारीरिक शिक्षण आणि शाळांच्या शारीरिक शिक्षण विभागाची तपासणी करून शाळांना सूचना देणे अपेक्षित असे. आणि

शाळांच्या शारीरिक शिक्षणविषयक प्रगतीचा अहवाल शासनास देणे हा अधिकारी वर्ग-३ मधील असे आणि त्याने कांदिवलीच्या शारीरिक शिक्षण महाविद्यालयातून डी. पी. एड. ही पदविका प्राप्त केलेली असे. शारीरिक शिक्षणाचे महत्त्व विचारात घेऊन क्रीडा व समाजकल्याण विभागाने १९७० मध्ये 'क्रीडा व युवकसेवा संचालनालय' स्थापन केले. मार्च १९७२ मध्ये शासनाने हे कार्य नवीन निर्माण केलेल्या समाजकल्याण, सांस्कृतिक कार्य, क्रीडा व पर्यटन विभागाकडे सुपूर्द केले. राष्ट्रीय छात्रसेना, बालवीर व वीरबाला आणि राष्ट्रीय सेवा योजना शासनाने जरी युवक सेवा विभागाकडे ठेवल्या तरी संचालनालयीन पातळीवर सदरहू योजना क्रीडा व युवकसेवा संचालनालयाकडेच ठेवल्या आहेत.

शासनाने क्रीडा व युवक सेवा संचालनालयाकडे खालीलप्रमाणे क्रीडाविषयक जबाबदारी सोपविलेली आहे.

१) प्राथमिक, माध्यमिक व महाविद्यालयीन स्तरावर शारीरिक शिक्षणाच्या योजना व कार्यक्रम आखणे.

२) शिक्षकांना शारीरिक शिक्षणविषयक प्राशिक्षण देणे.

३) विद्यार्थी व विद्यार्थिनींसाठी क्रीडा स्पर्धा आयोजित करणे.

४) विद्यार्थी व विद्यार्थिनींसाठी तसेच युवक संघटनांसाठी युवककल्याण कार्यक्रम करणे.

५) बालवीर, वीरबाला, राष्ट्रीय छात्रसेना, तसेच राष्ट्रीय शारीरिक क्षमता कार्यक्रम आखणे आणि राष्ट्रीय शारीरिक क्षमतेची चाचणी घेणे.

६) खेळाची मैदाने तयार करणे व त्यांची देखभाल करणे.

७) शिबिरे, गिर्यारोहण, क्रीडा स्पर्धा, कुस्त्यांची मैदाने आणि योगशिक्षण यांची योजना तयार करणे.

केंद्र सरकारच्या वतीने महाराष्ट्र राष्ट्रीय स्वास्थ्यदलामार्फत कार्य करणाऱ्या क्रीडा शिक्षकांना १ ऑगस्ट, १९७२ पासून क्रीडा व युवक सेवा संचालनालयाकडे वर्ग करण्यात आले. या सर्व क्रीडा शिक्षकांना १ नोव्हेंबर, १९७६ पासून महाराष्ट्र शासनाच्या सेवेत दाखल करून घेण्यात आले.

क्रीडा आणि युवक संचालनालयामार्फत खालील प्रमुख योजना राबविण्यात येतात.

१) योग प्रशिक्षण

शासकीय कर्मचाऱ्यांना योग प्रशिक्षण देण्याच्या हेतूने ही योजना तयार करण्यात आली आहे. या योजनेचा लाभ विविध विभागांत काम करणारे शासकीय कर्मचारी घेतात. हे प्रशिक्षण सर्व शासकीय कर्मचाऱ्यांना घेता यावे या साठी योजना आखल्या जातात.

२) अशासकीय शारीरिक शिक्षण महाविद्यालयांना मदत

नागपूर, औरंगाबाद, मुंबई, पुणे, यवतमाळ, अमरावती यासारख्या ठिकाणच्या शारीरिक शिक्षण महाविद्यालयांना कर्मचाऱ्यांच्या एकूण मान्य पगारावर १००% व इतर मान्य खर्चावर १२% अनुदान दिले जाते.

३) क्रीडासंस्थांना अनुदान

सन १९६० च्या संस्था नोंदणी कायद्यानुसार नोंदणी झालेल्या क्रीडासंस्थांना खालील प्रकारे अनुदान दिले जाते.

१) निर्वाह अनुदान

२) क्रीडांगण विकास व परीरक्षणांसाठी अनुदान

३) तदर्थ अनुदान

४) उद्‌बोधन

शिक्षणवर्ग व शिबिरे यामध्ये

(अ) शिवछत्रपती राज्य क्रीडा पुरस्कार

(ब) क्रीडा शिष्यवृत्तीधारकांसाठी प्रशिक्षण शिबीर

(क) योग शिक्षण कार्यक्रम

दरवर्षी ३१ पुरुष खेळाडूंना व २२ महिला खेळाडूंना विशेष कार्याबद्दल छत्रपती पुरस्कार दिला जातो. क्रीडाक्षेत्रातील कार्यकर्त्यालाही पुरस्कार दिला जातो. शारीरिक अपंगत्व असणाऱ्या खेळाडूंना पुरस्कार दिले जातात. प्राथमिक व माध्यमिक शाळेतील शिक्षकांसाठी योगविषयक उद्‌बोधन कार्यक्रम आखण्यात येतो.

४) राष्ट्रीय पातळीवरील क्रीडा स्पर्धांसाठी राज्य क्रीडा संघ पाठविणे

दरवर्षी पावसाळी व हिवाळी अशा दोन सत्रांत आयोजित केल्या जाणाऱ्या या स्पर्धांसाठी क्रीडासंघ पाठवतात.

ज्युनियर नेहरू हॉकी स्पर्धा, सब. ज्यु. नेहरू हॉकी स्पर्धा, सुब्रोतो मुखर्जी फुटबॉल स्पर्धा, सी. के नायडू क्रिकेट स्पर्धा, विनू मंकड क्रिकेट स्पर्धा.

या उपक्रमाशिवाय शारीरिक शिक्षण प्रशिक्षण संस्था, ग्रामीण भागातील क्रीडा केंद्र व्यायामशाळा, क्रीडांगण विकास यासाठी अनुदान दिले जाते.

क्रीडा व युवकसेवा संचालनालयामार्फत कुस्ती कला विकासासाठी प्रयत्न केले जात आहेत. महाराष्ट्रातील कुस्तीची परंपरा जपण्यासाठी व तिला दिशा देण्यासाठी असे प्रयत्न केले जातात. क्रीडा महोत्सवाचे आयोजन करून माध्यमिक शालेय स्तराप्रमाणेच ग्रामीण क्रीडा स्पर्धा, महिला क्रीडा स्पर्धाही आयोजित करण्यात येतात.

क्रीडा शिक्षणांसाठी व प्रसारासाठी जाणीवपूर्वक उपक्रम राबविण्यात येत आहेत. त्यामध्ये युवकपत्रिकेचे प्रकाशन, पुस्तक पेढीसाठी अनुदान, क्रीडाविषयक चित्रपट काढणे, खेळांडूंना देशी, परदेशी स्पर्धेत भाग घेण्यासाठी आर्थिक अनुदान शिष्यवृत्त्या देणे, क्रीडाकक्ष बांधणे, भारतीय खेळांचा परदेशात प्रचार करणे, पोहण्याच्या तलावास मदत, खेळांडूंच्या वसतीगृहास अनुदान- विविध खेळप्रकारांना उत्तेजन देण्यासाठी आर्थिक तरतूद.

यासारख्या उपक्रमामुळे महाराष्ट्राने क्रीडाक्षेत्रात कौतुकास्पद कामगिरी बजाविली आहे. ठिकठिकाणी क्रीडा संकुले बांधण्यात आली आहेत. अनेक वर्षांपासून शासन क्रीडाविषयक उपक्रमावर मोठ्या प्रमाणात लक्ष देऊन तशी आर्थिक मदतही करीत आहे.

ज्ञानविस्तार व लोकशिक्षण विषयक उपक्रम

सर्व साधारणपणे महाविद्यालय-विद्यापीठ पातळीवरतीन प्रकारचे उपक्रम राबविले जातात. अध्यापन संशोधन आणि विस्तार ज्ञानविस्तार व समाजोपयोगी उपक्रमांतर्गत सर्वसाधारणपणे खालील विभाग कार्य करीत असतात.

विद्यार्थी कल्याण विभागांतर्गत असणारे कार्यक्रम उदा. राष्ट्रीय सेवा योजना, प्रौढ निरंतर शिक्षण व ज्ञानविस्तार विभाग बहि:शाल शिक्षण मंडळ यांसारख्या उपक्रमातून विद्यार्थी -तज्ज्ञ-आणि समाजातील विविध गट यांच्यामध्ये आंतरक्रिया घडत असतात. या निमित्ताने समाजांतर्गत असणाऱ्या विविध सामाजिक संस्थांचा सहभाग घेऊन समाजहिताचे कार्यक्रम घेतले जातात. या संदर्भात विविध विद्यापीठांमध्ये कोणकोणत्या प्रकारचे कार्यक्रम घेण्यात येतात यांचा थोडक्यात परिचय करून घेणे योग्य ठरेल.

नागपूर येथील राष्ट्रसंत तुकडोजी महाराज, विद्यापीठाने 'राष्ट्रसंत' तुकडोजीमहाराज जीवन शिक्षण अभियान सुरू केले. विद्यापीठ अनुदान

आयोगाने कौशल्याधिष्ठित अभ्यासक्रमाची कल्पना आखली. यूजीसीने दिलेल्या ३५० रोजगाराभिमुख अभ्यासक्रमाचा समावेश 'जीवन शिक्षण अभियानात केला आहे.' कला व समाजविज्ञान शाखेतील १४५, वाणिज्य शाखेतील ७८, विज्ञान शाखेतील १३४ तांत्रिक शाखेचे ४५ तर अपारंपारिक ऊर्जा स्त्रोतांच्या ८ कार्यक्रमांचा या अभ्यासक्रमात समावेश आहे.

नागपूर विद्यापीठांतर्गत येणाऱ्या ३७ महाविद्यालयांत विविध प्रकारच्या ९० अभ्यासक्रमाचे आयोजन केले आहे. महाविद्यालयाने निवडलेल्या अभ्यासक्रमाला विद्यापीठाच्या प्रौढ निरंतर व विस्तार विभागाकडून मान्यता घेतली जाते. या अभ्यासक्रमात प्रात्यक्षिकावरच अधिक भर देण्यात येतो. विद्यार्थी प्राध्यापकांबरोबर समाजातील विविध व्यक्ती या अभ्यासक्रमाचा लाभ घेतात. विद्यापीठामार्फत परिक्षा घेऊन पात्र उमेदवाराला प्रमाणपत्र किंवा पदविका देण्यात येतात.

गांडूळखत प्रकल्प, ब्यूटीशिअन, मेहंदी यासारखे अभ्यासक्रम घेतले जातात. शिवाय बांबूपासून कलाकृती बनवण्याचे प्रशिक्षण ही देण्यात येते.

या विभागामार्फत कायदा साक्षरता, लोकसंख्याशिक्षण पर्यावरण, सामाजिक सुरक्षा, महिला सक्षमीकरण, आरोग्यशिक्षण, पर्यावरणजागृती या विषयार या वर्षी ११३ महाविद्यालयातील सहा हजार विद्यार्थी सहभागी झाले. 'विद्यापीठ लोकांच्या दारी' ही संकल्पना घेवून व्यवसायमार्गदर्शन, संगणक प्रशिक्षण, जलसंवर्धन महिला मेळावे घेतले जातात. विद्यापठामार्फत 'राष्ट्रसंत तुकडोजी महाराज विचारधारा' प्रमाणपत्र अभ्यासक्रम राबविला जातो. अध्यात्म आणि विज्ञान यांची सांगड घालून अभ्यासक्रम बनवला आहे. औपचारिक अभ्यासक्रमाबरोबरच, स्वावलंबा 'स्वयंरोजगाराभिमुख व उद्योजक तयार करण्यासाठी विद्यापीठाचे कुलकुरु डॉ. एस.एम.पठाण तसेच विभागसंचालक, प्रा. असूल हलीम आणि प्रकल्पाधिकारी डॉ. जयमाला दूजरे यांनी या उपक्रमांच्या आयोजनात व अंमलबजावणीसाठी पुढाकार घतला आहे.

जळगाव येथील उत्तर महाराष्ट्र विद्यापीठाचा पारंपरिक अभ्यासक्रमापेक्षा रोजगाराभिमुख अभ्यासक्रम राबवण्यावर अधिक भर आहे. विद्यापीठातील बहि:शाल विभागामार्फत बिनभितींच्या शाळेचे कार्य केले जात आहे. तसेच प्रौढ निरंतर शिक्षण व विस्तारसेवा विभाग अल्प मुदतीच्या अभ्यासक्रमाच्या माध्यमातून विद्यर्थ्यांना स्वावलंबी बनवण्यास हातभार लावत आहे 'अंतरी

पेटवू ज्ञान ज्योत' या ब्रीदवाक्यानुसार विद्यापीठामार्फत विद्यार्थ्यांबरोबरच नागरिक, शेतकरी यांच्यासाठी कार्य करीत आहे. खानदेशातील जळगाव, धुळे, नंदूरबार या जिल्हयात सामाजिक, शैक्षणिक व सांस्कृतिक क्षेत्रात विद्यापीठ मा. कुलुगुरू डॉ. के. बी. पाटील यांच्या मार्गदर्शनाखाली कार्य करीत आहे. हे विद्यापीठ १५ ऑगस्ट, १९९० मध्ये स्थापन झाले. बहि:शाल शिक्षण मंडळामार्फत १९९३ पासून व्याख्यानमाला, प्रशिक्षण शिबिरे, कार्यशाळा, शालेय व शाळाबाहय विद्यार्थ्यांच्या विकासासाठी प्रयत्न करते. सार्वजनिक वाचनालये, संस्था यांच्यासारखी बहि:शाल शिक्षण मंडळाची सध्या ३५ केंद्रे आहेत. या शैक्षणिक वर्षापासून 'दूरदर्शन' मार्फत दूरशिक्षण हे विविध अभ्यासक्रम राबवणार आहे.

या परिसरातील विद्यार्थी ग्रामीण व आदिवासी समाजातील आहेत. त्यांच्यासाठी प्रौढ व निरंतर शिक्षण आणि विस्तार विभागामार्फत अल्प मुदतीचे ऑपरेशन अँड मॅनेजमेंट, डिजिटल फोटोग्राफी, एम्ब्रॉयडरी, मसाज थेरेपी, फॅशन डिझायनिंग, मोबइल दुरुस्ती, वॉटर शेड मॅनेजमेंट, रुरल डेव्हलपमेंट जर्नालिझम यासारखी अनेक अभ्यासक्रम राबविले जातात. रोजगाराभिमुख अभ्यासक्रमाबरोबरच विद्यार्थ्यांसाठी करिअर प्रशिक्षण देणारे 'विकास प्रकल्प' अस्तित्त्वात आहेत तसेच लोकशाही, धर्मनिरपेक्षता या संदर्भातही जागरूकता निर्माण करून जबाबदार नागरिकत्त्वाची संकल्पना रुजविली जात आहे.

विद्यार्थ्यांच्या सर्वांगीण विकासासाठी चाणक्य मार्गदर्शन केंद्राची स्थापना केली आहे. यामार्फत गुणवत्ताविकासाबरोबरच स्पर्धा परीक्षांची तयारी केली जाते. नव्या प्राध्यापकांना उपयुक्त ठरणारे नेट सेट परीक्षा मार्गदर्शनही या केंद्रामार्फत होत आहे. विद्यार्थी, शिक्षक, समाज यांच्या विकासासाठी विद्यापीठ व विविध विभाग नवनवे उपक्रम राबवित आहेत.

डॉ. बाबासाहेब आंबेडकर मराठवाडा विद्यापीठ व स्वामी रामानंद तीर्थ मराठवाडा विद्यापीठ अशी दोन विद्यापीठे मराठवाडा विद्यापीठाच्या नामांतरा व विभाजनानंतर निर्माण झाली. औरंगाबाद, जालना, बीड, उस्मानाबाद हे औरंगाबाद येथील डॉ. बाबासाहेब आंबेडकर मराठवाडा विद्यापीठात येत असून हिंगोली, परभणी, लातूर आणि नांदेड हे स्वामी रामानंदतीर्थ मराठवाडा विद्यापीठात येतात.

डॉ. बाबासाहेब आंबेडकर विद्यापीठाशी ३१४ महाविद्यालये संलग्न

आहेत. विद्यापीठाच्या प्रौढशिक्षण व विस्तारसेवा विभागातर्फे पारंपरिक अभ्यासक्रमाव्यतिरिक्त कुलगुरू डॉ. नागनाथ कोतापल्ले यांच्या मार्गदर्शनाखाली विविध उपक्रम राबवण्यात येतात शिक्षण हे जनसामान्यांच्या विकासाचे साधन आहे. त्या सामाजिक विकासाच्या प्रयोगशाळा आहेत हा दृष्टिकोन ठेवून हा विभाग कार्य करीत आहे. विभागाचे संचालक डॉ. के. एन धाबे व सहायक संचालक डॉ. संजय हे यासाठी प्रयत्नशील आहेत.

विस्तार सेवा केंद्र उपक्रमांमार्फत दरवर्षी ४० महाविद्यालयाची निवड केली जाते. या उपक्रमातून दोन हजार विद्यार्थी शिक्षणाचे सार्वत्रिकीकरण करण्यात सहभागी होतात. विभागामार्फत समुपदेशन व व्यवसाय मार्गदर्शन केंद्र चालविले जाते. उद्योजकता, संगणक साक्षरता या सारख्या उपक्रमाबरोबरच विद्यार्थ्यांच्या गरजानुसार उपक्रम राबविले जातात 'ग्रामविकास प्रकल्प' यामध्ये गाव दत्तक घेऊन ग्रामविकासाचे कार्य, मुलींसाठी आरोग्यशिक्षण असे उपक्रम घेतले जातात. विभागामार्फत २००६-०७ साली दत्तक घेतलेल्या मावसाळा या गावाला 'निर्मल ग्राम पुरस्कार' मिळाला आहे. बचतगट साक्षरता वर्ग बचतगट साक्षरता वर्गांतर्गत साक्षरता व बचतगट या दोन्ही पातळीवर कार्यक्रम होतात. पदवीदान समारंभात त्यांनाही प्रमाणपत्रे देण्यात येतात.

पुणे विद्यापीठ प्रौढ निरंतर शिक्षण व विस्तार विभाग हा पुणे विद्यापीठात सातत्यपूर्ण नवे उपक्रम राबवणारा विभाग आहे. अलीकडच्या काळातील डॉ. राम ताकवले, डॉ. वसंतराव गोवारीकर, डॉ. नरेंद्र जाधव यांच्या सारख्या तज्ज्ञांचे विद्यापीठाला मार्गदर्शन व प्रशासन लाभले आहे. २००९ हे वर्ष विद्यापीठाच्या इतिहासातील महत्त्वाचे वर्ष आहे. कारण विद्यापीठ १९४९ मध्ये स्थापन झाले असून आता या विद्यापीठाने साठी गाठली आहे. म्हणून डायमंड ज्युबिली इअर आहे. सध्या विद्यापीठाचे प्रभारी कुलगुरू म्हणून डॉ. अरुण अडसूळ काम पाहतात तर प्रौढ, निरंतर शिक्षण व विस्तार विभागाचे संचालक म्हणून डॉ. धनंजय लोखंडे यांची अलीकडेच नेमणूक झाली आहे. त्यांना सामाजिक कार्याची जाण आहे. समाजातील विविध संस्थांशी संवाद असल्यामुळे अनेक समाजाभिमुख उपक्रम राबविले जात आहेत.

विद्यापीठाची सामाजिक बांधिलकी आणि विद्यापीठ अनुदान मंडळाच्या विस्तार धोरणातून या विभागाच्या कार्यास प्रेरणा मिळते. निरंतर शिक्षण कार्यक्रमांची सुरवात १९७२ साली झाली. ज्यामध्ये जागरूकता, संवेदनक्षमता

आणि गरजेवर आधारित अभ्यासक्रमांची वाढ करण्याचे धोरण आखण्यात आले. विद्यापीठातील या विभागाने कौशल्य विकास अभ्यासक्रम, उत्पादन निर्मिती अभ्यासक्रम, सेवांतर्गत प्रशिक्षण, सामाजिक जाणीव कार्यक्रम, विशिष्ट कार्यगटावर लक्ष केंद्रित करून दर्जा सुधारणा, विद्यापीठ महाविद्यालयीन विद्यार्थ्यांमार्फत समाज विकासात सहभागात हे उपक्रम राबवले. राष्ट्रीय प्रौढ शिक्षण कार्यक्रम, विद्यापीठ अनुदान मंडळ या व्यतिरिक्त आंतरराष्ट्रीय स्तरावरील सहकार्याने ग्रामविकास प्रकल्प राबविण्यात येतात.

प्रौढ शिक्षण, निरंतर शिक्षण, लोकसंख्या शिक्षण, संपूर्ण साक्षरता अभियान यामध्ये विद्यापीठ विभागाने चांगले कार्य केले आहेच. सध्या विद्यापीठातील या विभागाने खालील पाच क्षेत्रांत प्रामुख्याने उपक्रम राबविण्याचे धोरण आखले आहे.

१) राष्ट्रीय एकात्मता
२) एन. जी. जोशी (सामाजिक संस्थाशी) संलग्न उपक्रम
३) असंघटित कामगार क्षेत्र
४) महिला सक्षमीकरण आणि
५) ज्येष्ठ नागरिक

यामध्ये महाविद्यालयीन विद्यार्थी, सामाजिक संस्था, यांच्या बरोबरीनेच विविध अभ्यास संशोधन प्रकल्प घेऊन 'अभ्यास साधने' निर्माण करण्याचे धोरण आखले आहे.

समाजोपयोगी कार्यक्रमांची आखणी करुन प्रशिक्षण, नियोजन, संशोधन, साधननिर्मिती, प्रकाशन, समुपदेशन, प्रदर्शन, स्पर्धा आणि चर्चासत्रे, फिल्ममेकिंग इ. उपक्रमांद्वारे कार्य केले जाते. यामध्ये वंचित गटबरोबरच अल्पसंख्यांक, रस्त्यावरील मुले, ज्येष्ठ नागरिक, झोपडपट्टी, महिला, व्यावसायिक, बेरोजगार यांच्यासाठी त्यांच्या गरजेनुसार उपक्रमांची दखल घेऊन समन्वयाने कार्यक्रम आखले जातात.

आंतरराष्ट्रीय स्तरावरील संस्थांबरोबर व राष्ट्रीय पातळीवरील राष्ट्रीय साक्षरता मिशन, संचालनालय, महिला, बालकल्याण विभाग, विद्यापीठ अनुदान मंडळ, सामाजिक न्याय विभाग, भारतीय प्रौढ शिक्षण संस्था तसेच राज्यस्तरावरील राज्य साधन केंद्र, प्रौढ शिक्षण संचालनालय, समाजकल्याण संचालनालय, कामगारविभाग, शिक्षण विभाग यांच्याशी व राज्यातील विविध विद्यापीठे, सामाजिक संस्था, महाविद्यालये आणि शासनमान्य संस्थाशी

संलग्नपणे कार्य करण्याचे धोरण राबविले जात आहे.

विद्यापीठातील बहि:शाल शिक्षण मंडळ व ज्येष्ठ नागरिक केंद्र यांचे संचालक प्रा. तेज निवळीकर यांनी विद्यापीठ खऱ्या अर्थाने समाजस्तरावर आणण्याचे कार्य केले आहे. प्रौढशिक्षण विभागातील प्रदीर्घ अनुभवाबरोबरच सामाजिक व प्रसारमाध्यमांशी संपर्क ठेवून या विभागामार्फत सुमारे दीडशे केंद्रे चालविली जातात. डॉ. बाबासाहेब जयकर व्याख्यानमाला, ज्येष्ठ नागरिक व्याख्यानमाला, बहि:शाल शिक्षण शिबिरे, ज्ञानविस्तार सप्ताह, गरजेवर आधारित उपक्रम शाळा-महाविद्यालये, ग्रंथालये, सामाजिक संस्था, शेतकरी यांच्यासाठी कौशल्यावर आधारित उपक्रमाबरोबरच जनजागृती, महिला सबलीकरण, व्यक्तिमत्त्वविकास, माहिती अधिकार, आपत्ती व्यवस्थापन, आरोग्य - जीवन कौशल्य इ. संदर्भात अनेक वर्ष कार्य केले आहे. विद्यापीठातील कर्मचाऱ्यांच्या मुलांसाठी संगणक साक्षरता, व्यक्तिमत्त्वविकास, इंग्रजी संभाषण, आरोग्य शिक्षणासाठी विविध कार्यक्रम घेतले आहेत. सध्या ज्येष्ठ नागरिकांना तणावरहित जीवनशैली उपलब्ध व्हावी, आनंददायी-जीवन व ज्येष्ठ नागरिकांचा समाज उपयोगी कार्यासाठी योगदान घेता यावे यासाठी अभ्यास, संशोधन, प्रकाशन व लोकशिक्षण ही उपक्रम राबविण्यात येतात.

याच धर्तीवर प्रौढ, निरंतर शिक्षण, विस्तार विभागामार्फत महाराष्ट्रातील मुंबई, शिवाजी विद्यापीठ कोल्हापूर, सोलापूर विद्यापीठ, एस.एन.डी.टी. विद्यापीठ आणि इतर विद्यापीठांबरोबर, अभिमत, स्वायत्त विद्यापीठांतूनही या प्रकारचे उपक्रम राबविले जातात. विद्यापीठाच्या शैक्षणिक कार्याबरोबरच सामाजिक विकासासाठी अनौपचारिक शिक्षणाच्या माध्यमातून एका अर्थाने शिक्षणाचे व्यापक ध्येय साध्य करण्याचा हा प्रयत्न आहे. या विद्यापीठातून गरजू-गुणवंत आणि शैक्षणिक विकासाचे ध्येय गाठणाऱ्या विद्यार्थ्यांसाठी 'कमवा आणि शिका' या योजनाही राबविल्या जातात.

विद्यापीठांतर्गत औपचारिक शिक्षण-संशोधन करणारे निरनिराळे विभाग तर असतातच; परंतु त्या व्यतिरिक्त सामाजिक अभिसरणाच्या व समाजशिक्षणासाठी कार्यरत असणाऱ्या या उपक्रमांची वेगळी नोंद आवश्यक वाटते.

नियमित विद्यापीठांबरोबरच या प्रकारची समाजोपयोगी,संशोधनातून निष्पन्न झालेली माहिती-ज्ञान समाजाच्या हितासाठी वापरली पाहिजे . या

भूमिकेतून आपल्या शेतीप्रधान असणाऱ्या देशातील कृषी विद्यापीठातूनही असे उपक्रम घेण्यात येतात. यापैकी अकोला येथील डॉ. पंजाबराव देशमुख कृषी विद्यापीठ शिक्षण संशोधनाबरोबरच विस्तारशिक्षणाच्या माध्यमातून शेतकरी, युवक, महिलांसाठी काम करुन त्यांचा आत्मविश्वास वाढवून गावपातळीवरील छोट्या शेतकऱ्यांना दिलासा देतात. या संदर्भातील माहिती उपयुक्त ठरेल. १९६९ मध्ये स्थापन झालेल्या या विद्यापीठाचे सध्याचे कुलगुरू डॉ. व्यंकटराव यांच्या मार्गदर्शनाखाली संचालक व अधिष्ठाता डॉ. दा. ल. साळे विद्यापीठातर्फे पारंपारिक अभ्यासक्रमाबरोबरच विविध कार्यक्रम राबविण्यात पुढाकार घेतात. विस्तार शिक्षण संचालक डॉ. मोहरकर व मुख्य विस्तार शिक्षण अधिकारी प्रा. नितीन कोष्टी हे या प्रकारच्या कार्यक्रमाची अमंलबजावणी करतात.

राज्यातील शेती व शेतकरी यांच्या दर्जामध्ये सुधारणा व विकास घडवून आणण्यासाठी कृषी विज्ञान केंद्राची स्थापना करणे, जिल्हा स्तरावर शेतकऱ्यांचे मेळावे घेणे, कृषी व संलग्न विद्याशाखेतील शिक्षण व संशोधनास चालना देणे, संशोधन व विस्तार कार्यक्रमात समन्वय साधणे ही उदिष्ट्ये समोर ठेवून कार्यक्रमांची आखणी करण्यात येते. कृषी-उद्यान विद्या, कृषी व्यवसाय व्यवस्थापन, हे उपक्रम विद्यापीठांची सात घटक महाविद्यालये, दोन संलग्न महाविद्यालये, सतरा खासगी विनाअनुदानित महाविद्यालयात चालविण्यात येतात. कृषितंत्र, विद्यालये, कृषी सहायक, ग्रामसेवक, तलाठी यांसाठी प्रशिक्षण, पुष्पफळ, भाजीपाला, शेती, बागकाम यांसाठी विद्यापीठाच्या दोन घटक केंद्राकडून एक वर्ष कालावधीचा माळी प्रशिक्षण कार्यक्रम राबविण्यात येतो. त्याचबरोबर संगणकशाळा, माहिती तंत्रज्ञान, भाषा वाङ्मय व वनस्पती शरीरक्रिया शास्त्र या अभ्यासक्रमाचा समावेश, विद्यार्थी प्राध्यापक, कर्मचारी गुणवत्ताविकासासाठी प्रशिक्षण उपक्रम राबविण्यात येतात.

स्पर्धा परिक्षा केंद्राबरोबरच आविष्कार रिसर्च महोत्सव, अखिल भारतीय कृषी विद्यापीठ युवक महोत्सव, अश्वमेध स्पर्धा यासारखे उपक्रमही राबविण्यात येतात. २००७ पासून 'कृषक विज्ञान मंच' कार्यरत झाले. तज्ज्ञांकडून मार्गदर्शन, शेतकऱ्यांकडून अनुभवकथन असे उपक्रम होत असतांना शेतकऱ्याचा सहभाग वाढला. गेल्या दोन वर्षांत सुमारे ९०० कार्यक्रम घेण्यात आले. मंचचे सोळा हजार सभासद असून प्रत्येक शेतकरी सभासदाजवळ ओळखपत्र आहे. या प्रमाणेच युवकांसाठी 'कृषीदूत' प्रशिक्षण योजना कार्यान्वित आहे.

प्रशिक्षणानंतर युवा शेतकरी विद्यापीठाचा कृषीदूत म्हणून ग्रामीण भागात कार्य करतात. याचा स्वयंरोजगारासाठी उपयोग होतो. कीर्तनाच्या माध्यमातून कृषी प्रबोधन, कृषी तंत्रज्ञानाचा फायदा शेतकऱ्यांना व्हावा मागील वर्षी अयोजित कार्यक्रमास सुमारे ४०० कीर्तनकरांचा मेळावा घेण्यात आला. त्यांच्या मार्फत 'कमी खर्चाचे शेती तंत्रज्ञान' विषयावर कीर्तनकारांनी छोट्या ग्रामीण भागात आधुनिक शेती तंत्रज्ञानाची माहिती दिली. शेतकऱ्यांसाठी 'शिवार फेरी' आयोजन करण्यात येते. यामध्ये विद्यापीठात शेतकऱ्यांना बोलावून प्रत्येक विभाग, संशोधन केंद्र दाखवून शास्त्रज्ञांनी शेतकरी संवाद साधतात. याचप्रमाणे 'शेतकरी दिलासा अभियानाचे' आयोजन करण्यात येते. चार वर्षांपासून चालणाऱ्या उपक्रमास चांगला प्रतिसाद मिळत आहे.

नवी दिल्ली येथील भारतीय कृषी अनुसंधान परिषदेच्या सहाय्याने 'खेडे-संस्था समन्वय प्रकल्पांतर्गत' विद्यापीठामार्फत गावे दत्तक घेण्यात येतात. या उपक्रमामुळे गावे दारूमुक्त झाली असून गावाच्या पाण्याच्या पातळीत वाढ झाली आहे. कीडव्यवस्थापन, उताराला आडवी पेरणी, बीज प्रक्रियापाणी जिरवणे यासारखे विविध कार्यक्रम घेऊन गावाचा कायापालट झाला आहे.

अशाप्रकारचे अनुकरणीय उपक्रम महाराष्ट्रातील इतर कृषी विद्यापीठांतूनही राबविण्यात येतात. परभणी कृषी विद्यापीठ, पुणे कृषी विद्यापीठ, राहुरी कृषी विद्यापीठ, दापोली कृषी विद्यापीठ आणि इतर कृषी विद्यापीठ महाविद्यालयातील या विस्तार उपक्रमांचा फायदा तळागाळातील ग्रामीण भागातील छोटया शेतकऱ्यांना होतो आहे. ही खरोखरच आनंददायी घटना आहे.

नियमित विद्यापीठे, कृषी विद्यापीठ आणि महाविद्यालयातून तसेच अलीकडे महाराष्ट्र शासनाच्या कनिष्ठ विद्यालयीन स्तरावरील राष्ट्रीय सेवा योजना विभागामार्फत सुध्दाविशेष शिबिरांचे आयोजन करून व नियमित उपक्रमांर्तगत गाव-खेडे, वस्ती पातळीवरील स्वच्छता, वृक्षारोपण, व्यसनमुक्ती साक्षरता, आरोग्य, पाणी जिरवा, पाणी अडवा आणि इतर उपक्रम राबवून समाजाशी शिक्षणसंस्थांचे नाते प्रस्थापित करण्याचे व विद्यार्थ्यांमध्ये सामाजिक जाणिवा निर्माण करण्याचे प्रयत्न दिशादर्शक व आशादायी आहे.

विद्यार्थी सुरक्षा योजना

विद्यार्थ्यांना घडवण्याचे महत्त्वाचे कार्य शाळा घडवत असते. विद्यार्थ्यांच्या जीवनाला सुरक्षा प्राप्त करून देणे हे एक कर्तव्य आहे. शाळेत जाणाऱ्या

विद्यार्थ्याला अपघात झाला तर त्याच्या उपचाराचा खर्च सर्वच पालकांना परवडणारा नसतो. ग्रामीण भागातील विद्यार्थ्यांची तर फारच अडचण होते. अपघातात एखादा अवयव गमवावा लागला तर फारच हानी होते. ही वस्तुस्थिती विचारात घेऊन राज्य शासनाने 'राजीव गांधी विद्यार्थी सुरक्षा योजना' कार्यान्वित केली आहे. अपघात झालाच तर उपचारासाठी मदत मिळावी, या हेतूने राज्य शासनाने या योजनेचा आरंभ केला.

या योजनेची माहिती अनेक विद्यार्थी पालक तर सोडाच पण शिक्षकांनाही नसते. त्यामळे याचा फायदा घेण्यापासून अनेक विद्यार्थी वंचित राहतात. ही एक प्रकारची विमा योजना आहे यासाठी विद्यार्थी, पालक किंवा शाळेला कोणताही अर्थिक हप्ता देण्याची गरज नाही. राज्य शासन या योजनेसाठी विद्यार्थी सुरक्षाविचारात घेऊन दरवर्षी विद्यार्थ्यांच्या सुरक्षेसाठी २ कोटी ८५ लक्ष रुपये विमा कंपनीकडे जमा करीत आहे. शाळेने अथवा पालकांनी या विमा योजनेत सहभागी होण्यासाठी कोणताही अर्ज अथवा निवेदनपत्र भरून द्यावयाचे नाही. पटावरील सर्व विद्यार्थ्यांचा विमा उतरवला जातो.

अनुदानित, विनाअनुदानित, कायम विनाअनुदानित अशा सर्व विद्यार्थ्यांच्या शाळा-महाविद्यालयांना या योजनेचा लाभ घेता येतो. केवळ शालेय शिक्षण विभागापुरती ही योजना मर्यादित नाही. कृषी, आदिवासी विकास, आश्रमशाळा, वैद्यकीय शिक्षण एवढेच नव्हे तर उच्च व तंत्र शिक्षण विभागाच्या आय.टी.आय., तंत्रशाळा,अभियांत्रिकी महाविद्यालये यांचाही या योजनेत सहभाग होतो. इयत्ता पहिलीपासून ते उच्च शिक्षण घेणाऱ्या विद्यार्थ्यांसाठी ही योजना आहे. राज्यातील तीन कोटी विद्यार्थ्यांना या राजीव गांधी विद्यार्थी सुरक्षा योजनेचा लाभ मिळवून दिला जातो.

अपघातामुळे विद्यार्थ्याचा एखादा अवयव निकामी झाला तर विद्यार्थ्यास मदत मिळते उदा. अपघातात मृत्यू आल्यास वारसाला तीस हजार रुपये अपंगत्त्व आल्यास पन्नास हजार रुपये, विद्यार्थ्याचा एखादा डोळा निकामी झाल्यास वीस हजार रुपये मदत दिली जाते.अपघातामुळे झालेल्या उपचाराच्या खर्चापोटी दोन हजारापासून ते दहा हजारांपर्यंत मदत तातडीने दिली जाते. अपघातात पुस्तके हरवली असतील तर ३५० रुपये प्रतिपूर्ती केली जाते. अपघातात सायकल चोरीला गेली असल्यास त्यास दीड हजार रुपये मिळतात. चष्मा हरवला असला तरी भरपाई मिळते. यासाठी सात दिवसांच्या आत माहिती कळवणे आवश्यक आहे. या योजनेचा लाभ ज्या विद्यार्थ्याने

आत्महत्येचा प्रयत्न केला असल्यास, स्वत:ला जखमी केले असल्यास किंवा कायद्याचे उल्लंघन करताना झालेल्या अपघातात अंमली पदार्थाचे सेवन केलेल्या अपघातात झालेल्या नुकसानीची भरपाई घेताना होत नाही. राजीव गांधी विद्यार्थी सुरक्षा योजनेचा लाभ देण्यासाठी संबंधित शाळा, महाविद्यालये यांनी आपापल्या विभागांकडे अर्ज सादर करावयाचा असतो. रस्त्यावर अपघात झालेला असेल तर पोलीस पंचनामा करतातच त्याची एक प्रत मुख्याध्यापकांनी अर्जासोबत सादर करावी. जिल्हा स्तरावरील शिक्षणाधिकारी विमा कंपनीकडे अर्ज सादर करतात आणि अत्यंत तातडीने या योजनेचा लाभ विद्यार्थ्याला मिळवून दिला जातो. यासारख्या कल्याणकारी विमा योजनेची माहिती घेऊन त्याचा लाभ विद्यार्थ्यांना व्हावा यासाठी विद्यार्थ्यांबरोबरच शाळा, शिक्षक, पालक व सजग नागरिकांनी तत्परता दाखवणे व संधीचा फायदा घेणे आवश्यक आहे. राज्यशासन करीत असलेल्या या गुंतवणुकीचा उपयोग सर्व संबंधितांनी घ्यावा, यासाठी ही माहिती सर्वांना समजली पाहिजे.

■

७. महाराष्ट्रातील प्रयोगशील शैक्षणिक उपक्रम

○सृजन-आनंद-शिक्षण ○अक्षरनंदन ○ग्राममंगल संस्था ○गरवारे बालभवन ○'आपणच' ○वनस्थळी ग्रामीण विकास केंद्र ○अमन सेतू ○अखिल भारतीय समाजवादी अध्यापक सभा ○शिक्षणविकासात ग्रंथालयांचे योगदान ○शिक्षण प्रसारात प्रसार माध्यमाचे योगदान

सृजन-आनंद-शिक्षण

''आजच्या शिक्षण पद्धतीत 'सृजनशीलतेचे खच्चीकरण' होते. मुलांनी स्वत: निरीक्षण करावे, शोधावे, विचार करावा, समजावून घ्यावं आणि स्वत: जे समजलं ते स्वत:ला आवडेल त्या पद्धतीने मांडावे अशी इच्छाच ठराविक प्रश्नोत्तराच्या ताठर दडपणाखाली नष्ट होत जाते.'' सर्वांगीण विकास हा शब्दप्रयोग आपण वरचेवर करत असतो. तरीही विकासाच्या सर्व अंगांना आपल्या दृष्टीने समान मूल्य नसते. ही खंत प्राचार्या लीलाताई पाटील यांनी त्यांच्या 'परिवर्तनशील शिक्षण' या पुस्तकात व्यक्त केली आहे. या वास्तवतेच्या पार्श्वभूमीवरच सृजन-आनंद देणारी शिक्षण व्यवस्था निर्माण करण्याचा प्रयत्न त्यांनी केला आहे. १० वी १२ वीच्या विद्यार्थ्यांची नावे आपण वर्तमानपत्रातून झळकवतो, परंतु परिक्षा महत्त्वाच्या असल्याच तर इ. १ ली ते ९ वी मधल्या विशेष गुण मिळवणाऱ्यांची नावे आपण पुढे का आपण नाहीत? इंग्रजी, गणित या विषयाप्रमाणेच खेळ, शिवण, हस्तकला या विषयांना का महत्त्व देत नाही? मुलांचे अहवाल लिहिताना वर्षभरात झालेले महत्त्वपूर्ण बदल आपण का नोंदत नाही? तसेच मुलांच्या शोधन क्षमतेला वाव म्हणून त्यांच्यात झालेले बदल त्यांनाच शोधायला सांगून आपल्या निरीक्षणाशी ते का ताडून पाहत नाही?

आंतरराष्ट्रीय बालकवर्षादरम्यान अनेक लेख, आकडेवारी प्रसिद्ध

झाली; परंतु वर्ष संपले की त्याचे महत्त्व कमी होत जाते. या कालावधीत महाराष्ट्र पालक-शिक्षक संघ स्थापन झाले व ते आजतागायत चालू आहे. पालकनीती मुखपत्र कार्यरत आहे. सकाळ वृत्तपत्र समूहाने शिक्षणसंदर्भात अनेक उपक्रम राबविले अगदी अभ्यासाबरोबर शैक्षणिक प्रदर्शने, युवा सकाळ, शिक्षण घ्या शिक्षण या लेखमाला मुलांच्या हक्कांची जाणीव ठेवून कार्य करणाऱ्या अक्षरनंदन, फुलोरा, सृजन आनंद विद्यालय तगून आहेत. त्यांचे विविध प्रयत्न हे आशेचे किरण म्हणावे लागतील.

इ. स. १९८५ मध्ये कोल्हापूर परिसरात 'सृजन आनंद' विद्यालयाची स्थापना झाली. या शाळेस २५ वर्षे पूर्ण होत आहेत. येथील विद्यार्थी आज वेगवेगळ्या क्षेत्रात आहेत; परंतु या शाळेतील संस्कार, सृजनशीलता आणि जडणघडण ही अन्य शाळेतील विद्यार्थ्यांपेक्षा किती वेगळी आहे हे सांगतात. सृजन आनंद ही केवळ शाळा नाही तर ती एक गंमत आहे, असे विद्यार्थी सांगतात. या शाळेतून मिळणारा आत्मविश्वास ही आयुष्याची बुनियाद आहे. संवेदनक्षमता, प्रतिकारक्षमता आणि जगाचं वेगळं आकलन करून देणारी शाळा म्हणजे सृजन आनंद विद्यालय येथील विषय वेगळे आणि आशय आगळेच असतात. काय असते ते केवळ शब्दात सांगता येत नाही. त्या भावना, मनोस्थिती दाखवण्यासाठी शाळा मुलांना प्रत्यक्ष स्मशानभूमीत नेऊन त्यांना प्रेत दाखवणे. येथील शिक्षक केवळ शिक्षक नसतात तर ते त्यांचे ताई-दादा असतात. गोष्टी लिहिणे, निबंध लिहिणे, पळत जाऊन झाडावर चढणे, डबा खाऊन झाल्यावर झाडून काढणे हे सर्व शिस्तीचे प्रकारही मुले आनंदाने आणि अधिक क्षमतेने करतात. महत्त्वपूर्ण अनुभवांचे दर्शन, सहली, स्नेहसंमेलन, सामुदायिक वाढदिवस मुले आवर्जून करतात. या विद्यालय कामाची आखणी होते.

सृजन आनंद विद्यालय ही एक प्रयोगशाळा आहे. परीक्षांतील यशापयशापेक्षा दुसरे काही उपक्रम शाळेने घ्यायला हवे हा विचार या शाळेत होतो. समुद्रमंथनातून हाती आलेल्या मौल्यवान नवरत्नांप्रमाणे ते शैक्षणिक अनुभव आपल्या भावी शिक्षणाच्या वाटचालीसाठी बहुमोल ठरतील.

शिक्षकांची भूमिका, ग्रंथालयातील पुस्तकांचे वाचन, पालकांचे सहकार्य आणि सृजनक्षम तत्त्वांचे मार्गदर्शन या शाळेच्या प्रयोगशील वाटचालीत महत्त्वाचे योगदान करतात.

आजच्या शैक्षणिक पर्यावरणाला घेऊन काही ध्येयवादी मंडळी प्रवाहाच्या

विरोधात पोहण्याचा प्रयत्न करीत आहेत. शिक्षणाच्या संख्यात्मक पसाऱ्याचा विचार केला तर हे प्रयत्न कमीच म्हणावे लागतील. मात्र ते दीपस्तंभ आहेत याकडे दुर्लक्ष करून चालणार नाही.

शिक्षक आणि विद्यार्थी यांचे परस्परातील नाते हे एकमेकांच्याबद्दल आदरभावाचे, प्रेमाचे आणि विश्वासाचे आहे. येथील शिक्षक अनेक वेळा विद्यार्थी असतात, प्रयोगातून शिकतात. तसेच विद्यार्थ्यांची कल्पकता, प्रतिभा हेसुद्धा शिक्षकांना अध्ययन अनुभूती देतात. म्हणून हे सृजन आनंद आहे.

अक्षरनंदन

शिक्षणक्षेत्रात वैशिष्ट्यपूर्ण आणि काही वेगळे प्रयोग करणारी संस्था म्हणून अक्षरनंदन या संस्थेचाही उल्लेख करावा लागेल. स्वातंत्र्य-समता-बंधुभाव याबरोबर सर्वधर्म समभाव, सहिष्णुता, लोकशाही या केवळ संकल्पना नाहीत, तर ते आपल्या विचारसरणीचा आणि जीवनशैलीचा एक भागच आहे. याची अनुभूती देणारी संस्था म्हणून 'अक्षरनंदन'ने स्वत:ची ओळख निर्माण केली आहे.

पाठ्यपुस्तके - अभ्यासक्रम पूर्ण करणे म्हणजे एका वर्गातून वरच्या वर्गात जाणे व शिक्षणातील टप्पे पूर्ण करणे यापेक्षा पाठ्यपुस्तके हे अनेक साधनांपैकी एक साधन आहे. जीवनानुभव-प्रत्यक्ष कृती-प्रकल्प-मुलाखती, निरीक्षणे, अवांतर वाचन, गटचर्चा या माध्यमातून अधिक चांगले आणि आनंददायी शिक्षण होऊ शकते. या विचारावर श्रद्धा ठेवून शिक्षण प्रक्रिया चालते. किमान अध्ययनक्षमता विकसित करीत असतानाच विचार करण्याची, स्वत:ची मते निर्माण करण्याची, निरीक्षणातून अध्ययन करण्याची आणि आत्मविश्वासाने आपल्या उपजत क्षमतांचा विकास करण्यास प्रोत्साहन देण्याचे कार्य अक्षरनंदन मधून होत असते. शिक्षण ताई-दादाच्या भूमिकेतून विद्यार्थ्यांशी संवाद करतात. पालकांचा-मुलांच्या शैक्षणिक विकासात सहभाग हे या शाळेचे वैशिष्ट्य आहे. नकळत पालकही विद्यार्थ्यांबरोबर सहअध्यायी होतात. सुमारे पंधरा वर्षांपूर्वी सुरू करण्यात आलेल्या या संस्थेतील मुले आता दहावी, बारावीच्या बोर्डाच्या परीक्षेतही चांगले गुण मिळवून यशस्वी होताना दिसतात. सुरुवातीला पालकांना एक प्रकारची काळजी वाटत होती की व्यक्तिमत्त्वविकासाच्या दृष्टीने मुलांची जडणघडण सकारात्मक आहेच; परंतु

दहावी-बारावीच्या स्पर्धात्मक समजल्या जाणाऱ्या परीक्षेत या मुलांना कोणत्या प्रश्नांना सामोरे जावे लागेल? परंतु विचार करण्याची, आकलन करण्याची विशिष्ट क्षमता विकसित झाल्यानंतर पारंपरिक मूल्यमापन प्रक्रियेतही ही मुले चमक दाखवू शकतात हे सिद्ध झाले आहे.

वर्षा सहस्रबुद्धे, विद्या पटवर्धन, गौरी देशमुख आणि इतरांनी एकत्रित विचार करून अक्षरनंदनचा एक वेगळा ठसा शिक्षणक्षेत्रात निर्माण केला आहे. प्रयोगशील शिक्षणाच्या प्रवाहातील अक्षरनंदन ही एक यशस्वी, आनंददायी जीवनशिक्षण देणारी संस्था म्हणून ओळखली जात आहे. अशा विविध प्रयत्नांची समाजही अलीकडे नोंद घेत आहे हा सुद्धा एक आशेचा किरणच म्हणावे लागेल.

ग्राममंगल संस्था

प्रा. रमेश पानसे हे एक विचारशील आणि प्रत्यक्ष कृतीतून विचार वास्तवात रुजवू पाहणारे एक शिक्षणतज्ज्ञच आहेत. त्यांनी १९८० पासून अनुताई वाघ यांच्या समवेत बालशिक्षणक्षेत्रात कामास सुरवात केली. त्यापूर्वी ते प्राध्यापक म्हणून नोकरी करीत होते. १९८२ साली 'ग्राममंगल' या प्रयोगशील शिक्षणसंस्थेची स्थापना केली. तीही ठाणे जिल्ह्यातील आदिवासी भागात. नोकरी सोडून अनुताई वाघ यांच्या बरोबर कोसबाडला त्यांनी कार्य केले. 'महाराष्ट्र बालशिक्षण' परिषदेच्या स्थापनेत त्यांचा मोठा वाटा आहे. या परिषदेची स्थापना १५ नोव्हेंबर, १९९४ ला झाली. परिषदेचे पहिले अध्यक्ष प्रा. राम जोशी यांच्या मृत्यूनंतर या परिषदेचे अध्यक्ष म्हणून ही त्यांनी जबाबदारी पार पाडली.

बालशिक्षण, प्राथमिक शिक्षण, त्यामागील नवे शास्त्र विचारात घेऊन मुल कसे असते, ते कसे वाढते, ते कसे शिकते या संदर्भातील शास्त्रीय आकलन विचारात घेऊन त्यांनी शिक्षणात परिवर्तन घडवून आणण्याची वाट शोधण्याचा प्रयत्न केला.

केंद्र सरकारच्या 'यशपाल समिती' आणि महाराष्ट्र सरकारच्या 'रामजोशी समिती' ने बालशिक्षणाचा शास्त्रीय पद्धतीने विचार केला आहे. त्याची अमंलबजावणी होणे हे बालशिक्षणाच्या स्वप्नपूर्ततेसाठी आवश्यक आहे.

बालशिक्षणाच्या संदर्भात नमुना बालशाळा, पालकशाळा आणि ज्ञानप्रसार केंद्र या त्रिसूत्रीचा वापर करून संख्यात्मक व गुणात्मक वाढ करणे आणि

शासनालाही या विषयी कार्य करण्यास प्रवृत्त करण्याची प्रयत्न करण्याची गरज आहे.

बालकांच्या दृष्टिकोनातून असणारे जगण्याचा हक्क, शिक्षणाचा हक्क, खेळण्याचा हक्क, हा शिक्षणाचा केंद्रबिंदू असला पाहिजे. ग्रामीण भारताच्या परिवर्तनासाठी शिक्षण हेच साधन आहे. शिक्षणासंदर्भातील पारंपरिक दृष्टिकोन बदलून त्यात नावीन्य प्रयोगशीलता असावी या दृष्टीने मा. अरुण किर्लोस्करांनी वाई, सातारा येथे भारतविद्यालयाची स्थापना केली आहे. या विद्यालयांच्या विकासासाठी प्रा. पानसरे यांनी लक्ष घातले आहे. ताराबाई मोडक, अनुताई वाघ किंवा मॉंटेसरी मॅडम यांच्या प्रेरणा घेऊनच ही वाटचाल करणे आवश्यक आहे.

गरवारे बालभवन

१ सप्टेंबर, १९८५ रोजी बालभवन प्रकल्पाची सुरुवात झाली. १९७९ हे आंतरराष्ट्रीय बालक वर्ष म्हणून साजरे करण्यात आले. या निमित्ताने पुणे महानगर पालिकेने सारसबागेसमोरची दोन एकर जागा पुण्याच्या मुलांसाठी त्यांच्या सर्वांगीण विकासासाठी राखून ठेवली. गरवारे ट्रस्ट आणि पुणे महानगरपालिका यांचा संयुक्त प्रकल्प येथे १९८५ रोजी 'बालभवन' या नावाने सुरू करण्यात आला. या काळात बालभवनमधून मुलांना विविध शैक्षणिक, क्रीडा आणि जीवनकौशल्य विकसित करणारे आनंददायी अनुभव घेतले व हजारो मुले या बालभवनातून आनंदी अनुभव घेऊन बाहेर पडली. पन्नासहून अधिक प्रशिक्षण शिबिरे घेण्यात आली. त्यातून सुमारे दीडशे नवे बालभवन पुण्यासह इतर ठिकाणी कार्यरत झाली.

मुलांचे बालपण समृद्ध करणारे 'गरवारे बालभवनने' १ सप्टेंबर, २००९ रोजी पंचविशीत प्रवेश केला आहे. या निमित्ताने गरवारे ट्रस्ट आणि पुणे महानगरपालिका यांचा संयुक्त प्रकल्प असणारे 'गरवारे बालभवन' या वर्षभरात रौप्यमहोत्सवानिमित्त विविध कार्यक्रमाचे आयोजन करणार आहे. या प्रकल्पाचे संचालिका म्हणून शोभा भागवत यांनी जबाबदारी स्वीकारली असून त्यांनी कल्पकता, सृजनक्षमता आणि आनंददायी अनुभवातून विद्यार्थ्यांसाठी नावीन्यपूर्ण उपक्रम राबविले आहेत.

पुण्यात वंचित मुलांसाठी काम करणाऱ्या निहार, मानव्य, कास्पप्लॅन, मासूम, एकलव्य, सर्वेषा, सेवासंघ, स्वाधार अशा अनेक संस्थासह बालभवनने

काम केले आहे. मेळावे, सण, उत्सव, बालदिन, शिबिरे अशा अनेक कार्यक्रमांसाठी या संस्थांतील मुले एकत्र येत असतात.

मुलांसाठी बालभवनने अनेक दुर्मिळ, सुंदर पुस्तके प्रकाशित केली. मुलांच्या फुलण्याचे अनेक मार्ग प्रकाशित केली. मुलांच्या फुलण्याचे अनेक मार्ग बालभवनमधून सुरू झाले. येथील व्यायाम, खेळ, चित्रकला, हस्तकला, गोष्टी, गाणी, नृत्य, अभिनय, सहली, उन्हाळी शिबिरे, मेळावे यांनी बालविश्व समृद्ध होण्यासाठी मदत झाली. खरे म्हणजे बालभवन एक संस्था न राहता एक विचार झाला, चळवळ बनली. यापुढील काळात महाराष्ट्रातील बालकांच्या शैक्षणिक विकासासाठी अधिकाधिक उपक्रम राबवले जातील व हे योगदान विकासाच्या प्रक्रियेस चालना देईल, असा विश्वास वाटतो.

'आपणच'

शिक्षण ही प्रवाहासारखी, अखंडपणे चालणारी प्रक्रिया आहे. शिक्षण हे अधिक दर्जेदार-गुणवत्तापूर्ण आणि सर्व सामावेशक असावे ही प्रत्येकाची इच्छा असते. त्यामुळे शिक्षण हे सर्वांच्या जिव्हाळयाचा विषय आहे. शिक्षणक्षेत्रातील समस्या संवेदनक्षम मनाला अस्वस्थ करतात. या सर्व प्रश्नांची उत्तरे शोधण्याची जबाबदारी केवळ शासनाची नव्हे तर आपणा सर्वांचीच आहे हे मान्य करून या प्रश्नावर केवळ चर्चा करण्यापेक्षा कृती करणे याला दुसरा पर्याय नाही.

सुमारे २५ वर्षापूर्वी या प्रश्नावर उत्तरे शोधण्यासाठी प्रेरित झालेल्या स्वयंसेवकांचा गट एकत्र आला आणि त्यांनी 'आपणच' या नावाने अनौपचारिक गट करून संशोधनाच्या मार्गाने कृती कार्यक्रम घेवून स्वत:ला व कार्यक्रमाला तपासून पाहिले. सातत्यपूर्ण सामुदायिक विचारविनमयातून हे कार्य औपचारिक आणि संस्थात्मक पातळीवर काम करण्याचा निर्णय घेतला आणि दि. १३ सप्टेंबर, १९९९ रोजी 'आपणच' संस्थेची नोंदणी झाली.

शैक्षणिक गुणवत्ता विकसित करणे, शिक्षणाचा दर्जा उंचावणे यासाठी ज्यांना प्रयत्न करावे असे वाटते, त्यांच्यातील सामर्थ्यांचे, कौशल्यांचे विकसन व्हावे. त्यांच्यात आत्मविश्वास वाढावा अशी या संस्थेची भूमिका आहे. शैक्षणिक प्रश्न सोडवण्यासाठी आपण काहीतरी करू शकतो आणि आपल्या भावी पिढीसाठी अधिक चांगल्या जगाची उभारणी करू शकतो, हा विश्वास जनतेत निर्माण करणे हे 'आपणच' चे ध्येय आहे.

'आपणच' या संस्थेची एक कार्यपद्धती आहे या संस्थेतील एखादा सदस्य शिक्षणविषयक प्रश्नाने जेव्हा अस्वस्थ होतो उत्तरे शोधायला लागतो त्या प्रश्नावर अनौपचारिक मासिक बैठकीत बोलतो चर्चा करतो तेव्हा समस्येच्या मूळ गाभ्याला हात घातला जातो व उत्तराकडे जाण्याच्या विविध पर्यायांचा, मार्गांचा विचार करण्याची वाटचाल सुरू होतो. एक प्रकारे कृती संशोधनाशी साधर्म्य असणारी पद्धत आहे म्हणजेच या संदर्भातील 'आपणच' ची कार्यपद्धती ही मुख्यत: कृती संशोधनाची आहे.

'आपणच' ची काही ठळक वैशिष्ट्ये :

- शिक्षणातील विविध समस्या सोडवणे व त्याद्वारे शिक्षणाची गुणवत्ता वाढविणे हे प्रमुख ध्येय.
- केवळ परिणामापेक्षा दृष्टीकोना बदलावर भर देणे.
- आपली नोकरी, व्यवसाय, कुटुंब यांना प्रथम प्राधान्य देऊनच 'आपणच' साठी काम करणे.
- सदस्यांमध्ये जवळीक, आपुलकी, अनौपचारिक नाते निर्माण करणे व टिकवणे.
- व्यापक स्तरावर समर्थ स्वयंसेवकांची फळी उभारणे.
- समविचारी व्यक्ती आणि संस्था यांच्या सहकार्याने काम करणे.

सध्या कार्यरत प्रकल्प

- पर्यावरण जाणिवजागृती.
- नव्याने वाचायला शिकणाऱ्या विद्यार्थ्यांना शिकवणाऱ्या शिक्षकांना शिकवण्याच्या पद्धतीचे मार्गदर्शन.
- शैक्षणिक संशोधनाद्वारे सामर्थ्य विकसन.
- भाषा शिक्षकांसाठी भाषा विकास मंच.
- अभ्यास सवयी, अभ्यास कौशल्येविषयक मार्गदर्शन.

पूर्ण झालेले प्रकल्प - प्रदर्शने

- नाते गणिताशी (२०००)
- शैक्षणिक खेळ जत्रा (२००१)
- वसुंधरा (२००३)
- वेध अवकाशाचा (२००४)
- मायबोली बहरताना (२००६)

संशोधन प्रकल्प

- इ. १ली पासून इंग्रजी विषयाच्या शालेय अभ्यासक्रमात १९९९ साली समावेश झाला. त्या संदर्भात 'महाराष्ट्रातील इंग्रजी अध्यापनाची सद्य:स्थिती' विषयाचा अहवाल.
- बहुभाषिकत्त्व आणि भारत व दक्षिण आफ्रिकेतील इंग्रजीचे वर्चस्व.
- भविष्यातील शिक्षक प्रशिक्षणाचा बहुकेंद्री अभ्यास
- 'शिक्षा' शिक्षेचा मुलांवर होणारा परिणाम

'आपणच' संस्थेतर्फे शिक्षण क्षेत्रात प्रदीर्घ अनुभव असणाऱ्या मान्यवर तज्ज्ञांची व्याख्याने आयोजित केली जातात. याशिवाय शिक्षण मूल्यशिक्षण, धार्मिक शिक्षण, शिक्षक, शाळा यासारख्या विषयांवर चर्चासत्रे परिषदाचे आयोजन केले जाते. तसेच सामाजिक-शैक्षणिक क्षेत्रात कार्य करणाऱ्या अन्य संस्थांशी सहकार्य देऊन-घेऊन कार्य केले जाते. 'आपणच' संस्थेने स्वत:ची प्रकाशनव्यवस्था उभी केली असून २०-२५ शिक्षण विषयांवर पुस्तकांचे प्रकाशन केले आहे.

'आपणच' या संस्थेमध्ये डॉ. सुमन करंदीकर, डॉ. वसंत देशपांडे, डॉ. अनंत देशमुख, डॉ. जयंत पाठक, डॉ. यश:श्री कर्वे, डॉ. भावना जोशी, शीला कोल्हटकर आणि इतर प्रमुख सदस्य सातत्यपूर्ण प्रयत्न करीत आहेत.

एकूणच शैक्षणिक विकासासाठी कार्यरत असणारी ही संख्या महाराष्ट्राच्याच नव्हे तर मानवजातीच्या विकासाच्या दृष्टीने असणारे वरदानच म्हणावे लागेल.

वनस्थळी ग्रामीण विकास केंद्र

वनस्थळी ग्रामीण विकासकेंद्र ही सेवाभावी संस्था २१ डिसेंबर १९८१ रोजी स्थापना झाली. ग्रामीण भागातील महिला आणि मुलांच्या शैक्षणिक, सामाजिक, आर्थिक आणि आरोग्य विकासासाठी ही संस्था कार्यरत आहे.

महिलांच्या सबलीकरणाबरोबरच प्रबोधनासाठी सहा महिन्यांचा बालवाडी ताई' हा शिक्षणक्रम शिकवून त्यांना आपल्याच परिसरात बालवाडी सुरू करण्यासाठी प्रोत्साहन व मार्गदर्शन केले जाते. प्रत्येक गावी बालवाडी हे ध्येय समोर ठेऊन कार्य केले जात आहे. वनस्थळींचे आठ जिल्ह्यांमध्ये कार्य चालू आहे. उदगीर, जेजुरी, बारामती, सांगोला, श्रीरामपूर, संगमनेर, तळेगाव, उरळीकांचन, सोमाटणे येथे विभागीय कार्यालये आहेत.

मुलांमध्ये छंद जोपासण्याची आवड निर्माण व्हावी यासाठी छंदवर्ग चालवले जातात. जिल्हापरिषद, नगर पालिकांतर्फे चालवल्या जाणाऱ्या प्राथमिक शाळेतील मुलांसाठी तसेच सरकारी रिमांड होम व आश्रमशाळेतून अभ्यासाला पूरक असे किशोर छंदवर्ग वनस्थळींच्या शिक्षिका घेत असतात. त्यांना सातत्याने प्रशिक्षण दिले जाते त्यातून उजळणी व नावीन्याचा हेतू साध्य होतो.

सहा ते बारा या वयोगटातील मुलांसाठी छंद जोपासताना मुलांच्या आवडी विचारात घेतल्या जातात, टाकाऊ वस्तूपासून टिकाऊ वस्तू करण्यास शिकवणे, मुलांमधील संचयीवृत्ती वाढीस लावावी व त्यांच्या सुप्त कलागुणांना वाव मिळावा यासाठी गोष्ट, खेळ, हस्तकला, नाटक, वाचन, इ. उपक्रम राबवून मुलांचा सहभाग वाढावा, मुलांवर चांगले संस्कार व्हावेत. अप्रगत मुलांची प्रगती व्हावी, लेखन, वाचन, कौशल्ये वाढवावीत यासाठी प्रयत्न केले जातात.

संस्थेतर्फे 'वनस्थळी' हे द्वैमासिक चालवले जाते. पर्यावरण, छंदवर्ग, आरोग्य असे विशेषांक व दिवाळी विशेषांक काढले जातात. त्यातून शिक्षक, विद्यार्थी, कार्यकर्ते यांना मार्गदर्शन मिळते.

महिलांसाठी व्यवसाय प्रशिक्षण दिले जाते. त्यामध्ये लिक्विडसोप, मूर्तिकला, मेणबत्त्या, पायपूसणी, गोलाचे दागिने, वारली पेंटिंग्ज, संगीत यांचे प्रशिक्षण दिले जाते. यातून हजारो महिलांना कौशल्य प्राप्त झाले आहे. वनस्थळीने फिरते वाचनालय सुरू केले आहे. परिसरातील भागात गाडीतील फिरते वाचनालय, खेळाचे साहित्य, पुस्तके, वाचन-लेखन, साहित्यिक पुस्तके असतात याचा फायदा अनेकांना होत आहे.

गरीब, ग्रामीण भागातील कुटुंबाचा आर्थिक स्तर सुधारावा, छोट्या व्यवसायासाठी, मुलांच्या शिक्षणासाठी बिनव्याजी कर्ज दिले जाते. तसेच वैद्यकीय उपचारांसाठी- स्वच्छतागृहे, आरोग्य सेविका प्रशिक्षण हे उपक्रम घेण्यात येतात. ग्रामीण व शहरी भागात आरोग्यसेविका प्रशिक्षण घेणाऱ्यांना स्वावलंबनासाठी मदत होते.

व्यक्तिमत्त्व विकास, व्यावसायिक प्रशिक्षण, वाचनालये, बालवाड्या, आरोग्य प्रशिक्षण इ. उपक्रमांबरोबरच साक्षरता व निरंतर शिक्षणासाठी ही संस्था प्रयत्नशील असून, जवळपास अकरा हजार कुटुंबांपर्यंत पोहचून त्यांच्याशी वनस्थळीने अनोखे नाते निर्माण केले आहे.

मा. निर्मलाताई पुरंदरे यांनी २१ डिसेंबर, १९८१ मध्ये स्थापन केलेल्या या संस्थेस तीन दशकं पूर्ण होत आहेत. पुणे, सातारा, नगर, सांगली, लातूर, सोलापूर, नाशिक, कोल्हापूर आणि कोकण भागातही आपल्या कार्याचे क्षेत्र वाढवले आहे. अनेकांना ही संस्था प्रेरणा देणारी आहे.

अमन सेतू

शिक्षण ही एक सहज घडणारी प्रक्रिया आहे आणि ती तशीच असायला हवी. आपल्याकडे औपचारिक शिक्षणाची एक साचेबंद चौकट बनवली आहे आणि या चौकटीतील शिक्षण म्हणजे शिक्षण असे काही जण समजतात. या प्रकारच्या समीकरणामुळे व्यवहारज्ञानाऐवजी पुस्तकी ज्ञानावर भर देणारी, आकलनाऐवजी घोकंपट्टीला महत्त्व देणारी तसेच विद्यार्थ्यांऐवजी शाळा, शिक्षण आणि पाठ्यक्रम यांना केंद्रस्थानी ठेवणारी शिक्षणपद्धती रूढ झाली आहे. ही चौकट नाकारून सहजपणे शिक्षण देणारे काही प्रयोग आपल्याकडे झाले आहेत. अशा प्रयोगशील शाळाची निर्मिती आता राज्यभर पसरली आहेत. यामध्ये अलीकडे भर पडली आहे पुण्याच्या 'अमन सेतू'ची. माधवी कपूर यांनी इंग्रजी शाळांमधून अनेक उपक्रम राबविले आहेत. शिक्षणाच्या पारंपरिक चौकटीला वेगळे करून दाखवण्याचा त्यांचा प्रयत्न नेहमीच असतो. 'अमन सेतू' हा असाच एक प्रयोग म्हणायला हरकत नाही. शाळेल शिक्षणात प्रयोग करणारे खूप आहेत. विद्यार्थ्यांना हसतखेळत प्रत्यक्ष अनुभव देत निसर्गाच्या अधिकाधिक जवळ जात शिक्षण देण्याची संकल्पना तशी नवी आहे. याच विचाराचा आधार घेत ग्रामीण व शहरी, मराठी-अमराठी मुलांना एकत्र घेऊन एक प्रकारे सेतू बांधत शिक्षण देण्याचा प्रयत्न या प्रयोगातून होत असल्याचे कपूर सांगतात.

पुणे-नगर रस्त्यावरील वाघोली गावात 'अमन सेतू' ही वैशिष्ट्यपूर्ण शाळा आहे. शाळेची इमारत फार मोठी नाही; परंतु आजूबाजूला शेती आहे. मोठा हॉल, मोकळा परिसर, बगीचा, शेती, वैशिष्ट्यपूर्ण अशा दोन खोल्या आणि शेजारी 'पीएमपीएमएल'ची जुनी, वापरात नसलेली परंतु आता छान रंगवलेली बस आहे वैशिष्ट्यपूर्ण बांधकाम आहे. ज्यामध्ये सहजपणे उपलब्ध होणाऱ्या वस्तूपासून बांधकाम केलं आहे. शीतपेयांच्या टाकून दिलेल्या बाटल्यांचा वापर बांधकामासाठी कसा करून घेता येतो, त्याचे प्रत्यक्ष उदाहरण येथे दाखवले आहे. अलीकडेच ही शाळा सुरू झाली आहे. त्यामुळे

सध्या दोन-तीन इयत्ता आहेत. विद्यार्थ्यांना शिकवण्यासाठी व्हर्टिकल पद्धत वापरण्यात येते. म्हणजे अनुभूतीसाठी- ॲक्टिव्हिटीसाठी सर्व इयत्तामधील विद्यार्थी एकत्र येतात. रोज सकाळी वेगळी कृती करण्यात येते. कधी रोप लावणे, कधी निसर्गाचं निरीक्षण करणे, या अनुभवांवर मुलं बोलतात व त्यांची अभिव्यक्ती प्रकट होते. चित्रे, लेखणी अशा माध्यमातून मुलांना कृतीद्वारा भाषा शिकवण्याचा प्रयत्न केला जातो. हिंदी-मराठी-इंग्रजी या भाषा शिकवण्यासाठी अभिनव पद्धत वापरण्यात येते. या प्रयोगातून विकसित होणाऱ्या पुढील इयत्तेचे एक वेगळे मॉडेल विकसित करण्याचे कार्य 'अमन सेतू'मार्फत होत आहे.

अखिल भारतीय समाजवादी अध्यापक सभा

महाराष्ट्रातील शिक्षणक्षेत्रात कार्य करणारे कार्यकर्ते, पुरोगामी विचारवंत, शिक्षणतज्ज्ञ, शिक्षण संस्थाप्रमुख आणि भारतीय समाजाच्या सर्वांगीण विकासासाठी धडपडणाऱ्यांची बैठक १६ सप्टेंबर, २००१ रोजी पुणे येथे ज्येष्ठ समाजवादी विचारवंत, अखिल भारतीय राष्ट्र सेवादलाचे अध्यक्ष भाई वैद्य यांच्या अध्यक्षतेखाली झाली. महाराष्ट्र राज्यातील शिक्षण-कार्यकर्ते यांच्या राज्यव्यापी बैठका घेऊन आजची शिक्षणपद्धती, शैक्षणिक धोरणे अभ्यासक्रम, प्रशासकीय बाबी इ. संदर्भात तपशीलवार चर्चा, विचारविनिमय करून समाजवादी अध्यापक सभेची स्थापना २४ नोव्हेंबर, २००१ रोजी 'समता मंदिर' साकी नाका, मुंबई येथे झाली. समाजवादी अध्यापक सभेचे पहिले अधिवेशन सानेगुरुजी शिक्षण प्रसारक मंडळाचे के. जे. मेहता हायस्कूल नाशिक रोड येथे संपन्न झाले. या अधिवेशनाचे उद्‌घाटन ज्येष्ठ समाजवादी नेते व माजी केंद्रीय मंत्री प्रा. मधू दंडवते यांच्या हस्ते झाले. अध्यक्षस्थानी प्रा. डॉ. रावसाहेब कसबे होते.

संस्थेची ध्येये व उद्दिष्ट्ये :

१. समाजाचे सामाजिक आरोग्य राखण्यासाठी मदत करावी अशी मनोभूमिका असलेले शिक्षक वाढविणे.
२. समाजवादी शैक्षणिक धोरणाचा पुरस्कार करणे.
३. दलित आदिवासी व मागास स्त्रिया, अल्पसंख्याक समाज अशा समाजातील सर्व प्रकारच्या दुर्लक्षित घटकांपर्यंत सकस शिक्षण पोहोचवण्यासाठी यंत्रणा उभी करणे.

४. शैक्षणिक अभ्यासक्रमासंदर्भात संशोधन करून हे अभ्यासक्रम धर्मनिरपेक्ष, वैज्ञानिक जाणीव जोपासणारे असतील अशा पद्धतीने शासनास सूचना करणे.
५. सर्वधर्मीयांना समान शिक्षण मिळेल आणि शिक्षणातून कोणत्याही प्रकारच्या धार्मिक मूलतत्त्ववादास खतपाणी मिळणार नाही या दृष्टीने प्रयत्न करणे.
६. शैक्षणिक संस्थांमधून आरक्षणाचे तत्त्व पाळले जाईल व सर्व वर्गातील स्त्रियांसाठीही सर्व प्रकारच्या सेवांमध्ये ५०% आरक्षण मिळण्यासाठी प्रयत्न करणे.
७. टी.डी.एफ. राष्ट्रसेवादल, छात्रभारती व आंतरभारतीसारख्या समविचारी संघटनांबरोबर सहकार्य वाढविणे.
८. टीडीएफ ही संघटना मुख्यत्त्वे वैधानिक निवडणुका लढवीत असल्याने निवडणुकीत त्यांना सक्रिय साहाय्य करेल, स्वत: उमेदवार उभा करणार नाही, करत नाही.
९. आंतरराष्ट्रीय पातळीवरील समाजवादी शिक्षक संघटनांच्या संपर्कात राहणे.
१०. समाजवादी शैक्षणिक धोरणांच्या पुरस्कारासाठी वाङ्मयनिर्मिती व नियतकालिके चालविणे, शैक्षणिक चर्चासत्रे, कार्यशाळा, परिषदा घेणे.
११. भारतातील विविध राज्यांतील समविचारी पुरोगामी शिक्षक संघटनांशी समन्वय संपर्क, सहकार्य करणे. अखिल भारतीय समाजवादी अध्यापक सभेच्या स्थापनेपासून सुरुवातीच्या काळात या संघटनेच्या प्रसारासाठी प्राचार्य शिवाजीराव खैरे, प्रा. मधुकर निरफराके, वि. मा. भामरे यांनी अथक परिश्रम घेतले. डॉ. रावसाहेब कसबे यांनी अध्यक्षपद स्वीकारून वैचारिक योगदान दिले. तसेच बाबुराव मुळीक, जयंत ठाकरे यांच्यासारख्या शिक्षणप्रेमी कार्यकर्त्यांनी हे काम उभे केले आहे.

या संस्थेच्या कार्यकालास एक दशक पूर्ण होणार आहे. भारतातील ज्येष्ठ समाजवादी विचारवंत भाई वैद्य यांचे नेतृत्व लाभल्यानंतर ही राज्यव्यापी संघटना राष्ट्रीय पातळीवर कार्यरत झाली आहे. भाई वैद्य यांनी महाराष्ट्रातील सर्व जिल्ह्यांमध्ये यात्रा काढून ठिकठिकाणी काम उभे केले आहे. त्यांच्या

नेतृत्त्वाला चांगला प्रतिसाद मिळून देशातील काही राज्यांमध्ये समाजवादी अध्यापक सभेच्या शाखा कार्यरत झाल्या आहेत.

जागतिकीकरणामुळे निर्माण झालेल्या बाजारू शिक्षणपद्धतीला विरोध करणे, शिक्षणाची अर्थिक जबाबदारी घेण्यास शासनाला भाग पाडणे, समान, गुणवत्तापूर्ण व विनाशुल्क शिक्षणाचा आग्रह धरणे, अध्यापकवर्गात असलेल्या नैतिक जबाबदारीला प्रोत्साहित करणे, शिक्षण समाजनिष्ठ, शिक्षण विद्यार्थीनिष्ठ, विद्यार्थी ज्ञाननिष्ठ करण्यासाठी प्रयत्न करणे, विनाअनुदान धोरणातील दोष दाखवून हे धोरण रद्द करण्यासाठी प्रयत्न करणे यासारख्या विषयावर शिक्षक-पालक-समाज-शासन यांची मनोभूमिका बनवण्यासाठी सभेचे प्रयत्न आहेत. भाई वैद्य यांनी लोकशाही, समाजवाद, धर्मनिरपेक्षता या संविधानदत्त शैक्षणिक घटकांच्या आणि स्वातंत्र्य, समता, बंधुभाव, सामाजिक न्याय या आधारस्तंभाच्या आधारे शिक्षणक्षेत्रात सुधारणा घडवून आणण्याचा पहिल्यापासूनच आग्रह धरला आहे. शिक्षणक्षेत्रात परिवर्तन घडवून आणण्यासाठी स्वतंत्र स्वायत्त शिक्षण आयोग हाच एकमेव पर्याय आहे. या शिक्षण आयोगावर ज्येष्ठ शिक्षण तज्ज्ञांचीच नेमणूक करण्यात यावी व विषयाचे महत्त्व विचारात घेऊन भारतीय प्रशासन सेवेच्या धर्तीवर (आय ए.एस.) 'भारतीय शिक्षणसेवा' निर्माण करून विशेष अधिकारी नेमावे लागतील. प्रशिक्षण महाविद्यालये सरकारने किंवा खासगी संस्थांनी चालविण्याऐवजी या शिक्षण आयोगानेच त्याची जबाबदारी घेतली पाहिजे, असा भाई वैद्य यांचा आग्रह आहे.

समाजमानस घडवित असतानाच शासनाने या विचारांचा पाठपुरावा करावा यासाठी अध्यापक सभा प्रयत्नशील आहे. हे कार्य आता राष्ट्रीय शैक्षणिक परिषदेद्वारा राष्ट्रीय पातळीवर होत आहे ही आपणा सर्वांसाठी अभिमानास्पद घटना आहे.

समाजवादी अध्यापक सभेचे चौथे द्विवार्षिक अधिवेशन २४ मे, २००९ रोजी पुण्यात आझम कॅम्पस मध्ये झाले. अधिवेशनाचे उद्घाटन दिल्ली विद्यापीठातील इतिहासतज्ज्ञ प्रा. अजित झा यांच्या हस्ते झाले. अध्यक्षपदी भाई वैद्य होते. या अधिवेशनात समान संधीसाठी विद्या आयोगाची स्थापना करण्यात यावी, बालवाडी ते पदवीपर्यंतचे शिक्षण गुणवत्तापूर्ण व मोफत असावे, अशी मागणी करण्यात आली. या व्यतिरिक्त केलेल्या ठरावामध्ये प्रामुख्याने सर्वांना शुल्काशिवाय गुणवत्तापूर्ण शिक्षण शक्य

आहे, विनाअनुदान शिक्षणाचे धोरण तातडीने बंद व्हावे, बालशिक्षणासाठी प्रा. राम जोशी अहवालाची अंमलबजावणी व्हावी, बारावीपर्यंतच्या मोफत शिक्षणाबरोबरच गळती थांबवावी, खासगी विद्यापीठाची कल्पना अमान्य, कृषी शिक्षणाला अग्रक्रम हवा, अल्पसंख्यांकांच्या शिक्षणासाठी न्या. सच्चर यांच्या शिफारशीची अंमलबजावणी करा व सध्याच्या शिक्षणाचा प्रश्न प्रशासकीय नसून तो राजकीय स्वरूपाचा आहे. इत्यादी बाबींचा समावेश केला आहे. तसेच शिक्षणाची समान संधी उपलब्ध होण्यासाठी शिक्षणावरील खर्च सात टक्क्यांपर्यंत न्यावा अशी भूमिका मांडण्यात आली.

शिक्षणविकासात ग्रंथालयांचे योगदान

शैक्षणिक विकासाचे प्रभावी साधन महाराष्ट्रात शिक्षणाचे प्रमाण वाढत असतानाच वाचनाची आवड निर्माण झाली. या वाढत्या प्रसारामुळेच महाराष्ट्रामध्ये ग्रंथालयाची संख्या वाढली, किंबहुना, ग्रंथालयासंदर्भातील एक चळवळच निर्माण झाली. इंग्रज कालखंडामध्ये शिक्षणास प्रोत्साहन देत असतानाच इंग्रजी, संस्कृती विद्या आणि साहित्य यांचा प्रसार व्हावा या दृष्टिकोनातून इंग्रज सरकारने ग्रंथालयांना प्रोत्साहन दिले. रॉयल एशियाटिक सोसायटीप्रमाणे कार्य व्हावे अशी त्यांची अपेक्षा होती. महाराष्ट्रात बोर्ड ऑफ एज्युकेशन व एज्युकेशन डिपार्टमेंट यांनी उत्तेजन दिल्यामुळे १९३८-१९६६ या दरम्यान नगर, नाशिक, पुणे, बेळगाव, ठाणे, सातारा, कोलहापूर, सावंतवाडी, मालेगाव, धारवाड, सोलापूर, धुळे, कल्याण, उरण, भिवंडी, पेण, अलिबाग या ठिकाणी 'नेटिव्ह जनरल लायब्ररी' सुरू झाली. काही ठिकाणी इंग्रज अधिकाऱ्यांचेच प्रत्यक्ष नियंत्रण, तर कोल्हापुरात रेसिडेंटचा हेड क्लार्क ग्रंथालय व्यवस्था सांभाळत असे. ग्रंथालये नोंदवण्याचा नियम होता. सरकारी मदत व तपासणी असे ८०% पुस्तके इंग्रजी व इतर मराठी असत.

या ग्रंथालयाच्या चळवळी दरम्यान असे लक्षात आले की, मराठी भाषा, मराठी पुस्तके यांच्याकडे दुर्लक्ष होते. हे पाहून त्यावर मात करण्यासाठी मराठी माणसांनी १८९३मध्ये 'ठाणे मराठी ग्रंथ संग्रहालय' स्थापन केले. लागलीच १८९८ मध्ये मुंबईत 'मराठी ग्रंथ संग्रहालय' स्थापन झाले. १९११ च्या सुमारास पुण्यात 'पुणे मराठी ग्रंथ संग्रहालय' सुरू झाले. १९१२ ते २० च्या दरम्यान पुण्यात 'श्रीराम', 'पर्वती', 'गणेश' अशी तीन मोफत स्वतंत्र वाचनालये लोकांनी ज्ञान मिळवण्याचे साधन म्हणून सुरू

झाली. यातूनच मंडळीकरणाची कल्पना आली व 'महाराष्ट्र ग्रंथालय संघाची' स्थापना झाली.

भारताच्या स्वातंत्र्यानंतर मुंबई सरकारने साक्षरता प्रसार, लोकशाही, लोकशिक्षण, प्रसारार्थ प्रौढशिक्षण बोर्डामार्फत ग्रामीण भागातील वाचनालयांना सुरुवातीला पन्नास व प्रतिवर्षी १८ रुपये वाचनालय सुरू करण्यासाठी दिले. तेव्हा २३०० गावांनी या योजनेचा फायदा घेतला. त्यातून फिरती वाचनालये, कामगार ग्रंथालये अस्तित्त्वात आली. कॉंग्रेस सरकारने 'ग्रंथालय संवर्धन समिती'च्या योजनेवर भर दिला. मुंबईत ग्रंथालयविषयक मध्यवर्ती सल्लागार मंडळ स्थापण्याचे ठरले. १९४९ साली पुण्यात महाराष्ट्र ग्रंथालय परिषदेचे अधिवेशन भरवण्यात आले. त्यातूनच ग्रंथपालनाचा अभ्यासक्रम आला. १९५४ पर्यंत राज्यात पुण्याचे प्रादेशिक महाराष्ट्र ग्रंथालय, २२ जिल्हा ग्रंथालये २२७ तालुका ग्रंथालये अस्तित्त्वात आली.

महाराष्ट्र शासनाने विविध प्रकारच्या योजना आणि आर्थिक सहकार्य देऊन ग्रंथालय चळवळीस प्रोत्साहन दिले आहे. आज शहरी आणि ग्रामीण भागात ही ग्रंथालये चालवली जातात. ग्रंथालये, वाचनालये यांच्या माध्यमातून सार्वजनिक कार्यक्रम व्याख्याने आयोजित करण्यात येतात. या सर्व प्रयत्नांतून वाचनसंस्कृती वाढण्यास मदत होतेच. शिवाय गृहिणी, ज्येष्ठ नागरिक, विद्यार्थी आणि सर्वसामान्य जनतेस उपयुक्त ठरून त्यांच्या विकासाबरोबरच लोकशाहीचे कार्य ही घडत असते.

शिक्षण प्रसारात प्रसार माध्यमाचे योगदान

ग्रंथालयाप्रमाणेच प्रसार माध्यमेही औपचारिक, अनौपचारिक आणि सहज शिक्षणासाठी योगदान करीत असतात. 'शिक्षण संक्रमण', 'जीवनशिक्षण', 'किशोर' आणि इतर नियतकालिकांमधून सातत्यपूर्ण शिक्षण विषयक भरीव माहिती याक्षेत्रांतील व्यक्तीसाठी उपलब्ध करून दिले जाते. सकाळ वृत्तपत्रसमूहामार्फत काही वर्षापासून शैक्षणिक उपक्रम राबविण्यात येतात. 'शिक्षणविषयक माहिती व्हावी, म्हणून शिक्षणसंस्था, नवनवीन अभ्यासक्रम, याविषयी गरजूंना माहिती मिळावी यासाठी महाराष्ट्रातील प्रमुख शहरांमध्ये प्रदर्शन मिळावी यासाठी महाराष्ट्रातील प्रमुख शहरांमध्ये प्रदर्शन आयोजित करण्यात येते. तसेच एड्युमंत्र या पुरवणीतून वाचकांना शिक्षणविषयक माहिती देण्यात येते. दहावी-बारावीच्या विद्यार्थ्यांना विशेष मार्गदर्शनाबरोबरच

इतर प्रकाशनातून सुलभ-अभ्यासासाठी साहित्य उपलब्ध करून देण्यात येते. महाराष्ट्रातील शाळांमधून स्वच्छता, स्वच्छतागृहे उपलब्ध व्हावीत यासाठी व्यासपीठ निर्माण करीत आहे. तसेच व्यवसाय मार्गदर्शन ही केले जाते. 'सकाळ' प्रमाणेच 'दै. लोकसत्ता', 'लोकमत' यांसारख्या प्रमुख वर्तमानपत्रांतून काहीप्रमाणात हे कार्य होत आहे.

आकाशवाणी, बालचित्रवाणी, दूरदर्शन यासारख्या प्रभावी माध्यमा मार्फत विद्यार्थी, शिक्षक, शिक्षणतज्ज्ञ यांच्या सहभागातून शिक्षण विषयक अनेक उपक्रम सादर केले जातात. गेल्या अनेक वर्षांपासून हे कार्य होत आहे. यामुळे विद्यार्थी पालक, शिक्षण यांना मार्गदर्शन होऊन शैक्षणिक गुणवत्ता वाढवण्यास हातभार लागतो.

■

८. महाराष्ट्रातील अग्रेसर शैक्षणिक संस्था

○टिळक महाराष्ट्र विद्यापीठ ○एस.एन.डी.टी. महिला विद्यापीठ ○भारती विद्यापीठ ○यशवंतराव चव्हाण महाराष्ट्र मुक्त विद्यापीठ ○डेक्कन एज्युकेशन सोसायटी ○शिक्षणप्रसारक मंडळी ○पीपल्स एज्युकेशन सोसायटी ○रयत शिक्षणसंस्था ○स्वामी विवेकानंद शिक्षणसंस्था ○सिम्बॉयोसिस – शिक्षणाचे आंतरराष्ट्रीय केंद्र ○पद्मश्री डॉ. डी. वाय. पाटील-विद्यापीठ ○मराठवाडा मित्रमंडळ ○एम. आय. टी. ग्रुप ऑफ इन्स्टिटयुट ○महाराष्ट्र कॉस्मॉपॉलिटन एज्युकेशन सोसायटी पुणे. ○कॉम्प एज्युकेशन सोसायटी ○महाराष्ट्रातील प्रमुख विद्यापीठे ○महाराष्ट्रातील काही नामांकित शिक्षण संस्था

टिळक महाराष्ट्र विद्यापीठ

लोकमान्य टिळकांच्या विचारांना पुढे नेणारे, त्यांचे विचार सर्वसामान्यांपर्यंत शिक्षणाच्या माध्यमातून पोहोचवणारे शैक्षणिक स्मारक म्हणजे टिळक महाराष्ट्र विद्यापीठ. स्वातंत्र्यलढ्यातील एक प्रखर नेतत्त्व म्हणून ओळखल्या जाणाऱ्या लोकमान्य टिळकांच्या मृत्यूनंतर १९१२ मध्ये महात्मा गांधींच्या मार्गदर्शनानुसार टिळक महाराष्ट्र विद्यापीठाची स्थापना करण्यात झाली. राष्ट्रीय शिक्षणाचा सर्वत्र प्रसार करणे, ते सर्वसामान्यांपर्यंत पोहोचवण्यासाठी शक्य ते प्रयत्न करणे हे लोकमान्यांचे स्वप्न आजही या विद्यापीठामार्फत पूर्ण करण्याचा प्रयत्न केला जात आहे. आधुनिक भारताच्या प्रगतीमध्ये आजही हे विद्यापीठ आपले योगदान देत आहे. समाजाच्या बदलत्या गरजा पूर्ण करण्यासाठी, स्पर्धेच्या युगामध्ये सक्षम विद्यार्थी घडवून समाजाच्या प्रगतीतील आपला वाटा उचलण्यासाठी हे विद्यापीठ सर्वच

पातळ्यांवर प्रयत्न करत आहे. हे सर्व करत असताना गुणवत्तेच्या बाबतीत कोणताही समझोता केला जात नाही. या विद्यापीठातील संस्कृत, आयुर्वेद, सामाजिक शास्त्र विभाग गुणवत्तेसाठी प्रसिद्ध आहेत. १९८७ मध्ये या विद्यापीठास अभिमत विद्यापीठाचा दर्जा देण्यात आला. आपल्या प्रगतिपथावरील वाटचालीमध्ये विद्यापीठाने मॉडर्न सायन्सेस ॲन्ड प्रोफेशनल स्किल्स हा विभाग सुरू केला. या विभागाद्वारे आज अनेक अभ्यासक्रम यशस्वीपणे राबवले जात आहेत. इंजिनिअरिंग, बायोटेक्नॉलॉजी, मायक्रोबायॉलॉजी, मॅनेजमेंट, कॉम्प्युटर सायन्सेस, फिजिओथेरपल, हॉटेल मॅनेजमेंट, मासमीडिया असे विविध अभ्यासक्रम यामध्ये समाविष्ट आहेत. विद्यापीठामध्ये शिक्षणशास्त्र (बी.एड्.) अभ्यासक्रमही यशस्वीरित्या राबविला जातो. विद्यापीठामधे भौतिक साधन सुविधांकडेही विशेष लक्ष पुरवले जाते. कुशल अध्यापक वर्ग, प्रयोगशाळा, ग्रंथालय, इंटरनेट सुविधा, होस्टेल या सुविधांचा लाभ सर्व विद्यार्थ्यांना घेता येतो.

अनुभवी व प्रशिक्षित प्राध्यापकवर्ग सातत्याने विद्यार्थ्यांच्या प्रगतीसाठी कार्यरत आहे. विद्यार्थ्यांना शिकवण्याबरोबरच त्यांच्या सर्वांगीण विकासाकडेही येथे लक्ष पुरवले जाते. विद्यार्थ्यांच्या शिक्षणपूर्तीनंतर नोकरीसंदर्भातही त्यांना मार्गदर्शन केले जाते. उच्च शिक्षणासाठीही अनेक दालने खुली केली जातात.

मुक्त विद्या केंद्रामार्फत अनेक स्टडी सेंटर्स (अभ्यास केंद्रे) चालवली जातात. त्यामुळे टिळक महाराष्ट्र विद्यापीठ महाराष्ट्राच्या कानाकोपऱ्यात पोहोचले आहे.

एस.एन.डी.टी. महिला विद्यापीठ

इ.स. १८९६ हे वर्ष भारतातील महिलांच्या शैक्षणिक इतिहासातील महत्त्वपूर्ण वर्ष आहे. डॉ. धोंडो केशव कर्वे यांनी विधवा, परित्यक्ता, असहाय्य महिलांसाठी पुणे येथील हिंगणे येथे आश्रम स्थापन केला. महिलांमध्ये स्वावलंबन, आत्मनिर्भरता आणि आत्मविश्वास निर्माण करण्यासाठी आश्रमात त्यांच्या शिक्षणाची सोय केली पाहिजे हे लक्षात आल्यानंतर त्यांनी आश्रमात शैक्षणिक उपक्रमांची सोय केली. नंतर त्याचे रूपांतर मुलींच्या नियमित शाळेमध्ये झाले. या संस्थेच्या काही सदस्यांमध्ये जुन्या परंपरा, परिगामी दृष्टिकोन होते. तसेच संस्थेला सामाजिक व आर्थिक अडचणींचा

सामोरे जावे लागणार, हे स्पष्ट होते. कर्वेंना महिलांसाठी स्वतंत्र विद्यापीठाची स्थापना करावयाची होती. ते त्यांचे स्वप्न होते. कर्वे यांच्या मित्राने जपान महिला विद्यापीठ टोकियो येथील माहिती पुस्तके पाठविली. डिसेंबर १९१५ मध्ये कर्वे यांनी नॅशनल सोशल रिफॉर्म काँग्रेस मुंबई येथील अध्यक्षीय भाषणामध्ये आपले विद्यापीठाचे स्वप्न प्रत्यक्षात आणण्याची घोषणा केली आणि १९१६ मध्ये पाच विद्यार्थ्यांच्या पट संख्येने पहिले महाविद्यालय सुरु केले. ज्याचे नंतर महिला विद्यापीठत रूपांतर झाले. या कामासाठी शासन अनुदान देईल यासाठी शासनाच्या परवानगीची किंवा अनुदानाची वाट पाहिली नाही.

महर्षी कर्वे यांची दूरदृष्टी आणि सर विठ्ठलदास ठाकरसी यांच्या योगदानातून भारतात पाहिल्या महिला विद्यापीठाची स्थापना केली गेली. १९२० मध्ये सर विठ्ठलदास ठाकरसी यांनी त्यांच्या मातोश्री नथीबाई यांच्या स्मरणार्थ तेंव्हा १५ लाख रुपयांची देणगी दिली. या महत्त्वपूर्ण योगदानाची दखल घेवूनच या विद्यापीठाचे 'श्रीमती नाथीबाई दामोदर ठाकरसी महिला विद्यापीठ' असे नामकरण करण्यात आले.

विद्यापीठाचे मुख्य कार्यालय मुंबई येथे १९३६ मध्ये हलवण्यात आले. त्यानंतर विद्यापीठाच्या विकासामध्ये गती आली व अधिकाधिक महिलांना उच्च शिक्षणाची संधी मिळाली. आज ही संस्था अतिशय लोकप्रिय झाली असून त्यास एस.एन.डी.टी. महिला विद्यापीठाच्या नावाने शिक्षण क्षेत्रात आपले कार्यक्षेत्र देशाबाहेर ही वाढवण्याची तरतूद असणारी मान्यता मिळाली आहे.

महिलांना उच्च शिक्षणाची संधी देणारी आणि उत्कृष्टतेचे प्रतीक ठरणारी संस्था म्हणून एस.एन.डी.टी. ने ओळख निर्माण केली आहे. १९१६ मध्ये पाच विद्यार्थ्यांच्या संस्थेने सुरू झालेल्या या संस्थेने मोठा पल्ला गाठला आहे. आजमितीस विद्यापीठाचे तीन ठिकाणी मोठे शैक्षणिक संकुल कार्यरत आहे. यापैकी दोन मुंबई येथील चर्चगेट आणि जूहू येथे आणि एक पुण्यातील कर्वे रस्त्यावर.

एस.एन.डी.टी. महिला विद्यापीठात कला, वाणिज्य, विज्ञान या नियमित अभ्यासक्रमाबरोबरच होम सायन्स, अध्यापक महाविद्यालय, व्यवस्थापन, अभियांत्रिकी, पत्रकारिता, समाजविज्ञान, फूड टेक्नॉलॉजी यासारख्या व्यावसायिक अभ्याक्रमांबरोबरच विविधं विद्याशाखेतील प्रमाणपत्र, पदविका,

पदवी, पदव्युत्तर अभ्यासक्रमाबरोबरच विविध विद्याशाखेतील संशोधन केंद्र ही ज्ञान, विस्तार आणि संशोधनाचे कार्य करीत आहे. महाराष्ट्रात आणि भारतात शैक्षणिक कार्याचा विस्तार करण्याकडे विद्यापीठाची वाटचाल आहे.

भारती विद्यापीठ

गतिमान शिक्षणातून समाजपरिवर्तन हे ध्येय समोर ठेवून भारती विद्यापीठाची स्थापना पतंगराव गदम यांनी केली. भारती विद्यापीठ यूर्निव्हर्सिटी पुणे चे ते कुलपती आहेत. विद्यार्थ्यांना अद्ययावत उत्कृष्ट शिक्षण व प्रशिक्षण, अत्याधुनिक तंत्रज्ञान आणि अध्यापन पध्दतीने देणे यासाठी भारती विद्यापीठ कटिबद्ध आहे. शिक्षणाने लोकांचे कल्याण साधून मानवाच्या यातना कमी करणे व त्यासाठी योगदान करणे ही या संस्थेची बांधिलकी आहे.

विद्यार्थ्यांना कुशल व्यावसायिक बनवणे, सजग नागरिक तयार करणे आणि मानवी दृष्टिकोनातून संशोधनास प्रोत्साहन देण्याचे कार्य संस्थेमार्फत चालवले जाते. उच्च शिक्षणाच्या क्षेत्रातील जागतिक पातळीवरील संस्थांमध्ये आपले स्थान निर्माण करणे हे स्वप्न उराशी बाळगून संस्था कार्यरत आहे.

भारती विद्यापीठाने पुण्याबरोबरच, नवी मुंबई, नवी दिल्ली, पाचगणी, सातारा, सांगली, कराड, कोल्हापूर, रायगड, जव्हार इ. ठिकाणी शैक्षणिक संकुल उभे केले आहेत. भारती विद्यापीठ हे अभिमत विद्यापीठ असून त्यांच्या सव्वीस विद्याशाखांनी नॅक मार्फत मूल्यांकन केले असून त्यांनी 'अ' दर्जा प्राप्त केला आहे.

कला, विज्ञान, वाणिज्य, अभियांत्रिकी वैद्यकिय, दंतविज्ञान, व्यवस्थापन, औषधनिर्माण, आर्यूर्वेद, होमिओपॅथी, नर्सिंग, हॉटेल मॅनेजमेंट, विधी, समाजविज्ञान, आर्किटेक्चर, पर्यावरणशास्त्र, शारीरिक शास्त्र, शेतकी महाविद्यालय आणि शिक्षणशास्त्र यासारख्या विद्या शाखेचे शिक्षण दिले जाते. गुणात्मक विकासाबरोबरच खालील प्रमाणे संख्यात्मक विकास भारती विद्यापीठाने केला आहे.

संशोधन संस्था	०३
महाविद्यालये	४८
तांत्रिक संस्था	०८
कनिष्ठ महाविद्यालये	१४

प्राथमिक-माध्यमिक विद्यालये	३८
बालविकास मंदिर	०४
पब्लिक स्कूल	०१
आदिवासी विकास आश्रमशाळा	०१
इतर विभाग	१७

अशा एकूण १५४ संस्थांमधून शिक्षणाचे कार्य केले जाते.

यशवंतराव चव्हाण महाराष्ट्र मुक्त विद्यापीठ

'ज्ञानगंगा घरोघरी' हे ब्रीदवाक्य घेऊन यशवंतराव चव्हाण महाराष्ट्र मुक्त विद्यापीठ आज महाराष्ट्राच्या घराघरापर्यंत पोहोचले आहे. नाशिक येथे मुख्य कार्यालय असलेले हे मुक्त विद्यापीठ शिक्षणाची ज्ञानगंगा ज्यांना शिक्षणापर्यंत येता येत नाही अशा वंचितांच्या दारापर्यंत, घरापर्यंत पोहोचवण्यास स्थापनेपासूनच कटिबद्ध आहे. ज्यांना नोकरी-धंद्यातून, परिस्थितीवश शिक्षण घेता येत नाही किंवा आले नाही अशांची शिक्षणाची इच्छा पूर्ण करण्यासाठी हे विद्यापीठ स्थापन केले गेले. वयाची अठरा वर्षे पूर्ण केलेली कोणतीही व्यक्ती या विद्यापीठामध्ये उपलब्ध असणारी शैक्षणिक सुविधा घेऊ शकते. आपली वैयक्तिक आवड जोपासणे, गरज भागवणे, व्यावसायिक विकास घडवणे यासाठीही विद्यापीठाची दारे सर्वांसाठी खुली आहेत. विद्यापीठातील विविध अभ्यासक्रम यासाठी मदतच करत असतात. येथे व्यावसायिक अभ्यासक्रमांचीही सोय आहे. सर्वसाधारण अभ्यासक्रमही तितक्याच परिणामकारकतेने चालवले जातात. यशवंतराव चव्हाण मुक्त विद्यापीठामध्ये प्रवेश घेण्यासाठी साक्षांकित प्रती चालतात. कोणत्याही मूळ कागदपत्रासाठी येथे विद्यार्थ्यास शिक्षणापासून वंचित ठेवले जात नाही. इतर शिक्षणसंस्थांमध्ये, विद्यापीठांमध्ये शिक्षण घेणारे विद्यार्थी येथे आवड व प्राधान्यानुसार इतर अभ्यासक्रमासाठी प्रवेश घेऊ शकतात. येथे विद्यार्थ्यांच्या अंगभूत कौशल्यांना वाव देण्याचे प्रयत्न तर होतोच; परंतु या विद्यापीठात शिक्षण घेत असताना इतरही अनेक कौशल्ये त्यांना देण्याचा प्रयत्न केला जातो. एकाच वेळी एकापेक्षा अधिक अभ्यासक्रमांचा लाभ येथे प्रवेश घेण्याऱ्या विद्यार्थ्यांना घेता येतो. हे सर्व अभ्यासक्रम शासनमान्य आहेत. या विद्यापीठात शिक्षण घेणाऱ्या विद्यार्थ्यांना इतर विद्यार्थ्यांप्रमाणेच शिक्षणाची सर्व संधी उपलब्ध आहे. तसेच नोकरीसाठीही हे शिक्षण पूर्णतः ग्राह्य धरले जाते. स्पर्धा परीक्षा

व तत्सम प्रगतीच्या वाटा येथील विद्यार्थीही पादाक्रांत करू शकतात.

मानव्यविद्या व सामाजिकशास्त्र, शिक्षणक्रम, वाणिज्य-व्यवस्थापन, शिक्षणक्रम, शिक्षणशास्त्र, शिक्षणक्रम, शैक्षणिक सेवा शिक्षणक्रम विज्ञान, निरंतर शिक्षण विद्याशाखेचे अभ्यासक्रम, आरोग्यविज्ञान, कृषीविज्ञान तंत्रविज्ञान, शिक्षणक्रम अशा विविध सर्वसाधारण व व्यावसायिक प्रवाहातील अद्ययावत शिक्षणक्रम विद्यापीठामार्फत राबवले जातात. गुणवत्ता व दर्जा यासंबंधी कोणतीही तडजोड केली जात नाही. विद्यार्थ्यांना अभ्यासक्रमानुसार अध्ययन साहित्य पुरवले जाते, अभ्याससत्रे घेऊन विद्यार्थ्यांना वैयक्तिक मार्गदर्शन केले जाते. जेणेकरून विद्यार्थ्यांचे अध्ययन व शिक्षण परिणामकारकपणे घडते. संपूर्ण महाराष्ट्रभर अभ्यास केंद्रे व संशोधन केंद्र चालवली जातात. या केंद्रांमार्फतच विद्यापीठ इच्छुक विद्यार्थ्यांपर्यंत पोहोचण्याचा प्रयत्न करते. विद्यापीठामार्फत प्रमाणपत्र पदविका, पदवी व पदव्युत्तर स्तरावर शिक्षणक्रम राबवले जातात. विद्यापीठाच्या स्थापनेपासून आजपर्यंत या शिक्षणवृक्षाचा मोठा विस्तार झाला आहे.

डेक्कन एज्युकेशन सोसायटी

शिक्षणक्षेत्रात स्वत:ची वैशिष्ट्यपूर्ण ओळख निर्माण करुन प्रगतीपथावर अग्रेसर असणारी शिक्षणसंस्था म्हणून डेक्कन एज्युकेशन सोसायटीचा नामोल्लेख करावा लागेल. पुण्याच्या शैक्षणिक वाटचालीमधेही या संस्थेचा मोलाचा सहभाग आहे. परंपरा जपून आधुनिकतेकडे वाटचाल करणे हे डेक्कन एज्युकेशन सोसायटीचे वैशिष्ट्य आहे. हेच नेमके संस्थेच्या स्थापनेवेळीही संस्थापकांच्या मनामध्ये होते. २४ ऑक्टोबर, १८८४ रोजी लोकमान्य टिळक, आगरकर, विष्णुशास्त्री चिपळूणकर, वामन शिवराम आपटे या चार नामवंत समाजधुरिणांनी आपल्या काही समविचारी व्यक्तींना एकत्र करून या संस्थेची स्थापना केली. विजयादशमीच्या दिवशी अज्ञानाचा अंधकार सर करुन शिक्षणाची प्रभा सर्वत्र पसरवण्यासाठी केलेले हे एक सीमोल्लंघनच होते. कारण समाजसुधारणा करावयाची असेल तर शिक्षणासारखे दुसरे माध्यम नाही, असा या सर्वांचा ठाम विश्वास होता. स्थापनेनंतर तीनच महिन्यांच्या आत संस्थेतर्फे फर्ग्युसन महाविद्यालय सुरू करण्यात आले, जे अनेक नामवंतांसाठी शिक्षणकेंद्र बनले होते व आजही या महाविद्यालयातून अनेक गुणवंत विद्यार्थी समाजाला मिळत आहेत. बृहन्महाराष्ट्र वाणिज्य

महाविद्यालय (बी.एम.सी.सी) हेही संस्थेचे प्रतिथयश महाविद्यालय ज्याची स्थापना १९४३ मध्ये केली गेली. आजमितीस डेक्कन एज्युकेशन सोसायटी तर्फे जवळपास पंचेचाळीसहून जास्त शैक्षणिक संस्था चालवल्या जातात. उत्कृष्टतेचा ध्यास घेऊन येथे गुणवत्तापूर्ण शिक्षण देण्याचा पूर्ण प्रयत्न केला जातो. शिशुवर्गापासून पदव्युत्तर व संशोधन वर्गापर्यंत संस्थेचे कार्यक्षेत्र पुणे, मुंबई, सातारा, वाई, सांगली अशा ठिकाणी विस्तारले आहे. कला, वाणिज्य, विज्ञान, याबरोबर व्यवस्थापन, कृषी, विधी महाविद्यालये, अनेक तांत्रिक व व्यावसायिक अभ्यासक्रम, नर्सिंग, फिजिओथेरपी असेही अभ्यासक्रम संस्थेमार्फत सध्या चालवले जातात.

संस्थेच्या अखंड वाटचालीमध्ये कोल्हापूर राजघराण्याकडून वेळोवेळी आवश्यक ती मदत होत आली आहे. श्रीमंत छत्रपती शाहूमहाराज हे संस्थेचे पहिले अध्यक्ष होते व हा ऋणानुबंध आजही चालूच आहे. संस्थेमध्ये नेहमीच विद्यार्थ्यांच्या हितास प्राधान्य दिले जाते. विविध मतमतांतरे असूनसुद्धा अध्ययन-अध्यापनाच्या आड कोणतीही गोष्ट येऊ दिली जात नाही. शिक्षकांनाही नेहमीच मोकळे वातावरण अनुभवयास मिळते. जेणेकरून त्यांचे अध्यापन उच्च दर्जाचे होईल. संस्थेने नेहमीच बदलत्या काळाच्या पाऊलखुणा व आव्हाने ओळखून पुढे वाटचाल करण्याचा प्रयत्न केलेला दिसून येतो. असे करतानाही संस्थेने आपल्या मूलभूत मूल्यांशी प्रतारणा केलेली दिसत नाही.

नेहमीच नवनवीन शैक्षणिक कल्पना व प्रयोग राबवण्यामध्ये संस्था अग्रेसर राहिली आहे. संस्थने महाराष्ट्राबाहेरही आपले कार्यक्षेत्र वाढवले आहे. आंध्र प्रदेशच्या चित्तूर जिल्ह्यामध्ये संस्थेने संगणकशास्त्र व लाईफ सायन्सेसचे अभ्यासक्रम चालू केले आहेत. जागतिकीकरणाच्या पार्श्वभूमीवर इतर देशातील काही विद्यापीठांबरोबर संयुक्तपणे काही अभ्यासक्रमही येथे राबवले जात आहेत. ध्येयउद्दिष्टांना अनुसरुन संस्थेचे कार्य आजतागायत चालू आहे.

शिक्षणप्रसारक मंडळी

शिक्षणप्रसारक मंडळी ही संस्था शिक्षणक्षेत्रामध्ये गेली १२५ वर्षे यशस्वीपणे आपले कार्य करत आहे. महाराष्ट्र व देशाच्या प्रगतीचा आधारस्तंभ ठरलेले अनेक विद्वानजन हे शिक्षणप्रसारक मंडळी ह्या संस्थेतील विविध प्रतिथयश शाळा, महाविद्यालयातून शिक्षण घेऊन बाहेर पडले आहेत. शिक्षणप्रसारक मंडळी ह्या संथेची स्थापना १८८८ मध्ये झाली आहे.

त्यानंतर आजपर्यंत अविरत ज्ञानदानाचे कार्य, विद्यार्थी घडवण्याचे व त्याअनुषंगाने देशाचे भविष्य घडवण्याचे कार्य इथे चालू आहे. पुणे, सोलापूर, मुंबई, चिपळूण (श्री. क्षेत्र परशुराम), निगडी येथे जवळपास ४० शैक्षणिक संस्थांमधून संस्थेचे कार्य चालू आहे. यामध्ये इंग्रजी, मराठी माध्यमाच्या शाळा, महाविद्यालये, व्यवस्थापनशास्त्र, महाविद्यालये, संशोधन संस्था, शिक्षणशास्त्र महाविद्यालये, मूकबधिर विद्यालय अशा शिक्षणाच्या सर्व विकसित व स्पर्धेच्या युगाची गरज असणाऱ्या संस्थांचा समावेश आहे. संस्थेच्या सर्वच शाळा, महाविद्यालयातून विद्यार्थ्यांच्या गुणवत्ता वाढीकडे कटाक्षाने लक्ष दिले जाते. त्यांच्या व्यक्तिमत्त्व विकासासाठी प्रयत्न केले जातात. विद्यार्थ्यांच्या कला-गुणांना वाव देण्याचा प्रयत्न केला जातो. सर परशुराम महाविद्यालय, पुणे, नूतन मराठी विद्यालय (नू.म.वि.) रुइया महाविद्यालय, पुणे अशी नावे आज सर्वांना त्यांच्या गुणवत्तापूर्ण परंपरेसाठी परिचित आहेत. संस्थेने सर्व विद्यार्थ्यांना व शिक्षक-शिक्षकेतर कर्मचाऱ्यांना आवश्यक त्या शैक्षणिक सुविधा पुरवण्याचा प्रयत्न केला आहे. सुसज्ज इमारती, ग्रंथालये, प्रयोगशाळा उपलब्ध करून दिल्या आहेत.

भारतात व भारताबाहेर लोकप्रिय व सर्वांना परवडणारे शिक्षण देणे, खासगी शाळा स्थापन करणे, अस्तित्त्वात असतील त्या शाळा देखरेखीसाठी घेणे, मराठी भाषेस प्रोत्साहन देणे, मराठी शिक्षणाचा पाया दृढ करणे, अपंग, मूक-बधिर विद्यार्थ्यांना शिक्षण देणे, वैज्ञानिक व सामाजिक संशोधन व विकासाच्या कार्यक्रमांना प्रोत्साहन देणे या व अशा तत्सम हेतूंना समोर ठेवून सुमारे १२५ वर्षांपूर्वी संस्थेची स्थापना झाली होती व तेच हेतू डोळयासमोर ठेवून आजही संस्थेची वाटचाल चालुच आहे. विद्यार्थ्यांना फक्त ज्ञानदर्शनच नाही तर संस्कृती दर्शनही घडवण्याचा संस्थेचा वारसा आजही अखंडपणे चालू आहे. पूर्व प्राथमिक म्हणजेच शिशुशाळा ते पदव्युत्तर अभ्यासक्रम व संशोधनक्षेत्रात कार्यरत असणाऱ्या सर्वच विद्यार्थ्यांना संस्थेबद्दल जिव्हाळा, आदर वाटतो यातच संस्थेचे यश सामावलेले आहे.

पीपल्स एज्युकेशन सोसायटी

अनुसूचित जातीमध्ये, मागासवर्गीयांमध्ये शिक्षणाची आवड निर्माण व्हावी. शिक्षणाचा प्रसार व्हावा म्हणून डॉ. बाबासाहेब आंबेडकरांनी ८ जुलै, १९४५ रोजी पीपल्स एज्युकेशन सोसायटीची स्थापना केली. २० जून

१९४६ रोजी सिद्धार्थ कला आणि वाणिज्य महाविद्यालयाची स्थापना केली. शिक्षणाद्वारे भारतात बौद्धिक, सामाजिक, नैतिक लोकशाहीचा प्रसार करता येईल असे उद्दिष्ट समोर ठेवण्यात आले. मुंबईत सिद्धार्थ विधी महाविद्यालय सोसायटीच्या वतीने १९४६ मध्ये स्थापण्यात आले. औरंगाबादच्या परिसरात शिक्षणाची संधी उपलब्ध व्हावी म्हणून मिलिंद कला आणि विज्ञान महाविद्यालय स्थापण्यात आले. १९५३ मध्ये सिद्धार्थ वाणिज्य आणि अर्थशास्त्र महाविद्यालय स्थापण्यात आले. मुंबई विद्यापीठात या वर्गाचा आवाज पोहोचण्यासाठी विद्यापीठ अधिसभेवर मागास आणि दलित वर्गाच्या प्रतिनिधित्त्वाची मागणी बाबासाहेबांनी केली. विद्यार्थ्यांनी राजकारणापेक्षा अभ्यासास अग्रक्रम देण्याचा आग्रह त्यांनी धरला.

रयत शिक्षणसंस्था

कर्मवीर भाऊराव पाटील यांच्यावर राजर्षी शाहूमहाराज व सत्यशोधक समाजाच्या विचारांचा पगडा होता. समाजातील दारिद्र्य नारायणाचे दर्शन झाल्यानंतर ते अस्वस्थ झाले. यावर उपाय म्हणून त्यांनी शिक्षणाकडे पाहिले. सर्वप्रथम त्यांनी दुधगाव येथे 'दुधगाव विद्यार्थी आश्रम' स्थापन केलेला व कार्ले व नेर्ले येथे विद्यार्थी वसतीगृहे सुरू केली. शैक्षणिक कार्याचा विस्तार करण्यासाठी ४ सप्टेंबर, १९१९ मध्ये कऱ्हाडतालुक्यातील काले येथे त्यांनी रयत शिक्षणसंस्थेची स्थापना केली.

मागासलेल्या वर्गात शिक्षणाची अभिरुची उत्पन्न करणे, गरीब विद्यार्थ्यांना मोफत शिक्षण देण्याचा प्रयत्न करणे, समाधानकारक आर्थिक स्थिती असणाऱ्या विद्यार्थ्यांना स्वखर्चाने वसतीगृहात राहण्याची सोय करणे, स्वावलंबी, उद्योगी, उत्साही, शीलवान, काटकसरी विद्यार्थी निर्माण करण्याचा प्रयत्न करणे ही आणि इतर उदात्त ध्येय समोर ठेवून रयत शिक्षणसंस्थेची स्थापना केली. या कामासाठी कर्मवीरांनी नोकरी सोडली. विविध योजना आखून समाजाचा शिक्षणात सहभाग वाढवला. १९३३-३७ कालखंडात महात्मा गांधींनी 'रयत'ला हरिजन फंडातून दरवर्षी ५०० रु. वार्षिक मदत दली. कामाचा विस्तार म्हणून १९२४ मध्ये 'छत्रपती शाहू बोर्डिंग हाऊस सुरू केले. सातारा, सांगली, कऱ्हाड, कोल्हापूर या भागात आणि आता संपूर्ण महाराष्ट्रात शैक्षणिक कार्याचे जाळे तयार केले. रयत शिक्षण संस्थेचे 'सातारा' येथे मुख्य कार्यालय आहे. वसतीगृहे, प्राथमिक शाळा, महाविद्यालये, शिक्षकांसाठी

प्रशिक्षण विद्यालये स्थापन केली. 'कमवा आणि शिका' ही योजना त्यांनीच महाराष्ट्रात लोकप्रिय केली. १९३५मध्ये प्राथमिक शिक्षकांच्या प्रशिक्षणासाठी 'सिल्व्हर ज्युबिली ट्रेनिंग कॉलेज' सुरू करून शास्त्रशुद्ध प्रशिक्षण देण्यात आले. १९३८-५० या बारा वर्षांत प्राथमिक शिक्षणसंस्थांची संख्या ६१ वरून ५७८ वर गेली. 'महाराज सयाजीराव हायस्कूल' ही माध्यमिक शाळा सातारा येथे सुरू केली. १९७७ पर्यंत शाळांची संख्या ३१२ झाली. सातारा येथेच १९४७ साली 'छत्रपती शिवाजी कॉलेज' हे पहिले महाविद्यालय सुरू केले. आता ही संस्था फारच मोठी झाली आहे. देशातील पहिले ग्रामीण अध्यापक महाविद्यालय काढण्याचे श्रेय रयत शिक्षण संस्थेकडेच जाते.

स्वामी विवेकानंद शिक्षणसंस्था

महाराष्ट्राच्या शैक्षणिक इतिहासात विवेकानंद शिक्षण संस्थेला मानाचे स्थान आहे. या संस्थेचे संस्थापक गोविंदराव ज्ञानोजी साळुंखे ऊर्फ बापूजी साळुंखे आहेत. त्यांनी १९४२ च्या क्रांतीमध्ये भाग घेतला. पदवी मिळवल्यानंतर महाराजा सयाजीराव विद्यालय सातारा येथे शिक्षक म्हणून सेवा केली, नंतर रूकडी येथील हायस्कूलचे मुख्याध्यापक झाले. बापूजींनी शिक्षक आणि विद्यार्थी यांच्या श्रमदानातून शाळा बांधली. त्यांनी बी.टी.चे शिक्षण पूर्ण करीत असताना शाळेची शेती, वसतीगृह, बांधकाम केले. तात्त्विक मतभेद झाल्यानंतर आपल्या निकटवर्तीय सहकाऱ्यांच्या मदतीने १९ ऑक्टोबर, १९५४ रोजी कऱ्हाड येथे विवेकानंद शिक्षण संस्थेची स्थापना केली. ज्ञान, विज्ञान व सुसंस्कार यासाठी शिक्षणाचा प्रसार केला. कोल्हापूर, तासगाव, चाफळ, तारळे, उंडाळे येथे माध्यमिक विद्यालय, कराड येथे स्त्री अध्यापक महाविद्यालय, कोल्हापूर व चाफळ येथे वसतीगृह सुरू केले. 'ज्ञान विज्ञान व सुसंस्कार' या बोधवाक्याद्वारे समाज परिवर्तनासाठी बापूजींनी प्रयत्न केले. महाराष्ट्रात ठिकठिकाणी ही संस्था कार्यरत आहे. महाराष्ट्राच्या शैक्षणिक विकासामध्ये या संस्थेचे योगदान मोठे आहे.

सिम्बॉयोसिस – शिक्षणाचे आंतरराष्ट्रीय केंद्र

एकमेकांच्या जवळ राहणाऱ्या परस्परांवर अनेक गोष्टींसाठी अवलंबून असणाऱ्या दोन भिन्न प्रजातींच्या जिवांमधील नातेसंबध असा काहीसा किंबहुना याहूनही प्रगल्भ असा 'सिम्बॉयोसिस' याचा शब्दशः अर्थ. हाच अर्थ सर्वार्थाने खरा ठरवणारी अनेक परदेशी परप्रांतीय विद्यार्थ्यांना आपलीशी

वाटणारी पुण्याच्या शिक्षणवर्तुळात वैशिष्ट्यपूर्ण स्थान मिळवलेली संस्था म्हणजे सिम्बॉयोसिस. परदेशी विद्यार्थ्यांना अध्ययनासाठी भारतामध्ये आल्यानंतर जाणवणाऱ्या मानसिक, भावनिक, सामाजिक बदलांचा व अडचणींचा सखोल अभ्यास करून भारताबद्दल त्यांच्या मनामध्ये सकारात्मक प्रतिमा निर्माण व्हावी या हेतूने सिम्बायोसिस उदयास आली. स्थानिक भारतीय समाज व परदेशी अध्ययनार्थी यांच्यामध्ये सिम्बायोसिस स्थापन करण्याची ही उत्तुंग कल्पना एका सिम्बायोसिस शिकवण्याऱ्या मोठ्या मनाच्या व संवेदनशील हृदय असलेल्या प्राध्यापकाच्या विचारमंथनाचे व तदनुषंगिक कृतीचे फळच आहे असे म्हटल्यास वावगे ठरणार नाही.

शां. ब. मुजुमदार यांनी स्वत:चे व इतरांचे अनुभव, तत्कालीन गरज व भविष्यकालीन आव्हानांना सामोरे जाण्याची विजिगिषु वृत्ती यांचा मिलाफ घडवत सिम्बायोसिसच्या स्थापनेचे पाऊल उचलले. गुरुदेव टागोर यांच्या 'विश्वशांती' व सानेगुरुजींच्या 'आंनदभारती' या संकल्पनांचा मेळ घालत मुजुमदार सरांनी परदेशी विद्यार्थ्यांसाठी त्यांच्या घरापासून दूर असलेले असे एक हक्काचे घरच अशी याची ओळख निर्माण केली. या संस्थेची १९७१ मध्ये अधिकृत स्थापना झाली. यामध्ये अनेक समविचारी लोकांची साथ सरांना मिळाली व त्यांचे परिश्रम सार्थ ठरले. संस्थेचे बोधवाक्य 'वसुधैव कुटूंबकम्' खऱ्या अर्थाने कृतीत उतरले आहे. विश्वाच्या कानाकोपऱ्यातून आलेले अनेक विद्यार्थी येथे एकाच कुटूंबाप्रमाणे रहातात व आपले जीवन घडवण्याचा प्रयत्न करतात असे दिसते.

विविध विद्याशाखांमध्ये आजमितीस ६६,००० विद्यार्थी आज येथे शिक्षण घेत आहेत. भारतातील भिन्न राज्ये व एकूण ६० भिन्न-भिन्न देशातील विद्यार्थ्यांचा यामध्ये समावेश आहे. २००२ मध्ये या संस्थेस अभिमत विद्यापीठाचा दर्जा देण्यात आला आहे. भारतामध्ये अनेक ठिकाणी तसेच दुबई व युनायटेड अरब रिपब्लिक येथेही सिम्बायोसिसची केंद्रे कार्यरत आहेत. सर्वसाधारणपणे तीसपेक्षा जास्त संस्थांमधून १५० पेक्षा जास्त अभ्यासक्रम नियमित व दूरस्थ प्रकारे चालवले जातात सिम्बायोसिसतर्फे चालवली जाणारी द इंग्लिश लँग्वेज टीचिंग इन्स्टिट्युट, सिम्बायोसिस ही संस्था व तो अभ्यासक्रम आंतरराष्ट्रीय स्तरावर ख्याती प्राप्त झालेला आहे. सिम्बायोसिसच्या सुरवारतीच्या काळापासून १९७२ पासून आजतागायत हा अभ्यासक्रम परिणामकारकरित्या राबवले जात आहे. १९७७ मध्ये लॉ

कॉलेज चालू करण्यात आले तसेच १९७८ मध्ये सिम्बायोसिस इन्स्टिट्यूट ऑफ बिझिनेस मॅनेजमेंट चालू करण्यात आले व त्यानंतर निरंतर नव्याची भर घालत सिम्बायोसिसचा शिक्षणवृक्ष विस्तारतच राहिला.

सिम्बायोसिस सेंटर फॉर डिस्टन्स लर्निंग हा सिम्बयोसिसच्या वाटचालीतील मैलाचा दगड आहे. आज या माध्यमातून राष्ट्रीय व आंतरराष्ट्रीय स्तरावरील विद्यार्थी अनेक उपयुक्त अभ्यासक्रमांचा लाभ घेत आहेत. संख्यात्मक व गुणात्मक या दोन्ही पातळीवर सिम्बयोसिस नेहमीच उत्कृष्ट ठरले आहे. आंतरराष्ट्रीय सामंजस्याला शिक्षणाच्या माध्यमातून चालना देणे हे उद्दिष्ट सिम्बयोसिसने सर्वार्थाने स्वीकारले आहे व येथील प्रत्येक उपक्रम हे त्याच दृष्टीने टाकलेले पाऊल असेल. संस्थेच्या जडणघडणीमध्ये व प्रगतीपथावरील वाटचालीमध्ये संस्थेशी संबंधित प्रत्येक व्यक्तीच्या मताला किंमत आहे. प्रत्येकाचे विचार ऐकूनच मग येथे योग्य निर्णय घेतले जातात.

संस्थेच्या आजवरच्या वाटचालीमध्ये मुजुमदार सरांचे नेतृत्त्व त्यांचा विचार. दूरदृष्टी व कष्ट यांचा मोलाचा वाटा आहे. पालकत्त्वाच्या भूमिकेतून त्यांनी सिम्बायोसिसची जोपासना केली आहे. केवळ उक्ती न करता प्रत्यक्ष कृती करुन त्यांनी आपले स्वप्न सिम्बायोसिस आंतरराष्ट्रीय विद्यापीठाच्या रूपाने साकारले आहे.

पद्मश्री डॉ. डी. वाय. पाटील-विद्यापीठ

महाराष्ट्राच्या शैक्षणिक विकासात योगदान करणाऱ्या अनेक संस्थापैकी डी. वाय. पाटील शैक्षणिक संस्थेने स्वत:चे नाव अधोरेखित केले आहे. सर्वसामान्य, गरीब, होतकरू यांच्या शिक्षणाबरोबरच त्यांच्या आरोग्याची दखल घेऊन त्या संदर्भात कार्य करण्याचे स्वप्न पाहिले आणि ते स्वप्न साकार होण्याच्या दिशेने संस्थेने वाटचाल कायम ठेवली आहे. महाराष्ट्राच्या आरोग्य आणि शिक्षण क्षेत्रात क्रांतिकारक कार्य करण्याच्या प्रेरणेतून कोल्हापूर येथून त्यांनी कार्याची सुरवात केली. डी. वाय. पाटील एज्युकेशनल ॲकॅडमी, रामराव आदिक एज्युकेशन सोसायटी, डॉ. डी. वाय. पाटील प्रतिष्ठान, डी. वाय. पाटील एज्युकेशन सोसायटी अँड कॉन्टीनेटल मेडीकेअर फाउंडेंशन यासंस्थेचे संस्थापक अध्यक्ष असणारे मा. डी. वाय. पाटील यांनी केलेले शैक्षणिक योगदान महाराष्ट्राच्या विकासातील नोंद घेण्या योग्य कार्य आहे.

व्यावसायिक शिक्षणाकडे अधिक लक्ष केंद्रीत करून विद्यार्थ्यांमध्ये बदलत्या परिस्थितीचे व आव्हानाचे भान निर्माण करून या आव्हानांना सामोरे जाण्यासाठी सक्षम करण्यासाठी संख्येंने अनेक शैक्षणिक अभ्यासक्रमाबरोबरच उपक्रमही राबविले आहेत. जागतिकि करणाची दखल घेत असतानाच भारतीय संस्कृती, त्यातील सक्षम घटक डोळ्यांसमोर ठेवून स्वावलंबन हे ब्रीद समोर ठेवून आपल्या विकासाच्या कल्पना प्रत्यक्षात उतरवण्यासाठी संस्थेने कार्य उभे केले आहे.

के.जी ते पी.जी आणि अभियांत्रिकी, वैद्यकीय व इतर अभ्यासक्रम राबवणाऱ्या या संस्थेने कोल्हापूर-पुणे-मुंबई आणि महाराष्ट्राच्या इतर भागांत ही शैक्षणिक कार्य उभे केले आहे. दोन दशकांपासून कार्यरत असणाऱ्या संस्थेने उच्च शिक्षणात संस्कृती, बांधिलकी, परदर्शकता, सामूहिक काम यांच्या सहकार्याने स्वत:ची प्रतिमा निर्माण केली आहे. सर्वसामान्यपणे उच्च शिक्षणात व विशेषत: आरोग्यसेवेत गुणवत्तापूर्ण शिक्षण उपलब्ध करुन देण्यासाठी. ग्रामीण व शहरी भागातील जनतेच्या गरजा विचारात घेऊन कार्याची आखणी केली आहे.

आरोग्यविज्ञान, विज्ञान आणि तंत्रज्ञान, बिझनेस मॅनेजमेंट, हॉस्पिटल मॅनेजमेंट, अध्यापक महाविद्यालय, विधी महाविद्यालय, शारीरिक शिक्षण या सारख्या विद्याशाखेमधून शैक्षणिक कार्य होते. उच्च शिक्षण देणारी एक अग्रगण्य संस्था म्हणून येत्या पाच वर्षात भारतात आणि जागतिक परिघात वेगळी ओळख निर्माण करण्याचे ध्येय संस्थेने समोर ठेवले आहे. संस्थेमार्फत चालवण्यात येणाऱ्या अभ्यासक्रमांची माहिती मिळवण्यासाठी त्यांच्या वेबसाइटवरील उपलब्ध माहिती पाहावी. म्हणजे विविध उपक्रमांची अधिक माहिती मिळेल. विद्यापिठ अनुदान मंडळाच्या राष्ट्रीय मूल्यांकन आणि प्रत्यायन परिषदेचे (नौका) 'अ' दर्जा मिळणारे हे विद्यापीठ महाराष्ट्रातील दूसरे अभिमत विद्यालय आहे.

मराठवाडा मित्रमंडळ

मराठवाडा मित्रमंडळ, पुणे या शैक्षणिक संस्थेची स्थापना १९६७ मध्ये शंकरराव माजी गृहमंत्री शंकरराव चव्हाण यांच्या उपस्थितीत झाली. तेच या संस्थेचे संस्थापक अध्यक्ष! सध्या अवजड उद्योगमंत्री विलासराव देशमुख हे या संस्थेचे अध्यक्ष आहेत. संस्थेच्या सुरवातीच्या काळात ज्येष्ठ

पत्रकार सं. मा. गर्गे यांनी महत्वपूर्ण योगदान दिले.

संस्थेची सुरवात मराठवाड्यातून शिक्षणासाठी पुण्यात येणाऱ्या विद्यार्थ्यांसाठी वसतीगृह स्थापनेतून झाली. सामाजिक आणि शैक्षणिक क्षेत्रात काही भरीव योगदान करता यावे या विचाराने प्रेरित होऊन या संस्थेची स्थापना येथे बहुतांचे हित' या ब्रीदवाक्यातून झाली. सर्वांगीण विकासासाठी संस्था कार्यरत असून विविध ठिकाणी शैक्षणिक संकुल उभे करण्यात आले आहेत-विशेषत: आर्किटेक्चर, इंटेरिअर डिझाइन, व्यवस्थापन, विधी, वाणिज्य, औषधनिर्माण, अभियांत्रिकी यासारख्या अभ्यासक्रमातून जवळपास १५,००० विद्यार्थी अध्ययन करतात.

मराठवाडा मित्रमंडळामार्फत चालवण्यात येणाऱ्या वाणिज्य माविद्यालयात बी. कॉम., बी.बी.ए., बी.एफ.टी., बी.सी.ए., बी.एस्सी.या बरोबरच एम.कॉम., एम.सी.जे., एम.ए. इंग्रजी हे पदवी व पदव्युत्तर अभ्यासक्रम राबविण्यात येतात.

याचबरोबर डिप्लोमा इन इन्शूरन्स अँड फायनानसिअल सर्व्हिसेस, डिप्लोमा इन ट्रॅव्हल अँड टुरिझम, डिप्लोमा इन बँकिग अँड फायनान्स, डिप्लोमा इन रिटेल मॅनेजमेंट हे पदव्युत्तर पदविका अभ्यासक्रम चालविले जातात.

जर्मन, फ्रेंच, स्पॅनिश, जॅपनिज या भाषांच्या अभ्यासासाठी प्रमाणपत्र अभ्यासक्रम असून वाणिज्य-विज्ञान शाखेतील कनिष्ठ महाविद्यालये आहेत. किमान कौशल्यावर आधारित एम.सी.व्ही.सी.चे सहा अभ्यासक्रम उत्कृष्ट पद्धतीने चालवले जातात. त्यासाठी संस्थेने राष्ट्रीय पातळीवरील पारितोषिक मिळविले आहे.

कॉलेज ऑफ आर्किटेक्चर, स्कूल ऑफ इंटेरिअर डिझाइन अँड डेकोरशन, इन्स्टिट्यूट ऑफ मॅनेजमेंट, रिसर्च अँड ट्रेनिंग एम.एम. विद्यामंदिर काळेवाडी, प्राथमिक-माध्यमिक आणि उच्च माध्यमिक शंकरराव चव्हाण लॉ कॉलेज, अभियांत्रिकी महाविद्यालये, कॉलेज ऑफ फार्मसी, पॉलिटक्निक कॉलेज, इन्स्टिट्यूट ऑफ टेक्नॉलॉजी, लोहगाव, तसेच कर्वेनगर इ. ठिकाणी विविध शाखांचे अभ्यासक्रम राबविले जातात.

विद्यार्थ्यांना गुणवत्तापूर्व शिक्षण देऊन, त्यांच्यात व्यावसायिक उत्कृष्टता निर्माण करणे व सातत्यपूर्ण विकास साधण्यासाठी विद्यार्थी, शिक्षक, व्यवस्थापन, व पालकांनी सामूदायिक अथक प्रयत्न करणे हे या संख्येचे वैशिष्ट्य आहे.

सामाजिक बांधिलकी विचारात येऊन संख्येने अनेक सामाजिक उपक्रम राबवून महाराष्ट्रातील शैक्षणिक वर्तुळात आपली ओळख निर्माण केली आहे.

एम. आय. टी. ग्रुप ऑफ इन्स्टिटयूट

महाराष्ट्र अकॅडमी ऑफ इंजिनिअर्स अँड एज्यूकेशनल रिसर्च ही पुण्यातील अल्पावधीत यश व वैभव संपादन करणारी शैक्षणिक संस्था आहे. उत्कृष्टतेचा ध्यास घेवून ही संस्था १९८३ पासून जोमाने शैक्षणिक क्षेत्रात कार्यरत आहे. सध्या या शैक्षणिक केंद्रामार्फत जवळपास पन्नास विविध विद्याशाखेतील संस्था विद्यादानाचे कार्य करतात. या संस्थेची स्थापना दूरदृष्टी लाभलेले प्रा. डॉ. विश्वनाथ द. कराड यांच्या प्रेरणेतून झाली असून या संस्थेमार्फत मूल्याधिष्ठित शिक्षण देण्याचा प्रयत्न केला जातो. वैद्यकीय अभियांत्रिकी, औषधनिर्माण, व्यवस्थापन, माहिती तंत्रज्ञान, शिक्षाशास्त्र यासारख्या आधुनिक विद्याशाखांचे अध्यापन केले जाते. ५५ ते ६० हजार विद्यार्थी या संस्थेच्या छत्राखाली अध्ययन करीत आहेत. जागतिक दर्जाची संरचना, इमारती, उच्चतम शैक्षणिक सुविधा, अनुभवी शिक्षक हे या संस्थेचे वैशिष्ट्ये आहेत.

विश्वशांती गुरुकुल इंजिनिअरिंग कॉलेज, मॅनेजमेंट इन्स्टिटयूट, फार्मसी कॉलेज, मेडिकल कॉलेज, फूड टेक्नॉलॉजी कॉलेज, नर्सिंग कॉलेज, अभिमत संस्था, माध्यमिक, उच्च माध्यामिक, वरिष्ठ, पदव्युत्तर महाविद्यालये एम.आय.टी. स्कूल ऑफ गव्हर्नमेंट, पीस अँड एनव्हार्नमेंट स्टडीज, मरीन इंजिनिअरिंग कॉलेज, डिस्टन्स एज्युकेशन सेंटर, आय.बी. स्कूल, डिजाइन स्कूल या आणि अध्यापक माहाविद्यालये संस्थेमार्फत चालवली जातात.

महाराष्ट्र कॉस्मॉपॉलिटन एज्युकेशन सोसायटी पुणे.

महाराष्ट्र कॉस्मॉपॉलिटन एज्युकेशन सोसायटीची स्थापना पुणे येथे १९४८ मध्ये अब्दूल कादर खान आणि त्यांच्या सहकाऱ्यांनी केली. शैक्षणिक, आर्थिक, सामाजिकदृष्ट्या मागासलेल्या समाजाला जात धर्म वंश या पलीकडे जाऊन शिक्षणाची संधी उपलब्ध करून देण्यासाठी संस्थेची स्थापना करण्यात आली. हाजी गुलाम मोहम्मद आझम यांनी शहराच्या मध्यवर्ती ठिकाणी २४ एकर जमीन देणगी दाखल दिली. यामुळेच हे शैक्षणिक कार्य करणे शक्य झाले. आज या जागेवर विविध विद्याशाखांचे

अभ्यासक्रम राबविण्यात येत आहेत. २०-२५ वर्षांच्या कालावधीत संख्येने आस्तित्त्वात असणाऱ्या केवळ दोन शाळांपासून आज जवळपास ३० शैक्षणिक संस्था या शैक्षणिक संकुलात उभ्या केल्या आहेत. जवळपास वीस हजार विद्यार्थी पूर्व प्राथमिक वर्गापासून ते पदव्युत्तर व संशोधन क्षेत्रात अध्ययन करीत आहेत. कला, वाणिज्य, संगणकशाळा, विधिशिक्षण, औषधनिर्माण, वैद्यकीय, दंतविज्ञान, व्यवस्थापन, आर्किटेक्चर, हॉटेल मॅनेजमेंट आय.टी.आय. आणि इतर अभ्यासक्रम येथे राबविले जातात.

विद्यार्थ्यांच्या सर्वांगीण विकासासाठी संख्या अनेक उपक्रम राबवित असते. सर्व सुविधांनी युक्त असणाऱ्या या संकुलात ग्रंथालये, प्रयोगशाळा, संगणक केंद्र आणि इंटरनेट सुविधामुळे संस्थेने जगाशी नाते जोडले आहे. याचा उपयोग विद्यार्थी, शिक्षक आणि संशोधनकार्यासाठी होतो. व्याख्याने, स्पर्धा, परिषदा, चर्चासत्रे, शैक्षणिक भेटी आणि इतर विस्तार उपक्रम राबविले जातात. मुलींच्या शैक्षणिक विकासाच्या दृष्टीने स्वतंत्र व विशेष स्वरूपाचे कार्य केले जाते.

शैक्षणिक परिसरातच व्ही. एम. गणी संकुल उभ्यारण्यात आले आहे. या ठिकाणी क्रिकेट, हॉकी, फुटबॉल, बॉस्केटबॉल आणि अन्य खेळांसाठी प्रशस्त व सुसज्ज मैदान उभारले आहे. याच संकुलात मुलींसाठी पाच व मुलांसाठी तीन वसतीगृह बांधली आहेत.

रंगूनवाला फाउंडेशनतर्फे एम. ए. रंगूनवाला यांच्या नावे बुद्धिमान मुलांसाठी खास सुविधा देऊन त्यांच्या क्षमताविकासाठी प्रयत्न केले जातात. वैद्यकीय अभियांत्रिकी आणि इतर व्यावसायिक शिक्षण घेणाऱ्या विद्यार्थ्यांसाठी आर्थिक मदतीबरोबरच विविध शिष्यवृत्त्याही देण्यात येतात. देश-परदेशातील विद्यार्थी मोठया संख्येने याचा लाभ घेतात.

शैक्षणिक विकासाबरोबरच सामाजिक ऐक्य, सलोखा, राष्ट्रीय एकात्मता, देशाभिमान या बाबींना उत्तेजन देण्याासाठी विविध सामाजिक उपक्रमांचे आयोजन केले जाते.

महाराष्ट्र कॉस्मॉपॉलिटन एज्युकेशन सोसायटी अल्पसंख्याक समाजातर्फे चालवण्यात येणारी एक आदर्श शिक्षण संस्था असून केवळ पूण्यातच नव्हे, तर महाराष्ट्र आणि भारतात एक शैक्षणिक विकासाचे मॉडेल म्हणून याकडे पाहावे अशी नेत्रदीपक प्रगती संस्थेने केली आहे. परदेशी विद्यार्थ्यांना माहिती, मार्गदर्शन व सहकार्य पुरवण्यासाठी आंतरराष्ट्रीय विद्यार्थी केंद्राची स्थापना केली आहे.

संस्थेचे अध्यक्ष मा.पी.इनामदार, आबेदा इनामदार, सचिव लतिफ मगदूम आणि इतर व्यवस्थापन सदस्यांच्या अथक परिश्रमातून विकसित झालेल्या या संस्थेमार्फत खालील प्रमुख शाखा चालवल्या जातात.

एम. ए. रंगूनवाला कॉलेज ऑफ डेंटल सायन्स अँड रिसर्च सेंटर, एम. ए. रंगूनवाला कॉलेज ऑफ फिजिओथेरपी अँड रिसर्च, अलाना कॉलेज ऑफ फार्मसी, अलाना इन्स्टिट्युट ऑफ मॅनेजमेंट सायन्स, अलाना कॉलेज ऑफ आर्किटक्चर, एच.जी.एम. कॉलेज ऑफ एज्युकेशन, ज्युनिअर कॉलेज ऑफ एज्युकेशन, अबेदा इनामदार ज्युनिअर कॉलेज फॉर गर्ल्स, अबेदा इनामदार सिनिअर कॉलेज, एम. ए. रंगूनवाला कॉलेज ऑफ हॉस्पिटॅलिटी स्टडीज अँड रिसर्च, ए. के. खान लॉ कॉलेज, झेड. व्ही. एम. यूनानी मेडिकल कॉलेज अँड हॉस्पिटल, अलाना इन्स्टिट्युट ऑफ इन्फरमेशन टेक्नॉलॉजी, द डेक्कन मुस्लिम इन्स्टिट्यूट, गोल्डन ज्युबिली टेक्निकल इन्स्टिट्यूट यासारख्या विद्याशाखांबरोबरच पूर्व-प्राथमिक, प्राथमिक, माध्यमिक उर्दू, मराठी, इंग्रजी माध्यमाच्या शाळा चालविल्या जातात. पुण्याबरोबरच पुणे जिल्ह्यात व महाराष्ट्रातील काही शहरांत संस्थेच्या शैक्षणिक कार्याचा विस्तार करण्याचे प्रयत्न होत आहेत. केवळ अल्पसंख्याक गटाच्याच नव्हे तर राज्याचा व देशाच्या शैक्षणिक विकासात भरीव योगदान करीत आहे.

कॅम्प एज्युकेशन सोसायटी

सुमारे शंभर-सव्वाशे वर्षांपूर्वी पुण्यात इंग्रजी माध्यमाच्या शाळा होत्या, तर काही शाळा उच्चवर्णीयांकडून चालविल्या जात होत्या. तळागाळातील, वंचित समाजातील विद्यार्थ्यांना अनुकूल आणि त्यांना प्रोत्साहन देणाऱ्या संस्था कमी होत्या अशावेळी म्हणजे १८८५ मध्ये मा. राजप्पा लिंगू पोलास, मा. काळकृष्ण मोटाडू व गोपाळ म्हस्के यांनी पुण्यातील पूर्व भागात 'कॅम्प एज्यूकेशन सोसायटी'ची स्थापना केली. त्यावेळी महात्मा फुले यांनी म्हटले होते, "या संस्थेचा वटवृक्षाप्रमाणे विस्तार होईल व या वृक्षाच्या मूळ्या खोलवर जातील. त्या प्रमाणे ही संस्था समाजाच्या खालच्या स्तरापर्यंत शिक्षणप्रसार करेल." फुले यांनी व्यक्त केलेली अपेक्षा पूर्ण करण्यासाठी संस्था वाटचाल करीत आहे.

संस्था शतकोत्तर रौप्य महोत्सवाची वाट पाहात आहे. संस्थेच्या अनेक शाळांचे बोर्डाचे निकाल तर १०० टक्के आहेतच शिवाय संस्था ३४

शाखांमधून शिक्षणप्रसार करीत आहे. कोठारी आयोगाने मांडलेली 'नेबरहूड स्कूलची कल्पना संस्थेने शंभरवर्षांपूर्वीच आमलात आणली. तेली, तांबोळी, ख्रिश्चन, मुस्लीम, ज्यू, दलीत वर्गातील मुलांसाठी इयत्ता पहिली ते चौथीचे वर्ग प्रथम सुरू करण्यात आले. इ.स. १९०० मध्ये पुण्याच्या कॅम्प भागात माल्कम टॅफ म्हणून ओळखल्या जाणारा पडीक, चिखलाने दलदलीत झालेला भाग कॅन्टोन्मेंटने संस्थेला भाडेकराराने दिला व तेथे कॅम्प हायस्कूलची बैठी उभारत उभी राहिली.

इ.स. १९२२ मध्ये आचार्य प्रल्हाद केशव अत्रे लंडनहून बी.टी. होऊन पुण्यास आले. तेव्हा संस्थेने त्यांना मुख्याध्यापक म्हणून नेमले व त्यानंतर संस्थेची शैक्षणिक प्रगती मोठ्या प्रमाणात झाली. पूर्वी या 'पेटिन स्कूल' म्हटले जाई. प्रवेशासाठी मोठ्या प्रमाणात प्रतिसाद होता. तेव्हा डॉ. डी. बी. आगरवाल, पं. बंगाळे, विठ्ठलराव शिरोळे, रावसाहेब पन्हाळे यांच्या प्रयत्नातून सोलापूर बझार भागात कन्याशाळेची इमारत उभी राहिली. मा. प्रा. प्र. के. अत्रे यांच्या हस्ते भूमीपूजन झालेल्या या इमारतीचे उद्‌घाटन १९६० मध्ये मा. यशवंतराव चव्हाण यांच्या हस्ते झाले.

१९७५ मध्ये कनिष्ठ महाविद्यालय सुरू करण्यात आले तर १९८२ मध्ये रा. ध. विद्यालयाची नवीन तीन मजली वास्तू उभी करण्यात आली. या शाळेतून अनेक नामवंत साहित्यिक, समाजसेवक, उद्योजक निर्माण झाले आहेत. आज संस्थेच्या चौतीस विविध शाखांतून सुमारे १५,००० विद्यार्थी शिक्षण घेत आहेत.

महाराष्ट्रातील प्रमुख विद्यापीठे

१. महात्माफुले कृषी विद्यापीठ राहुरी, जि. अहमदनगर १९६८
२. पंजाबराव देशमुख कृषीविद्यापीठ, अकोला - १९६९
३. बाळासाहेब सावंत कोकण कृषीविद्यापीठ, दापोली - १९७२
४. मराठवाडा कृषी विद्यापीठ, परभणी - १९७२
५. पशु व मस्य विद्यापीठ, पशु वैद्यकिय विद्यापीठ, नागपुर - ३ डिसेंबर २०००
६. पुणे विद्यापीठ, पुणे, १० फेब्रुवारी १९४८
७. शिवाजी विद्यापीठ, कोल्हापूर १९६२
८. मराठवाडा विद्यापीठ, औरंगाबाद २३ ऑगस्ट १९५८ (डॉ. बाबासाहेब मराठवाडा विद्यापीठ)

९. स्वामी रामानंद तीर्थ विद्यापीठ, नांदेड - १७ सप्टेंबर १९९४
१०. सोलापूर विद्यापीठ, सोलापूर - ३ ऑगस्ट २००४
११. संत गाडगेबाबा विद्यापीठ, अमरावती, १ मे १९८३
१२. राष्ट्रसंत तुकडोजी महाराज विद्यापीठ, नागपुर- ४ ऑगस्ट १९२३
१३. उत्तर महाराष्ट्र विद्यापीठ, जळगाव - १९९०

महाराष्ट्रातील काही नामवंत शिक्षणसंस्था

१. सेंट्रल इन्स्टिटयूट ऑफ फिशरिज् एज्युकेशन, मुंबई
२. दत्ता मेघे इन्स्टिटयूट ऑफ मेडिकल सायन्सेस, नागपूर
३. डेक्कन कॉलेज - पोस्ट ग्रॅज्युएट ॲण्ड रिसर्च इन्स्टिटयूट, पुणे
४. डॉ. बाबासाहेब आंबेडकर टेक्नॉलॉजिकल युनिव्हर्सिटी, रायगड
५. गोखले इन्स्टिटयूट ऑफ पॉलिटिक्स ॲण्ड इकॉनॉमिक्स, पुणे
६. इंडियन इन्स्टिटयूट ऑफ टेक्नॉलॉजी, मुंबई
७. इंदिरा गांधी इन्स्टिटयूट ऑफ डेव्हलपमेंट रिसर्च, मुंबई
८. इन्स्टिटयूट ऑफ आर्मामेंट टेक्नॉलॉजी, पुणे
९. इंटरनॅशनल इन्स्टिटयूट फॉर पॉप्युलेशन सायन्सेस, मुंबई
१०. कवी कुलगुरू कालिदास संस्कृत विश्वविद्यालय, रामटेक
११. कृष्णा इन्स्टिटयूट ऑफ मेडिकल सायन्सेस युनिव्हर्सिटी, कराड. जि. सातारा
१२. महाराष्ट्र युनव्हर्सिटी फॉर हेल्थ सायन्स, नाशिक
१३. महात्मा गांधी आंतरराष्ट्रीय हिंदी विश्वविद्यालय, वर्धा
१४. महाराष्ट्र ॲनिमल ॲण्ड फिशरी सायन्सेस, युनिव्हर्सिटी, नागपूर
१५. नरसी मानजी इन्स्टिटयूट ऑफ मॅनेजमेंट ॲण्ड हायर स्टडीज, मुंबई
१६. प्रवरा इन्स्टिटयूट ऑफ मेडिकल सायन्सेस, अहमदनगर
१७. संत गुरूदेव आयुर्वेद कॉलेज, अमरावती
१८. टाटा इन्स्टिटयूट ऑफ फंडामेंटल रिसर्च, मुंबई
१९. टाटा इन्स्टिटयूट ऑफ सोशल सायन्सेस, मुंबई
२०. विश्वैश्वरैया नॅशनल इन्स्टिटयूट ऑफ टेक्नॉलॉजी, नागपूर
२१. इंडियन इन्स्टिटयूत ऑफ एज्युकेशन, पुणे
२२. इंदिरा गांधी राष्ट्रीय मुक्त विद्यापीठ, विभागीय कार्यालय, पुणे

■

९. शिक्षणाचे नवे दालन नव्या संधी

○द्विलक्षी अभ्यासक्रम ○अभियांत्रिकीचे पदविका अभ्यासक्रम ○आय.टी.आय. अभ्यासक्रम ○बारावीनंतर एमटेक - बायोटेक - अभ्यासक्रम ○'आय आय टी' - शास्त्र तंत्रज्ञानातील शिक्षण ○इलेक्ट्रॉनिक्स अभ्यासक्रम ○जिओमॅटिक्स ○डिझाईन करिअर ○ॲनिमेशन उद्योगातील करिअर ○फिल्म मेकिंगमधील करिअर ○रंगतंत्रज्ञानातील संधी ○हॉटेल आणि टुरिझम मॅनेजमेंट ○हॉटेल आणि हॉस्पिटॅलिटी क्षेत्रातील रोजगार संधी ○परिचारिका (नर्सिंग) अभ्यासक्रम ○औषधनिर्माणशास्त्र ○पर्यावरण शिक्षण ○पशुवैद्यकीय शिक्षण ○कंपनी सचिव:अभ्यासक्रम ○ गुणवत्ता-विकासाचे प्रयत्न

द्विलक्षी अभ्यासक्रम

सध्या शिक्षणक्षेत्रात नव्या वाटा, नवे अभ्यासक्रम निर्माण होत आहेत. राज्यात १९७८ मध्ये १० + २ स्तरावर म्हणजे ११ वी , १२ वी शास्त्र आणि वाणिज्य शाखांमधील विद्यार्थ्यांचा ओढा व्यवसाय शिक्षणाकडे व्हावा, विद्यार्थी उच्च तांत्रिक, अभियांत्रिकी, शेतकी आदी व्यावसायिक अभ्यासक्रमाकडे आकर्षित व्हावेत व स्वतःचा व्यवसाय सुरू करावा, असे दोन महत्त्वाचे हेतू समोर ठेवून शासनाने द्विलक्षी व्यवसाय अभ्यासक्रम स्वतंत्र यंत्रणा उभी करून राज्य परीक्षा मंडळाच्या मदतीने सुरू केले. हे अभ्यासक्रम 'बायफोकल' या नावाने ओळखले जातात.

या अभ्यासक्रमामध्ये एकूण गुणांच्या एक तृतीयांश गुण म्हणजे २०० गुण ठेवुन अनेक अभ्यासक्रम तंत्र, कृषी, वाणिज्य शाखेकडे सुरू केले आहेत. ज्या विद्यार्थ्यांना अभियांत्रिकी, तांत्रिकी, शेतकी इत्यादी क्षेत्रांत

करिअर करण्याचे ध्येय आहे. ते विद्यार्थी या विषयाकडे प्राधान्याने पसंती देतात. वैद्यकीय क्षेत्राकडे जाणाऱ्या विद्यार्थ्यांना या अभ्यासक्रमाचा उपयोग नाही जो विद्यार्थी उच्चतंत्र / अभियांत्रिकी अभ्यासक्रमास जाण्याचे ठरवतात, त्यांना मात्र या अभ्यासक्रमाचा विशेष उपयोग होतो. याकरिता पर्याय असणारे दोन विषय म्हणजे एक भाषा व संबंधित शाखेचा एक विषय असे दोन विषयांऐवजी हे व्यवसाय विषय घेता येते.

म्हणजेच शास्त्र शाखेकडे द्वितीय भाषा व जीवशास्त्र हे विषय न घेता २०० गुणांचे अभ्यासक्रम म्हणजे इलेक्ट्रॉनिक्स, संगणकविज्ञान, एस. एम. एस. इत्यादीपैकी कोणताही एक, तर वाणिज्य शाखेचे बँकिंग, मार्केटिंग, सेल्समनशिप इत्यादीपैकी कोणताही एक असे अभ्यासक्रम निवडता येतात. हे विषय अभियांत्रिकी व आय. आय. टी. च्या अभ्यासक्रमात अतिशय महत्त्वाचे ठरतात. तसेच एम. एच.- सी ईटी, आय. आय. टी., जे आय. आय. टी. या सारख्या प्रवेश परीक्षेच्या तयारीमध्ये यांचा प्रामुख्याने फायदा होतो.

दहावीच्या निकालानंतर या द्विलक्षी अभ्यासक्रमांना अकरावीच्या प्रवेशाच्या वेळी मागणी असते; परंतु मर्यादित प्रवेश संख्येमुळे गुणवत्तायादी करावी लागते. अभियांत्रिकीप्रवेश पद्धतीप्रमाणे सर्व नियम पाळून प्रवेश द्यावे लागतात. गुणवत्तेनुसार, विषयाच्या व महाविद्यालयाच्या पसंतीनुसार विद्यार्थ्यांना टेबल अॅडमिशन पद्धतीने प्रवेश मिळतो. याकरिता जिल्हा व्यवसाय शिक्षण यांच्या सहकार्याने ही केंद्रीय प्रवेश पद्धत सुरू आहे.

अकरावीकरिता विज्ञान आणि वाणिज्य शाखेकडे द्विलक्षीय विषयांची उपलब्धता आहे. तसेच किमान कौशल्यावर आधारित एम. सी. व्ही. सी. अभ्यासक्रम दोन वेगवेगळ्या विद्यार्थ्यांकरिता उपयुक्त आहे. काही महाविद्यालयातच हे द्विलक्षी अभ्याक्रम असल्याने विद्यार्थ्यांना प्रवेश मिळवण्यात अडचणी येतात. हा प्रश्न विचारात घेऊन विद्यार्थ्यांच्या हिताचा विचार करून अधिक संस्थेने द्विलक्षी अभ्यासक्रम सुरू करावेत.

द्विलक्षी पद्धतीचे फायदे :

- बारावी किंवा सी ई टीमध्ये कमी गुण मिळाल्यास अभियांत्रिकी पदविकेच्या दुसऱ्या वर्षाकरिता थेट प्रवेश. त्यासाठी पात्र द्विलक्ष्यी विषयांची यादी पाहणे आवश्यक आहे.
- कोणत्याही अभियांत्रिकी शाखेकरिता पात्र

- आर्किटेक्चर पदवीकरिता प्रवेशास पात्र
- बी. एस्सी. अथवा बी. सी. एस. कॉम्प्युटर सायन्स प्रवेश पात्र
- बी. सी. ए., बी. ए. इत्यादी अभ्यासक्रम पात्र.
- डी. एड्. प्रवेशास पात्र
- हॉटेल मॅनेजमेंट पदविका आदी अभ्यासक्रम पात्र.
- औषधीनिर्माणशास्त्र - पदविकापदवीकरितापात्र
- बी. एस्सी. कृषी पदवीकरिता प्रवेशास पात्र.

अभियांत्रिकीचे पदविका अभ्यासक्रम

देशाच्या व राज्याच्या प्रगतीची मदार शेती बरोबरच उद्योगजगतावरही आहे. औद्योगिक आस्थापनामध्ये साधारणतः तीन पातळ्यांवर कुशल अशा तांत्रिक मनुष्यबळाची गरज भासते. 'रिसर्च अॅण्ड डेव्हलपमेंट' या सर्वसमावेशक तरीही विशिष्ट अशा कार्यक्षेत्रासाठी आय. आय. टी. / एन आय टी सारख्या संस्था उच्च बुद्धिमत्तेच्या विद्यार्थ्यांना अत्यंत स्पर्धात्मक प्रक्रियेद्वारा निवडून तयार करतात. संशोधन पुनर्संशोधनाच्या अनेक फेऱ्यानंतर अंतिम निश्चिती लाभलेल्या उत्पादनासाठीची निर्मिती प्रक्रिया कार्यक्षमरित्या नियोजित करणे आणि राबविणे हे काम इतर शासकीय तसेच खासगी अभियांत्रिकी महाविद्यालयातून पदवी प्राप्त अभियंते करतात. ही उत्पादन प्रक्रिया नेमून दिलेल्या मापदंडानुसार विनाव्यत्यय सुरू ठेवणे, या प्रक्रियेमध्ये सक्रिय भाग घेणे, या प्रक्रियेसाठीची कुशल तंत्रज्ञानाची गरज पूर्ण करणे पदविका अभियांत्रीकीकडून अपेक्षित असते. अनेक उद्योगांमध्ये वापरले जाणारे आधुनिक तंत्रज्ञान आणि स्वयंचलित उत्पादन व्यवस्थांची वाढती लोकप्रियता पदविका अभियत्यांची रोजगारक्षमता अधोरेखित करतात.

महाराष्ट्र राज्यातंत्रशिक्षण महामंडळाच्या अधिपत्याखाली (३ वर्षे कालावधीच्या) पदविका अभियांत्रिकीची शिक्षणव्यवस्था राबविली जाते. पदविका उपलब्ध असणाऱ्या संस्थांची वर्गवारी खालील प्रमाणे आहे.

स्वायत्त तंत्रनिकेतने वगळता इतर संस्थांसाठी अभ्यासक्रम रचना आणि परीक्षा पद्धतीची जबाबदारी राज्य तंत्रशिक्षण महामंडळावर असते. या संस्थांमधून ७७ विद्याशाखांचे पर्याय विद्यार्थ्यांसमोर उपलब्ध आहेत. विविध अभ्यासक्रमाच्या माध्यमातून २७ इतर विद्याशाखांसाठी विद्यार्थी प्रवेश घेऊ शकतात. यासाठी प्रवेश पात्रता ही दहावी उत्तीर्ण असून किमाण गुण ५०%

हवेत. मागासवर्गीयांसाठी ४५% गुण असावेत.

या वर्षापासून शासकीय, शासकीय अनुदानित तसेच इच्छुक विनाअनुदानित तंत्रनिकेतनासाठी केंद्रीय पद्धतीने प्रवेश प्रक्रिया ऑनलाईन स्वरुपात राबविली जाते. या प्रवेशप्रक्रियेसाठी आरक्षणाची तरतूद लागू आहे. दहावीच्या निकालानंतर लगेचच प्रमुख वर्तमानपत्रातून तसेच डी. टी. ई. च्या संकेंतस्थळावर त्यासंबंधीची अधिसूचना जारी होते. यामध्ये प्रवेश प्रक्रियेसंबंधीची माहिती व महत्त्वाचे टप्पे इ. संदर्भात सविस्तर माहिती दिली जाते. हे सर्व प्रवेशसंदर्भातील वेळापत्रक तसेच ए. आर. सी. ची यादी अधिसूचनेत देण्यात येते. या माहितीपत्रामध्ये प्रवेश प्रक्रियेत भाग घेणाऱ्या सर्व संस्थांची यादी, तसेच संपूर्ण नियमावली सादर करण्यात येते. दहावीच्या निकालानंतर लागलीच ही प्रक्रिया सुरू होत असल्यामुळे विद्यार्थी किंवा पालकांनी विद्याशाखा व तंत्रनिकेतनाची माहिती घेणे आवश्यक आहे. यासाठी www.dte.org.in हे संकेतस्थळ उपयुक्त आहे.

पदविका मिळाल्यानंतर पुढे काय, असा प्रश्न स्वाभाविकच आहे. हा अभ्यासक्रम यशस्वीरित्या पूर्ण करणाऱ्या आणि हा अभ्यासक्रम घेऊ इच्छिणारा विद्यार्थ्यांसाठी (गुणाची अट ६०% स्वायत्त महाविद्यालयांकरिता ६५%) पदवी अभ्यासक्रमाच्या थेट दुसऱ्या वर्षासाठी केंद्रीय पद्धतीने ऑन-लाईन प्रवेश उपलब्ध असतात. थेट द्वितीय वर्ष पदवी प्रवेश प्रक्रियेसाठी आरक्षणाचे कोणतेही नियम लागू होत नाहीत. प्रत्येक अभ्यासक्रमासाठी विद्यार्थी ग्रहण क्षमतेच्या १/६ जागा पदविका प्राप्त विद्यार्थ्यांसाठी राखून ठेवलल्या असतात. काही महाविद्यालयांमधून अर्धवेळ पदवी अभियांत्रिकी अभ्यासक्रमही उपलब्ध आहेत.

अर्धवेळ पदविका आय. टी. आय. तसेच व्होकेशनल विषयांसह बारावी उतीर्ण विद्यार्थ्यांसाठी थेट द्वितीय वर्ष पदविका प्रवेश यासारखे पर्याय विद्यार्थ्यांसमोर उपलब्ध आहेत.

आय.टी.आय. अभ्यासक्रम

दहावीनंतर आय. टी. आय. मध्ये प्रवेश घेऊ इच्छिणाऱ्यांची संख्या बरीच असते. सर्वसाधारणपणे गरीब मध्यमवर्गीय पालकांचे आय. टी. आय. मध्ये आपल्या पाल्यास प्रवेश मिळवणे हे एक स्वप्न असते. रोजगाराची संधी असल्यामुळे, मेकॅनिक, इलेक्ट्रिकल, ड्रॉफ्टमन, कारपेंटर यासारख्या अभ्यासक्रमास प्रवेश मिळवून नोकरी मिळवणे अनेकांना आवश्यक वाटते.

महाराष्ट्रात आय.टी.आय.ची संख्या वाढली असून नुकतेच राज्य सरकारने अल्पसंख्यांकासाठी नवे आय.टी.आय काढण्याचे संकेत दिले आहे. इयत्ता दहावी परीक्षा उत्तीर्ण झाल्यानंतर या अभ्यासक्रमात प्रवेश गुणवत्तेनुसार राखीव जागांच्या धोरणानुसार मिळतो. कौशल्यावर आधारित अभ्यासक्रम असल्यामुळे या शाखेत प्रवेश घेऊ इच्छिणाऱ्यांची संख्या अधिक आहे.

किमान कौशल्यावर आधारित अभ्यासक्रम (एम.सी. व्ही. सी.) दहावीनंतर विद्यार्थी साधारणपणे कला, वाणिज्य, विज्ञान शाखेत प्रवेश घेतात. अभियांत्रिकीकडे ज्यांना करिअर करावयाचे आहे ते द्विलक्षी (बायोफोकल) अभ्यासक्रम प्रवेश मिळवतात. तर काही विद्यार्थी अभियांत्रिकी पदवीका (पॉलिटेकनिकल) प्रवेश मिळवू इच्छितात. गुण कमी असल्यास आय.टी.आय. हा एक पर्याय उपलब्ध असतो. दोन दशकांपासून किमान कौशल्यावर आधारित अभ्यासक्रम राबविण्यात येत आहे. यालाच एम.सी.व्ही.सी. अभ्यासक्रम म्हणतात. मुंबई येथील व्यवसाय शिक्षण व प्रशिक्षण विभागाच्या सहकार्याने हे वर्ग चालविले जातात. इयत्ता अकरावी - बारावीला समकक्ष असणाऱ्या या अभ्यासक्रमानंतर विद्यार्थी कला, वाणिज्य, शास्त्र, विधी या पदवी अभ्यासक्रमास ही प्रवेशास पात्र असतो. इंग्रजी अनिवार्य एक द्वितीय भाषा (मराठी, हिंदी, परकीय भाषा) उपलब्धतेनुसार निवड फाऊंडेशन या विषयाव्यतिरिक्त निवडलेल्या अभ्यासक्रमाचे विषय द्यावयाचे असतात.

इलेक्ट्रॉनिक्स, इलेक्ट्रिकल, ॲटोइंजिनिअरिंग, बिल्डिग मेंन्टेनन्स, मेडिकल लॅब टेक्निशियन, ट्रायव्हल ॲण्ड टूरिझम, हॉर्टी कल्चर, अकाऊटिंग या सारख्या अभ्यासक्रमाचा यात समावेश आहे. एका वर्गात फक्त वीस विद्यार्थ्यांना प्रवेश दिला जातो. महाराष्ट्र राज्य माध्यमिक व उच्च माध्यमिक परीक्षा मंडळा मार्फत - बारावीची परीक्षा घेतली जाते.

हा व्यवसायाभिमुख अभ्यासक्रम पूर्ण केल्यानंतर विद्यार्थी स्वतःचा व्यवसाय सुरू करू शकतात. विविध ठिकाणी त्यांना नोकरीची संधी मिळते. तसेच ट्राव्हल अँड टूरिझमच्या विद्यार्थ्यांना हॉटेल मॅनेजमेंटला प्रेवश मिळतो. एम. सी. व्ही. सी. च्या विद्यार्थ्यांना गुणवत्तेनुसार अभियांत्रिकी पदविका (पॉलिटेक्नीकलच्या दुसऱ्या वर्षालाही प्रवेश मिळतो.) मेडिकल लॅब, पॉलिटेक्निकलच्या विद्यार्थ्यांना शास्त्र शाखेच्या पदवी अभ्यासक्रमास प्रवेश मिळतो. याव्यतिरिक्त अनेक संधी मिळवून देणारा हा एक अभ्यासकम सर्वांना उपयुक्त आहे.

बारावीनंतर एमटेक - बायोटेक - अभ्यासक्रम :

बायोटेक्नॉलॉजीमध्ये वाढत चाललेल्या संधीमुळे या विषयात करिअर करण्यासाठी इच्छा असणाऱ्या विद्यार्थ्यांची संख्या वाढत आहे; परंतु जैवतंत्रज्ञान हे क्षेत्र संशोधनात्मक असल्याने किमान पदव्युत्तर शिक्षण घेणे अनिवार्य असते. या पार्श्वभूमीवर पुणे विद्यापीठामध्ये १२ वीनंतर पाच वर्षांचा एम.एस्सी. व सहा वर्षांचा एमटेक बायोटेक्नॉलॉजी अभ्यासक्रम राब्दविला जातो. यासाठी राष्ट्रीय स्तरावरील प्रवेश परीक्षा घेतली जाते. किमान ६० टक्के गुण मिळवून १२ वी शास्त्र शाखेतून उत्तीर्ण विद्यार्थी यासाठी पात्र आहेत. या परीक्षेत दोन पेपर असतात. पहिला पेपर ५० प्रश्नांचा असतो. त्यात सामान्यज्ञान बुद्धिमत्ता चाचणी यासंबंधी प्रश्न येतात तर दुसरा पेपर १०० प्रश्नांचा असून त्यात १२ वीच्या अभ्यासक्रमानुसार फिजिक्स, केमिस्ट्री, बॉयॉलॉजी व मॅथेमॅटिक्स या विषयावर परीक्षा घेण्यात येते. बॉयोलॉजीला ४० टक्के फिजिक्स, केमिस्ट्रीला प्रत्येकी २५ टक्के, तर मॅथेमॅटिकला १० टक्के गुण असतात. परीक्षा पूर्णत: वस्तूनिष्ठ स्वरूपाची असते. पहिला पेपर एक तासाचा व शंभर गुणाचा असतो. दुसरा पेपर दोन तासांचा दोनशे गुणांचा असतो. चुकीच्या उत्तरांना अर्धा गुण कापला जातो. हे अभ्यासक्रम पुणे विद्यापीठातील तंत्रज्ञान व जैवमाहितीशास्त्र या ठिकाणी उपलब्ध आहेत. या क्षेत्रात करिअर करणाऱ्यांना ही एक चांगली संधी आहे.

'आय आय टी' - शास्त्र तंत्रज्ञानातील शिक्षण

इंडियन इन्स्टिटट्यूट ऑफ टेक्नॉलॉजी म्हणजे भारतीय प्रायोगिक संस्था ही देशातील महत्त्वाची संस्था आहेत. अभियांत्रिकी, विज्ञान आणि संशोधन या संदर्भात जागतिक पातळीवर प्रभाव टाकणारी संस्था आहे. आय आय टी या संस्थेचा उद्देश ज्ञानाचा पाया भक्कम करणे, सर्वोत्कृष्टतेचा आग्रह धरणे आणि नाविन्यतेला वाव देणे हा आहे. अत्याधुनिक प्रयोगशाळा, समृद्ध ग्रंथालये, कार्यक्षम संगणकीय संवाद, विविध शिष्यवृत्या या सोई व्यतिरिक्त एक प्रतिष्ठित समजले जाणारे हे केंद्र आहे. सध्या देशभरात सात आय.आय.टी. आहेत यात नवीन आठ आय आय टी स्थापन होणार आहेत. शास्त्र-तंत्रज्ञान शिक्षण देणाऱ्या आय आय टी सोबत राष्ट्रीय विज्ञान संस्था (आय आय एमी बेंगळूर) या संस्थेचेही शिक्षणातील योगदान मोठे आहे. पदवी, पदव्युत्तर आणि पीएच.डी. स्तरावरील 'आय.आय.टी'तील शिक्षणासंदर्भात अधिक माहिती खालीलप्रमाणे आहे.

पदवी शिक्षण (बी. टेक) : भौतिकशास्त्र, रसायनशास्त्र, गणित हे विषय घेऊन बारावी उत्तीर्ण उमेदवारांना पदवी शिक्षणास आय.आय.टी - जेईई या प्रवेश परीक्षेमार्फत पात्र होता येते. अभियांत्रिकी, प्रायोगिकी, आणि विज्ञान यातील वेगवेगळ्या शाखांतील पदवी शिक्षण येथे मिळते. काही 'आय.आय.टी' तर दुहेरी पदवी बी.टेक आणि एम.टेक अशा दोन्ही पदव्या बारावी (शास्त्र) उमेदवारांना मिळतात.

पदव्युत्तर शिक्षण (एम. टेक) व ग्रॅज्युएट ॲप्टिट्यूड टेस्ट इन इंजिनिअरिंग (जी ए टी ई) राष्ट्रीय समन्वय मंडळ - जी ए टी ई व मनुष्यबळ विकास मंत्रालय, शिक्षण विभाग, भारत सरकार यांच्या वतीने सात आय आय टी संयुक्त रीत्या 'जीएटीई' ही परीक्षा देशभरात दरवर्षी होतात. 'जीएटीई' पात्र उमेदवारांना मनुष्यबळ विकास मंत्रालयाच्या पद्व्युत्तर शिक्षणास प्रवेश मिळतो, तसेच देशातील सरकारी अभियांत्रिकी महाविद्यालये, संख्यांमधील पद्व्युत्तर शिक्षण घेते वेळी शिष्यवृत्ती मिळते. 'आय आय. टी' आणि आय. आय. एस्सी. बंगळूर येथील अनुक्रमे एम. टेक / एम. एस्सी (इंजि) शिक्षणास प्रवेश 'जीएटीई' परीक्षेतील गुणांच्या आधारे मिळतो.

अभियांत्रिकी/ प्रायोगिकी वास्तुशास्त्र, औषधनिर्माणशास्त्र यातील पदव्युत्तर (एम.एस्सी) शिक्षणधारक त्या त्या शाखेतील 'जी. ए. टी. ई.' परीक्षेस बसू शकतात. 'जी. ए. टी. ई.' पात्र उमेदवार आय आय टी व आय आय एस्सी बंगळोर यातल पीएच.डी शिक्षणासाठी प्रवेश घेऊ शकतात. शास्त्रीय व औद्योगिक संशोधन शिष्यवृत्ती (जेआरएफ) जी ए टी ई पात्रता धारकांना देण्यात येते. बहुतांश राष्ट्रीय संशोधन संस्थांमध्ये नोकरी करीता जी ए टी ई पात्रता अपेक्षित आहे. व्यवस्थापन शिक्षण आणि संयुक्त व्यवस्थापन प्रवेश चाचणी (जे. एम. एटी.) 'आय. आय. टी' मुंबई, दिल्ली, कानपूर, खरगपूर, चेन्नई, रूरकी या संस्थांमध्ये व्यवस्थापन पद्व्युत्तर शिक्षणाची सोय आहे. प्रथम श्रेणीतील बीई/बीटेक अथवा एम.एस्सी उमेदवारांना 'जे एम ई टी' या प्रवेश चाचणीद्वारे 'आय.आय.टी'तील एम बी.ए. शिक्षणास प्रवेश मिळतो.

आय.आय.टी.तील एम.एस्सी : सन २००४-०५ या शैक्षणिक वर्षापासून आय आय टी संस्थांनी एम.एस्सी पदव्युत्तर शिक्षणाची सुरुवात केली आहे. शास्त्र शाखेतील फिजिक्स, मॅथमॅटिक्स, केमिस्ट्री, जिओफिजिक्स, जिओलॉजी, बायोटेक्नॉलॉजी आदी विषयांतील एम.एस्सी अथवा एम.एस्सी.

पीएच.डी. (दुहेरी पदवी) अभ्यासक्रमांचा पर्याय बी.एस्सी पदवीधरांना खुला आहे. एम.एस्सीतील संयुक्त प्रवेश चाचणी मार्फत (जे ए एम) मार्फत वरील अभ्यासक्रमांना प्रवेश दिला जातो. बी एस्सी पदवी परीक्षा किमान ५५% (खुल्यागटासाठी व इतर मागास वर्गीयांसाठी) उत्तीर्ण असणे आवश्यक आहे. बी.एस्सी. पदवी अभ्यासक्रमातील सर्व वर्षाचे आणि विषयांचे एकत्रित किमान ५५% (खुला/इतरमागास) व ५०% (अनुसूचित जाती/जमाती) असणाऱ्या उमेदवारांना 'जे ए एम' परीक्षेस अर्ज करता येतो.

आय.आय.टी.त प्रवेश मिळवणे अतिशय अवघड आहे. या स्पर्धेत आपला टिकाव लागणार नाही, अशा नकारात्मक दृष्टिकोनामुळे अनेक हुशार विद्यार्थी या स्पर्धेपासून लांबच राहतात; परंतु सकारात्मक प्रयत्न - परिश्रम केल्यास यात प्रवेश मिळवणे शक्य आहे.

कला वाणिज्य शाखेतील समृद्ध पर्याय

कला शाखेसंदर्भात विद्यार्थी आणि पालकांमध्ये मोठ्या प्रमाणात समज-गैरसमज आहेत. अनेक वेळा कला शाखा आणि कमी गुणवत्ता असे समीकरण झाल्याचे जाणवते; परंतु ते खरे नाही. कला शाखेतून शिक्षण घेताना करिअर घडवण्यासाठी अनेक संधी आहेत, गुणवत्ताप्राप्त विद्यार्थी जाणीवपूर्वक स्वत:हून या शाखेला प्राधान्य देताना दिसतात. यू. पी. एस. सी., एम. पी. एस. सी यासारख्या अनेक स्पर्धा परीक्षांसाठी कला शाखेचे विषय उपयोगी ठरतात.

भाषातज्ज्ञ : जर्मन, फ्रेंच, जॅपनीज, रशियन अशा विविध भाषा शिकून - भाषा अनुवादक दुभाषी, परदेशी दूतवासात नोकरी किंवा अलीकडच्या जागतिकीकरणातून निर्माण होणारी रोजगार संधी मिळवता येते. शिवाय स्वत:चे क्लासेस ही काढता येतात.

मानसशास्त्र : मानसशास्त्र या विषयाची उपयुक्तता दिवसेंदिवस वाढत आहे. सध्या विद्यार्थी स्वत:चे करिअर घडवण्यासाठी तसेच मानसिक समस्या वाढते ताणतणाव यासाठी मानसशास्त्राची मदत होते. त्यामुळे क्लिनिकल सायकॉलॉजी, चाईल्ड सायकॉलॉजी, इंडस्ट्रियल सायकॉलॉजी अशा विषयांचा अभ्यास करणाऱ्या तज्ज्ञांची अधिकाधिक गरज भासू लागली आहे.

समुपदेशन : व्यवसाय मार्गदर्शन यासाठी मानस शास्त्राचा अभ्यास उपयुक्त आहे.

अर्थशास्त्र : अर्थशास्त्रात उच्च शिक्षण करून विविध कंपन्यात कन्सलटंट, इनव्हेस्टमेंट, ॲनॅलिस्ट, इन्शुरन्स एजन्सीज, स्टॉक मार्केट यात काम करता येईल. अर्थशास्त्र विषयाचे प्राध्यापक म्हणूनही काम करता येईल. अर्थशास्त्राबरोबर संख्याशास्त्रामध्येही उच्च शिक्षण केलेले असेल, तर मोठ्या मोठ्या फायनान्शिअल इन्स्टिट्यूट, बँका येथेही ॲनॅलिस्ट म्हणून काम करता येते.

सामाजिक शास्त्रे : सामाजिक शास्त्रातील पदवीनंतर सामाजिक कार्यामध्ये पदव्युत्तर शिक्षण करता येईल. सोशलवर्क्स मध्ये बी.एस.डब्ल्यू आणि पदव्युत्तर पदवी एम.एस.डब्यू करता येईल. अशा प्रकारे अभ्यासक्रम यशस्वीरित्या करणाऱ्या मोठमोठ्या बिगरशासकीय संस्था, शासकीय संस्था तसेच खासगी संस्था, हॉस्पिटल कारखाने, न्यायालये इ. ठिकाणी फिल्ड वर्कर, प्रकल्पाधिकारी समुपदेशक, सामाजिक कल्याण, क्षेत्रात नोकरीच्या संधी, उपलब्ध होऊ शकतात.

अध्यापन : इतिहास, भूगोल, राज्यशास्त्र, मानसशास्त्र, तर्कशास्त्र, संगीत, इंग्रजी आणि इतर विषयात बी.ए / एम. ए करून शिक्षकी पेशात जाता येते पूर्व प्राथमिक, हस्तकला, चित्रकला हे विषय घेऊन अभ्यासक्रम पूर्ण केल्यास तसेच डी.एड, बी.एड, एम.एड करून या क्षेत्रात व अध्यापक महाविद्यालयात ही शिक्षक होण्याची संधी आहे

प्रसारमाध्यमे : प्रसारमाध्यमात करिअर करायचे असल्यास मास मीडिया, मास कम्युनिकेशन, जर्नालिझम असे पर्याय उपलब्ध आहेत. वर्तमानपत्रे, दूरदर्शनवरील वाहिन्या म्हणजेच प्रिंट आणि इलेक्ट्रॉनिक माध्यमात नोकरीची संधी आहे. पत्रकारितेतील पदविका पदवी किंवा पदव्युत्तर अभ्यासक्रम पूर्ण केल्यास - नोकरीची संधी मिळेल.

ग्रंथालय शास्त्र : (लायब्ररी सायन्स) - ज्या विद्यार्थ्यांना वाचनाची, पुस्तकांची आवड असेल तर बी. लिब, एम. लिब हे ग्रंथालयशास्त्रातील पदवी - पदव्युत्तर अभ्यासक्रम पूर्ण करून शाळा, महाविद्यालये, शासकीय, सार्वजनिक वाचनालये इ. ठिकाणी ग्रंथपाल, सहायक ग्रंथपालपदाची नोकरी मिळू शकते.

इतिहास : इतिहासाची आवड असणारे विद्यार्थी पुरातत्त्वशास्त्र, नाणेशास्त्र, उत्खननशास्त्र, संग्रहालयशास्त्र यासारख्या विषयात करिअर करू शकतात.

कायदा : बी.ए. नंतर विधी / कायद्याची पदवी घेता येते. एल.एल.बी

/ एल.एल.एम या पदव्या प्राप्त केल्यानंतर लॉ फर्म मध्ये काम करता येईल. न्यायलयाच्या न्यायाधीशपदापर्यंत जाता येते, एखाद्या कंपनीत कायदा सल्लागार म्हणून नोकरी मिळू शकते. स्वत:चा वकिलीचा व्यवसाय करणे या प्रकारच्या अनेक संधी उपलब्ध होवू शकतात.

स्पर्धा परीक्षा : कला शाखेतून अभ्यासक्रम पूर्ण करणाऱ्या विद्यार्थ्यांना एम.पी.एस.सी.साठी बँक आणि इतर स्पर्धा परीक्षेत उपयोग होतो. तब्येत चांगली असल्यास पोलीस, संरक्षण या खात्यांत ही नोकरी मिळते.

यांसारख्या क्षेत्राव्यतिरिक्त व्यवस्थापन, ट्रॅव्हल अॅड टूरिझम, हॉटेल मॅनेजमेंट, फॅशन डिझायनिंग, इ. अभ्यासक्रमातून करिअर करता येते.

अध्यापन, प्रसारमाध्यमे, ग्रंथालये, शाळा, स्पर्धा परीक्षा इ. करिअरसाठी वाणिज्यशास्त्र आणि अन्य विद्याशाखेतील पदवीधर पात्र आहेत. वाणिज्य शाखें अंतर्गत अलीकडच्या काळात नवे अभ्यासक्रम ही राबवण्यात येत आहेत. त्याचबरोबर बी.ए बॅचलर (इन बिझनेस अॅडमिनिस्ट्रेटर) बी.बी.एफ.टी (बॅचलर इन फॉरेनट्रेड) बी.सी.ए (बॅचलर इन कॉप्युटर अॅप्लिकेशन) बीसीएस (बॅचलर इन कॉप्युटर सायन्स) असे पदवी आणि त्याच विषयातील पदव्युत्तर शिक्षणाचे अध्ययनाचे नवे दालन उघडले आहेत.

इलेक्ट्रॉनिक्स अभ्यासक्रम

पारंपारिक पदवी शिक्षण घेऊन रोजगार संधी मिळतेच असे नाही. या दृष्टीने व्यवसायिक अभ्यासक्रमाचे महत्त्व दिवसेंदिवस वाढत आहे. स्वयंरोजगार किंवा नोकरीच्या संधी उपलब्ध करून ताबडतोब रोजगार प्राप्त करून देणाऱ्या अभ्यासक्रमाच्या शोधात अनेक विद्यार्थी असतात. अशा विद्यार्थ्यांना दहावीनंतर कनिष्ठ महाविद्यालयीन स्तरावरील व्यावसायिक अभ्यासक्रम शाखेकडील इलेक्ट्रॉनिक टेक्नॉलॉजी अभ्यासक्रमाच्या प्रशिक्षणाकडे जाण्यास हरकत नाही. एल.सी.डी सारखे आधुनिक तंत्रज्ञान इलेक्ट्रॉनिक्स क्षेत्रात उपयोगात आल्याने या क्षेत्राचे प्रमाण व्यापक होत राहणार आहे.

इलेक्ट्रॉनिक्स क्षेत्रातील विविध प्रकारच्या उपकरण निर्मितीत होणारी प्रचंड वाढ व वापरण्याचे वाढते प्रमाण बघता तेवढ्याच मोठ्या प्रमाणात इलेक्ट्रॉनिक्स उपकरणांची दुरुस्ती व देखभाल महत्त्वाची ठरते. अशा वाढत्या संधी उपलब्ध आहेत तसेच त्याचा व्यवसाय करणेही अधिक फादेशीर ठरणार आहे.

इलेक्ट्रॉनिक्स क्षेत्रात व्यवसाय करणाऱ्यांना अनेक पर्याय उपलब्ध आहेत. आज घरोघरी रेडिओ, टीव्ही, टेपरेकॉर्डर सीडी/ डीव्हीडी प्लेअर, कार टेप, स्टिरिओ सिस्टिम, कॅमेरा, मोबाईल, संगणक, यूपीएस, औद्योगिक उपरकणे या क्षेत्रात इलेक्ट्रॉनिक्सचा वापर होतो. त्यामुळे याक्षेत्रात अशा वस्तूंची विक्री व दुरुस्ती यासाठी घरीच कमी भांडवलामध्ये इलेक्ट्रॉनिक्स उपकरणांची दुरुस्ती करून स्वत:चा व्यवसाय वा उद्योग सुरू करता येऊ शकतो. त्यात प्रामुख्याने रेडिओ, टीव्ही, सीडी प्लेअर, स्टिरिओ, सिस्टीम इमर्जन्सी लाईट यांची दुरुस्ती व विक्री, एफ,एम रेडिओ जुन्या स्पीकरचे रेकोनिंग व स्पीकर बॉक्स बनवून देणे, मोबाईल शॉपी, वायरिंग तसेच केबलची कामे, अशा प्रकारचा उद्योग शहराबरोबर ग्रामीण भागातदेखील केला जातो. या क्षेत्रात नोकरीच्या संधीही भरपूर आहेत. इलेक्ट्रॉनिक्स लघुउद्योगामध्ये, यूपीएस, स्टॅबीलायझर, कंट्रोल पॅनल, बॅटरीचार्जर, पॉवर सप्लाय बनविण्यात कंपनीमध्ये पीसीबी असेंब्लर किंवा इन्स्ट्रूमेंट टेक्नीशियन म्हणून नोकरीची संधी उपलब्ध होऊ शकते. केबल टी.व्ही व्यवसाय करणाऱ्या व्यावसायिकांकडे ही केबल तसेच उपकरणांची जोडणी व देखभाल करण्यासाठी टेक्नीशियनची कामे मिळतात.

ऑडिओ / व्हिडिओ कॅसेट रेकॉर्डिंग, व्हिडीओ शूटिंग, डिजिटल फोटोग्राफी तसेच लग्नसराई किंवा गणपती नवरात्र उत्सवात साऊंड सिस्टीम व लायटिंगचं व्यवसायही कमी भांडवलात सुरू करता येतो.

इलेक्ट्रॉनिक्स स्पेअरपार्ट शॉपी, कंपनीचे अधिकृत सेंटरही सुरू करता येते अशा छोट्या उद्योगांसाठी शासनाच्या वतीने विविध कर्ज, पंतप्रधान रोजगार योजना व जिल्हा उद्योगामध्ये केंद्रातर्फे दिले जाणारे साहाय्य. महाराष्ट्रातील मोठ्या शहरांमध्ये अनेकांसाठी अशा प्रकारचे छोटे उद्योग थाटून काही वर्षांतच रोजगार मिळवून स्वावलंबाकडे यशस्वी वाटचाल केली. तसेच आपला व्यवसाय सांभाळून पुढील उच्च शिक्षणही चालू ठेवले आहे. यासाठी विद्यार्थ्यांनी दहावीनंतर केंद्र शासन पुरस्कृत व महाराष्ट्र शासन अनुदानित कनिष्ठ महाविद्यालयीन स्तरावरील व्होकेशनल (एम सी व्ही सी) या शाखेकडील इलेक्ट्रॉनिक्स टेक्नॉलॉजी या व्यवसाय अभ्यासक्रमाचे प्रशिक्षण घेणे फायद्याचे ठरते. परीक्षा एच एस सी बोर्डामार्फत घेतली जाते.

जिओमॅटिक्स

विविध विज्ञान शाखा व त्यातील संकल्पना आणि तंत्रे यांचा वापर करून अधिक उपयुक्त नकाशे व माहिती देऊ शकणारी मोठा आवाका असलेली, जिओमॅट्रिक्स (सांख्यिकीला) ही आधुनिक संकल्पना आहे. ज्या संख्यिकीचे संकलन, साठवण, प्रक्रिया त्यानंतर त्या माहितीची पुनर्रचना व नवीन, अचूक स्वरूपात मांडणी असे जिओमॅट्रिक्सचे सर्वसाधारण स्वरूप आहे. जीओडसी या विज्ञान शाखेवर आधारित ही संकल्पना आहे. भूपृष्ठभाग सागर, महासागर, वातावरण यासंबंधीची कृत्रिम उपग्रहाच्या साहाय्याने मिळालेली माहिती, ही प्रामुख्याने अभिक्षेत्रिय स्वरूपाची असते. याच माहितीचा वापर जिओमॅट्रिक्समध्ये केला जातो. अभिक्षेत्रिय संदर्भासहित मिळणाऱ्या माहितीचे किंवा सांख्याकिचे नित्याच्या माहितीमध्ये रूपांतर करण्याची तंत्रेही जिओमॅट्रिक्समध्ये समाविष्ट आहेत. नेमकेपणा व अचूकपणा ही जिओमॅट्रिक्समधून मिळालेल्या माहितीची वैशिष्ट्ये आहेत. म्हणून तिचे उपयोजन क्षेत्रही फार मोठे आहे.

जिओमॅटिक्समध्ये वेगाने होणारी प्रगती ही संगणक तंत्रज्ञान, संगणकशास्त्र, अभियांत्रिकी, दूरसंवेदन तंत्रज्ञान यातील प्रगतीचाच परिणाम आहे. आजच्या प्रगत जिओमॅट्रिक्समध्ये जिओडसी भू-सर्वेक्षण स्थाननिश्चिती यंत्रणा, नेव्हिगेशन, कार्टोग्राफी, फोटोग्राफी, जी.आय.एस. टेरेन मॉडेलिंग अशा बहुविध शाखांतील संकल्पनांचा व तंत्राचा समावेश आहे.

पर्यावरण समस्यांचे समाधान, भू-व्यवस्थापन, नागरी नियोजन, किनारपट्ट्यांचे व्यवस्थापन, उत्खनन, आपत्ती व्यवस्थापन अशा अनेक क्षेत्रात जिओमॅटिक्सचे उपयोजन वाढते आहे. पण अजूनही त्याची व्याप्ती व उपयुक्तता अनेकांना फारशी माहीत नाही. 'हायड्रोगाफी सारख्या विषयात तर ''जिओमॅटिक्स''ची उपयुक्तता आश्चर्यचकित करणारी आहे. पूर्वी केवळ नाविक नकाशे तयार करणे, समुद्रतळाचे मापन करणे, यासारख्या गोष्टींची हायड्रोग्राफी अंतर्गत येत असत. आता हायड्रोजिओमॅटिक्समध्ये सर्व प्रकारच्या जलसाठ्याच्या पर्यावरणासंबंधी सर्व प्रकारची सांख्यिकी गोळा केली जाते. व यासर्व सांख्यिकीस भू-अभिक्षेत्रिय संदर्भ दिला जातो.

संख्यिाकिरणामध्ये दिला जाणारा स्थान संदर्भ हे जिऑमॅटिक्सचे महत्वाचे वैशिष्ट्ये आहे व जिओमॅटिक्सची विश्वासार्हताही त्यावर अवलंबून आहे. जगभरात जिओमॅटिक्स कंपन्या आज अनेक असल्या तरी त्या लहान

आहेत. बऱ्याच वेळा मोठ्या कंपन्यांतून जिओमॅटिक्स संबंधीचे कामे चालतात. क्षेत्रभेटी हे या व्यवसायाचे आणखी एक महत्त्वाचे अंग आहे. त्यामुळे या अंतर्गत काम करणाऱ्यांची घराबाहेर अनेक दिवस राहाण्याची तयारी ठेवावी लागणार आहे.

जगातील विशेषतः कॅनडा व अमेरिकेतील अनेक विद्यापीठांचा भूगोल, भूशाळा, सिव्हिल इंजिनिअरिंग, जिओडसी या विषयांच्या पदव्युत्तर अभ्यासक्रमात जिओमॅटिक्स विषय शिकवला जातो.

भारतात अनेक क्षेत्रांत जिओमॅटिक्सचे ज्ञान वापरून माहितीचे अद्ययावत करून घेणे शक्य आहे. पर्यटन, नकाशे, भूमी उपयोजन नकाशे, नाविक नकाशे, अशा सर्व उपलब्ध नकाशाचे हवाई छायाचित्रे व उपग्रह प्रतिमा वापरून अद्यावतीकरण करणे व ते अधिक अचूक व जास्त उपयुक्त करता येतात. दरडी कोसळणे, पूर अशा आपत्तीची तीव्रत्ता व स्थाने दर्शविणारे नकाशे नव्याने तयार करता येतील. पाणलोट व नदी खोऱ्यांचा अभ्यास, नैसर्गिक साधनसंपत्तीचे मापनही नेमकेपणाने करण्यासाठी जिओमॅटिक्सचा वापर करता येईल.

भारतात व्यवसायाच्या अनेक संधी निर्माण करून देण्याची जबरदस्त ताकद जिओमॅटिक्समध्ये आहे. विविध संस्था, कंपन्या, विद्यापीठे यांनी त्याकरता जिओमॅटिक्समध्ये पारंगत व्यक्ती मिळतील अशा प्रकारे जिओइन्फोमेटिक्स, जी आय एसप्रमाणे सर्टिफिकेट किंवा व डिप्लोमा कोर्सेस सुरू करण्याची गरज आहे. मुंबई, पुणे, ठाणे येथे जी आय एस शी निगडित कामे करणाऱ्या ज्या संस्था आहेत, त्यांना जिओमॅटिक्समध्ये पारंगत व्यक्ती अभावानेच मिळतील. ही अडचण ही यातून दूर होईल व व्यवसायामध्ये नवे दालन उघडे होईल यात शंका नाही.

डिझाईन करिअर

व्यवस्थापन, अभियांत्रिकी, वैद्यकीय सनदी लेखपाल इ. अभ्यासक्रमासाठी विद्यार्थी व पालक प्राधान्य देत असतात. या अभ्यासक्रमासाठी प्रवेश परीक्षा असते. इ १० वी, १२ वीच्या अभ्यासक्रमाचाच तो विस्तार आहे.

दहावीनंतर करता येईल असे डिझाईन करियर आहेत. यासाठीही प्रवेश परीक्षा आहेत. विदेशात, भारतात व महाराष्ट्रात नावाजलेल्या डिझाईन संस्था व महाविद्यालये आहेत.

ॲनिमेशन उद्योगातील करिअर

भारतात ॲनिमेशन उद्योगाला जरी उशिरा सुरुवात झाली असली तरी ते आता मनोरंजन आणि माध्यम उद्योगातील एक झपाट्याने प्रगतीपथावर असलेले दालन आहे. भारतातील ॲनिमेशन उद्योगाने ॲनिमेशनच्या कामातील आउटसोर्सिंगमधील महत्त्वपूर्ण केंद्र म्हणून मान्यता मिळवली आहे. हनुमान, रामायण, द एपिक यासारख्या पौराणिक कथांच्या मार्गावरून सुरुवातीला ॲनिमेशनच्या विस्ताराला सुरुवात झाली असली तरी आता 'रोड साईड रोमियो', 'तुनपूर का सुपर हिरो' आणि 'सुलतान द वॉरियर' अशी समकालीन संकल्पनावर बेतलेली निर्मिती होऊ लागली आहे. गेल्या वर्षभरात एकूण ८५ स्थानिक ॲनिमेशन चित्रपटाची घोषणा झाली असून त्यातील २८ चित्रपट हे निर्मितीच्या वेगवेगळ्या टप्प्यात आहेत. माया ॲकॅडमी ऑफ अडव्हान्स सिनेमॅटिक्स (एम ए ए सी- मॅक) हा माया इन्टटेंन्मेंट लिमिटेड (एम ई एल)चाच शैक्षणिक विभाग आहे. एम ई एल ही थ्रीडी ॲनिमेशन आणि व्हिज्युअल इफेक्टसमधील आघाडीची संस्था आहे. मॅकच्या अभ्यासक्रमांना युनिव्हर्सिटी ऑफ केंब्रिज इंटरनॅशनल एक्सामिनेशन्स (सी आय ई) चा दर्जा मान्यता आहे. मॅकमधील प्रशिक्षण अभ्यासक्रम हे नेट प्रकल्प आणि ॲनिमेशन उद्योगातील तज्ज्ञांच्या उपस्थितीतील नियमित कार्यशाळा व सेमिनार यांच्यासह पूर्ण केले जातात. एम. ई. एल. उद्योगाच्या व्यापामुळेच विद्यार्थ्यांना ऑन-द-जॉब वातावरणात प्रशिक्षण घेणे शक्य होते. त्याचमुळे या प्रशिक्षणादरम्यान या विद्यार्थ्यांना कॅमरा ॲंगल, स्टोरी बोर्डस एडिटिंग यासारख्या महत्त्वपूर्ण गोष्टी शिकता येतात. हा अभ्यासक्रम 'लर्निंग बाय डुईंग' किंवा 'प्रत्यक्ष कृतीतून शिक्षण' या तत्त्वावर आधारित आहे. अधिकाधिक प्रात्यक्षिकावर भर असतो. त्यामुळे सृजनशीलतेला पूर्णत: वाव आहे. मॅकबरोबरच इंदिरा गांधी नॅशनल ओपन युनिव्हर्सिटी 'इग्नू' मार्फत हे अभ्यासक्रम राबवण्यात येतात. इतरही शिक्षणसंस्थांमधून हा कार्यक्रम उपलब्ध आहे. बीए पदवी, थ्री.डी. ॲनिमेशन व व्हिज्युअल इफेक्टमधील उपलब्ध माहिती दिली जाते. यामध्ये बीए ३६ महिने अभ्यासक्रम. कॉम्प्युटर जनरेटेड इनेजरीमधील पदविका १८ महिने, आणि फिल्म मेकिंगमधील प्रमाणपत्र अभ्यासक्रम ६ महिने शिकवला जातो.

फिल्म मेकिंगमधील करिअर

भारतातील फिल्म उद्योग हा जगात सर्वाधिक 'फिल्मनिर्मिती' करणारा उद्योग आहे. भारतात दरवर्षी सुमारे एक हजारपेक्षा जास्त चित्रपट निर्माण होतात. यात मुंबईच्या बॉलिवूडचा महत्त्वाचा वाटा आहे. तसेच प्रादेशिक चित्रपट उद्योगक्षेत्रातही मोठ्या प्रमाणात वाढ होत आहे. यामध्ये दक्षिण भारत आणि पश्चिम बंगाल या राज्यात मोठ्या प्रमाणात निर्मिती होते. सन २००७ मध्ये भारतात सुमारे ११३२ चित्रपट तयार झाले.

महाराष्ट्रात सन २००८ मध्ये जवळपास १५० चित्रपटांची निर्मिती झाली. एका मराठी चित्रपटासाठी निर्मिती खर्च एक कोटीच्या पुढे जातो. आकडेवारीनुसार एकट्या मराठी चित्रपट निर्मितीसाठी १५० कोटींची उलाढाल झाली आहे तेही जागतिक मंदीच्या काळात.

तरुणवर्गावर चित्रपट व दूरदर्शन क्षेत्राने नेहमीच प्रभाव टाकला आहे; परंतु करिअरच्या संदर्भात विद्यार्थी व पालकवर्ग या बाबतीत गांभीर्य दाखवत नाही. वास्तविक या उद्योग क्षेत्रात रोजगार आणि व्यवसायाच्या मोठ्या प्रमाणात संधी आहेत. १९८२ साली 'दूरदर्शन' ही एकमेव सरकारी वाहिनी होती. परंतु आज खासगी चॅनलची संख्या ३००च्यावर आहे व ती वाढतच जाणार आहे. त्यामुळे डिजिटल फोटोग्राफी, सिनेमॅटोग्राफी, व्हिडिओग्राफी, दिग्दर्शन, लेखन, संकलन, ध्वनिमुद्रण आणि निर्मिती व्यवस्थापन क्षेत्रामधील प्रशिक्षित मनुष्यबळाची मोठ्या प्रमाणात मागणी आहे.

फिल्म मेकिंग क्षेत्राशी निगडीत असणारे लेखन, दिग्दर्शन, छायांकन, संकलन, ध्वनिमुद्रण, अभिनय, निर्मिती व्यवस्थापन या क्षेत्रांतील अन्य पैलूंचे ज्ञान व प्रशिक्षण देणाऱ्या अनेक संस्था सध्या मोठ्या शहरातून आहेत. ज्यामध्ये पुण्याच्या फिल्म ॲण्ड टेलिव्हिजन इन्स्टिट्यूटबरोबरच मिटकॉनसारख्या संस्थाही यथाशक्ती योगदान देत आहेत.

रंगतंत्रज्ञानातील संधी

प्राचीन काळापासूनच आपल्या समाजात रंगांना महत्व आहे. रंगाचा वापर विविध कारणांसाठी केला जातो. चित्रकाराला लागणाऱ्या रंगापासून ते घराला रंग देण्यापर्यंत, तसेच वस्त्रोद्योग, छपाई, औद्योगिक क्षेत्रात उत्पानांना द्यावे लागणारे रंग, अशा अनेक कारणांनी रंग वापरले जातात. सौंदर्य वाढवणे, हवा,पाणी, धूळ यापासून संरक्षण करणे या हेतूनेही रंगाचा वापर

केला जातो. ऑइलपेंट, डिस्टेंपर, प्लास्टिक पेंट, इमल्शन अशा वेगवेगळ्या नावांनी रंग ओळखाला जातो.

रंगाचे गुणधर्म आणि गुणवत्ता वेगवेगळी असते. त्यानुसार वस्त्रोद्योगामध्ये कपड्यांना किंवा धाग्यांना रंग वापरले जातात. अनेक वेळा कपड्याची गुणवत्ता - उपयुक्तता रंगावरून ओळखली जाते. रंगाचा टिकाऊपणा हा कपडेखरेदीत प्राधान्यासाठी वापरला जातो. छपाईकामासाठी लागणारी शाईसुद्धा अशा रंगाचाच प्रकार आहे. कागदावर उठावदार आणि आर्कषक दिसेल अशी छपाई होण्यासाठी अशा रंगाची निर्मितीप्रक्रिया वेगवेगळी असते. कार किवा इतर वाहन खरेदी करताना त्याच्या रंगाला महत्त्व देतोच. गाडयांचे बाह्यरुप आकर्षक बनवण्यासाठी डिझाईनबरोबरच रंगाचाही वाटा आहे. मेटालिक/नॉन मेटालिक अशा दोन प्रकारांत रंग उपलब्ध असतात. रंगाबरोबरच रंग लावण्याची पद्धत ही आधुनिक असते. ग्राहकाच्या पसंतीला उतरेल अशाच गुणवत्तेची डिफेक्ट फ्री प्रक्रिया रंगकामासाठी अपेक्षित असते. गंजप्रतिरोधाचेही मूलभूत काम इथे हे रंग करतात.

औद्योगिक क्षेत्रामध्येही यंत्रसामग्री आदी उपकरणांना गंजण्यापासून प्रतिरोध करण्यासाठी रंगाचा वापर केला जातो. तसेच हजारोंच्या संख्येने उत्पादन होणाऱ्या पार्टसना ओळखण्यासाठी, वर्गीकरण करण्यासाठीसुद्धा रंगाचा उपयोग होत असतो. अशा रीतीने जवळपास प्रत्येक क्षेत्रामध्येच रंग मोठ्या प्रमाणात वापरले जातात. रंगाची निर्मिती. प्रक्रिया ही रसायनशास्त्रावर आधारित असते. त्यामुळे पेंट टेक्नॉलॉजीच्या अभ्यासक्रमात मूलभूत रसायनशास्त्राचा समावेश असतो.

रंगनिर्मिती, संशोधन व विकास, गुणवत्तानियंत्रण रंगाचा वापर या चार पातळ्यांवर पेंट टेक्नॉलॉजीस्टना काम करावे लागते. वेगवेगळ्या रसायंनाचे मिश्रण करुन योग्य त्या ‘शेड’ चा रंग तयार करणे, त्याची गुणवत्ता तपासणे आदी कामाचा समावेश रंगनिर्माण क्षेत्रात होतो. संशोधन व विकास या कार्यक्षेत्रामध्ये बहुतेक करून औद्योगिक वापरासाठीचे आणि उच्च गुणवत्तेचे आणि वेगवेगळ्या पृष्ठभागासाठी रंग निर्माण करण्याचे काम चालू असते. ग्राहकाला भरपूर शेड, चॉइस प्राप्त व्हावा, रंग आधिक आकर्षक व्हावेत ते लावण्याची प्रक्रिया आधिक सुलभ व्हावी आणि ते जास्त काळ टिकावेत, याकामी संशोधन व विकास विभाग कार्यशील असतो.

पेंट ॲप्लीकेशन ॲटोमोबाईल क्षेत्रामध्ये पेंट लावण्याचे अत्याधुनिक तंत्र वापरले जाते. त्या तंत्राचा वापर करुन कमी वेळात आणि स्वयंचलित 'स्प्रे' च्या साह्याने रंग दिला जातो. या रंगाच्या थराची जाडी आणि रंगाच्या थरांची संख्या या सारख्या गोष्टीवर काटेकोरपणे नियंत्रण ठेवण्याचे काम या क्षेत्रात कार्यरत असणाऱ्या अभियंत्याना करावे लागते.

या अभ्यासक्रमात प्रवेश घेण्यासाठी व अभियांत्रिक पदवी प्राप्त करयासाठी-

१. रासायनिक तंत्रज्ञान विभाग, उत्तर महाराष्ट्र विद्यापीठ एन.एच.रोड पी.बी. नंबर ८० जळगाव ४२,५००
२. अभियांत्रिकी विभाग, अमरावती विद्यापीठ तपोवन रोड अमरावती ४४४६०२ (ऑइल अँड पेंट टेक्नॉलॉजी)
३. यू.डी.सी.टी. माटुंगा, मुंबई ४०००१९

या ठिकाणी अभ्यासक्रम राबवण्यात येतात.

हॉटेल आणि टुरिझम मॅनेजमेंट

भारताने एकविसाव्या शतकात वेगवेगळ्या क्षेत्रांत प्रगती केली आहे. यामध्ये नवनवीन उद्योगधंद्यांचा समावेश आहेच. शिवाय पर्यटनक्षेत्रही वेगाने विस्तारत आहेच. विमान प्रवाससुद्धा सर्वसामान्यांच्या आवाक्यात येण्याचे चिन्हे आहेत - हा भाग विचारात घेऊन हॉटेल व टूरिझम क्षेत्रात प्रचंड प्रमाणात गुंतवणूक होत आहे. त्यामुळे रोजगाराच्या विपुल संधी उपलब्ध होत आहेत. हॉटेल मॅनेजमेंट शिकलेल्यांना परदेशातही फार मागणी आहे.

पंचतारांकित हॉटेल्स, स्पेशालिटी रेस्टारंट क्रूझ लायनर्स, हवाई क्षेत्रातील केटरिंग व हॉटेल्स, टूर ऑपरेटर्स, क्लब व बार गेस्ट हाऊस कॅफेटेरिया, विमानतळ, इव्हेंट मॅनेजमेंट या क्षेत्रांत वार्षिक अंदाजे दोन लाख नोकऱ्या उपलब्ध होत आहेत. पुणे विद्यापीठाने हॉटेल व टूरिझम मॅनेजमेंटमध्ये तीन वर्षांचा पदवी झालेल्या मुलींना त्यासाठी प्रवेश घेता येतो. हा कोर्स प्रात्यक्षिक शिक्षणावर आधारित असल्याने सर्व विद्यार्थ्यांना समान संधी असते. अरिहंत कॉलेज ही पुण्यातील संस्थासुद्धा हा अभ्यासक्रम राबवते. सर्वांना परवडेल अशा शुल्कात जागतिक दर्जाचे शिक्षण दिले जाते. भारताव्यतिरिक्त जवळपास २२ देशातील विद्यार्थी यात शिक्षण घेत आहेत.

गरजू मागासवर्गीय विद्यार्थ्यांना स्कॉलरशिप मिळते, शिवाय बँकांकडून कर्जही उपलब्ध होते.

हॉटेल आणि हॉस्पिटॅलिटी क्षेत्रातील रोजगार संधी

अलीकडच्या काळातील कायमस्वरूपी रोजगाराची संधी असलेले क्षेत्र म्हणून हॉटेल आणि हॉस्पिटॅलिटीकडे पाहता येईल. या अभ्यासक्रमातून केवळ रेस्टॉरंट क्षेत्रातच नव्हे तर मॉल्स, मल्टिप्लेक्स आणि पर्यटन अशा कितीतरी क्षेत्रात संधी मिळवून यशस्वी होता येते. स्वतःचा व्यवसायही सुरू करता येतो. सूर्यदत्त कॉलेज ऑफ हॉस्पिटॅलिटी मॅनेजमेंट अ‍ॅण्ड ट्राव्हल्स टुरिझम तर्फे विविध अभ्यासक्रम उपलब्ध करून देण्यात आलेले आहे. बॅचरल आफ सायन्स इन हॉस्पिटॅलिटीच स्टडीज् (बी.एच.सी.एस.एच.) हा पुणे विद्यापीठाशी सलग्न आहे. १२ वी किंवा समकक्ष इयत्तेनंतर तीन वर्षांचा पूर्णवेळ अभ्यासक्रम आहे. क्राफ्टमनशिप सर्टिफिकेटस् कोर्स इन कुकरी आणि क्रॉफ्टमनशीप सार्टिफिकेटस् कोर्स इन बेकरी अ‍ॅण्ड कन्फेक्शरी या अभ्यासक्रमासाठी दहावी उत्तीर्ण पात्रता आहे. क्रॉफ्टमनशिप सर्टिफिकेटस् कोर्स इन हॉटल मॅनेजमेंट अ‍ॅण्ड केटरींग, टेक्नॉलॉजी अभ्यासक्रमासाठी १२ वी परीक्षा उत्तीर्ण ही पात्रता आहे. हे अभ्यासक्रम महाराष्ट्र राज्य व्यवसायिक शिक्षण मंडळाशी सलग्न आहे. याचबरोबर पुणे इन्स्टिट्यटयूट, अप्लाईड, टेक्नॉलॉजिमध्ये पोस्ट ग्रॅज्युएशन डिप्लोमा इन टूर्स अ‍ॅण्ड टुरिझम हा अभ्यासक्रम करता येईल. महाराष्ट्र राज्य क्षेत्र शिक्षण मंडळाशी सलग्न आहे. हे अभ्यासक्रम एक वर्षे मुदतीचे आणि पूर्ण वेळ आहे. यशवंतराव चव्हाण मुक्त विद्यापीठामार्फत हे अभ्यासक्रम राबविले जातात. बीएससी हॉटेल मॅनेजमेंट अ‍ॅण्ड केटरींग ऑपरेशन बी. एससी, इन हॉटेल अ‍ॅण्ड टुरिझम मॅनेजेमेंट हे अभ्यासक्रम तीन वर्षे मुदतीचे असून त्याची पात्रता १२ वी आहे. एम. एसस्सी. इन हॉटेल अ‍ॅण्ड टुरिझम मॅनेजमेंट हे अभ्यासक्रम तीन वर्षे मुदतीचे असून त्याची पात्रता १२ वी उत्तीर्ण आहे. एम. एसस्सी. इन हॉटेल अ‍ॅण्ड टुरिझम मॅनेजमेंट, एम.एस्सी इनफूडप्रोसिसिंग अ‍ॅण्ड प्रिझर्वेशन हे अभ्यासक्रम दोन वर्षांचे आहे. कोणत्याही शाखेचे पदवीधर त्यात प्रवेश घेऊ शकतात. अभ्यासक्रम करीत असताना हॉटेलमध्ये पार्टनरशिप करण्याची संधी, उद्योगांना भेटी, देशपरदेशात रोजगाराच्या संधी उपलब्ध आहेत.

परिचारिका (नर्सिंग) अभ्यासक्रम

परदेशामध्ये मोठ्या प्रमाणात मागणी असणाऱ्या व्यावसायिकांमध्ये परिचारिकांची संख्या मोठी आहे. अविकसित देशांतून स्थंलातर करून जाणाऱ्यांमध्ये परिचारिकांची संख्या मोठी असते. केरळमधील परिचारिका मोठ्या प्रमाणावर आखाती देशात कामासाठी जातात. महाराष्ट्रामध्ये मात्र या आणि अशा संधीविषयी फारशी माहिती नाही.

सेवाभावी वृत्तीमुळे, कष्टाच्या कामामुळे, परराज्यातील किंवा परदेशातील परिचारिकाविषयी स्थानिक जनतेत दुरावा नसतो. परिचारिकांमध्ये परिचारिकांप्रमाणेच परिचारकांचाही समावेश होतो. परिचारिका रोग्याची शुश्रूषा व मानसिक आधार देण्याचे काम करतात लोकसंख्यावाढ, अपघात, नवे आजार, नवी जीवनशैली यामुळे 'नर्सिंगची' मागणी वाढत आहे. अनेक प्रकारचे अभ्यासक्रम आहेत. मात्र बी.एस्सी नर्सिंग हा चार वर्षांचा अभ्यासक्रम अधिक लोकप्रिय आहे. १२ वी सायन्स व इंग्रजी घेऊन ५५ टक्के गुण असणाऱ्यांस प्रवेश मिळवण्यासाठी प्रयत्न करता येतात. काही अभ्यासक्रम इ. १० वी नंतर सुरू होतात ते दीड वर्षाचे असतात. ऑक्झिलिअरी नर्सिंगाचाही अभ्यासक्रम आहे आणि प्रशिक्षण केंद्रात शिष्यवृत्तीही दिल्या जातात. मान्यताप्राप्त अभ्यासक्रम केल्यावर नोकरी मिळण्यास अडचण येत नाही. अनुभवानंतर परदेशात संधी अधिक आहे.

सामान्य परिचारिकेच्या कामाप्रमाणे खालील प्रकार आहेत :-

सामान्य परिचारिका : हॉस्पिटल, सॅनेटोरिअम येथे नोकरी करणाऱ्या परिचारिकांचा यात समावेश होतो.

इंडस्ट्रिअल परिचारिका : औद्योगिक चिकित्साकांच्या देखरेखीखाली या काम करतात. कारखान्यात दुर्घटना घडल्यास आणीबाणीच्या परिस्थितीत त्यांचा उपयोग होतो.

मनोचिकित्सकीय परिचारिका : या मानसिक रुग्णांची देखभाल करणाऱ्या परिचारिका असतात.

मिडवाईफ : यात प्रसूती व नवजात शिशूची देखभाल करणाऱ्या परिचारिकांचा समावेश होतो.

सर्जिकल परिचारिका : रुग्णालयांमध्ये विविध शस्त्रक्रियांच्या वेळी उपकरणांचे स्टरिलायझेशन करणे किंवा इतर कामासाठी परिचारिकासाठी गरज असते. हे कार्य या गटातील परिचारिका करतात.

खासगी परिचारिका : वृद्ध, अपंग, मतिभेद रुग्णांची सेवा करणाऱ्या परिचारिका.

प्रगत देशामध्ये वृद्धांची संख्या वाढत आहे. त्यांना अशा सेवांची मोठी गरज आहे. काही युरोपियन देशांची ही गरज विचारात घेऊन आपल्या इमिग्रेशनच्या धोरणात बदल केलेले आहेत. नर्सिंगसारख्या अभ्यासक्रमाद्वारे भारतात व परदेशात व्यवसायाची संधी मिळते यासंदर्भात अधिक प्रसार होण्याची गरज आहे.

औषधनिर्माणशास्त्र

व्यवसाय शिक्षणाच्या कक्षा सातत्याने रुंदावताना दिसतात. फार्मसीमध्ये करिअर हे एक नवे दालन विद्यार्थ्यांसाठी खुले आहे. औषधनिर्माणशास्त्र म्हणजे औषधनिर्मिती औषधांची पॅकिंग, रिपॅकिंग, साठवण, वितरण आणि विक्री करण्यासंदर्भातील व्यावसायिक शिक्षण या शाखेत प्रवेश घेण्यासाठी १० वी तसेच १२ वी परीक्षा उत्तीर्ण असणे ही पात्रता आहे. यासंदर्भात उपलब्ध असणारी संधी खालील प्रमाणे आहे.

१. दोन वर्षांनी डी. फार्मसी पदवीका अभ्यासक्रम महाराष्ट्रात एकूण संख्या १९७ असून एकूण जागा ११८३० आहे.
२. चार वर्षांची बी फार्मसी ही पदवी हा अभ्यासक्रम राबविणाऱ्या संस्था राज्यात १३० असून जागा ७,६१५ आहेत.
३. दोन वर्षांची एम फार्मसी पदवी हा अभ्यास राज्यात २९ संस्थेत चालविला जातो. व ६२५ जागा आहेत.
४. या क्षेत्रात तीन ते चार वर्षे अभ्यास करून पी.एच.डी करता येते.
५. पाच वर्षांची फार्म डी. पदवी मिळविलेल्यांना खासगी तसेच शासकीय सेवेत खालील संधी उपलब्ध आहेत.

शासकीय सेवेतील संधी खालीलप्रमाणे आहे. -

ड्रग्ज इन्स्पेक्टर, औषधनिरीक्षण हे महाराष्ट्र शासनाच्या अन्न व औषध प्रशासनातील वर्ग व राजपात्रित अधिकाराचे पद आहे. हे पद एम. पी. एस.सीच्या अनुषंगाने भरले जाते. यासाठी किमान शैक्षणिक पात्रता बी. फार्मसी आहे किंवा एम फार्मसी व त्यानंतर सुमारे पाच वर्षांचा अनुभव उपयुक्त ठरतो.

रिसर्च सायन्टिस्ट - पी.एच.डी. अहर्ता असलेल्यांना केंद्र सरकारच्या

प्रयोग शाळेमध्ये चंडीगड, लखनौ इत्यादी ठिकाणी यूपीएसचीच्या जाहिरातीअन्वये संधी उपलब्ध आहे.

शासकिय पदविका व पदवी महाविद्यालयांमध्ये निवड केली जाते. प्रोफेसर, असिस्टंट प्रोफेसर आणि लेक्चरर अशी पदे भरली जातात.

- असिस्टंट कमिशनर - हेसुद्धा अन्न व औषध प्रशासनातील वर्ग १ राजपत्रित अधिकाऱ्यांचे पद असून या पदासाठी एम.पी.एस.सी तर्फे मुलाखतीअन्वये निवड केली जाते. औषध उत्पादन क्षेत्र व औषधीचाचणी क्षेत्रातील अनुभवी व्यक्ती पात्र ठरतात.

प्रयोगाशाळेतील संधी - महाराष्ट्र शासनाची बांद्रा येथे औषधविश्लेषण प्रयोग शाळा असून तेथे विश्लेषण यापदासाठी संधी मिळू शकते. तसेच यू. पी. एस.सी. च्या जाहिराती अन्वये या पदासाठी संधी मिळू शकते. विश्लेषक हे वर्ग ३ चे पद आहे.

औषधी भांडारप्रमुख

हे राज्य शासनाच्या अन्न व औषध प्रशासनातील वर्ग 'ब' राजपत्रित अधिकाऱ्यांचे पद असून एम. पी. एस.सी. च्या अन्वये भरले जातील.

औषधनिर्माणशास्त्र पदवी / पदविका प्राप्त झाल्यावर फार्मसी कौन्सिल ऑफ इंडिया अंतर्गत महाराष्ट्र स्टेट फार्मासी कॉन्सिल येथे रजिस्टर्ड करता येतील. रजिस्ट्रेशन पूर्ण झाल्यानंतच शॉप ॲक्ट लायसेन्ससाठी अर्ज करावा लागतो. व त्याचबरोबर फूड ड्रग्ज ॲडमिनेस्ट्रेटर्समधून औषधविक्री निर्मिती, पॅकिंग वितरण यांची मान्यता द्यावी लागते. या संपूर्ण पद्धतीत नूतनीकरण आवश्यक असते. संबंधित विभागाने घालून दिलेल्या व वेळावेळी निर्देशित केलेल्या नियमांची काटेकोरपणे अंमलबजावणी करणे आवश्यक आहे.

याबरोबरच या क्षेत्रातील पुढील शिक्षणासाठी उपलब्ध असे अभ्यासक्रम आहेत. ज्यामध्ये एम.एस.सी. क्लिनिकल फार्मासीसाठी फार्मा एमबीए, एमएस, एमकॉम, बायोटेक यांचा प्रामुख्याने समावेश करता येईल.

पर्यावरण शिक्षण

पर्यावरण संदर्भात जागृती निर्माण करण्यासाठी महाराष्ट्र शासनाने शालेय स्तरापासूनच पर्यावरण हा विषय समाविष्ट केला आहे.

पर्यावरण संरक्षण क्षेत्रात तसेच उद्योग क्षेत्रात काम करणाऱ्यांना पर्यावरण सरंक्षण या विषयीची सर्वांगीण व अद्ययावत माहिती देण्याच्या

उद्देशाने ''इंटरनॅशनल डिप्लोमा इन प्रिव्हेंटिव्ह एन्व्हिरॉमेंटल मॅनेजमेंट' अभ्यासक्रमाचे आयोजन करण्यात येते.

प्रमाणपत्र व पदविका अशा दुहेरी स्वरूपात उपलब्ध असणाऱ्या या अभ्यासक्रमांचा उद्देश पर्यावरण संरक्षण, पर्यावरण संवर्धन क्षेत्रात कामकाज करणाऱ्यांमध्ये पर्यावरण सरंक्षणविषयक जाणीव निर्माण व्हावी व पर्यावरणाशी निगडित समस्या व प्रश्नांचा अभ्यासक्रम कल्पकपणे विचार करून पर्यावरण संरक्षण व नैसर्गिक स्त्रोतांचा प्रभावी वापर या माध्यमातून उद्योगाच्या विकासाला चालना मिळावी असा आहे.

या अभ्यासक्रमासाठी प्रवेश घेऊ इच्छिणारे उमेदवार अर्थशास्त्र, विज्ञान, कायदा किंवा अभियांत्रिकीय सारख्या विषयातील पदवीधर असायला हवेत व त्यांना उत्पादन मेन्टेनन्स व्यवस्थापन, सल्ला किंवा स्वयंसेवी संस्था यासारख्या क्षेत्रात काम करणाऱ्यांना कमीत कमी एक वर्षाचा अनुभव असायला हवा. या अभ्यासक्रमापैकी पदविका अभ्यासक्रमाचा कालावधी एक वर्ष तर पदवी अभ्यासक्रमाचा कालावधी दोन वर्ष असतो.

पर्यावरण क्षेत्रातील विषयाला अधिकाधिक अद्ययावतपणा यावा व त्याला शास्त्रोक्त स्वरुप प्राप्त व्हावे या उद्देशाने या क्षेत्रात अधिक प्रकारच्या संशोधन संधी उपलब्ध आहेत.

एल. सी. जैन ॲवार्ड, हा पुरस्कार फोरम फॉर इन्हायरॉनमेंटल जर्नालिस्ट ऑफ इंडियातर्फे देण्यात येतो. पर्यावरण संरक्षणविषयक क्षेत्रात विशेष कार्य करणाऱ्या पत्रकारांना हा पुरस्कार दिला जातो.

उर्जा फेर पूर्नउपयोग : अभ्यास व अनुभव या विषयावरील परिषदेचे आयोजन व सोलर अग्नी सिस्टीमद्वारे केले जाते. 'नॅशनल इन्टिस्ट्यूट ऑफ रिन्युवेबल एनर्जी' या संस्थेच्या मार्गदर्शनाखाली ऊर्जा व त्याचा फेरवापर यातून पर्यावरण संरक्षण या प्रश्नावर सखोल चर्चा व मार्गदर्शन करण्यात येते. नवी दिल्ली येथील 'सेंटर फॉर सायन्स ॲड एन्व्हारमेंट तर्फे जागतिक स्तरावर पर्यावरणविषयक मुद्द्यांची चर्चा करून त्यानुसार कृतीशील कार्यक्रम व कार्ययोजना ठरविण्यासाठी परिषदेचे आयोजन करण्यात येते. नागपूरच्या माधवराव चिटणिस मेडिकल रिसर्च फेलोशिप योजनेंतर्गत पर्यावरण सार्वजनिक आरोग्य इ. विषयातील पदवीधरांना पर्यावरणविषयक विशेष प्रकल्प संशोधनासाठी पाठ्यवृत्ती देण्यात येते.

जलव्यवस्थापन क्षेत्रातील पत्रकारितेसाठी पाठ्यवृत्ती या योजनेंतर्गत

पाण्याचे जागतिक व सार्वजनिक महत्त्व व 'सर्वांसाठी पाणी सर्व पाण्यासाठी' या विषयावर संशोधनपर अभ्यास करण्यासाठी सेंटर फॉर सायन्स ॲंड एन्व्हारमेंट तर्फे अभ्यासू पत्रकारांना पाठ्यवृत्ती देण्यात येते. यामध्ये संबंधित अभ्यासक्रमाने पाणीपुरवठ्याबद्दलचे सरकारी धोरण व सद्यस्थिती परंपरागत जलस्त्रोत व त्यांचा प्रचलित वापर स्थानिक रहिवाशांद्वारा फेरवापससाठी करण्यात येणारे प्रयत्न, शहरी पाणीपुरवठ्याबद्दल करण्यात येणारी उपाययोजना यांसारख्या विषयांवर अभ्यासपूर्ण व संशोधनपर लिखाण अपेक्षित असते. या पाठ्यवृत्ती योजनेंतर्गत निवड झालेल्या पत्रकारांना त्यांच्या अभ्यास व संशोधनपर लिखाणासाठी ४० हजार रुपयांची पाठ्यवृत्ती व इतर खर्चासाठी १५ हजार रु. देण्यात येतात.

याशिवाय विविध विद्यापीठांतील पर्यावरण संरक्षण व पर्यावरण विज्ञान विभाग, नागपूरची 'निरी'. संशोधन संस्था प्रस्थापित प्रयोगशाळा, स्वयंसेवी संस्था, प्रदूषण नियंत्रण मंडळ यामार्फत प्रदूषण विज्ञानक्षेत्रात सातत्यपूर्व संशोधन करण्यात येते. यामध्येही संशोधनविषयक कामाच्या विविध संधी, पर्यावरणशास्त्र विषयातील विशेषत: पदव्युत्तर पात्रताधारक उमेदवारांना उपलब्ध असतात.

पशुवैद्यकीय शिक्षण

सन १७९९ मध्ये ईस्ट इंडिया कंपनीला त्यांच्या सैन्यातील घोड्यांची काळजी घेण्यासाठी पशुवैद्याची गरज भासू लागली. त्याचाच एक भाग म्हणून १८२१ मध्ये पशुवैद्यकशात्रातील पहिले प्रशिक्षण आयोजित करण्यात आले. याच कालावधीत जनावरांच्या प्लेगची साथ आली, त्यासाठी प्लेग कमिशनची स्थापना झाली. या कमिशनच्या शिफारशीनुसार भारतामध्ये पशुवैद्यकीय प्रशिक्षण केंद्राची स्थापना मद्रास येथे करण्यात आली व या शाखेच्या प्रगतीची वाटचाल सुरू झाली.

सन १८६२ मध्ये पुणे येथे पशुवैद्यकीय शिक्षण देणारी देशातील पहिली शाळा काढण्यात आली. १८८२ मध्ये लाहोर (तेव्हा भारत-पाकिस्तान फाळणी नव्हती) येथे पहिले पशुवैद्यकीय महाविद्यालय स्थापन करण्यात आले. नंतर १८८४ मध्ये मुंबई, १८९३ ला कलकत्ता, १९०२ मध्ये मद्रास आणि १९३० मध्ये पाटणा येथे महाविद्यालये सुरू करण्यात आली. सन १९४७ मध्ये आपला देश स्वतंत्र झाला. त्या वेळी पूर्ण

देशभरात केवळ ९ पशुवैद्यकीय महाविद्यालये होती आणि आजमितीस ही संख्या जवळपास ४१ आहे. त्यापैकी पाच महाविद्यालये महाराष्ट्रात आहेत. भारतामध्ये १९६० मध्ये पहिले कृषी विद्यापीठ पंतनगर (उत्तरांचल) येथे स्थापन झाले. त्यानंतर बरीचशी कृषी विद्यापीठे स्थापन झाली. त्यानुसार महाराष्ट्रात पहिले कृषी विद्यापीठ पश्चिम महाराष्ट्रात राहुरी (अहमदनगर) येथे महात्मा फुले कृषी विद्यापीठ सन (१९६८) विदर्भात अकोला येथे पंजाबराव देशमुख कृषी विद्यापीठ (१९६९) कोकणात दापोली येथे बाळाहेब सावंत कोकण विद्यापीठ (१९७२) आणि मराठवाड्यात परभणी येथे मराठवाडा कृषी विद्यापीठ (१९७२) अशी चार कृषी विद्यापीठे प्रादेशिक विभागानुसार स्थापन करण्यात आली. कालांतराने सन १९८४ मध्ये भारतीय पशुवैद्यक परिषदेची (व्ही.सी) स्थापना झाली या परिषदेच्या शिफारशीनुसार संपूर्ण देशभरात पशुवैद्यक व पशुविज्ञानशास्त्राचा सामाईक अभ्यासक्रम सुरू करून सूसुत्रता निर्माण करण्यात आली. पशुवैद्यक शाखेच्या विकासातील महत्त्वपूर्ण घटना म्हणजे २० सप्टेंबर १९८९ रोजी मद्रास (चेन्नई) येथे तमिळनाडू पशुवैद्यक व पशुविज्ञान विद्यापीठ देशातील या पहिल्या पशुवैद्यकीय विद्यापीठाची स्थापना झाली. यानंतर सन १९९१ मध्ये कलकत्ता येथे दुसरे आणि महाराष्ट्रात ३ डिसेंबर २००० रोजी नागपूर येथे महाराष्ट्र पशु व मत्स विज्ञान विद्यापीठ हे देशातील तिसरे पशुवैद्यकीय विद्यापीठ स्थापन झाले. कालांतरान उत्तर प्रदेशात मथुरा (२००१), कर्नाटकात बीदर (२००४) आंध्र प्रदेश (२००५) आणि पंजाब (२००६) अशी एकूण सात पशुवैद्यकीय विद्यापीठे कार्यरत झाली. शिवाय भारतीय पशुवैद्यकिय विद्यापीठे कार्यरत झाली शिवाय भारतीय पशुवैद्यकीय विद्यापीठे कार्यरत झाली. संशोधन संस्था इज्जतनगर (उत्तरप्रदेश) ही आंतरराष्ट्रीय स्तरावरील नामांकित विद्यापीठ आहे.

महाराष्ट्रातील पशुवैद्यकीय शिक्षण संस्था

पूर्वी त्या त्या प्रादेशिक विभागातील कृषी विद्यापीठाशी संलग्न असणारी महाराष्ट्रातील सर्व पशुवैद्यकीय महाविद्यालये आता महाराष्ट्र पशू व मत्स्यविज्ञान विद्यापीठ नागपूर अंतर्गत कार्यरत आहेत. सदरील महाविद्यालयाची नावे त्यांची बी.व्ही.एस्सी. अँड ए.एच. या पशुवैद्यक पदवी अभ्यासक्रमासाठी प्रवेश क्षमता खालीलप्रमाणे आहे.

मुंबई पशुवैद्यकीय महाविद्यालय परेल, मुंबई १२	प्रवेश क्षमता ६८
नागपूर पशुवैद्यकीय महाविद्यालय सेमिनी हिटस, नागपूर- ६	प्रवेश क्षमता ७१
पशुवैद्यक पशुविज्ञान महाविद्यालय परभणी-२,	प्रवेश क्षमता ६३
पशुवैद्यक व पशुविज्ञान महाविद्यालय उदगीर, जि. लातूर	प्रवेश क्षमता ३२

या महाविद्यालयात बी.व्ही.एस्सी. अँड ए.एच. हा पाच वर्षे कालावधीचा पदवी अभ्यासक्रम व एम.व्ही.एस्सी. हा २ वर्षे कालावधीचा पदव्युत्तर अभ्यासक्रम राबविला जातो. शिवाय मुंबई, नागपूर व परभणी येथील महाविद्यालयात पी.एच.डी. पदवीचीदेखील सुविधा आहे. या महाविद्यालयाव्यतिरिक्त अकोला येथे पदव्युत्तर पशुवैद्यकीय संस्था असून तेथे एम.व्ही.एस्सी. व पी.एचडी. पदवीची सोय आहे

प्रवेश पात्रता - विद्यार्थी हा विज्ञान शाखेतील इयत्ता बारावीत इंग्रजी, भौतिकशास्त्र, रसायनशास्त्र व जीवशास्त्र (पी.सी.बी.) हे विषय घेऊन कमीत कमी ५० गुण (मागासवर्गीयांसाठी ४०) असले पाहिजेत, तसेच वैद्यकीय शिक्षण व संशोधन संचालनालय महाराष्ट्र वैद्यकीय तांत्रिक सामाईक प्रवेश परीक्षा (एम.एच.टी. सी.ई.टी.) दिलेली असणे अनिवार्य आहे

नॅशनल इन्स्टिट्यूट ऑफ डिझाईन (एन.आय.डी)

औद्योगिक संपर्क, वस्त्रोद्योग आणि आयटी एकात्मिकृत डिझाईनसाठी शैक्षणिक, संशोधनसंस्था म्हणून एन.आय.डी. ही आंतर राष्ट्रीयदृष्ट्या नावाजलेली संस्था आहे यात प्रवेश घेण्यासाठी प्रवेश परीक्षा आहे. यासाठी निर्मितीक्षमता चाचणी फेज १, आणि स्टुडिओ चाचणी फेज २ एन.डी.ए प्रमाणेच सृष्टी सिंबायसिस एम. आ. टी सारख्या संस्था डिझाईन अभ्यासक्रम देतात.

नॅशनल इन्टिट्यूट ऑफ फॅशन टेक्नॉलॉजी (एन आय एफ टी) : या संस्थेची स्थापना १९८६ मध्ये वस्त्रोद्योग मंत्रालय भारत सरकारतर्फे झाली. याची सात केंद्रे नवी दिल्ली, बंगळूर, चेन्नई, हैद्राबाद, गांधीनगर, कोलकाता आणि मुंबई येथे आहेत. फॅशन डिझाइनचा युजी कार्यक्रम आणि तंत्रज्ञान आणि व्यवस्थापन व तंत्रज्ञानाचा पदव्युत्तर अभ्यासक्रम यात आहे. विद्यार्थ्यांना

सामान्य क्षमता चाचणी (जी ए टी) गणित आणि इंग्रजी तसेच निर्मितीक्षमता चाचणी (सी ए टी) फेज आणि फेज २ उत्तीर्ण व्हावे लागते. आर्ट आणि आर्किटेक्चर महाराष्ट्रात आणि देशामध्ये पुरेशी जागा असलेली कला आणि आर्क्टीटेक्चर महाविद्यालये आहेत. ऑब्जेक्ट ड्राईंग, मेमरी ड्रॉईंग इ. ची तयारी पदवी अभ्यास क्रमाची प्रवेश परीक्षा उत्तीर्ण होण्यासाठी विद्यार्थ्याला तयारी करावी लागेल. या क्षेत्रात नावाजलेले जे. जे. स्कूल ऑफ आर्ट अँड आर्किटेक्चर हे महाविद्यालय आहे.

विदेशी विद्यापिठे :

विदेशातील महाविद्यालयांमध्ये प्रवेश घेण्यासाठी एक सशक्त पोर्टफोलियो सीडीवर तयार असणे आवश्यक आहे. विदेशातील विद्यापीठे / महाविद्यालये - कोन्टेंटरी यू. के ऑटोमोबाईल डिझाईनमध्ये नावाजलेली आणि कम्युनिकेशन डिझाईनमधील एलसीसी यूके ही आहेत. डिझाईन अभ्यासक्रम पूर्ण करणाऱ्या विद्यार्थ्यांना उत्तम नोकरी मिळते कारण डिझाईन उद्योगातील मागणी जास्त व पुरवठा कमी आहे. उत्तम पगार आहे. मात्र याची तयारी ११ वीपासूनच करणे उत्तम!

कंपनी सचिव : अभ्यासक्रम

स्टॉक मार्केट, बोर्ड ऑफ डायरेक्टर्स, फॉरेन एक्सचेंज निगम, इनशियल पब्लिक ऑफर, अधिग्रहण या सारख्या गोष्टीमध्ये जर आवड असेल तर कंपनी सचिव अभ्यासक्रमाबद्दल प्राधान्याने विचार करण्यास हरकत नाही. आय.ए.एस. अधिकारी ज्याप्रमाणे विविध खात्यांच्या मंत्रालयांच्या कॅबिनेट सचिवपदाचा कारभार पार पाडतात, त्याचप्रमाणे कार्पोरेट क्षेत्रातील कंपनी सचिव भूमिका पार पाडतात.

कंपनी सचिव हे एक करिअर म्हणून मानाचे आणि भरपूर पैसा मिळवून देणारे क्षेत्र आहे. कंपनी सचिवाला विविध कायद्यान्वये कंपनीचा प्रमुख अधिकारी असतो. कंपनीच्या कायदेशीर बाबी, वैधानिक पूर्ततेची दखल घेणे, कायदे, व्यवस्थापन, वित्तपुरवठा आणि कार्पोरेट प्रशासनासंदर्भातील ज्ञानाचा वापर करून तो कंपनीचा अंतर्गत कार्पोरेट व्यवस्थापक आणि अंतर्गत कायदे विषयक सल्लागार म्हणूनही काम पाहावे लागते. उत्पादन, विक्री, विपणन आणि प्रशासन या अंगांशी संबंधित सल्ला आणि मार्गदर्शन करण्याचे काम करावे लागते. कंपनी सचिव आपला स्वतंत्र व्यवसायही करू शकतो.

व्यावसायिक ज्ञान देऊन प्रशिक्षण देणे व कंपनी सचिव घडविणे हे कंपनी सचिव या अभ्यासक्रमाचे उद्दिष्ट आहे. या उद्दिष्टाच्या पूर्ततेसाठी भारतीय संसदेद्वारे कायदा करून १९८० मध्ये इन्स्टिटयूट ऑफ कंपनी सेक्रेटरी ऑफ इंडिया म्हणजेच आय.सी.एस.आय. ची स्थापना झाली. कपंनी सचिवाला कंपनीचे संचालक मंडळ, भागधारक, शासन आणि अन्य संस्थामधील महत्त्वाचा दुवा असतो. म्हणून त्याला कंपनीचा पालक अधिकारी मानतात. त्यास सर्व प्रकारच्या नियमांचे पालन करण्यास संदर्भात जबाबदार मानला जातो. कंपनीचा कार्पोरेट नियोजक आणि रणनीती व्यवस्थापक म्हणूनही काम पाहावे लागते.

ज्या कंपन्यांकडे पाच कोटी किंवा त्याहून अधिक भागभांडवल आहे त्या कंपन्यांनी एका पूर्णवेळ कंपनी सचिवाची नेमणूक करणे बंधनकारक आहे. विविध क्षेत्रातल्या आणि मुख्यत: माहिती तंत्रज्ञान क्षेत्रातल्या वाढत्या कंपन्यामुळे कंपनी सचिव या पदास जास्त महत्त्व प्राप्त झाले असून त्याची मागणीही वाढते आहे.

कंपनी सचिव : एक व्यवसाय

कंपनी सचिव एखाद्या सनदी लेखापाल किंवा वकिलाप्रमाणे आपला स्वतंत्र व्यवसाय करू शकतो. कंपनी सचिवांच्या व्यवसायाचे क्षेत्र वेगाने विस्तारत आहे. ज्या कंपनीकडे दहा लांखाहून अधिक परंतू पाच कोटींपेक्षा कमी भागभांडवल आहे त्यांना आर्थिक अटींच्या पालनाबाबतचे प्रमाणपत्र मिळण्यासाठी एका पूर्ण वेळ व्यवसाय करणाऱ्या कंपनी सचिवाची सेवा घेणे आवश्यक ठरते. व्यवसाय करणाऱ्या कंपनी सचिवाला कंपनी कायदा १९५६ सेबी कायदा, एससीआरए कायदा आणि डिपॉझिटरीज ॲक्ट, एक्झिम पॉलिसी आणि परकीय चलन व्यवस्थापन कायद्यांतर्गत विविध नियमांशी संबंधित प्रमाणपत्रे देण्याचे तसेच कागदपत्रे साक्षांकित करण्याचे अधिकार आहेत. या वैधानिक अधिकाराव्यतिरिक्त कायदेविषयक, सचिव आणि कार्पोरेट शासन, कार्पोरेट पूनर्रचना, परकीय कंपन्यांबरोबर करार आणि संयुक्त उद्योग व्यवसाय तक्रार निवारण, वित्त व्यवस्थापन प्रकल्प, नियोजन भांडवल बाजार, कॉर्पोरेट सल्ला आणि सेवा पुरविण्याचेही काम करतो.

कंपनी सचिव अभ्यासक्रम :

या अभ्यासक्रमाचे तीन टप्पे आहेत. हे तीन टप्पे म्हणजे कंपनी

सचिव होण्यासाठी आवश्यक अशा पायऱ्याच आहेत.

फाऊंडेशन कोर्स - बारावी किंवा समकक्ष परीक्षा उत्तीर्ण असलेली कोणतीही व्यक्ती फाऊंडेशन कोर्सला प्रवेश घेण्यास पात्र आहे. ज्या विद्यार्थ्यांनी सदर परीक्षा दिली आहे परंतु निकाल अद्याप लागलेला नाही, अशा विद्यार्थ्यांनाही या अभ्यासक्रमास तात्पुरता प्रवेश मिळू शकतो. या अभ्यासक्रमात चार विषय असतात.

एग्झेक्युटिव्ह कार्यक्रम -

ज्या विद्यार्थ्याने फाऊंडेशन कोर्स पूर्ण केला आहे. किंवा जो पदवी अथवा समक्षक परीक्षा उत्तीर्ण आहे तो या कार्यक्रमासाठी पात्र आहे. या कार्यक्रमात दोन मोड्यूल्स असून प्रत्येक मोड्यूलमध्ये तीन विषय असतात.

प्रोफेशनल कार्यक्रम - ज्याने एग्झेक्युटिव्ह कार्यक्रम पूर्ण केला आहे. तो प्रोफेशनल कार्यक्रमासाठी पात्र आहे. या कार्यक्रमासाठी चार मॉड्यूल्यस असून प्रत्येक मोड्यूल्समध्ये दोन विषय आहेत. फाउंडेशन कोर्स, एग्झेक्युटिव्ह कार्यक्रम व प्रोफेशनल कार्यक्रम या तीन पायऱ्या झाल्यानंतर इन्स्टिट्यूट ऑफ कंपनी सेक्रेटरीज ऑफ इंडिया या संस्थेचा सभासद होण्यासाठी एखाद्या कंपनी सचिवाच्या हाताखाली किंवा संस्थेत नोंदणी असलेल्या कंपनीस पंधरा महिन्यांचे प्रशिक्षण द्यावे लागते. वर्षभर कधीही या कोर्सेससाठी प्रवेश घेता येतो. या अभ्यासक्रमासाठी मौखिक मार्गदर्शन वर्ग आणि पोस्टल मार्गदर्शन वर्ग असे दोन्ही पर्याय उपलब्ध आहेत. विविध संस्थांनी फाऊंडेशन कोर्सेससाठी ई-लर्निंग कार्यक्रमही सुरू केला आहे.

मुल्यमापन

प्रत्येक वर्षाच्या जून महिन्यात पहिल्या आणि डिसेंबर महिन्याच्या शेवटच्या आठवड्यात फाऊंडेशन एग्झेक्युटिव्ह आणि प्रोफेशनल कार्यक्रमाच्या परीक्षा घेतल्या जातात. प्रत्येक विषयात ४०% आणि सर्व विषयात एकत्रितपणे ५०% गुण मिळविणे आवश्यक आहे. एखाद्यास एका विषयात ६०% गुण असतील, परंतु सर्व विषयात एकत्रिपणे ५०% गुण नसतील तर त्याने अर्ज केल्यास ६०% गुण असलेल्या विषयात सूट मिळू शकते. आय.एस.आय.एस. आणि इन्स्टिटयूट आफ कॉस्ट ॲण्ड वर्क्स अकाऊंटर ऑफ इंडिया (आयसीडब्ल्यूआय) यांच्यात झालेल्या करारानुसार दोन्हीपैकी कोणत्याही संस्थेच्या प्रोफेशनल कार्यक्रमात उत्तिर्ण होणाऱ्या विद्यार्थ्याला दुसऱ्या संस्थेच्या परीक्षेत त्या विषयात सूट मिळण्याची तरतूद आहे. मान्यताप्राप्त विद्यापीठातील

एल. एल. बी., एम बी ए झालेल्यांना या विषयात काही सूट मिळते.

अनेक कंपनी सचिव अमेरिका, कॅनडा, यूके, सिंगापूर, मलेशिया, थायलंड, ऑस्ट्रेलिया, न्यूझीलंड, मध्य पूर्वकडील देश, आफ्रीका इत्यादी देशांमध्ये सध्या काम करीत आहेत. जागतिक व्यापार संघटना आणि कॅटस्मुळे सेवांच्या झालेल्या जागतिकीकरणामुळे कंपनी सचिव म्हणून विविध देशांमध्ये काम करण्याची व्यापक संधी मिळालेली आहे.

सेवा योजनांच्या सेवा -

संस्था आपल्या सभासदांना सेवा योजनाची सेवा पुरविते. संस्थेचे सभासद व्यवस्थापकीय संचालक, कार्यकारी संचालक आणि उपाध्यक्ष यासारख्या प्रतिष्ठेच्या पदावर कम करीत आहे. संस्थेचे काही सभासद शासनाच्या विविध विभागांमध्ये आणि नियामक मंडळांमध्ये महत्वाच्या पदावर निवृत्त झाले आहे. भारतामध्ये ८ लाखांहून अधिक नोंदणीकृत कंपन्या आहेत. त्या तुलनेत कंपनी सचिवांची संख्या २५ हजारांच्या आतच आहे. या गोष्टी विचारात घेऊन कंपनी सचिवाच्या व्यवसायाची निवड करणे अनेक दृष्टीने फायदेशीर आहे. भविष्याचा वेध घेऊन याची विद्यार्थ्यांनी नोंद घ्यावी.

अभ्यासानंतरच्या संधी -

पदवी अभ्यासक्रम पूर्ण केल्यानंतर पशुवैद्यक क्षेत्रातील भविष्य घडवण्यासाठी खालील संधी उपलब्ध आहेत.

एम.व्ही.एस्सी. या अभ्यासक्रमास प्रवेश मिळतो. यामध्ये वेगवेगळ्या अठरा विषयांची निवड करण्याची मुभा.

भारतीय कृषी अनुसंधान परिषदेमार्फत घेण्यात येणाऱ्या सामाईक परीक्षेच्या माध्यमातून शिष्यवृत्ती मिळवून देशातील नामांकित संस्थांमध्ये पदव्युत्तर व पी.एचडी. पदवीकरिता प्रवेश मिळवता येतो.

टोफेल/जी.आर.ई. सारख्या परीक्षांद्वारे परदेशातील नावाजलेल्या विद्यापीठामध्ये उच्च शिक्षण व संशोधनासाठी संधी शक्य आहे.

महाराष्ट्र शासनाच्या पशुसंवर्धन विभागामध्ये पशुधन विकास अधिकारी-वर्ग-१ म्हणून नेमणूक, तसेच पदव्युत्तर पदवी व पशुवैद्यक क्षेत्रातील पाच वर्षे अनुभव असणाऱ्या उमेदवारास सहायक आयुक्त (पशुसंवर्धन) म्हणून नियुक्ती (या नेमणुका सरळ सेवेद्वारे केल्या जातात) तसेच इतर राज्यातील लोकसेवा आयोगामार्फत पशुवैद्यकीय आधिकारी या पदासाठी त्या त्या राज्यात नेमणुकीच्या संधी आहेत.

राष्ट्रीय कृषी आयोग व भारतीय पशुवैद्यक परिषद कायदा-१९८४ यांच्या शिफारशी व मानकानुसार प्रत्येक ५००० पशु संख्येमागे एक पशुवैद्यक याप्रमाणे देशात ७०,०० पशुवैद्यकांची गरज आहे सध्या केवळ ८००० पशुवैद्यक आहेत

महाराष्ट्र पशू व मत्स्य विज्ञान विद्यापीठांतर्गत असलेल्या विविध पशुवैद्यकिय महाविद्यालये/संस्था तसेच देशातील इतर पशुवैद्यकीय विद्यापीठे/ महाविद्यालयांमध्ये सहायक, प्राध्यापक, तांत्रिक आधिकारी, पशुवैद्यकीय अधिकारी वरिष्ठ/कनिष्ठ संशोधक, विषय विशेषज्ञ, प्रक्षेत्र अधीक्षक/व्यवस्थापक अशा विविध पदावर नेमणुकीच्या संधी.

भारतीय कृषी अनुसंधान परिषदेच्या क्षेत्रांतील विविध केंद्रीय संस्था, राष्ट्रीय दुग्धविकास प्रकल्प, राष्ट्रीय संशोधन संस्था इ. मध्ये प्रकल्प अधिकारी, शास्त्रज्ञ, सहयोगी/सहायक संशोधक आदी पदावर नोकरीची संधी मिळते.

शासन मान्यताप्राप्त विविध अनुदानित महाविद्यालयात (एम.सी.व्ही.सी.) व्याख्याता, निदेशक म्हणून काम करता येते.

भारतीय सैन्यदलातदेखील पशुपथकातील घोडे, खेचर, उंट इत्यादींची काळजी घेण्यासाठी पशुवैद्यकाची आवश्यकता असते.

प्रशासकीय सेवेत संधी

केंद्रीय व राज्य लोकसेवा आयोगांमार्फत घेण्यात येणाऱ्या स्पर्धात्मक परीक्षाद्वारे जिल्हाधिकारी, उपजिल्हाधिकारी, पोलीस अधिक्षक, उपअधिक्षक, तहसीलदार आदी प्रशासकिय सेवेच्या संधी उपलब्ध आहेत.

खासगी क्षेत्रातील संधी- विविध नामांकित औषधनिर्मिती कंपन्या, कुक्कुटपालन संस्था, सहकारी दूध संघ, दूध प्रकल्प यामध्ये प्रकल्प अधिकारी पशुवैद्यकीय अधिकारी, तांत्रिक आधिकारी उत्पादन व्यवस्थापक म्हणून व्यवसाय संधी मिळते.

खासगी व्यवसाय

पशुचिकित्सक म्हणून खासगी व्यवसाय अथवा शासकीय अनुदानावर किंवा कर्जाद्वारे मोठ्या प्रमाणात दुग्ध व्यवसाय, कुक्कुटपालन, शेळीपालन, वराहपालन इ. व्यवसाय संधी अशा प्रकारे पशुवैद्यकीय क्षेत्रामध्ये नोकरी, व्यवसाय या प्रकारच्या इतर संधी विचारात घेऊन या अभ्यासक्रमाची निवड करावी.

गुणवत्ताविकासाचे प्रयत्न

सहा ते चौदा वयोगटातील सर्व विद्यार्थ्यांना शिक्षणाच्या प्रवाहात स्थिरावून शिक्षणाच्या सार्वत्रिकीकरणाबरोबरच सर्वांगीण विकासाच्या गुणवत्तेचाही सार्वत्रिकीकरणाची निकड तज्ज्ञांकडून वर्तवली जाते. काळाची गरज ओळखून गुणवत्तेमध्ये आंतरराष्ट्रीय दर्जा निर्माण करण्याचे ध्येय समोर ठेवूनच पुढील वाटचाल करावी लागणार आहे. २०२० साली बलशाली राष्ट्राचे स्वप्न प्रत्यक्षात पाहायचे असल्यास विद्यार्थ्यांच्या उज्वल भविष्याची जाणीव शिक्षक, शिक्षणतज्ज्ञाना, प्रशासनास झाली आहे असे काही प्रातिनिधिक उदाहरणांवरून लक्षात येते.

अमरावती येथील शैक्षणिक गुणवत्ताविकास कार्यक्रमाची माहिती घेत असताना लक्षात आले की अध्ययन-अध्यापन प्रक्रियेमध्ये मनोरंजकता आणण्याचा प्रयत्न होतो. शाळा या देशाच्या रोपवाटिका आहेत, त्यांचा भावनात्मक, बौद्धिक क्रियात्मक विकास साधण्यासाठी अमरावती जिल्यात आनंददायी शिक्षण पध्दतीचाअवलंब २००५ पासून करण्यात येत आहे.

तेव्हाचे आयुक्त श्री. सुमित मल्लिक यांनी जिल्हयातील शाळांना भेटी देऊन त्यांची शैक्षणिक परिस्थिती आजमावली तेंव्हा त्यांच्या लक्षात आले की विद्यार्थ्यांना स्वत:चे नावसुद्धा व्यवस्थित लिहिता येत नाही. त्यांनी वैज्ञानिक चाचण्या घेऊन पडताळा घेतला. अमरावती जिल्ह्याबरोबरच यवतमाळ, अकोला, वाशीम, बुलढाणा, या जिल्ह्यातही कार्यक्रमाची अमंलबजावणी केली.

या प्रकल्पासमोर शाळांमधील शैक्षणिक दर्जा सावरणे, शैक्षणिक गुणवत्ता विकासाबाबत सामाजिक जाणीव निर्माण करणे, ६ ते १४ वयोगटातील सर्वांना गुणवत्तापूर्ण शिक्षणाची संधी उपलब्ध करून देणे, १०० टक्के उपस्थिती टिकवणे अप्रगत विद्यार्थ्यांचा शोध घेऊन व उपचारात्मक शिक्षण देऊन विद्यार्थ्यांना शिक्षण प्रवाहात टिकवून ठेवणे, विद्यार्थ्यांच्या वैयक्तिक अडचणी लक्षात घेऊन त्यानुसार अध्ययन अनुभूती देणे, सर्व विद्यार्थ्यांना प्रभुत्त्वपातळी पर्यंत नेणे हे उद्देश ठेवण्यात आले.

या उपक्रमामुळे शिक्षकांचाही दर्जा उंचावरून त्यांच्यात स्वयंमूल्यमापनाची सवय लागली. याचा वापर इतरांनाही केला व हा कार्यक्रम 'अमरावती पॅटर्न' म्हणून परिसरात ओळखला जाऊ लागला. या उपक्रमात सातत्य राहावे म्हणून 'नवक्षितिज' नावाच्या कक्ष स्थापन करण्यात आले. या

उपक्रमाच्या माहितीसाठी मार्गदर्शिका तयार करून केंद्रप्रमुख, मुख्याध्यापक, आणि शिक्षक यांचे प्रशिक्षण घेण्यात आले.

विद्यार्थ्यांची उपस्थिती, शैक्षणिक गुणवत्ता, सुंदर परिसर, बोलक्या भिंती, आकर्षक शाळा, पालक-शिक्षक संपर्क, स्वच्छता, पिण्याच्या पाण्याची सोय, शैक्षणिक साहित्याचा वापर, पटनोंदणी, सहशालेय उपक्रम, स्पर्धा परीक्षा मार्गदर्शन, ग्रामशिक्षण समितीचा सहभाग, शालेय अभिलेखाचा नीटनेटकपणा, अध्यापन माहिती यांचा समावेश करून शाळांसाठी बक्षीस योजना कार्यान्वित करण्यात आली.

शाळा बाह्य विद्यार्थ्यांच्या सहभागासाठी वस्ती, गाव, तांडा, येथील पालकांशी मुलांशी त्यांच्या बोलीभाषेत संवाद करून त्यांचा सहभाग वाढवला, वृक्षारोपण करून वृक्षाना थोर व्यक्तीची नावे देण्यात आली, पर्यावरण, मूल्यशिक्षण उपक्रम उत्साहाने साजरे करीत असतानाच, नवक्षितीज उपक्रमातून ''आदर्श शाळा'' पुरस्कार योजना कार्यान्वित करण्यात आली. यामुळे निकोप स्पर्धा निर्माण झाली. गुणवत्तायुक्त कार्यास प्रोत्साहन मिळाले.

कोल्हापूर

छत्रपती राजर्षी शाहूमहाराज यांनी सामाजिक, आर्थिक, शैक्षणिक उन्नतीच्या दृष्टीने केलेल्या कार्याचा परिचय सर्वांना आहेच. त्यांनी शिक्षणासाठी स्वतंत्र समिती नेमली. सक्तीच्या व मोफत प्राथमिक शिक्षणाची शाळा करवीरसंस्थानात चिखली, पेण, करवीर येथे दि. १८ मार्च, १९१७ रोजी सुरू केली. केवळ मोफत व सक्तीचे प्राथमिक शिक्षण न करता, मुलांना शाळेत न पाठवणाऱ्या पालकांना दंडाची तरतूद करावी व त्यांच्याकडून दंड कसा वसूल करावा या संदर्भातील आदेश दिले होते. असा वारसा असणाऱ्या कोल्हापूर जिल्हा परिषदेने विद्यार्थ्यांच्या विकासासाठी 'राजर्षी शाहू सर्वांगीण शिक्षण कार्यक्रम' हाती घेतला. त्यात जिल्हा परिषदेच्या १७२९ शाळांमधील २,७६,७६८ विद्यार्थ्यांना सहभागी करून घेतले.

या कार्यक्रमाची पार्श्वभूमी अशी की, ८ व ९ व जानेवारी, २००२ रोजी पन्हाळा येथे तेंव्हाचे मुख्य कार्यकारी अधिकारी श्री. प्रभाकर देशमुख यांच्या अध्यक्षतेखाली शिक्षण तज्ज्ञ, पुरस्कार प्राप्त शिक्षक, संस्थाचालक, प्राचार्य, शिक्षण विभागातील अधिकारीशिक्षण संघटना प्रमुख लोकप्रतिनिधींची बैठक घेण्यात आली. यामध्ये विद्यार्थी विकास, शिक्षक विकास, पालकसभा

आणि प्रशासन यंत्रण इ. संदर्भात दहा वेळा बैठका घेऊन चर्चा, विचारविनमय करून राजर्षी शाहू सर्वांगीण शिक्षण कार्यक्रम निश्चित करण्यात आला. २१ व्या शतकाकडे जाणाऱ्या विद्यार्थ्यांमध्ये सामाजिक बांधिलकी निर्माण करावी, विद्यार्थ्यांत अपेक्षित गुण व मूल्ये रुजविण्यास मदत करावी. उच्च शिक्षणानंतर सामाजिक बांधिलकी, कृतज्ञता, सामाजिक विकासातील हातभार या दृष्टीने विचार रुजवण्याची गरज व्यक्त केली.

६ ते १४ गटातील विद्यार्थी शाळेत आणणे, पटनोंदणीतील १०० टक्के उपस्थिती टिकवणे, सर्वांगीण विकास करणे, दर्जेदार शिक्षणावर भर देणे, बौद्धिक, शारीरिक, भावनिक, सामाजिक विकास करणारे कार्यक्रम राबविणे शिक्षकांची गुणवत्ता, कार्यक्षमता, व उपक्रमशीलता वाढवणे, शिक्षणाची लोकचळवळ उभी करणे आणि प्रशासनाचे सुलभीकरण करणे ही उद्दिष्ट्ये समोर ठेवण्यात आली.

नियोजनात ८,५०० शिक्षक तसेच सरपंच, जि. प. सदस्य, पं. समिती सदस्य यांचे तालुकानिहाय मेळावे घेऊन ८५०० शिक्षकांचे प्रशिक्षण घेतले. यात विषय ज्ञानाबरोबरच कार्यक्रमाची रूपरेषा, अडचणी, उपाय, अप्रगत शोध चाचणी यांचा अभ्यास, नियोजन करून एक प्रारुप ठरवण्यात आले.

अप्रगत विद्यार्थ्यांसाठी साठ दिवसांचा कृती कार्यक्रम तयार करण्यात आला. भाषा, गणित विषयांच्या तयारीसाठी शाळापूर्व व नंतर दोन दोन तास शिक्षकांनी जास्त वेळ काम केले. वर्षभर उपचारात्मक अध्यापन व सरावातून ७८ मुले प्रगत झाली. १०० टक्के उपस्थिती असणाऱ्या पाल्यांच्या पालकांना अभिनंदनाची पत्रे पाठविण्यात आली. राष्ट्रीय भावना वाढीस लावण्यासाठी ५०० माजी सैनिकांच्या मदतीने सैनिकी कवायत शिस्त, अनुभवकथन यामार्फत मार्गदर्शन केले.

लोकसहभाग, लोकवर्गणीतून प्रत्येक वर्षी शैक्षणिक साहित्य, पाण्याची सुविधा, संगणक, विज्ञान साहित्य, क्रीडांगण सपाटीकरण, कंपाऊंड, शाळाखोली बांधकाम, बागका, रंगरंगोटी इ. कामे करण्यात आली. इ.१ ली ते ७ वी मधील २,७६,६७८ विद्यार्थी ८४६९ शिक्षक यांची आयोग्य तपासणी करुन त्यात आढळून आलेल्या ३७,४८६ विद्यार्थी व १०१२ शिक्षकांवर उपचार करण्यात आले. तसेच जिल्हा पुनर्वसन केंद्रामार्फत विद्यार्थ्यांना अपंग साहित्य, श्रवणयंत्र, तीन चाकी सायकली, खुर्च्या, कुबड्याजोड कृत्रिम

अवयव पुरवण्यात आले. ९८० विद्यार्थ्यांना चष्मे पुरवण्यात आले व ४६ विद्यार्थी/शिक्षकांवर हृदय शस्त्रक्रिया केल्या.

शिष्यवृत्ती परीक्षा, संगणकीकरण, खेळ, प्रशिक्षण कार्यक्रमातून गुणवत्ता विकसित करण्याचा प्रयत्न झाला तसेच केंद्र, जिल्हा, तालुका स्तरावर या उपक्रमाचे/शाळेचे मुल्यमापन करण्यात आले. परिषदेकडून पाच लाख रुपयांची तरतूद व लोकसहभागातील २० लाख रुपये मिळवून विविध स्तरावरील शाळांना पारितोषिके देण्यात आली.

शिक्षकांच्या कल्पकतेतून अनेक उपक्रम राबण्यात आले. त्यामध्ये कल्पवृक्ष फलक (प्रत्येक शाळेत महाफलक लावून या फलकावर विज्ञान व गणितातील महत्वाची सूत्रे, पाठ्यांश, भाषा इ. विषयांवरील लिखाण केल्यामुळे वर्गातील भिंती सजीव झाल्या) तसेच दत्तकशाळा, तरंग वाचनालय, सुंदर बागा, रोपांवरील प्रात्यक्षिके इ. उपक्रम राबवण्यात आली.

भारतीय शिक्षण संस्था, कोथरूड, पुणे यांच्याकडून बाह्य मूल्यमापन करण्यात आले. त्यातून असे निष्पन्न झाले, की विद्यार्थ्यांची उपस्थिती वाढली, अध्ययनात सुधारणा झाली. शिक्षक-पालकात संवाद वाढला. माता-पालक संघाची स्थापना झाली. ग्रामस्थांची आत्मीयता व सहभाग वाढला.

जिल्हा प्रशिक्षण संस्था (डाएट) च्या मार्फत शिक्षक प्रशिक्षणाचा कार्यक्रम राबवण्यात आला. कोल्हापूर जिल्हा परिषदेने घेतलेल्या या उपक्रमास सर्वांचे सहकार्य तर लाभलेच, शिवाय एन.सी.इ.आर.टी. नवी दिल्ली, मनुष्यबळ विकास मंत्रालय, राज्यस्तरीय संस्था व मान्यवरांनी या उपक्रमाची प्रशंसा तर केलीच आहे. सात्यत्यपूर्ण मूल्यमापन, गुणवत्ताविकसन उपक्रमामुळे विकासाला दिशा मिळत आहे.

सोलापूर

मराठवााडा, विदर्भप्रमाणेच महाराष्ट्रातील इतर भागातही दिसून येणारी दुख:द बाबा म्हणजे सातवी पास झालेल्या अनेक विद्यार्थ्यांना व्यवस्थित वाचता किंवा लिहिता येत नाही. शिकवणे, मूल्यमापन करणे, प्रशिक्षण उपक्रम राबवणे यासारख्या सातत्यपूर्ण घडणाऱ्या अध्ययन अध्यापनाच्या बाबी असूनसुध्दा हा शैक्षणिक दर्जा का उंचावत नाही, हा प्रश्न समोर ठेवून तेव्हाचे मुख्य कार्यकारी अधिकारी रमेश देवकर आणि सहकाऱ्यांनी 'शंकरराव

मोहिते पाटील प्राथमिक शिक्षण गुणवत्ता विकास अभियान ’ हा उपक्रम जून २००३ मध्ये कार्यान्वित केला.

कोल्हापूर जिल्ह्यातील गुणवत्ता विकास उपक्रमांचा अभ्यास करण्यासाठी अभ्यासदौरा आखण्यात आला आणि सर्व संबंधित घटकांच्या सहकार्याने विचार विनिमयाच्या आधारे आभियानाचा आराखडा तयार झाला व प्रशासकीय नियाजनासाठी समिती स्थापन केली. निदानात्मक चाचण्या, उपचारात्मक कार्यक्रम आखून शालेय वेळेपेक्षा आधिक वेळ वापरून हा कार्यक्रम अंमलात आला

पदाधिकारी, कर्मचारी, अन्य मान्वरांच्या सहभागातून ६० लाख रुपयांचा निधी संकलित करुन व निधीच्या व्याजातून उत्कृष्ट शाळांना पारितोषिके देण्याचे ठरवले.

गुणवत्ताविकसनाच्या प्रयत्नामध्ये उपस्थिती, भाषा, गणित अभ्यासातील प्रगती, याबरोबरच शाळानिहाय गीतमंचाची स्थापना, कार्यानुभवातून उत्पादक साहित्य निर्मिती, स्थानिक समाजाचा सहभाग व यातूनच पर्यावरण, जलसंवर्धन यामध्ये विद्यार्थी-पालक-समाज यांचा सहभाग वाढवण्यावर भर देण्यात आला.

जिल्हा साधन गट, कार्यबलगटाच्या मदतीने साठ दिवसांचा उपचारात्मक कार्यक्रम ठरवून-अध्यापन-मूल्यमापन- या माध्यमातून उपचारात्मक उपक्रम ठरवून गुणवत्ता विकास कार्यक्रम ठरवण्यात आला.

मातांचा सहभाग वाढला त्या निमित्ताने मुलींचे बालविवाह निरक्षरता, स्वावलंबन यासंदर्भात लोकशिक्षण करण्याचे कार्य करता आले. स्वच्छतागृहांचे बांधकाम, वॉल कंपाऊंड, गणवेश, मैदानावरील हिरवळ आणि शैक्षणिक वातावरणात अनुकूलता यांच्यासाठी पूरक बाबी निर्माण करण्यात आल्या. “स्वच्छता घरोघरी - शाळा दारोदारी” असे उपक्रम घेवून गावात एकाच प्रकारची झाडे, एका रंगाची घरे झाली. कार्यानुभव उपक्रमा अंर्तगत सुतळी, काथ्या, फोनमॅट, पायपूसणी मोत्यांची दागीने, पॉटपेंटीग, पणती पेंटींग, भेटकार्ड तयार करुन प्रदर्शन मार्फत त्याची विक्री केली व या उपक्रमातूनही निधी संकलित करण्यात आला.

पर्यावरण मंडळ, कचरा व्यवस्थापन जलसंर्वधन, छतावरील पाण्याचे साठवण, इ. उपक्रम घेऊन ६१,००० वृक्षांचे रोपण करण्यात आले. विद्यार्थ्यांनी राष्ट्रपतींना पत्र लिहले त्याच प्रतिसाद म्हणून मा. राष्ट्रपती ए. पी.

जे. अब्दुल कलाम यांनीही या उपक्रमास शुभेच्छा दिल्या.

प्रगत मुलांकडून अप्रगत विद्यार्थ्यांचा विकास हा उपक्रम, विद्यार्थ्यांमध्ये मैत्री, आपलकी सहकार्यवृत्ती वृद्धिंगत करण्यास सहाय्यक ठरली. शाळांचे मूल्यमापन, चांगल्या शाळांना पारितोषिके हे उपक्रम घेण्यात आले. शंकरराव मोहिते पाटील प्राथमिक शिक्षण गुणवत्ताविकास अभियानाची निष्पत्ती म्हणजे मुलांमध्ये अभ्यासाची आवड निर्माण झाली व शालेय निकालाबरोबरच शिष्यवृत्ती परीक्षेच्या निकालावरही चांगला परिणाम झाला. 'शिक्षण ही लोकचळवळ' बनवण्याचे स्वप्न साकार करण्यास हे कार्यक्रम उपयुक्त ठरतात, असा अनुभव आहे

शैक्षणिक गुणवत्ताविकास उपक्रमांतर्गत इतर कार्यक्रम

महाराष्ट्रातील विविध जिल्ह्यांमध्ये शैक्षणिक गुणवत्ताविकास उपक्रमांतर्गत कार्यक्रम आयोजित करण्यात आले. परभणी येथील गणित जत्रा उपक्रम, गळव्हा येथील इंग्रजी भाषिक प्रयोगशाळा, आणि येथील गणितानुभव दालन व इंग्रजी म्युझियम, भूगोल किंवा परिसरा साठी 'वसुंधरा' असे सहजानंदानुभवातून शिक्षण उपक्रम राबविण्यात आले.

भारत ज्ञान विज्ञान समुदाय, गणित, इंग्रजी, भूगोल, इतिहास यासारख्या विषयांसाठी आवश्यक असणारे सर्व शैक्षणिक साहित्ययुक्त विषयानुकूल वातावरण निर्माण करणाऱ्या खोल्या निर्माण करण्यात आल्या. विद्यार्थी एकाच वर्गात बसून अध्ययन करण्यापेक्षा त्या त्या तासिकांना त्यांनी त्या विषयाच्या सर्व सोयीयुक्त खोलीत जाऊन अध्ययन अनुभव अधिक प्रभावीपणे घ्यावेत अशी अपेक्षा या उपक्रमामागे आहे. या उपक्रमाचे अनुकरण अनेक शाळांमधून करण्यात येत आहेत

याबरोबरच कृती संशोधन, स्वयंअध्ययन, जिल्हा प्राथमिक शिक्षण कार्यक्रम (DPET) स्मार्ट पीटी प्रशिक्षण, मूल्यमापन पद्धतीत बदल, विकसन समाजाचा सहभाग, विद्यार्थ्यांकडे पाहायचा दृष्टीकोन त्यामुळे गुणवत्ताविकासात यश मिळत आहे.

संदर्भसूची

- गटकळ डॉ. रंजना संतोष – 'माध्यमिक आणि उच्च माध्यमिक शिक्षणाचा विकास' प्राजक्त प्रकाशन, नाशिक (२००७) तृतीय आवृत्ती
- जाधव मोहन, भोसले आरती, सरपोतदार प्राची – 'भारतीय शिक्षणाचा विकास' फडके प्रकाशन, कोल्हापूर (२००७)
- जीवन शिक्षण – महाराष्ट्र राज्य शैक्षणिक संशोधन व प्रशिक्षण परिषद पुणे, विविध अंक
- तांबोळी प्रा. शमशुद्दीन, तांबोळी प्रा. बेनझीर – 'प्रभावशाली शिक्षणतज्ज्ञ', डायमंड पब्लिकेशन्स, पुणे (२००९)
- दुनाखे डॉ. अरविंद – 'भारतीय शिक्षणपद्धती व माध्यमिक शिक्षण', नित्यनूतन प्रकाशन, पुणे (२००६)
- नरवणे डॉ. मीनल – 'भारतातील शैक्षणिक आयोग व समित्या.' नित्यनूतन प्रकाशन, पुणे (२००८)
- पाटील प्रा. विजय (संपादक) – 'शिक्षणप्रवाह' जीवन शिक्षण प्रकाशन, पुणे (१९९६)
- पाटील लीला – 'परिवर्तनशील शिक्षण', उन्मेष प्रकाशन, पुणे (१९९५)
- पानसे डॉ. रमेश – शिक्षण : 'परिवर्तनाची सामाजिक चळचळ,' डायमंड पब्लिकेशन, पुणे (२००८) प्रथम आवृत्ती.
- भगत रा. तु., माळी अ. ल. – 'थोर शिक्षणतज्ज्ञ' गो. य. राणे प्रकाशन, पुणे (१९७८)
- 'महाराष्ट्रातील शिक्षणाचा विकास' – संचालक, महाराष्ट्र राज्य शैक्षणिक संशोधन व प्रशिक्षण परिषद पुणे १९८७
- मजुमदार डॉ. शां. ब. – 'सिंबॉयोसिस – एका संकल्पनेचा चरित्र कथा', 'मॅकमिलन, पुणे प्रथमआवृत्ती
- महिला व बालविकास – धोरण आणि निर्णय, प्रकाशक – यशवंतराव चव्हाण विकास प्रशासन प्रबोधिनी, पुणे, प्रथम आवृत्ती, २००४
- राऊत प्रा. गणेश, राऊत प्रा. ज्योती – 'महाराष्ट्रातील परिवर्तनाचा इतिहास इ. स. १८१८ ते १९६०,' डायमंड पब्लिकेशन्स, पुणे (२००७)
- राष्ट्रीय शैक्षणिक धोरण १९८६ – 'शैक्षणिक आव्हांनाकडून कृती कार्यक्रमाकडे' जीवन शिक्षण प्रकाशन, पुणे
- वाघ अनुताई (२००८) – 'कोसबाडच्या टेकडीवरून', ऋचा प्रकाशन, ठाणे

*****